AF742921

ഗ്രീൻ ബുക്സ്

ആസ്ട്രേലിയ:
അദ്ഭുതങ്ങളുടെ ഭൂഖണ്ഡം

എ.ക്യു. മഹ്ദി

സഞ്ചാര സാഹിത്യകാരൻ.
കൊല്ലം ജില്ലയിൽ ജനനം.
യാത്രയിലെ ദൃശ്യചാരുതകൾ, ആധുനിക
ചൈനയിലെ വിസ്മയക്കാഴ്ചകൾ,
എയ്ഡ്സ് ക്ലബ്, ന്യൂയോർക്ക്
മുതൽ സാൻഫ്രാൻസിസ്കോ വരെ,
സിംഗപ്പൂർ-മലേഷ്യ: യാത്രാമൊഴികൾ,
കാനഡ: കാഴ്ചകളുടെ ഉത്സവം,
ഇൻഡോനേഷ്യയിലെ വിസ്മയങ്ങൾ
തുടങ്ങിയ പതിനെട്ടോളം
യാത്രാവിവരണങ്ങൾ പ്രസിദ്ധീകരിച്ചിട്ടുണ്ട്.

യാത്ര

ആസ്ട്രേലിയ: അദ്ഭുതങ്ങളുടെ ഭൂഖണ്ഡം

എ.ക്യു. മഹ്ദി

ഗ്രീൻ ബുക്സ്

green books private limited
gb building, civil lane road, ayyanthole,
thrissur- 680 003, kerala, ph: +91 487-2381066, 2381039
website: www. greenbooksindia. com
e-mail: info@greenbooksindia. com

malayalam
australia: athbudhangalute bhookhandam
travalogue
by
a.q. mahdi

first published november 2018

cover design : g. biju

branches:
thrissur 0487-2422515
palakkad 0491-2546162
thiruvananthapuram 0471-2335301
calicut 0495 4854662
kannur 0497-2763038

isbn : 978-93-87357-34-1

GBPL/1041/2018

ഉള്ളടക്കം

ആസ്ട്രേലിയൻ യാത്രയ്ക്കൊരു ആമുഖം

ലോകയാത്രകൾ ശീലമാക്കിയപ്പോൾ, സന്ദർശിക്കാൻ മനസ്സിൽ കൊതിയോടെ, ആഗ്രഹത്തോടെ കുറിച്ചിട്ട രണ്ടു രാജ്യങ്ങളായിരുന്നു അമേരിക്കയും ആസ്ട്രേലിയയും. അമേരിക്കൻ സന്ദർശനം കഴിഞ്ഞപ്പോൾ, പിന്നെ പെട്ടെന്ന് കടന്നുവന്ന അവസരം യൂറോപ്പിലേക്കുള്ളതാണ്. യൂറോപ്യൻ സമൂഹത്തിലെ പ്രധാനപ്പെട്ട 15 രാജ്യങ്ങൾ കണ്ടു മടങ്ങിവന്നപ്പോൾ, ചെറിയൊരു ഇടവേള നൽകി ആസ്ട്രേലിയയ്ക്കായി കാത്തിരുന്നു. ഇതിനിടെ നമ്മുടെ ചില അയൽരാജ്യങ്ങളിലേക്കുള്ള സന്ദർശനവും ഒരുക്കിയിരുന്നു, നേപ്പാളും കൊളംബോയും മാലിയും ചൈനയുമൊക്കെ. അങ്ങനെയാണ് ഒട്ടാകെ സന്ദർശിച്ച രാജ്യങ്ങളുടെ എണ്ണം 43 ആയിത്തീർന്നത്.

മുമ്പൊരിക്കൽ ആസ്ട്രേലിയയിലേക്കുള്ള ഒരു യാത്രാപരിപാടിയെപ്പറ്റി ചിന്തിക്കുകയും അല്പമൊക്കെ അതിനായി ഒരുങ്ങുകയും ചെയ്തതാണ്. അത് യു.എസ്സ് സന്ദർശനത്തിനും മുമ്പാണ്. ആസ്ട്രേലിയയിലേക്കു പോകുവാൻ മാനസികമായി തയ്യാറെടുക്കുമ്പോൾ, അവിടേക്കുള്ള സന്ദർശനത്തിന് ഒരുക്കങ്ങൾ നടത്തി വിസ കിട്ടുന്ന വിഷയത്തിൽ പരാജയപ്പെട്ട് പോകാൻ കഴിയാതെ നിരാശയോടെ പിൻതിരിഞ്ഞ ഒരു സ്നേഹിതന്റെ അനുഭവം, മാനസികമായി എന്നെയും തളർത്തുകയുണ്ടായി. ഞാൻ ആസ്ട്രേലിയൻ സന്ദർശനം തത്കാലത്തേക്ക് നീട്ടിവയ്ക്കുകയും ചെയ്തു.

ആ സ്നേഹിതനു എന്തുപറ്റിയെന്നതുകൂടി പറയേണ്ടിയിരിക്കുന്നു.

മൂപ്പർ ഒരു യാത്രാപ്രേമിയാണ്. എന്നോടൊപ്പം ചില ചെറിയ രാജ്യസന്ദർശനങ്ങളൊക്കെ നടത്തിയിട്ടുണ്ട്. ദീർഘകാലം വിദേശത്ത് ജോലി നോക്കി, തിരികെ നാട്ടിൽ വന്ന് വിശ്രമജീവിതം നയിക്കുകയാണിപ്പോൾ. തന്റെ സമ്പാദ്യം ഇവിടെയൊരു ബാങ്കിൽ നിക്ഷേപിച്ചിട്ടുമുണ്ട്.

ഇത്രയും വിശദമായി പറയുന്നത്, വിദേശയാത്രയുമായി ബന്ധപ്പെട്ട അല്പം ചില കാര്യങ്ങളെങ്കിലും വായനക്കാർകൂടി അറിഞ്ഞിരിക്കുന്നത് നല്ലതാണെന്നു തോന്നിയതുകൊണ്ടു മാത്രമാണ്.

കൈയിൽ കുറേ പൈസയും യാത്ര ചെയ്യാനുള്ള മനസ്സും പിന്നെ ധൈര്യവും ആവശ്യത്തിന് ആരോഗ്യവുമൊക്കെയുണ്ടെന്നതു മാത്രം ചില വിദേശരാജ്യങ്ങളിലേയ്ക്കെങ്കിലും പോകുന്നതിന് അനുകൂലമായ ഘടകമല്ല. ആ 'ചില' രാജ്യങ്ങളിൽ ഏറ്റവും ചുരുങ്ങിയത് മൂന്നാലു പാശ്ചാത്യദേശങ്ങൾ ഉൾപ്പെടുന്നുണ്ട്, അമേരിക്ക, കാനഡ, യു.കെ. പിന്നെ ആസ്ട്രേലിയയും.

വിദേശയാത്രയ്ക്കു വേണ്ട പല ഘടകങ്ങളിൽ ഒന്നു മാത്രമാണ് യാത്ര ആഗ്രഹിക്കുന്ന വ്യക്തിയുടെ കൈയിലെ സാമ്പത്തികം അഥവാ ധന സ്ഥിതി. കൈയിൽ ക്യാഷ് ഉണ്ടായാൽ മാത്രം പോരാ, സാമാന്യേന അതു വെള്ളപ്പണവും ആയിരിക്കണമെന്നുണ്ട്. ഇന്ന് നാട്ടിൽ അധികംപേരെയും കുഴയ്ക്കുന്ന പ്രധാന പ്രശ്നവുമാണിത്. അല്പം വിശദമായി പറഞ്ഞാൽ, കൈവശം കണക്കില്ലാതെ കള്ളപ്പണം ഉണ്ടെങ്കിൽ, അതു മാത്രമേ ഉള്ളൂവെങ്കിൽ, നല്ലൊരു വിദേശയാത്ര സ്വപ്നം കാണാൻ മാത്രമേ കഴിയുകയുള്ളൂ.

ഈ വിഷയത്തിൽ ഏതൊക്കെ പ്രശ്നങ്ങൾ എങ്ങനെയൊക്കെ ഉദ്ഭവിക്കുന്നുവെന്നതിൽ ചിലത് മാത്രം പറയാം.

ഒന്ന്, അത്ര പരമരഹസ്യമല്ലാത്ത നമ്മുടെ പല സാധാരണ സാമ്പത്തിക നീക്കങ്ങളും ആദായനികുതി വകുപ്പ് നിരീക്ഷിക്കുന്നുണ്ട്. നാമൊരു വീടോ വസ്തുവോ വാങ്ങി പ്രമാണം ചെയ്താൽ, ഒരു കാർ വാങ്ങിയാൽ, ബാങ്കിൽ നല്ലൊരു തുക നിക്ഷേപിച്ചാൽ, ലോണെടുത്താൽ, ഒരു വിദേശയാത്ര നടത്തിയാൽ ആദായനികുതി വകുപ്പിന് ഉടൻ വിവരം ലഭിക്കുന്നുണ്ട്. അത്തരമൊരു സംവിധാനം ആധുനികകാലത്ത് നിലവിലുണ്ട്. പഴയ കാലമല്ല. ഇന്റർനെറ്റിന്റെ ആവിർഭാവത്തോടെ ഏതു ഡിപ്പാർട്ട്മെന്റിനും എന്തും ഓൺലൈൻ ആയി അപ്പോൾ തന്നെ കാണാം, അറിയുകയും ചെയ്യാം. എല്ലാ ചലനങ്ങളും സസൂക്ഷ്മം വീക്ഷിക്കപ്പെടുന്നുണ്ട്. വിരലൊന്നമർത്തിയാൽ കൺട്രോൾ റൂമിലെ മോണിറ്ററിൽ എല്ലാം വ്യക്തമായി തെളിഞ്ഞു വരുകയും ചെയ്യും.

പറഞ്ഞുവന്നത് വിദേശയാത്രയ്ക്കുവേണ്ടി ഒരുക്കേണ്ട സംവിധാനങ്ങളെപ്പറ്റിയാണല്ലോ.

ആദായനികുതി കൊടുക്കുന്ന വ്യക്തി ഒരു വിദേശയാത്ര ചെയ്താൽ, ആ യാത്രയ്ക്കുള്ള ചെലവുകൾ വകുപ്പിനു കൊടുക്കുന്ന കണക്കിൽ കാണിക്കണമെന്നുണ്ട്. ഇല്ലെങ്കിൽ ചിലപ്പോൾ ചോദ്യം വരാം, ഏതു പണം ഉപയോഗിച്ചാണ് യാത്ര ചെയ്തതെന്ന്. അതു കണക്കിൽ ചേർക്കപ്പെട്ടിട്ടുണ്ടോ എന്നും.

ഇതു നാട്ടിലെ ആദായവകുപ്പിന്റെ കാര്യം. എന്നാൽ, ചില വലിയ രാജ്യങ്ങളിലേക്ക്, ഉദാഹരണത്തിന് അമേരിക്ക – ആസ്ട്രേലിയ – കാനഡ – ഇംഗ്ലണ്ട് തുടങ്ങിയ രാജ്യങ്ങളിലേക്ക് യാത്ര പോകുന്ന അവസരത്തിൽ ടൂറിസ്റ്റ് വിസയ്ക്ക് അപേക്ഷിക്കുമ്പോൾ, പല രേഖകൾക്കൊപ്പം മൂന്നു വർഷത്തെ ആദായനികുതി കടലാസുകൾ കൂടി ഹാജരാക്കണമെന്ന്

നിഷ്കർഷിക്കാറുണ്ട്. ഒപ്പം, അപേക്ഷിക്കുന്ന വ്യക്തിയുടെ പൂർണ്ണമായ ധനസ്ഥിതിയെക്കുറിച്ചുള്ള ആഡിറ്റ് ചെയ്ത സ്റ്റേറ്റ്മെന്റും.

അവിടെയും തീരുന്നില്ല. പോകുന്നയാൾക്ക് യാത്രാച്ചെലവിനും തങ്ങളുടെ രാജ്യത്തു വരുമ്പോൾ ചെലവു ചെയ്യാനുമുള്ള ധനസ്ഥിതിയും ക്യാഷ്ബാലൻസും ഇപ്പോൾതന്നെ നാട്ടിൽ നിലവിലുണ്ടോ എന്ന് വ്യക്തമാക്കാൻ, നാട്ടിലെ ബാങ്കിൽ ഒരു നിശ്ചിതതുക ഡെപ്പോസിറ്റ് ചെയ്ത രേഖകളും ഹാജരാക്കണം.

വിഷയം ഇവിടെയും അവസാനിച്ചുവെന്നു കരുതരുത്. ഈ ഡെപ്പോസിറ്റ് ചെയ്യൽ, നമുക്ക് ഇഷ്ടമുള്ള ഏതെങ്കിലും ബാങ്കിൽ ആയാലും പോരാ, ഈ വിദേശ എംബസികൾക്കു കൂടി സ്വീകാര്യവും തൃപ്തികരവുമായ അത്യാധുനിക ബാങ്കുകളിൽ, അതെ ന്യൂ ജനറേഷൻ ഹൈടെക് ബാങ്കുകളിൽ തന്നെ വേണംതാനും.

ഇനി, അന്ന് ആസ്ട്രേലിയയിലേക്കു പോകാൻ കഴിയാതെവന്ന സ്നേഹിതന്റെ ദുർവിധിക്കു കാരണം പറയാം.

അദ്ദേഹത്തിന് ആസ്ട്രേലിയൻ എംബസിയിൽ നിന്നും നിർദ്ദേശമുണ്ടായി, ബാങ്കിൽ ഒരു നിശ്ചിതതുക നിക്ഷേപം ഉണ്ടാവണമെന്ന്. മൂപ്പർക്കു നല്ലൊരു തുക ബാങ്കിൽ ഡെപ്പോസിറ്റ് ഉണ്ടായിരുന്നുതാനും. വിദേശത്തുനിന്നു വന്നപ്പോൾ മോശമല്ലാത്ത തുക നാട്ടിലെ മുന്തിയ ഒരു സഹകരണബാങ്കിലാണ് നിക്ഷേപിച്ചിരുന്നത്. ആ ബാങ്കിന്റെ നിക്ഷേപരേഖകളാണ് ആസ്ട്രേലിയൻ ഹൈക്കമ്മീഷൻ ഓഫീസിലേക്ക്, വിസയ്ക്കുള്ള അപേക്ഷയ്ക്കൊപ്പം അയച്ചത്.

'ഇതൊരു ബാങ്കോ, ഏതു ബാങ്ക്, എന്തു ബാങ്ക്...?' എന്ന അതിശയഭാവത്തിലുള്ള ചോദ്യമാണ് മറുപടി രൂപത്തിൽ ഹൈക്കമ്മീഷൻ ഓഫീസിൽ നിന്നും സ്നേഹിതനു കിട്ടിയത്. ബാങ്കിന്റെ ചരിത്രവും ഭൂമിശാസ്ത്രവും സാമ്പത്തിക ഭദ്രതയെയും വിശ്വസ്തതയെക്കുറിച്ചുമൊക്കെ സ്നേഹിതൻ ആസ്ട്രേലിയൻ നയതന്ത്ര കാര്യാലയത്തെ വിശദമായി അറിയിച്ചു.

വിവരങ്ങൾ അന്വേഷിച്ചിട്ട് മാത്രം വേണ്ടതു ചെയ്യാമെന്ന് അവർ ഫോണിൽ സ്നേഹിതന് ഉറപ്പും കൊടുത്തു.

അവരുടെ അന്വേഷണം നടന്നിരിക്കണം. പക്ഷേ, അതിന്റെ റിസൾട്ട് അനുകൂലമായിരുന്നില്ല. വിസ നിഷേധിച്ചുകൊണ്ടുള്ള കത്താണ് ലഭിച്ചത്. വിസയ്ക്കു വേണ്ടി അടച്ച ഒരു നാലക്കസംഖ്യയും നഷ്ടമായി.

സ്നേഹിതൻ പൈസ ഡെപ്പോസിറ്റ് ചെയ്ത സഹകരണ ബാങ്കിന്റെ പദവിക്കുറവു തന്നെയായിരുന്നു വിസ നിഷേധിക്കപ്പെടാൻ കാരണമായതത്രെ. സായ്പ്പിന് ഇപ്പോഴും ഇന്ത്യയിൽ പ്രവർത്തിക്കുന്ന ഹൈടെക് വിദേശബാങ്കുകളോടാണ് പ്രിയം. ചെറിയ ബാങ്കുകളും സഹകരണ ബാങ്കുകളുമൊക്കെ അവർക്കു മുമ്പിൽ പെട്ടിക്കടകൾക്കു സമാനമാണെന്നു തോന്നുന്നു. നമ്മുടെ പല ദേശീയ ബാങ്കുകളെപ്പോലും ഈ വിദേശീയർ അംഗീകരിക്കാൻ തയ്യാറല്ല.

ഇനി മറ്റൊരു രഹസ്യംകൂടി കേൾക്കുക. ലോകരാജ്യങ്ങളിലെ സവർണനായി വിരാജിക്കുന്ന അമേരിക്കയിലേക്കുള്ള വിസ ലഭിക്കലാണ് ഭൂമിയിൽ ഏറ്റവും പ്രയാസമുള്ള കാര്യം. അതിനായി അതികഠിനമായ പരീക്ഷണഘട്ടങ്ങൾ പലതും തരണം ചെയ്യേണ്ടി വരും. എന്നാൽ, ഈ സവർണന്റെ വിസ പതിപ്പിക്കപ്പെട്ട ഏതു പാസ്പോർട്ടും, മറ്റേതൊരു രാജ്യത്തേക്കുമുള്ള പ്രവേശനരേഖ ലഭിക്കൽ അനായാസമാക്കുന്നു. ഏതെങ്കിലും രാജ്യത്തേക്കു പോകാൻ അപേക്ഷ നൽകി ക്യൂവിൽ നിൽക്കേണ്ട സാഹചര്യമുണ്ടായാൽ, അനുബന്ധരേഖകളൊക്കെ പരിശോധിക്കുന്നതിനിടെ പാസ്പോർട്ടിൽ ഈ മേലാളന്റെ വിസ പതിഞ്ഞു കണ്ടാൽ, അല്പമൊരു ബഹുമാനത്തോടെയും ആദരവോടെയുമാണ് വിസ ഓഫീസർ നമ്മെ നോക്കുക. ഉറപ്പായി തങ്ങളുടെ രാജ്യത്തേക്കുള്ള വിസ അനുവദിച്ചു തരികയും ചെയ്യും.

അമേരിക്കൻ വിസ പതിച്ച എന്റെ പാസ്പോർട്ട് പേജ് യാദൃച്ഛികമെന്ന മട്ടിൽ ചൂണ്ടിക്കാട്ടി പല രാജ്യങ്ങളിലേക്കും അനായാസം ഞാൻ പ്രവേശനരേഖ നേടിയെടുത്തിട്ടുണ്ട്. അങ്ങനെ ലഭ്യമായ ഒരു ആസ്ട്രേലിയൻ വിസയുമായാണ് ഞാനീ യാത്ര ആരംഭിക്കുന്നത്.

യാത്രാവിവരണം ആരംഭിക്കുംമുമ്പ് എന്നെപ്പറ്റി ചില വിവരങ്ങൾ. യാത്രകളുമായി ബന്ധപ്പെട്ട കാര്യങ്ങൾ മാത്രമാണിവിടെ പറയുക.

അതിനു മുമ്പ് അല്പം പൊതു ഭൂമിശാസ്ത്ര വിഷയംകൂടി സാന്ദർഭികമായി പറയട്ടെ.

ഭൂമിയെ ഇന്ന് ഏഴു ഭൂഖണ്ഡങ്ങളായാണ് തരംതിരിച്ചിരിക്കുന്നത്. ഏഷ്യ, ആഫ്രിക്ക, യൂറോപ്പ്, നോർത്ത് അമേരിക്ക, സൗത്ത് അമേരിക്ക, ആസ്ട്രേലിയ, അന്റാർട്ടിക്ക എന്നിങ്ങനെ. ഓരോ ഭൂഖണ്ഡത്തിലും നിരവധി രാജ്യങ്ങളുണ്ട്. ഒന്നിലൊഴികെ, അത് അന്റാർട്ടിക്ക എന്ന ദക്ഷിണ ധ്രുവത്തോടു തൊട്ടുകിടക്കുന്ന ഭൂപ്രദേശമാണ്. അവിടെ അടയാളപ്പെടുത്തപ്പെട്ട രാജ്യങ്ങളൊന്നും തന്നെയില്ല എന്നു മാത്രമല്ല, സ്ഥിരമായി മനുഷ്യവാസവുമില്ല. അവിടത്തെ ഭൂപ്രകൃതിയും അതികഠിനമായ തണുപ്പുനിറഞ്ഞ കാലാവസ്ഥയും മനുഷ്യവാസത്തിന് അനുയോജ്യവുമല്ല.

മേൽസൂചിപ്പിച്ച ഭൂഖണ്ഡങ്ങളിൽ വലിപ്പം ആസ്പദമാക്കുകയാണെങ്കിൽ ഏറ്റവും വലുത് ഏഷ്യ തന്നെയാണ്. രണ്ടാംസ്ഥാനം ആഫ്രിക്കയ്ക്കും അടുത്തത് യൂറോപ്പിനുമാണ്.

നമ്മുടെ ഇന്ത്യാമഹാരാജ്യവും ഏഷ്യൻ ഭൂഖണ്ഡത്തിലാണ്. ചൈന തുടങ്ങിയ വലിയ രാജ്യങ്ങളും ഏഷ്യയിലാണ് സ്ഥിതിചെയ്യുന്നത്. ലോകത്തെ ഏറ്റവും പരിഷ്കൃതവും സമ്പന്നവുമായ അമേരിക്കയാകട്ടെ, നോർത്ത് അമേരിക്ക എന്ന ഭൂഖണ്ഡത്തിലും.

ഏഷ്യ തന്നെ പല ഭാഗങ്ങളായി അറിയപ്പെടുന്നുണ്ട്. സൗത്ത് ഏഷ്യ, ഈസ്റ്റ് ഏഷ്യ, സൗത്ത് ഈസ്റ്റ് ഏഷ്യ എന്നിങ്ങനെ. ഇതിൽ സൗത്ത്

ഈസ്റ്റ് ഏഷ്യ അഥവാ തെക്ക് കിഴക്ക് ഏഷ്യയിൽ ഉൾപ്പെടുന്നു സിങ്കപ്പൂർ, മലേഷ്യ, തായ്‌ലാൻഡ്, ഇന്തോനേഷ്യ തുടങ്ങിയ രാജ്യങ്ങൾ. ഇവ ഉൾപ്പെടുന്ന ഏഷ്യയിലെ മിക്ക രാജ്യങ്ങളും സന്ദർശിക്കാൻ എനിക്കവസര മുണ്ടായിട്ടുണ്ട്. പിന്നീട് അമേരിക്കയും ആഫ്രിക്കയും യൂറോപ്പും പശ്ചി മേഷ്യയും അറബി രാജ്യങ്ങളുമൊക്കെ എന്റെ സഞ്ചാരപാതയിലൊതു ങ്ങുകയുണ്ടായി; ഞാനീ പറഞ്ഞ പട്ടികയിലെ ഒരു ഭൂഖണ്ഡമൊഴികെ, ആസ്ട്രേലിയ.

ഒടുവിൽ ആസ്ട്രേലിയയിലേക്കും സഞ്ചാരം നടത്താൻ എനിക്ക വസരം കൈവന്നു. ആ യാത്രാവിശേഷങ്ങളാണ് ഞാനിവിടെ വിവരി ക്കാൻ പോകുന്നത്.

മേൽപ്രസ്താവിച്ച ഏഴു ഭൂഖണ്ഡങ്ങളിൽ ഒന്നാണ് ആസ്ട്രേലിയ എന്നു പറഞ്ഞുവല്ലോ. എന്നാൽ, ഈ രാജ്യത്തിനു മാത്രമുള്ള ഭൂഖണ്ഡം എന്ന പൊതുവിവക്ഷയിൽ ഒരു പ്രത്യേകതയുണ്ട്. അതായത് ലോകത്തെ ഏറ്റവും ചെറിയ ഭൂഖണ്ഡമാണ് ആസ്ട്രേലിയ. ഒരു രാജ്യംതന്നെ ഭൂഖണ്ഡമായി പരിണമിക്കുന്ന അപൂർവബഹുമതി ഈ ദേശത്തിനുണ്ട്. കൂടാതെ വലിപ്പത്തിൽ ലോകത്തെ ആറാമത്തെ രാജ്യവും ഇതുതന്നെ.

ഇന്ത്യൻ-പസഫിക് സമുദ്രങ്ങളാൽ ചുറ്റപ്പെട്ടു കിടക്കുന്ന ആസ്ട്രേ ലിയ ഒരു ദ്വീപാണെങ്കിലും അതിന്റെ ഭൂമിശാസ്ത്ര സവിശേഷതകൾ കൊണ്ടാണ് ഭൂഖണ്ഡമായി പരിഗണിക്കുന്നത്. നാല്പതിനായിരം വർഷം മുമ്പുതന്നെ ഇവിടെ മനുഷ്യവാസം ഉണ്ടായിരുന്നുവെങ്കിലും 1901 ജനു വരി ഒന്നിനാണ് ആധുനിക ആസ്ട്രേലിയൻ രാഷ്ട്രം പിറവി എടുക്കു ന്നത്. കുറ്റവാളികളെ പാർപ്പിക്കാൻ ബ്രിട്ടീഷ് സാമ്രാജ്യം സ്ഥാപിച്ച ഒരു കോളനി, ലോകത്തെ ഏറ്റവും സമ്പന്ന രാഷ്ട്രങ്ങളിലൊന്നായി വളർന്നു വികസിച്ച കഥയാണ് ആസ്ട്രേലിയയ്ക്ക് പറയാനുള്ളത്. പകുതിയോളം മരുഭൂമിയും അർദ്ധ ഊഷരപ്രദേശങ്ങളും നിറഞ്ഞ ആസ്ട്രേലിയ സസ്യ, ജന്തു വൈവിധ്യത്തിനും പ്രശസ്തമാണ്. കങ്കാരു, പ്ലാറ്റിപ്പസ്, ക്വാല, എക്കിഡ്ന തുടങ്ങിയ ഒട്ടേറെ അപൂർവ്വ ജന്തുക്കൾ ഇവിടെ ഉണ്ട്. ലോകത്തെതന്നെ ഏറ്റവും വലിയ പവിഴപ്പുറ്റു സമുച്ചയമായ ഗ്രേറ്റ് ബാരിയർ റീഫും ആസ്ട്രേലിയയുടെ ഭാഗമാണ്.

തെക്കൻ എന്നർത്ഥമുള്ള ഓസ്ട്രാലിസ് എന്ന ലത്തീൻ വാക്കിൽ നിന്നാണ് ആസ്ട്രേലിയയുടെ പിറവി. തെക്കെവിടെയോ അജ്ഞാതമായ ഒരു രാജ്യമുണ്ടെന്ന് പുരാതനകാലം മുതൽ പാശ്ചാത്യർ വിശ്വസിച്ചിരുന്നു. 17-ാം നൂറ്റാണ്ടിൽ ആസ്ട്രേലിയൻ വൻകര കണ്ടെത്തിയപ്പോൾ ഡച്ചു കാരാണ് ഈ പ്രദേശത്തിന് ആസ്ട്രേലിയ എന്ന പേര് ഉപയോഗിച്ചു തുടങ്ങിയത്. ന്യൂഹോളണ്ട് എന്ന് ആദ്യം വിളിക്കപ്പെട്ടുവെങ്കിലും ആസ്ട്രേ ലിയ എന്ന പേരിനാണ് സ്വീകാര്യത കിട്ടിയത്. 1824 ൽ ബ്രിട്ടീഷ് ഭരണ കൂടം ഈ പേര് ഔദ്യോഗികമായി അംഗീകരിക്കുകയും ചെയ്തു. നാല്പതിനായിരം കൊല്ലം മുമ്പ് തെക്ക് കിഴക്കൻ ഏഷ്യയിൽ നിന്നും കുടിയേറിയ ജനവിഭാഗമാണ് ആസ്ട്രേലിയയിലെ ആദ്യ മനുഷ്യർ.

യൂറോപ്യൻമാരുടെ വരവിനു മുമ്പ് ആസ്ട്രേലിയയിലും സമീപ ദ്വീപുകളിലും ഭൂരിപക്ഷമായിരുന്ന ആദിമജനതയെ അബോറിജിൻ (Aborigine) എന്ന പദംകൊണ്ടാണ് പൊതുവെ സൂചിപ്പിക്കുന്നത്. എന്നാൽ, സമീപ കാലത്തായി 'തദ്ദേശീയ ആസ്ട്രേലിയക്കാർ' (Indige-Nous Australians) എന്ന വാക്കിനാണ് ഏറെ സ്വീകാര്യതയുള്ളത്.

ഏഷ്യയിൽ നിന്നുള്ള ജനങ്ങളുടെ കുടിയേറ്റം മുതൽ യൂറോപ്യന്മാരുടെ വരവുവരെയുള്ള കാലത്തെയാണ് ആസ്ട്രേലിയയുടെ പൂർവ്വ ചരിത്രം എന്നു വിവക്ഷിക്കുന്നത്. യൂറോപ്യന്മാർ ആസ്ട്രേലിയ കണ്ടെത്തിയതിനുശേഷമുള്ള കാലം ആധുനിക ചരിത്ര സമയമായും കണക്കാക്കപ്പെടുന്നു.

ഡച്ച് നാവികനായ വില്ലെ ജാൻസൂൺ ആണ് ആസ്ട്രേലിയൻ വൻകര കണ്ടെത്തിയ ആദ്യയൂറോപ്യൻ. 1606ലായിരുന്നു അത്. ഡച്ച്, ഫ്രഞ്ച്, ഇംഗ്ലീഷ് പര്യവേക്ഷകർ ഈ പാത പിന്തുടർന്നെങ്കിലും ആസ്ട്രേലിയയിൽ അവരാരും സ്ഥിരം കേന്ദ്രങ്ങൾ ആരംഭിച്ചില്ല.

1770-ഏപ്രിൽ 20ന് തെക്ക് കിഴക്ക് ആസ്ട്രേലിയയിലെ ബോട്ടണി ബേ-യിൽ (Botany Bay) ഇറങ്ങിയ ജെയിംസ് കുക്ക് ആണ് കോളനിവത്കരണത്തിന് തുടക്കം കുറിച്ചത്. ശിക്ഷിക്കപ്പെട്ട കുറ്റവാളികളെ പാർപ്പിക്കാൻ അമേരിക്കൻ കോളനികൾ നഷ്ടപ്പെട്ടതിനാൽ അതിന് ഇടമില്ലാതെ വിഷമിക്കുകയായിരുന്ന ബ്രിട്ടൻ, അങ്ങനെ ആസ്ട്രേലിയയെ ഒരു പീനൽ കോളനി അഥവാ ശിക്ഷിക്കപ്പെട്ട കുറ്റവാളികളുടെ അധിവാസ കേന്ദ്രമാക്കി മാറ്റാൻ തീരുമാനിച്ചു.

1787 മെയ് 13ന് കുറ്റവാളികളെ കുത്തിനിറച്ച പതിനൊന്നു കപ്പലുകൾ പോർട്ട്സ്മിത്തിൽ നിന്നു പുറപ്പെട്ടു. 1788 ജനുവരി 26ന് സൗത്ത് വെയിൽസിലെ പോർട്ട് ജാക്സണിൽ ആദ്യത്തെ കുറ്റവാളി കോളനി ആരംഭിച്ചു. ഈ ദിവസമാണ് ദേശീയ ദിനമായി ആസ്ട്രേലിയ ആചരിക്കുന്നത്.

ആസ്ട്രേലിയൻ ഭൂപ്രദേശത്ത് സ്വർണ്ണം കണ്ടെത്തിയതിനെ തുടർന്ന്, 1850കളിൽ ആസ്ട്രേലിയയിലേക്ക് യൂറോപ്യർ കുടിയേറ്റമാരംഭിച്ചു. അങ്ങനെ പ്രാകൃതമായിക്കഴിഞ്ഞിരുന്ന ഈ വൻദ്വീപ്, യൂറോപ്യൻ കുടിയേറ്റക്കാരുടെ അധിനിവേശം മൂലം വളർന്നു വികസിക്കാൻ തുടങ്ങി. വിവിധ പട്ടണങ്ങൾ രൂപം കൊണ്ടു. 1901 മുതൽ 1927 വരെ മെൽബൺ ആയിരുന്നു രാജ്യതലസ്ഥാനം. അതിനുശേഷം ഇപ്പോൾ വർത്തമാന കാലത്ത്, കാൻബെറ ആണ് തലസ്ഥാനമായി വികസിച്ചത്. പത്ത് വൻ നഗരങ്ങളുണ്ട് ഈ രാജ്യത്ത്.

ഈ ആസ്ട്രേലിയൻ യാത്രയിൽ ഞാനാദ്യം വിമാനമിറങ്ങുക സിഡ്നിയിലാണ്. സിഡ്നിയാണ് ആസ്ട്രേലിയയിലെ ഏറ്റവും വലിയ നഗരം.

ഇനി നേരിട്ട് യാത്രാവിശേഷങ്ങളിലേക്ക് കടക്കുകയാണ്. ബാക്കിയുള്ള ചരിത്ര, ഭൂമിശാസ്ത്ര വിഷയങ്ങൾ തുടർന്നുള്ള ഭാഗങ്ങളിൽ അല്പാല്പമായി പറയാൻ ശ്രമിക്കാം.

ഇടയ്ക്കല്പം വിമാനയാത്രാ വിശേഷം കൂടി പറഞ്ഞിട്ടാവാം ബാക്കി.

കുറച്ച് വിദൂരമായ ചില രാജ്യങ്ങളിലേക്കുള്ള യാത്രകളിൽ ഒറ്റയടിക്ക് അവിടേക്കു പോകാതെ, ഒരിടത്താവളത്തിലിറങ്ങിയാണ് ലോകസഞ്ചാരികൾ സാധാരണ പോകാറ്. വിമാനക്കമ്പനികളും ഇപ്പോൾ അങ്ങനെ ചെയ്യാറുണ്ട്. അമേരിക്കയ്ക്ക് ഇപ്പോൾ ഇന്ത്യയിൽ നിന്ന് നേരിട്ട് വിമാനമുണ്ടെങ്കിലും അധികവും പോകുംവഴി ഏതെങ്കിലും യൂറോപ്യൻ രാജ്യത്ത് ഒന്നു ലാൻഡ് ചെയ്ത്, ചുരുങ്ങിയ ചില മണിക്കൂറുകൾ നമ്മെ ആ മണ്ണിലിറക്കി നിർത്തി, വിമാന ഇന്ധനം നിറയ്ക്കുകയും ഫ്ളൈറ്റ് ജീവനക്കാരെ മാറ്റുകയും ചെയ്തിട്ടുമാത്രം പുറപ്പെടാറുണ്ട്. മിക്കവാറും യു.എസിലേക്കുള്ള ഈ ഇടത്താവളം ആംസ്റ്റർഡാമോ, പാരീസോ, മ്യൂണിക്കോ ഒക്കെയാവും.

അതുപോലെയാണ് ഈ ആസ്ട്രേലിയൻ യാത്രയും. ചെന്നൈ വഴി സിങ്കപ്പൂരിൽ വന്നാണ് ആസ്ട്രേലിയയ്ക്കു പോകേണ്ടത്. സിങ്കപ്പൂരിൽ നിന്നും എട്ടു മണിക്കൂർ ആകാശദൂരമുണ്ട് സിഡ്നിക്ക്.

സിങ്കപ്പൂർ ചാങ്ങി ഇന്റർ നാഷണൽ എയർപോർട്ടിൽ നിന്നാണ് യാത്ര ആരംഭിക്കുന്നത്. അതിനാൽ അവിടെ നിന്നുള്ള വിവരങ്ങൾ മുതലാണ് പറയാൻ തുടങ്ങുന്നത്.

ഞാനിപ്പോൾ സിങ്കപ്പൂർ വിമാനത്താവളത്തിലെ അവസാനഘട്ട സന്ദർശക ലോബിയിലാണ്. ഹാളിനു വശത്തെ വലിയ കണ്ണാടി മറയിലൂടെ പുറത്ത്, ബ്രിട്ടീഷ് എയർവേയ്സിന്റെ ഒരു പടുകൂറ്റൻ വിമാനം ലാൻഡ് ചെയ്തിരിക്കുന്നതു കാണാം. ഒരു രണ്ടുനില വിമാനം. 400 പേർക്കു യാത്രാസൗകര്യമുള്ള ഒന്ന്.

ലോകപ്രശസ്തി നേടിയ മുന്തിയ എയർലൈൻസുകളിലൊന്നാണ് ബ്രിട്ടീഷ് എയർ.

എയ്റോ ബ്രിഡ്ജ് വഴി വിമാനത്തിലേക്കു കയറിച്ചെന്നു. മുമ്പും ഒന്നോ രണ്ടോ പ്രാവശ്യം മാത്രമേ ലോകയാത്രകൾക്കിടയിൽ ഇത്തരം രണ്ടു നിലകളുള്ള കൂറ്റൻ വിമാനങ്ങളിൽ സഞ്ചരിക്കാൻ അവസരമുണ്ടായിട്ടുള്ളൂ. അവയിലൊന്ന് ഹോങ്കോങ്ങിന്റെ കാത്തേ പസഫിക്കും അടുത്തത് സിങ്കപ്പൂർ എയർലൈൻസിന്റെ വിമാനവുമായിരുന്നു. ഇതിനെ സിൽക്ക് എയർ എന്നും വിളിക്കും. ഇവ രണ്ടിനെയും വെല്ലുന്ന പ്രൗഢിയും ആധുനികതയും ഉണ്ട് ഈ ബ്രിട്ടീഷ് എയർ വിമാനത്തിനെന്നു തോന്നി.

മുകൾ നിലയിൽ ഏറ്റവും മുമ്പിലെ മൂന്നാമത്തെ വരിയിലെ വിന്റോ സീറ്റാണ് എനിക്കു കിട്ടിയത്.

ഫ്ളൈറ്റിലെ ബിസിനസ്സ് ക്ലാസ്സും സിന്തറ്റിക് ജ്യൂസും

സാധാരണ എല്ലാ ലോകയാത്രകളിലും ഒപ്പമുണ്ടാവാറുള്ള ഭാര്യ ഇത്തവണ എന്നോടൊപ്പമുണ്ടായിരുന്നില്ല. ഒറ്റയ്ക്കുള്ള ഇത്തരം യാത്രകൾക്ക് ഒരു പ്രശ്നമുണ്ട്, ഒന്നല്ല പല പ്രശ്നങ്ങൾ. അവയിലൊന്ന് സാമ്പത്തിക ച്ചെലവിന്റെ വർദ്ധനയാണ്. സാധാരണ എല്ലാ പാക്കേജ് ടൂറുകൾക്കും ഒരാൾക്കുള്ള നിരക്ക് രണ്ടുപേർ ചേർന്നു താമസിക്കുന്ന ഡബിൾ റൂമിന്റെ പകുതി കണക്കാക്കിയാണു തയ്യാറാക്കുക. ഇതിന് ട്വിൻ ഷെയറിങ് രീതി എന്ന് ട്രാവൽ കമ്പനി പറയും. രണ്ടുപേർ ഒരുമിച്ച് ഒരു മുറിയിൽ താമസിക്കുക എന്ന സമ്പ്രദായം. ദമ്പതികളാണെങ്കിൽ സാരമില്ല. മിക്ക പാക്കേജ് ടൂറുകളിലും 90 ശതമാനവും ഭാര്യാഭർത്താക്കന്മാർ ഒരുമിച്ചാണ് യാത്ര ചെയ്യുക; അപ്പോൾ പ്രശ്നമില്ല.

ഇനി ഒരാൾ മാത്രമായി ഇത്തരം പാക്കേജ് ടൂറിൽ പങ്കെടുത്ത് യാത്രയ്ക്കൊരുങ്ങിയാലും ട്രാവൽ കമ്പനി വഴി കണ്ടെത്തിയിട്ടുണ്ട്. അതിനു ചില നിബന്ധനകൾ ബാധകം. ഒരാളേയുള്ളൂവെങ്കിൽ, മറ്റൊരു ഒറ്റയാൻ കൂടി ഇതേ യാത്ര ബുക്ക് ചെയ്ത് പങ്കുചേരണം. ഒറ്റയ്ക്ക് ബുക്ക് ചെയ്യുന്ന പുരുഷന് മറ്റൊരു ആൺ ബുക്കിങ്ങ് കൂടിയേ തീരൂ എന്നർത്ഥം. പരസ്പരം സമ്മതിച്ചാൽ, ഇഷ്ടപ്പെട്ടാൽ ഒരേ മുറിയിൽ താമസിക്കാം. ഒരു സ്ത്രീയാണ് ഒറ്റയ്ക്കു വരുന്നതെങ്കിൽ മറ്റൊരു വനിതാ പങ്കാളിയെക്കൂടി കണ്ടെത്തണം.

ഇവിടെയും പ്രശ്നങ്ങളുണ്ട്. ജീവിതത്തിൽ ഒരിക്കൽപോലും കണ്ടിട്ടില്ലാത്ത, ഒരു മുൻപരിചയവുമില്ലാത്ത ഒരാളെയാവും കൂട്ടിനു കിട്ടുക. പ്രായവ്യത്യാസവും ശീലങ്ങളും സ്വഭാവ സവിശേഷതകളും പ്രശ്നങ്ങളുണ്ടാക്കിയേക്കാം. യാത്ര ഒരുമിച്ചു തുടങ്ങി, രണ്ടു ദിവസം കഴിയുമ്പോൾ അഭിപ്രായ വ്യത്യാസമുണ്ടായി, വഴക്കിട്ടു പിരിയാനിട വരാതിരിക്കാൻ രണ്ടുപേരും നന്നേ ശ്രദ്ധിക്കണം. വളരെ ക്ഷമയോടെ കാര്യങ്ങൾ മുഴുവൻ നീക്കണം.

ഈ വിഷയത്തിൽ ചെറിയൊരു മനപ്പൊരുത്തമുണ്ടാവാൻ, ഈ ഒറ്റയാന്മാരെ പരസ്പരം പരിചയപ്പെടുത്തിക്കൊണ്ട് ട്രാവൽ കമ്പനി മുൻകൂട്ടി

തന്നെ വിലാസങ്ങളും ഫോൺനമ്പരും ബയോഡേറ്റയും പരസ്പരം കൈമാറാനാവസരമുണ്ടാക്കാറുണ്ട്. ഈ ബയോഡേറ്റ കണ്ടിട്ടും തൃപ്തികരമല്ലെങ്കിൽ, ആവശ്യക്കാരന് യാത്രയിൽ പങ്കുകൊള്ളണമെങ്കിൽ ഒറ്റയ്ക്ക് സഞ്ചരിക്കാം. ആ ഒറ്റയാന് ഒരു ഡബിൾ റൂമാണ് ഹോട്ടലിൽ കൊടുക്കുക. സിങ്കിൾ റൂം സമ്പ്രദായം നല്ല ഹോട്ടലുകളിലില്ല. ഡബിൾ റൂമിൽ ഒരാൾ മാത്രം താമസിക്കേണ്ടി വരുന്ന സാഹചര്യത്തിൽ, പാക്കേജ് നിരക്കിൽ അല്പം വർദ്ധന അനിവാര്യമാണ്. അതായത്, ഒരാളാണെങ്കിലും റൂം വാടകയുടെ വിഷയത്തിൽ മാത്രം ഡബിൾ റൂമിന്റെ നിരക്കു നൽകേണ്ടി വരും.

ഇനി എന്റെ കാര്യം. ചിലപ്പോഴൊക്കെ സഹയാത്രിക ഇല്ലാതെയും അപൂർവ്വമായി ഞാൻ യാത്ര ചെയ്യാറുണ്ട്, ഈ ആസ്ട്രേലിയൻ ട്രിപ്പ് പോലെ. ഒരു അജ്ഞാതവ്യക്തിയുമായി റൂം പങ്കുവയ്ക്കാൻ എനിക്കു താത്പര്യമില്ലാത്തതിനാൽ കൂടുതൽ നിരക്കു നൽകി, Single Occupation ആണ് ഞാൻ ചെയ്യാറുള്ളത്. ഈ ആസ്ട്രേലിയൻ യാത്രയിലും സാധാരണ നിരക്കിനേക്കാൾ ഏകദേശം 20,000 രൂപ അധികം നൽകിയാണ് ഞാൻ ടൂർ ബുക്ക് ചെയ്തിരിക്കുന്നത്. സാമ്പത്തിക ലാഭത്തിനുവേണ്ടി ഒരു മുൻപരിചയവുമില്ലാത്ത ഒരാളുമായി റൂം പങ്കുവയ്ക്കാൻ തീരുമാനിച്ചാൽതന്നെ, അയാളൊരു കൂർക്കം വലിക്കാരനോ, ചെയ്ൻ സ്മോക്കറോ ആണെങ്കിൽ ആ വിവരം രേഖപ്പെടുത്താൻ ബയോഡേറ്റ ഫോമിൽ കോളമില്ല എന്നതും ഒരു പരിമിതി തന്നെ.

സിങ്കപ്പൂരിൽനിന്നും സിഡ്നിക്കുള്ള ബ്രിട്ടീഷ് എയർവേയ്സ് വിമാനത്തിനുള്ളിലാണ് ഞാനിപ്പോൾ. സൈഡ് സീറ്റായതിനാൽ ജാലകച്ചില്ലിലൂടെ വിമാനത്തിന്റെ നീളൻ ചിറകും വെള്ളിമേഘങ്ങൾ നീങ്ങുന്ന നീലാകാശവും കാണാം. സഹയാത്രികരിൽ ചിലർ വായനയിലും മറ്റുമാണ്. ചിലരാകട്ടെ യാത്ര തുടങ്ങിയ നിമിഷം മുതൽ തന്നെ മടിയിൽ ലാപ്ടോപ്പ് വച്ച് സീരിയസായി എന്തോ ചെയ്തുകൊണ്ടിരിക്കുന്നു. മറ്റു ചിലർ ചാരിയിരുന്ന് മയങ്ങാനുള്ള ഒരുക്കത്തിലാണ്.

ശരിക്കു പറഞ്ഞാൽ വിരസമാണ് വിമാനയാത്ര. ആദ്യനാളുകളിലെ കൗതുകം കഴിഞ്ഞാൽ ആകാശയാത്രയോളം വിരസമായ മറ്റൊന്നുമില്ല. യു.എസ്സ്, യൂറോപ്പ് യാത്രകളിൽ ഞാനതനുഭവിച്ചിട്ടുണ്ട്. ദീർഘയാത്രയിൽ ഇക്കണോമി ക്ലാസ്സിലാണ് കയറിയിരിക്കുന്നതെങ്കിൽ വിഷമതകൾ പിന്നെയും വർദ്ധിക്കുന്നു. ബിസിനസ്സ് ക്ലാസ്സിലെ, അതായത് ഫസ്റ്റ് ക്ലാസ്സിലെ യാത്ര സുഖകരമാണ്. ഇക്കോണമി ക്ലാസ്സിൽ, ഒരു വരിയിലെ മൂന്നു സീറ്റുകൾക്കു പകരം, ബിസിനസ്സ് ക്ലാസ്സിൽ രണ്ടു സീറ്റുകൾ മാത്രമേ ഉണ്ടാവൂ. വളരെ വിശാലമായി തിരിഞ്ഞും ചെരിഞ്ഞും നടുവു നിവർത്തിയുമൊക്കെ ഇരിക്കാം, സീറ്റ് പിന്നിലേക്ക് ചരിച്ചിട്ട് അല്പമൊന്നു മയങ്ങാം. സ്വന്തം വീട്ടിലെ വീതിയുള്ള സെറ്റിയിലിരിക്കുന്ന ചെറിയൊരു പ്രതീതി. പക്ഷേ, യാത്രാനിരക്കിൽ ഗണ്യമായ വ്യത്യാസം ഉണ്ട്. കഴിയുന്നത്ര ചെലവു ചുരുക്കിയുള്ള വിദേശ യാത്രകളെങ്കിൽ, ഇത്രയധികം

രാജ്യങ്ങൾ കണ്ടു വരാനുള്ള സാമ്പത്തികത്തിൽ ഏറിയ ഭാഗവും ഈ ബിസിനസ്സ് ക്ലാസ്സുകൾ അപഹരിച്ചു കളയും. അതിനാൽ സ്ഥിരമായി ഒരു ഇക്കോണമി ക്ലാസ്സുകാരനാണ് ഞാൻ.

രണ്ടു പ്രാവശ്യം അധിക തുക നൽകാതെ തന്നെ ഈ ഫസ്റ്റ് ക്ലാസ്സിൽ യാത്ര ചെയ്തിട്ടുണ്ട്. അന്ന്, അത് രണ്ടും, ഭാര്യയുമൊത്തുള്ള യാത്രകളിലുമായിരുന്നു. ചെറിയ ദൂരവുമായിരുന്നില്ല. ഒരിക്കൽ ന്യൂയോർക്കിൽ നിന്ന് ദുബായ് വരെയുള്ള 17 മണിക്കൂർ നീണ്ട യാത്ര.

അതെങ്ങനെ സാധ്യമായി എന്ന് അറിയാൻ വായനക്കാർക്ക് സ്വാഭാവികമായും താത്പര്യമുണ്ടാവുമല്ലോ?

ഒരു ഫ്ളൈറ്റിൽ ഇക്കോണമി സീറ്റുകൾ നിറയുകയും പിന്നെയും കുറേ യാത്രക്കാർ അവശേഷിക്കുകയും അപ്പോൾ ബിസിനസ്സ് ക്ലാസ്സിൽ സീറ്റുകൾ ഒഴിഞ്ഞു കിടക്കുകയും ചെയ്താൽ, വിമാനക്കമ്പനി ചെയ്യുന്ന ഒന്നാണ് ഈ ക്ലാസ്സ് അപ്ഗ്രേഡ് ചെയ്യൽ. സാദാ ക്ലാസ്സുകാരിൽ അവശേഷിക്കുന്നവരിൽ ചിലർക്കെങ്കിലും ഉയർന്ന ക്ലാസ്സിലേക്ക് പ്രൊമോഷൻ നൽകപ്പെടും, അധിക ഫീസ് ഈടാക്കാതെ തന്നെ. അന്നത്തെ യു.എസ്. യാത്രയിൽ ആകെയുണ്ടായിരുന്ന ഞങ്ങളുടെ ഗ്രൂപ്പിലെ 40 പേരിൽ, ഈ ബിസിനസ്സ് ക്ലാസ്സ് നറുക്ക് വീണത് നാലുപേർക്കു മാത്രമായിരുന്നു. ഭാഗ്യത്തിന് ഞാനും ഭാര്യയും അതിൽ ഉൾപ്പെട്ടു.

ഉയർന്ന ക്ലാസ്സ് കാലിയിട്ടുകൊണ്ട്, ബുദ്ധിയും യുക്തിയുമുള്ള ഒരു വിമാനക്കമ്പനിയും വിമാനം പറത്താറില്ല. വഴിയിൽ നിർത്തി ഫസ്റ്റ് ക്ലാസ്സിലേക്ക് ആളെ കയറ്റാനൊന്നും കഴിയില്ലല്ലോ. എന്നാൽ ഏത് ഇക്കണോമിക്കാരനാണ് ഭാഗ്യമെന്ന്, അനൗൺസ് ചെയ്യപ്പെടുന്ന ആ നിമിഷം മാത്രമേ അറിയാൻ കഴിയുകയുള്ളൂവെന്നു മാത്രം.

അന്നത്തെ ന്യൂയോർക്ക്-ദുബായ് യാത്രയിൽ വീണുകിട്ടിയ ഉയർന്ന ക്ലാസ്സിലെ പ്രത്യേകതകളും മുന്തിയ സൗകര്യങ്ങളും ആസ്വദിച്ചപ്പോൾ, സ്വന്തം കീശയിൽനിന്നും പൈസയെടുത്ത് ഫസ്റ്റ് ക്ലാസ്സിൽ കയറാൻ താത്പര്യം കാട്ടാത്ത ഞാൻ, ഉയർന്ന ബിസിനസ്സ് ക്ലാസ്സുകാരെ മനസ്സിൽ അസൂയയോടെ ഓർക്കാറുണ്ട്.

ബിസിനസ്സ് ക്ലാസ്സിലെ ഭാഗ്യവാന്മാർക്ക് അല്പംകൂടി മുന്തിയ ഭക്ഷണവും ലഭിക്കും. ഈ വിഷയത്തിൽ മാത്രം, ഫ്ളൈറ്റുകളിൽ ജനാധിപത്യ സമ്പ്രദായം എന്നൊന്നില്ല. ഭക്ഷണം കൂടാതെ, ഇടയ്ക്കിടയ്ക്ക് പാനീയം. പാനീയമെന്നു പറഞ്ഞാൽ ലഹരിയുള്ളത്; അതായത് മദ്യം. പല ഉയർന്ന വിമാനക്കമ്പനികളും ഇപ്പോൾ വിമാനത്തിനുള്ളിലെ മദ്യസൽക്കാരരീതി നിർത്തൽ ചെയ്തിട്ടുള്ളത് വളരെ ആശ്വാസകരം തന്നെ. എന്നാൽ, ഞാനന്ന്, ന്യൂയോർക്കിൽ നിന്നും ദുബായ്ക്കു പറന്ന ആ വിമാനത്തിൽ മദ്യം വിളമ്പുന്നുണ്ടായിരുന്നു. ആ ഫ്ളൈറ്റിലെ വിദേശികളായ ചില സഹ ബിസിനസ്സ് ക്ലാസ്സുകാർ, ഇടയ്ക്കിടെ ലഹരി ഉള്ളിലാക്കുന്നത്, അല്പം അസഹ്യതയോടെയാണെങ്കിലും ക്ഷമയോടെ

കണ്ടിരിക്കുകയും ചെയ്തു. പകരം ഞങ്ങൾ വെറും സിന്തറ്റിക്ക് ഓറഞ്ച് ജ്യൂസ് കൊണ്ട് ദാഹമടക്കിയതും ഓർമ്മയിലുണ്ട്. എന്നാൽ ഇക്കണോമിക്കാരെ തോല്പിക്കുന്ന തരം ഉഗ്രൻ ലഞ്ചും ഡിന്നറുമാണ് ഞങ്ങൾ ഫസ്റ്റ് ക്ലാസ്സുകാർക്ക് അവർ വിളമ്പിയത്. ലഞ്ചും ഡിന്നറുമെന്നു പ്രത്യേകം പറഞ്ഞത്, സുദീർഘമായ ഈ പതിനേഴു മണിക്കൂർ യാത്രയ്ക്കിടയിൽ ഉച്ചയൂണിനും രാത്രി ഭക്ഷണത്തിനുമുള്ള സമയങ്ങൾ വന്നെത്താറുണ്ടെന്നുള്ളതു കൊണ്ടാണ്.

വിമാനങ്ങളിലും മറ്റും ലഭിക്കുന്ന സിന്തറ്റിക്ക് ഓറഞ്ച്/ആപ്പിൾ/പൈനാപ്പിൾ ജ്യൂസുകൾക്ക് അനുബന്ധമായി ചില വിവരങ്ങൾ വായനക്കാർക്കായി പകർന്നു നൽകട്ടെ.

വിമാനത്തിനുള്ളിൽ വിളമ്പുന്ന ലളിത പാനീയങ്ങൾ, എന്തിന് വിമാനം മാത്രമാക്കണം, ഫ്ളൈറ്റിനു പുറത്തും ഇപ്പോൾ നാട്ടിലുടനീളവും കിട്ടുന്ന മൾട്ടി നാഷ്ണൽ കമ്പനികളുടേതടക്കം ഏതു സോഫ്റ്റ് ഡ്രിങ്കും കുടിക്കും മുമ്പ് അല്പം ആലോചന വേണ്ട ഒന്നാണ്.

ഏതു ഫ്രൂട്ടിന്റെയും ഒറിജിനൽ എന്നു പറഞ്ഞ് വില്പന നടത്താറുള്ള ജ്യൂസുകൾ ഇന്ന് സകലയിടത്തും ലഭ്യമാണ്. അവയിൽ ഒന്നിലും പേരിനുപോലും ഫ്രൂട്ട്സിന്റെ അംശമില്ല എന്നോർക്കണം. ഒക്കെയും സിന്തറ്റിക്ക് ആണ്, തികച്ചും കൃത്രിമം. രാസവസ്തുക്കളുടെ സങ്കലനം.

ഇവ കൃത്രിമമമെന്നു പരാതി പറഞ്ഞാൽ നിർമ്മാതാക്കൾ പരിഭവിച്ചേക്കാം. കാരണം അത് കൃത്രിമമല്ലെന്ന് അവർപോലും അവകാശപ്പെടുന്നില്ല. പായ്ക്കറ്റിന്റെ, കുപ്പിയുടെ, പുറത്ത് ഈ വിവരം സത്യസന്ധമായും അച്ചടിച്ചിട്ടുണ്ടല്ലോ എന്നവർ അവകാശപ്പെടും. പരാതിപ്പെടാനും നിയമപരമായി നമുക്കവകാശമില്ല. അവർ പറയുന്നത് സത്യവുമാണ്. പക്ഷേ, സൂക്ഷ്മ അക്ഷരങ്ങളിൽ കുനുകുനാ അച്ചടിച്ച ആ സന്ദേശം നമുക്കൊരിക്കലും ഈസിയായി വായിക്കാനാവില്ല എന്നതാണ് യാഥാർത്ഥ്യം. വായിക്കാൻ ആരും ശ്രമിക്കാറുമില്ല. ഒരു കോള പൊട്ടിച്ചു വാങ്ങി മടമടാ കുടിച്ചു തീർത്ത്, ചിറിയും തുടച്ച് പോവുകയല്ലാതെ ഉപയോക്താവിന് ഇന്നത്തെ അവസ്ഥയിൽ മറ്റൊന്നും ചെയ്യാനുമാവില്ല.

ഇപ്പോൾ കിട്ടുന്ന ഒരു ഫ്രൂട്ട്ജ്യൂസിലും ഒറിജിനൽ പഴത്തിന്റെ ഒരംശവുമില്ലെന്നു പറയുമ്പോൾ ചോദിച്ചേക്കാം, പിന്നെ പഴത്തിന്റെ രുചി, മണം, നിറം ഒക്കെ ഉണ്ടായിരുന്നല്ലോ എന്ന്. ശരിയാണ്. ഇന്ന് ലോകത്തുള്ള സകല രുചിഭേദങ്ങൾക്കും അനുയോജ്യമായ മിശ്രിതങ്ങൾ - concentrates - ലഭ്യമാണ്. ആപ്പിളിന്റെയും പേരക്കയുടെയും മാങ്ങയുടെയും പൈനാപ്പിളിന്റെയും മുന്തിരിങ്ങയുടെയുമൊക്കെ രുചിയും മണവുമുള്ള രാസപ്പൊടികൾ. ഈ കെമിക്കൽ വസ്തു കലക്കിയാൽ ഒറിജിനൽ ഫ്രൂട്ട് ജ്യൂസ്പോലും തോറ്റു പോവും. കലക്കി കുപ്പിയിലാക്കി വച്ചാൽ, കെമിക്കലായതിനാൽ പെട്ടെന്നൊന്നും കേടുവരികയുമില്ല.

ഇതൊക്കെ അറിയാമെന്നു ഭാവിക്കുന്ന എനിക്കും തെറ്റു പറ്റിയിട്ടുണ്ട്. ഒരു മാംഗോ ജ്യൂസിന്റെ കഥകൂടി ഓർമ്മവരുന്നു.

ഒരിടത്തരം പട്ടണത്തിലെ തീരെ മോശമല്ലാത്ത ഒരു കമ്പനിയിലൂടെ പിറവിയെടുക്കുന്ന മാംഗോ ജ്യൂസാണ് ഇവിടെ കഥാപാത്രം. അത് തികച്ചും ഒറിജിനൽ തന്നെയെന്ന് ഈയുള്ളവനും ധരിച്ചുപോയിരുന്നു. കാരണവുമുണ്ട്. മാങ്ങ മിക്സിയിലിട്ട് ജ്യൂസടിക്കുമ്പോൾ, പൈനാപ്പിളോ മറ്റോ പോലെയല്ല, ഭാഗികമായി ഒരു കൊഴുപ്പു കാണാറില്ലേ? എന്റെയാ വിശ്വസ്ത പാനീയത്തിൽ മാങ്ങയുടെ നിറവും രുചിയും മാത്രമല്ല കൊഴുപ്പു മുണ്ട്. അല്പം സാന്ദ്രതയുള്ള പാനീയം. ഇത് ഒറിജിനൽ മാംഗോ ജ്യൂസ ല്ലെന്ന് എങ്ങനെ പറയാനാവും?

സമീപകാലത്ത് ഈ ജ്യൂസിന്റെ രഹസ്യഭാവം ഞാൻ കേട്ടറിഞ്ഞു. ഏതോ ചാനലിൽ കണ്ടറിയുകയും ചെയ്തു.

ഇവിടെ എന്നെ വീഴ്ത്തിയത് രുചി മാത്രമല്ല രൂപത്തിലെ കൊഴുപ്പു മാണല്ലോ? അതെ, ഈ കൊഴുപ്പിനായി അവർ വേവിച്ച മൈദയും ഏതോ ഒരു കിഴങ്ങുവർഗ്ഗം പുഴുങ്ങിയതും അരച്ചു ചേർക്കുന്നു. അങ്ങനെയാണ് പാനീയത്തെ കരുത്തുള്ളവനാക്കുന്നത്. അരച്ച് പൾപ്പ് രൂപത്തിലാക്കിയ കൊഴുത്ത വസ്തുവിനെ, ആവശ്യത്തിനു നേർപ്പിച്ച്, സിന്തറ്റിക് നിറവും മണവും മധുരവും ചേർത്ത് ഒറിജിനലെന്നു തോന്നിപ്പിക്കും വിധം കുപ്പി കളിലാക്കി വിപണിയിലിറക്കുന്നു. ഈ ജ്യൂസിൽ മാങ്ങ പോയിട്ട് ഒരു 'മാ' പോലും ഉണ്ടാവില്ല.

ഇനി പ്രായോഗികത. ഈ സിന്തറ്റിക് ഡ്രിങ്കുകാരെ മാത്രം നാമെ ന്തിന് പ്രതിക്കൂട്ടിലാക്കണം? ഒഴിവാക്കണം. ദാഹിക്കുമ്പോൾ മിനറൽ വാട്ടർ കൊണ്ട് തൃപ്തിപ്പെടാത്തവർ നിറമുള്ള പാനീയം നിറച്ച കുപ്പി വാങ്ങിക്കുക, പൊട്ടിക്കുക, കുടിക്കുക, അത്രതന്നെ. ബാക്കിയൊക്കെ വരു ന്നതുപോലെ വരട്ടെ.

ഇതിന് അനുബന്ധമായി ഒരനുഭവ കഥ കൂടി. സമീപകാലത്ത്, ചുട്ടു പൊള്ളുന്ന ഒരു വേനൽ ദിനത്തിൽ ഒരു വിവാഹച്ചടങ്ങിൽ പങ്കെടുക്കാ നെത്തിയപ്പോൾ, ഹാളിന്റെ പ്രവേശന ഭാഗത്ത് വിവിധതരം ലളിത പാനീ യങ്ങൾ ഗ്ലാസ്സുകളിൽ പകർന്നുവച്ചിരിക്കുന്നു. ചുവപ്പും പച്ചയും മഞ്ഞയും നിറങ്ങൾ സഹിക്കാം, അവ ചില പഴങ്ങളുടെ നിറവുമായി പൊരുത്ത പ്പെടുന്നുണ്ട്. അവിടെ നിരത്തിവച്ചവയിൽ നീലനിറത്തിലൊരു ലായനിയും കണ്ടു. മഷി കലക്കിയതു പോലെ തോന്നിക്കുന്ന ഒരു പാനീയം. ചില കുട്ടികൾ ആ നിറത്തിൽ ഭ്രമിച്ച് അതെടുത്ത് ഒന്നും രണ്ടും ഗ്ലാസ്സ് വീതം കുടിക്കുന്നു. വിയർപ്പിൽ മുങ്ങി ദാഹപരവശതയോടെ ഈ കാഴ്ച കണ്ടു കൊണ്ടു നിൽക്കുമ്പോൾ, തൊട്ടപ്പുറത്ത്, കാര്യമായ നിറമൊന്നുമില്ലാത്ത, താനൊരു നിഷ്കളങ്കൻ എന്ന മട്ടിൽ പേപ്പർ കപ്പുകളിൽ നിറച്ച് നിരത്തി വച്ചിരിക്കുന്ന ഒരു പാനീയം കണ്ടു. അതെന്തെന്ന് കേറ്ററിങ് യൂണിഫോം ധരിച്ച ചെക്കനോടു ആരാഞ്ഞപ്പോഴുള്ള മറുപടി.

“സർ, ഇത് ഇളനീരാണ്. കരിക്കിൻ വെള്ളം...” ആർത്തിയോടെ, ആവേശത്തോടെ ചാടിവീണ്, അതിൽ നിന്നും രണ്ടുമൂന്ന് കപ്പ് കാലിയാക്കി ഞാൻ. രുചിയുള്ള കരിക്കിൻ വെള്ളം. ഈ വേനലിൽ എവിടെ നിന്ന് ഇവർക്ക് ഇളനീർ കിട്ടി എന്ന് ആലോചിച്ചു നിൽക്കെ, മറ്റൊരാൾ, ഇതിലൊരു കപ്പ് കുടിച്ചു കഴിഞ്ഞിട്ട് ചെക്കനോടു ചോദിച്ച ഒരു ചോദ്യമാണ് എന്നെ ചിന്തയിൽനിന്നും ഉണർത്തിയത്.

“എന്താ മോനേ കരിക്കിൻ വെള്ളത്തിനു വല്ലാത്ത മധുരം...” ആ നിമിഷമാണ് ഓർത്തത്, ശരിയാണല്ലോ ഞാൻ കഴിച്ച ഇളനീരിനും മധുരം കൂടുതലായിരുന്നുവല്ലോ എന്ന്.

“സർ... ഇളനീരിന്റെ എസ്സൻസ് കലക്കിയപ്പോൾ പഞ്ചസാര അല്പം കൂടുതലായിപ്പോയി.”

ആ ഇളനീരും സിന്തറ്റിക്ക് പാനീയമായിരുന്നെന്ന് ഞാനറിയുന്നത് അപ്പോൾ മാത്രമാണ്.

ഒരു റെയിൽവേ യാത്രാനുഭവം

ഇന്ത്യൻ റെയിൽവേയിലും സീറ്റ് ബാക്കിയുണ്ടെങ്കിൽ അധിക നിരക്ക് ഈടാക്കാതെ ക്ലാസ്സ് ഉയർത്തൽ നടപടി സമീപകാലത്ത് തുടങ്ങിയിട്ടുള്ള തിനെ പറ്റി അധികമാർക്കും അറിയില്ല എന്നു തോന്നുന്നു. റെയിൽവേ യിൽ ഇത്തരം പുതിയ പരിഷ്കാരങ്ങൾക്കു പിന്നിൽ പ്രവർത്തിച്ചത്, കുറച്ചുകാലം വകുപ്പു മന്ത്രിയായിരുന്ന ലാലുപ്രസാദ് യാദവാണെന്നത് നന്ദിപൂർവം സ്മരിക്കേണ്ടതാണ്. തെക്കേ ഇന്ത്യക്കാർക്കുവേണ്ടി 'ഭാരത് ദർശൻ' എന്ന പേരിൽ, പ്രത്യേക ട്രെയിനിലൂടെ ഒരു അഖിലേന്ത്യാ യാത്രാ സന്ദർശന പരിപാടി ആവിഷ്കരിച്ചതും അദ്ദേഹം തന്നെ. വളരെ ചുരുങ്ങിയ ചെലവിൽ, ഇന്ത്യ മുഴുവൻ ഒരു പ്രത്യേക തീവണ്ടിയിൽ സഞ്ചരിച്ച്, സ്ഥലങ്ങൾ കണ്ടു മടങ്ങി വരിക. ശരാശരി കേവലം 8000 രൂപയ്ക്ക് 14 ദിവസം നീണ്ടുനിൽക്കുന്ന, യാത്ര കൂടാതെ ഭക്ഷണവും താമസവും കാഴ്ചകാണലും ഉൾപ്പെടുന്ന ഒരു അനുഗൃഹീത പദ്ധതി. റെയിൽവേ ഒരു ലാഭേച്ഛയും കൂടാതെ ഇടയ്ക്കിടെ നടത്തുന്ന ഈ പരി പാടിയെ മനസ്സുകൊണ്ടെങ്കിലും നമിക്കാതെ വയ്യ. മൂന്നു പ്രാവശ്യം വ്യത്യസ്ത റൂട്ടുകളിൽ കുടുംബസമേതം ഞാനീ യാത്രയിൽ പങ്കെടു ത്തിട്ടുണ്ട്.

രണ്ടു വർഷം മുമ്പാണ് ഞാൻ ഇക്കാര്യം മനസ്സിലാക്കുന്നത്. അതിനു മുമ്പ്, തീവണ്ടിയാത്രയുമായി ബന്ധപ്പെട്ട, മനസ്സിനെ മഥിച്ച ഒരനുഭവ വിവരണം വായനക്കാരുമായി പങ്കുവയ്ക്കാൻ തോന്നുന്നു.

ഒരു സിക്കിം യാത്ര കഴിഞ്ഞ് കൊൽക്കത്തയിലെ ഷാലിമാർ സ്റ്റേഷനിൽ നിന്നും ഷാലിമാർ കന്യാകുമാരി എക്സ്പ്രസ്സ് ട്രെയിനിൽ നാട്ടിലേക്ക് വരികയാണ്. ഒപ്പം സഹധർമ്മിണിയുമുണ്ട്. കൊൽക്കത്ത യിൽ ഹൗറയ്ക്ക് അല്പമകലെയുള്ള ഒരു സ്ഥലമാണ് ഷാലിമാർ. ഇന്ത്യ യിലെ ഏറ്റവും തിരക്കുള്ള സ്റ്റേഷനുകളിലൊന്നാണ് ഹൗറ. ഹൗറയിലെ അമിതമായ തിരക്ക് നിയന്ത്രിക്കാൻ, അടുത്തുള്ള മറ്റൊരു ചെറിയ സ്റ്റേഷൻ വികസിപ്പിച്ചെടുത്തതാണ് ഷാലിമാർ. ന്യൂഡൽഹി സ്റ്റേഷനു സമീപമുള്ള ഹസ്രത്ത് നിസാമുദ്ദീൻ സ്റ്റേഷൻ പോലെ, തിരുവനന്തപുരം

സെൻട്രൽ സ്റ്റേഷന്റെ തിരക്കു കുറയ്ക്കാൻ കൊച്ചുവേളി വികസിപ്പി ച്ചതുപോലെ.

ഷാലിമാർ സ്റ്റേഷനിൽനിന്നും രാവിലെയാണ് കന്യാകുമാരിക്കുള്ള ട്രെയിൻ. സ്റ്റേഷനിൽ കണ്ട ദയനീയവും വേദനിപ്പിക്കുന്നതുമായ ഒരു കാഴ്ചയെപ്പറ്റി പറയാം.

ഒരു ടാക്സിയിലാണ് നഗരത്തിലെ ഒരു ഹോട്ടലിൽ താമസിച്ചിരുന്ന ഞാൻ അല്പം ദൂരെയുള്ള ഷാലിമാർ സ്റ്റേഷനിലെത്തുന്നത്.

വിജനമായ പ്രദേശത്തുള്ള പഴയ ഒരു ഗുഡ്സ് യാർഡ് പരിവർത്തനം ചെയ്താണ് ഷാലിമാർ സ്റ്റേഷൻ രൂപപ്പെടുത്തിയിരിക്കുന്നത്. പ്ലാറ്റ്ഫോമും മറ്റും വലുതാണെങ്കിലും യാത്രക്കാർക്കുള്ള സൗകര്യങ്ങൾ പരിമിതം. സ്റ്റേഷൻ വികസിപ്പിച്ചു കൊണ്ടിരിക്കുന്നതേയുള്ളൂ. ചായയോ ബിസ്കറ്റോ മാത്രം വിൽക്കുന്ന ഒന്നു രണ്ട് ചെറിയ സ്റ്റാളുകൾ മാത്രമാണ് ആകെ ക്കൂടി വളരെ സുദീർഘമായ പ്ലാറ്റ് ഫോമുകളുള്ള ഈ സ്റ്റേഷനിലുള്ളത്.

രാവിലെ സ്റ്റേഷനിലെത്തിയപ്പോൾ സ്റ്റേഷന്റെ നീണ്ട പ്ലാറ്റ്ഫോമിൽ ഒരറ്റം മുതൽ മറ്റേയറ്റം വരെ, ഈ ട്രെയിനിൽ യാത്ര ചെയ്യേണ്ട ഗ്രാമീ ണരെന്നു തോന്നുന്ന കുറെ സാധാരണക്കാർ ക്യൂവായി ഇരിക്കുന്നു. ശ്രദ്ധി ക്കണം നാട്ടിൽ നാം ക്യൂവിൽ നിൽക്കുന്നുവെന്നാണ് പൊതുവേ പറയുക. ബീവറേജ് ഔട്ട്ലെറ്റിന് മുമ്പിൽ ക്ഷമയോടെ എത്രസമയം വേണമെ ങ്കിലും കാത്തുനിൽക്കുന്നവരെ നാം കാണാറുണ്ടല്ലോ. നാട്ടിലെ ക്യൂ രൂപം കൊള്ളാനും അതവസാനിക്കാനും കുറച്ചു സമയം മാത്രം മതി, കൂടി പ്പോയാൽ ഒന്നോ രണ്ടോ മണിക്കൂർ.

ഇവിടെ ഷാലിമാർ സ്റ്റേഷനിൽ നിരന്ന് ഇരിക്കുകയും ക്യൂ തെറ്റാതെ വെറും നിലത്ത് കിടക്കുകയും ചെയ്യുന്ന നിർഭാഗ്യർ. അവരിൽ സ്ത്രീ കളും കുട്ടികളും മെലിഞ്ഞവരും രോഗബാധിതരാണെന്നു തോന്നുന്നവ രുമൊക്കെയുണ്ട്, വൃദ്ധജനങ്ങളൊഴികെ. ഇവർ തലേദിവസം വൈകു ന്നേരം മുതൽ പിറ്റേന്ന് രാവിലെ ഞങ്ങൾ എത്തിയ സമയം വരെ സ്റ്റേഷൻ പ്ലാറ്റ്ഫോമിൽ ക്യൂവായി ഇരിക്കുകയാണ്, ഈ ട്രെയിനിൽ ഒരു സീറ്റു പിടിക്കാൻ വേണ്ടി. ഇവർക്ക് റിസർവേഷൻ കിട്ടിയിട്ടില്ല. ജനറൽ കമ്പാർട്ടുമെന്റിൽ കയറിപ്പറ്റാൻ വിധിക്കപ്പെട്ടവർ. രണ്ടു രാത്രിയും രണ്ടു പകലും നീളുന്ന യാത്രയാണ് കൊൽക്കത്തെയിൽ നിന്ന് കേരളത്തിലേക്ക്.

ഞാനും ഭാര്യയും ഈ കാഴ്ച കണ്ട് അമ്പരന്നു പോയി. ട്രെയിൻ ഇനിയും പ്ലാറ്റ്ഫോമിൽ എത്തിയിട്ടില്ല. ഞങ്ങളുടേത് എ.സി ടിക്കറ്റാണ്. മൂന്ന് എ.സി. ബോഗികളും എട്ടുപത്ത് സ്ലീപ്പർക്ലാസ്സ് ബോഗികളും അഞ്ച് ജനറൽ കമ്പാർട്ടുമെന്റും ഈ തീവണ്ടിക്കുണ്ട്. എ.സി. ക്ലാസ്സുകാരായ ഞങ്ങൾ കുറേപ്പേർക്കു പുറമേ, സ്ലീപ്പർ ക്ലാസ്സിൽ റിസർവേഷൻ കിട്ടിയ ഒരു കൂട്ടം ഭാഗ്യവാന്മാരും ഒരു രാത്രിമുഴുവൻ വെറും നിലത്ത് കാറ്റും

തണുപ്പും സഹിച്ച് ക്യൂവിൽ ഇരിക്കുന്ന നിർഭാഗ്യരായ കുറേപ്പേരും ചേർന്ന് പ്ലാറ്റ്ഫോം നിറഞ്ഞിരിക്കുന്നു.

ട്രെയിൻ വരാൻ ഒരു മണിക്കൂർ സമയം ഇനിയും ബാക്കിയുണ്ട്. പ്ലാറ്റ്ഫോമിൽ ഈ ക്യൂവിന്റെ ഒരറ്റം മുതൽ അങ്ങേ തലയ്ക്കൽ വരെ ഒന്നു നടന്നു വരാൻ തീരുമാനിച്ചു. ബാഗുകൾ പോർട്ടറെ ഏല്പിച്ച് നട ക്കാനൊരുങ്ങി. ഭാര്യയും ഒപ്പംകൂടി.

വളരെ വിചിത്രവും ദയനീയവുമായ ഒരു കാഴ്ചയാണ് നടന്നു നീങ്ങിയ ദൈർഘ്യമത്രയും ക്യൂ ആയി ഇരിക്കുന്നവരിൽ കണ്ടത്. ഒര ഭയാർത്ഥിക്യാമ്പിന്റെ പ്രതീതി. കുഞ്ഞുങ്ങളെ മുലയൂട്ടിയിരിക്കുന്ന യുവതികളായ അമ്മമാർ ക്യൂവിന്റെ ഇടഭാഗങ്ങളിൽ കണ്ടു. തൊട്ടരികിൽ നിസ്സഹായഭാവത്തിൽ സ്ത്രീകളുടെ ഭർത്താക്കന്മാരാവാം ചിലരും ഇരി പ്പുണ്ട്. യുവതിയായ ഒരമ്മയുടെ മടിയിൽ കഷ്ടിച്ച് മൂന്നുമാസം പ്രായ മുള്ള ഒരു കുഞ്ഞിരുന്നു കരയുന്നുണ്ട്. അവൾ കുട്ടിയെ താലോലിച്ച് കരച്ചിലടക്കാൻ ശ്രമം നടത്തുന്നു. അവരുടെയടുത്ത് ഞാൻ കണ്ടത് കാലിയായ ഒരു ഫീഡർ ബോട്ടിലാണ്; കുഞ്ഞിനു പാലുകൊടുത്തു കൊണ്ടിരുന്ന കുപ്പി. അതിലിപ്പോൾ പാലില്ല. കുഞ്ഞിന് നന്നേ വിശപ്പു ണ്ടാകണം. കരഞ്ഞു കരഞ്ഞു തളരുന്ന തന്റെ ഓമനക്കുഞ്ഞിന്റെ മുഖ ത്തേക്ക് ദയനീയമായി നോക്കി, നിസ്സംഗഭാവത്തിൽ അമ്മ ഇരിക്കുന്നു. തൊട്ടരികെ മുഷിഞ്ഞ വേഷധാരിയായ അവളുടെ ഭർത്താവും.

ഞങ്ങൾ നടത്തം തുടർന്നു. മുഴുവൻ പ്ലാറ്റ്ഫോമിന്റെ പകുതി ദൂര മെത്തിയില്ല, ഞാൻ തിരികെ പോകാനൊരുങ്ങി. ഈ ദയനീയ ദൃശ്യം തുടർച്ചയായി ഇനിയും കണ്ടു നിൽക്കാൻ വയ്യ. തിരികെ പോർട്ടറുടെ അടുത്തെത്തിയപ്പോൾ തീവണ്ടി പ്ലാറ്റ്ഫോമിലേക്കു വരുന്നതു കണ്ടു. ഏതോ ഒഴിഞ്ഞ യാർഡിൽ നിർത്തിയിട്ടിരിക്കുകയായിരുന്ന ട്രെയിൻ പുറ പ്പെടുന്നതിനല്പം മുമ്പ് മാത്രമേ പ്ലാറ്റ് ഫോമിൽ പിടിച്ചിടുകയുള്ളൂ.

തീവണ്ടിയുടെ ചൂളം വിളി കേട്ടപ്പോൾ തന്നെ ക്യൂവിൽ ഇരുന്നവർ ഒന്നിളകി. ചിലർ എഴുന്നേറ്റു നിന്നു. മറ്റു ചിലർ തങ്ങളുടെ ബാഗുകളും മറ്റും കൈയിലെടുക്കാനുള്ള ശ്രമത്തിലാണ്.

അപ്പോഴാണ് ആറേഴ് പൊലീസുകാർ പ്ലാറ്റ്ഫോമിൽ പ്രത്യക്ഷപ്പെട്ടത്. അവർ ആർ.പി.എഫ്. ആണ്, റെയിൽവേ സംരക്ഷണ സേനാംഗങ്ങൾ. അവരുടെ കൈയിൽ ഓരോ ചൂരൽ വടിയുമുണ്ട്; ലാത്തിയല്ല പാകമായ മുരിങ്ങക്കയുടെ കനമുള്ള ചൂരൽ.

പൊലീസിനെ കണ്ടപ്പോൾ ക്യൂവിൽ ഇരുന്നവരൊക്കെ ധൃതിപിടി ച്ചെഴുന്നേറ്റു നിന്നു. ഇപ്പോഴും അവർ വരിയിൽത്തന്നെ, ക്യൂ തെറ്റിച്ചിട്ടില്ല. അമ്മമാരുടെ മടിയിൽ ഉറങ്ങിക്കിടന്നിരുന്ന കൊച്ചുകുഞ്ഞുങ്ങൾ ഈ എഴുന്നേൽക്കൽ പ്രക്രിയയ്ക്കിടെ കരയാനും തുടങ്ങി.

തീവണ്ടി വന്നു പ്ലാറ്റ്ഫോമിൽ നിലയുറപ്പിച്ചു. ഇനിയാണ് റെയിൽവേ പൊലീസ് തങ്ങളുടെ ഡ്യൂട്ടി ആരംഭിക്കുന്നത്. ക്യൂവിൽ കിടന്നും ഇരുന്നും നിന്നുമൊക്കെ ഒരു രാത്രി മുഴുവൻ തണുത്തും വിറച്ചും തുറന്ന പ്ലാറ്റ്ഫോമിൽ കഴിച്ചുകൂട്ടിയ ആ ഹതഭാഗ്യരെ പൊലീസ്കാർ ചൂരൽകാട്ടി നിയന്ത്രിച്ച് മുന്നോട്ട് നടത്തിക്കൊണ്ടുപോയി. ചങ്ങലയ്ക്കിട്ട അടിമ കളെപ്പോലെ ആ സാധുക്കൾ പൊലീസിന്റെ ചൂരൽവീശലിനിടയിലൂടെ നടന്നുനീങ്ങി. ട്രെയിനിന്റെ ജനറൽകമ്പാർട്ടമെന്റിനരികെ അവരുടെ നടത്തം അവസാനിച്ചു. ഓരോ ഗ്രൂപ്പായി തരംതിരിച്ച് അവരെ തീവണ്ടി യുടെ ആ അഞ്ച് ജനറൽ ബോഗികളിൽ ആടുമാടുകളെയെന്നപോൽ പൊലീസുകാർ കുത്തിനിറച്ചു. കയറാൻ കഴിയാതെ പുറത്തുനിന്നു പോയവരിൽ അവശേഷിച്ചവരും കിട്ടിയ ചെറുപഴുതുകളിലൂടെ ആ കമ്പാർട്ടുമെന്റിൽ കയറിപ്പറ്റി.

ശ്വാസം വിടാനോ, ഇരിക്കാനോ, പ്രാഥമികകൃത്യങ്ങൾ നിർവഹി ക്കാനോ, ആഹാരം കഴിക്കാനോ പോലും കഴിയാത്തവിധം തിങ്ങിനിറ ഞ്ഞിരിക്കുന്ന കുറേ യാത്രക്കാർ, സാധാരണക്കാർ.

ആരാണീ നിർഭാഗ്യവാന്മാർ? അവർ ഈ തീവണ്ടിയിലൂടെ എവിടേക്ക് നീങ്ങുന്നു?

ഇവർ പശ്ചിമബംഗാളിലെ ദാരിദ്ര്യത്തിന്റേയും പട്ടിണിയുടെയും പിടി യിലമർന്ന വിവിധ ചെറു ഗ്രാമങ്ങളിൽ നിന്നുള്ളവർ. തൊഴിലന്വേഷിച്ചോ, തൊഴിലിന്റെ തുടർച്ചയ്ക്കായിട്ടോ അവർ പോകുന്നത് ആ സാധുക്കളുടെ വാഗ്ദത്ത ഭൂമിയായ കേരളത്തിലേക്കാണ്. നമ്മുടെ സ്റ്റേറ്റിൽ പണിയെ ടുക്കുന്ന അന്യസംസ്ഥാന തൊഴിലാളികളുടെ ഒരു പരിച്ഛേദമാണവർ. കേരളത്തിലെ എല്ലാ കായികമേഖലകളിലും ഇന്ന് ഇക്കൂട്ടരുടെ സാന്നിദ്ധ്യം അത്യാവശ്യമാണ്. നമ്മുടെ കെട്ടിടനിർമ്മാണമേഖല മുതൽ ഹോട്ടൽ വ്യാപാരം പോലും ചലിക്കുന്നത് ഈ അന്യസംസ്ഥാന തൊഴിലാളികൾ ഉള്ളത് കൊണ്ട് മാത്രമാണ്.

ഞാൻ എന്റെ യാത്രാസൗകര്യം സ്വയമൊന്നു വിലയിരുത്താൻ വെറു തെയൊരു ശ്രമം നടത്തി. എന്റേത് എ.സി ക്ലാസ്സ് ബർത്തുകളാണ്. പുറത്തെ വരണ്ട കാലാവസ്ഥയും ശബ്ദവും പൊടിയും വെയിലും ചൂടു മൊന്നും അറിയാതെ യാത്ര ചെയ്യാനുള്ള അവസരമുള്ള ഞാൻ ഭാഗ്യ വാൻ.

ഇത്തരം ചിന്തകൾക്ക് താത്കാലിക വിട നൽകി ഞാനെന്റെ സീറ്റിൽ പോയി ഇരുന്നു. എതിർ സീറ്റിലിരിക്കുകയായിരുന്ന ഭാര്യ സുബൈദ യുടെ മുഖത്തുനിന്ന് അല്പം മുമ്പു കണ്ട കാഴ്ചകൾ പകർന്നു നൽകിയ ദുഃഖ ഭാവം ഇപ്പോഴും മാഞ്ഞുപോയിട്ടില്ല.

തീവണ്ടി ഷാലിമാർ സ്റ്റേഷനിൽ നിന്നും പുറപ്പെട്ടു. സമയം ഇഴഞ്ഞി ഴഞ്ഞു നീങ്ങി. ഏതോ സ്റ്റേഷനിൽ വണ്ടി നിന്നു. വാച്ചിൽ നോക്കി. സമയം

ഒരു മണിയായിരുന്നു. രാവിലെ ഓർഡർ ചെയ്ത ഉച്ചഭക്ഷണം കൊണ്ടു വരാൻ സമയമായി.

ബോഗിയിലുള്ളവരൊക്കെ, ഞാനും ഭാര്യയുമടക്കം ഭക്ഷണം കഴിച്ചു കൊണ്ടിരിക്കെ, തോളിൽ അല്പം പഴക്കമുള്ള ഓരോ ബാഗും തൂക്കി രണ്ടു ചെറുപ്പക്കാർ നടന്നു വരുന്നു. അടുത്ത ബോഗിയിൽ നിന്നുള്ള ഇടനാഴി താണ്ടിയുള്ള വരവാണ്. ഭാഗികമായി മുഷിഞ്ഞ വേഷം. എണ്ണ മയമില്ലാത്ത ചെമ്പിച്ച തലമുടി പാറിപ്പറന്നു കിടക്കുന്നു. ആ രണ്ടു മുഖ ങ്ങളിലും ക്ഷീണവും ഒരുതരം യാതനാഭാവവും കാണാം.

നേരിൽ കണ്ടാൽ, രണ്ടു ബംഗാളി തൊഴിലാളികളുടെ ഭാവവും മട്ടു മാണ്. തങ്ങളുടെ രണ്ടു ബർത്തുകൾ തെരയുകയാണവർ. പുറപ്പെട്ടപ്പോൾ മുതൽ ഞാനിരിക്കുന്ന സീറ്റിനു ഏറ്റവും മുകളിലത്തെ രണ്ടു ബർത്തു കൾ കാലിയാണ്, ആരും വന്നിട്ടില്ല.

പക്ഷേ ഈ തൊഴിലാളികളെ കണ്ടപ്പോൾ അവർ ഈ എ.സി. ബോഗി യിലേക്ക് ടിക്കറ്റെടുത്തവരാണെന്നു തോന്നിയില്ല. അല്ല, അവർ പറഞ്ഞു, തങ്ങളീ ബോഗിയിലേക്കുള്ളവർ തന്നെയെന്ന്.

എങ്കിൽ വെയ്റ്റ് ചെയ്യൂ, ഭക്ഷണത്തിനുശേഷമാവാം ബാക്കി കാര്യ ങ്ങൾ എന്നായി ഞാനുൾപ്പടെ മറ്റു യാത്രക്കാർ.

വിനയപൂർവ്വം തെല്ലൊരു ബഹുമാനത്തോടെ ആ ചെറുപ്പക്കാർ ഒതുങ്ങി മാറിനിന്നു.

ആഹാരം കഴിച്ചതിനുശേഷം ഞാൻ അവരോട് കാര്യങ്ങൾ ആരാഞ്ഞു. ആ യുവാക്കൾ പറഞ്ഞ ബർത്തുകൾ ഞങ്ങൾക്കു മുകളിൽ കാലിയായി കിടക്കുന്ന രണ്ടുമാണെന്നു മനസ്സിലായി.

എങ്കിലും ഞങ്ങളുടെ സംശയം ബാക്കിനിന്നു. ഞാനവരുടെ ടിക്കറ്റ് ചോദിച്ചു. അവരിലൊരുവൻ തന്റെ ജീൻസിന്റെ പോക്കറ്റിൽനിന്നും വളരെ കഷ്ടപ്പെട്ട് രണ്ടു ടിക്കറ്റുകൾ വലിച്ചൂരിയെടുത്ത് എന്നെ കാണിച്ചു. വിയർപ്പിൽ ഭാഗികമായി നനഞ്ഞ രണ്ടു ടിക്കറ്റുകൾ.

ഷാലിമാറിൽനിന്നും കോട്ടയത്തേക്കുള്ള സാധാരണ ക്ലാസ്സിലെ രണ്ട് RAC ടിക്കറ്റുകളായിരുന്നു അവ. ടിക്കറ്റിന്റെ ഫോട്ടോസ്റ്റാറ്റ് കോപ്പികളു മാണ്, ഒറിജിനലല്ല. RAC എന്നു പറഞ്ഞാൽ, Reservation Against Cancellation. ഈ ടിക്കറ്റ് കിട്ടിയവർക്ക്, ആരെങ്കിലും നിലവിലുള്ള യാത്ര ക്കാർ ടിക്കറ്റ് ക്യാൻസൽ ചെയത് ഒഴിവുണ്ടെങ്കിൽ മാത്രം സീറ്റോ ബർത്തോ കിട്ടും.

"ഇത് സാധാരണ തേർഡ് സ്ലീപ്പർ കമ്പാർട്ട്മെന്റിൽ സഞ്ചരിക്കേണ്ട ഓർഡിനറി ടിക്കറ്റുകളുടെ കോപ്പി മാത്രമാണല്ലോ. ഒറിജിനൽ ടിക്കറ്റെ വിടെ" എന്നായി ഞാൻ. അപ്പോഴും അവർ, നേരത്തേ മുതൽ പറഞ്ഞു

കൊണ്ടിരുന്ന, എനിക്കു മേൽഭാഗത്ത് ഒഴിഞ്ഞു കിടക്കുന്ന ബർത്തുകളുടെ നമ്പരുകൾ തന്നെ ഉരുവിട്ടുകൊണ്ടിരുന്നു.

അവരിലൊരുവൻ, തന്റെ പഴ്സിൽ സൂക്ഷിച്ചിരുന്ന രണ്ട് ഒറിജിനൽ ടിക്കറ്റുകളെടുത്ത് എന്റെ കൈയിൽ തന്നു. അതു നിവർത്തി നോക്കിയ ഞാൻ അദ്ഭുതപ്പെട്ടു. ആ ടിക്കറ്റുകളുടെ വശത്ത് ടിക്കറ്റ് എക്സാമിനർ എഴുതിയിരിക്കുന്നു, Upgraded to a/c class എന്ന്. ബർത്ത് നമ്പരുകളും എഴുതിക്കൊടുത്തിട്ടുണ്ട്. ഇപ്പോൾ എല്ലാം വ്യക്തമായി. സാധാരണ RAC ടിക്കറ്റുകളുമായി യാത്രയ്ക്കുവന്ന അവർക്ക്, ഈ ബോഗിയിൽ രണ്ട് എ.സി. ബർത്തുകൾ കാലിയുണ്ടായിരുന്നതിനാൽ, അധിക പൈസ വാങ്ങാതെ തന്നെ റെയിൽവേ അലോട്ട് ചെയ്തിരിക്കുന്നു.

ഇന്ത്യൻ റെയിൽവേക്ക് നന്ദി.

ഇനി ആസ്ട്രേലിയയിലേക്കു പറന്നു കൊണ്ടിരിക്കുന്ന വിമാനത്തിനുള്ളിലേക്ക് വായനക്കാരെ കൂട്ടിക്കൊണ്ടുപോകട്ടെ.

സിഡ്നിയിലേക്ക്

ആസ്ട്രേലിയയിലേക്കു പറന്നുകൊണ്ടിരിക്കുന്ന വിമാനത്തിന്റെ മുകൾനിലയിലെ വിന്റോസീറ്റിലിരുന്നു പുറംകാഴ്ചകൾ കണ്ടുകൊണ്ടിരിക്കുകയാണു ഞാൻ.

പുറത്തെ പകൽവെളിച്ചം നന്നേ മങ്ങിയിട്ടുണ്ട്. വിമാനത്തിലിരിക്കുമ്പോൾ അങ്ങു ദൂരെ സൂര്യന്റെ തിളങ്ങുന്ന സ്വർണ്ണധനുസ്സ് കാണാം.

മണിക്കൂറുകൾ പറന്നുനീങ്ങി. ദീർഘമായ ഈ യാത്ര ആസ്ട്രേലിയയിലെ സിഡ്നിയിലവസാനിക്കാൻ ഇനി അധികം സമയം വേണ്ട എന്ന് അറിയിപ്പുണ്ടായി. വിമാനം സിഡ്നി എയർപോർട്ടിലിറങ്ങാൻ മിനിറ്റുകളേയുള്ളൂ എന്ന അനൗൺസ്മെന്റും വന്നു.

ആസ്ട്രേലിയയുടെ തലസ്ഥാനം കാൻബറെ ആണെങ്കിലും ഈ രാജ്യത്തിലെ ഏറ്റവും വലിയ നഗരം സിഡ്നിയാണ്. നാല്പത്തിയഞ്ചു ലക്ഷം ജനങ്ങൾ വസിക്കുന്ന മഹാനഗരം.

അർദ്ധമയക്കത്തിൽ തല പൂഴ്ത്തിയിരുന്നവർ ഉണർന്നെഴുന്നേറ്റു. എന്റെ സീറ്റിനു വശത്തെ ഇരിപ്പിടത്തിലിരുന്ന മംഗോളിയൻ പെൺകുട്ടി വിമാനം ഇറങ്ങാൻ പോകുന്ന ഈ അവസാന മിനിറ്റുകളിലും തന്റെ ലാപ്ടോപ്പുമായി മല്ലിടുകയാണ്. ധൃതിപിടിച്ചിറങ്ങാൻ തക്ക തിരക്കൊന്നും തനിക്കില്ലെന്ന ഭാവം.

ആസ്ട്രേലിയൻ തീരത്തെ ബോട്ടണി ബേയുടെ മുകളിലൂടെ പറക്കുമ്പോൾ താഴെ പ്രകാശത്തിന്റെ തുരുത്തുപോലെ സിഡ്നി എന്ന മഹാനഗരം പരന്നുകിടക്കുന്നതു കാണാം. മനോഹരമായ ഒരാകാശക്കാഴ്ച.

വിമാനം സിഡ്നി എയർപോർട്ടിന്റെ റൺവേയിൽ ഓടിക്കിതച്ച് എത്തിനിന്നു. ആസ്ട്രേലിയയിലെ ഏറ്റവും വലിയ നഗരത്തിലെ വിമാനത്താവളമാണെങ്കിലും ഒറ്റനോട്ടത്തിൽ അത്ര ആധുനികമായ ഒരു എയർപോർട്ടാണെന്നു തോന്നുകയില്ല. വലിയ വെളിച്ച ധാരാളിത്തമൊന്നും എയർപോർട്ട് ടെർമിനൽ ബിൽഡിംഗിൽ കാണാനുണ്ടായിരുന്നില്ല. എന്നാൽ ഈ അവസ്ഥയ്ക്ക് ഒരു പ്രത്യേക ശാലീന ഭാവമുണ്ടായിരുന്നു.

ഞങ്ങളുടെയീ പാക്കേജ് ടൂറിൽ ഞാനുൾപ്പെടെ 37 പേരുണ്ടാകുമെന്ന് ട്രാവൽ കമ്പനിയിൽ നിന്നും മുൻകൂട്ടി ലഭ്യമായ യാത്രാ വിവരങ്ങളുടെ ബ്രീഫിങ് ഷീറ്റിലുണ്ടായിരുന്നു. ഈ ഫ്ളൈറ്റിൽ തന്നെ യാത്ര ചെയ്യുന്ന അവർ ആരൊക്കെയാണെന്ന് അറിയണമെങ്കിൽ സിഡ്നിയിൽ ഇറങ്ങി വിമാനത്താവളത്തിനു പുറത്തെത്തണം. അവിടെ ഞങ്ങളെ പ്രതീക്ഷിച്ചു നിൽക്കുന്ന ടൂർ മാനേജർ രേഖകൾ പരിശോധിച്ച് ആളെണ്ണി മാറ്റിനിർത്തുമ്പോൾ മാത്രമേ, സഹയാത്രികർ ആരെന്ന് വ്യക്തമാവൂ.

വിമാനത്തിനു പുറത്തിറങ്ങി. പകൽവെളിച്ചം ഏകദേശം പൂർണ്ണമായും അസ്തമിച്ചിരിക്കുന്നു. നല്ല കാലാവസ്ഥ. ടൂർ കമ്പനിയുടെ പേരെഴുതിയ ബോർഡുമായി ഒരാൾ നിൽപ്പുണ്ട്. ദൂരെക്കാഴ്ചയിൽ ഒരു ഇന്ത്യാക്കാരനാണെന്നു മനസ്സിലാക്കാം. അയാളുടെ ഒരരികിൽ കുറേപ്പേർ കൂടി നിൽപ്പുണ്ട്. ആണും പെണ്ണും അടങ്ങുന്ന ഒരു സംഘം. അവരാകണം സിങ്കപ്പൂരിൽനിന്നും കയറിയ ഇന്ത്യൻ സംഘത്തിൽപ്പെട്ട എനിക്കു മുമ്പു വിമാനമിറങ്ങിയവർ. എന്റെ ബാഗേജ് കിട്ടാൻ താമസം നേരിട്ടതിനാൽ ഞാനല്പം വൈകിയിരുന്നു. ടൂർ മാനേജരെ വിഷ് ചെയ്ത് ഞാനും ആ കൂട്ടത്തിൽ ചേർന്നുനിന്നു .

ഞങ്ങളുടെ യാത്രാസംഘത്തിൽപ്പെട്ടവരിൽ അധികവും വടക്കേ ഇന്ത്യാക്കാരാണെന്ന് അവരുടെ സംഭാഷണങ്ങളിൽ നിന്നും വസ്ത്രധാരണത്തിൽ നിന്നും ഊഹിച്ചു. ഇന്നത്തെ ഒരു നാൾ കൂടിക്കഴിഞ്ഞിട്ടേ എല്ലാവരുമായി കൂടുതൽ പരിചയപ്പെടാൻ കഴിയുകയുള്ളൂ.

ഇതിനകം യാത്രാസംഘത്തിലെ എല്ലാവരും എത്തിച്ചേർന്നിരുന്നു. ചെറുപ്പക്കാരനായ ടൂർ മാനേജരുടെ പേര് വിനോദ് എന്നാണ്, ബാംഗ്ലൂർ നിവാസി, ഞങ്ങളെയും കൂട്ടി അല്പമകലെ പാർക്കുചെയ്തിരുന്ന വലിയൊരു ലക്ഷ്വറി കോച്ചിനരികിലേക്ക് നീങ്ങി.

ബസ്സിലേക്കു നടക്കുംവഴി ശ്രദ്ധിച്ചു, യാത്രക്കാരിലധികവും അല്ല മുഴുവൻപേരും ദമ്പതികൾ തന്നെ. എല്ലാം ഇരട്ടകൾ. സംഘത്തിൽ കുട്ടികളുമില്ല. ഞാൻ മാത്രം ഒറ്റയാൻ, ഏകാന്ത പഥികൻ.

ബസ്സിൽ മുൻവശത്തെ ഇരട്ട സീറ്റുകളിലൊന്നിൽ ഇരുന്നു. ടൂർ മാനേജർ വിനോദാണ് സഹസീറ്റിലിരുന്നത്.

ബസ്സ് പുറപ്പെട്ടു. എയർപോട്ടിൽ നിന്നും അല്പം അകലെയാണ് സിഡ്നി നഗരഹൃദയം. ഹോട്ടലിലേക്ക് അരമണിക്കൂർ വഴി ദൂരമുണ്ടാവുമെന്ന് ടൂർമാനേജർ അറിയിച്ചു.

ഭംഗിയും വീതിയുമുള്ള റോഡിലൂടെ ബസ്സ് ഓടിക്കൊണ്ടിരുന്നു.

ഞങ്ങൾക്ക് താമസിക്കേണ്ട ഹോട്ടലിൽ ബസ്സ് എത്തിനിന്നു. ഗാലക്സി റോയൽ പാർക്ക് എന്ന ഈ ഹോട്ടൽ മന്ദിരം ഒരു ബഹുനിലക്കെട്ടിടം തന്നെയായിരുന്നു. നഗരത്തിൽ നിന്നും അല്പം വിട്ട് ശാന്തമായ

ഒരന്തരീക്ഷത്തിൽ തലയുയർത്തിനിൽക്കുന്ന ആ ആകാശഗോപുരത്തിന് അസാധാരണമായ ഒരു ശില്പഭംഗി ഉണ്ടായിരുന്നു.

അഞ്ചാം നിലയിലായിരുന്നു ഞങ്ങൾക്കെല്ലാം റൂം എടുത്തിരുന്നത്. 504-ാം മുറിയിലേക്ക് കയറിയപ്പോൾ എനിക്ക് സന്തോഷവും സംതൃപ്തിയും തോന്നി. വിശാലമായ മുറി. പിൻവശം മുഴുവൻ നിറഞ്ഞു നിൽക്കുന്ന വലിയ ഗ്ലാസ്സ് ജാലകം. ഭംഗിയുള്ള ഒരു കർട്ടൻ കൊണ്ട് ജനാല അടഞ്ഞുകിടക്കുകയായിരുന്നു. അതല്പം വശത്തേക്ക് മാറ്റി നോക്കിയപ്പോൾ വ്യക്തമായ പുറം കാഴ്ച. ഹോട്ടലിന്റെ കോർട്ട്യാർഡിന്റെ നിയോൺ വെളിച്ചം നിറഞ്ഞു നിൽക്കുന്ന ഒരു നടുമുറ്റം കണ്ടു. വശത്തൊരു സ്വിമ്മിങ് പൂളും.

ഞാൻ മാത്രമാണ് താമസിക്കുന്നതെങ്കിലും ഡബിൾ റൂമാണല്ലോ എനിക്കനുവദിച്ചിരിക്കുന്നത്. അതിനുള്ള അധിക തുക നൽകിയായിരുന്നു ബുക്കിങ്ങും.

ഹോട്ടലുകളിൽ ഡബിൾബെഡ്ഡ് ഇടുന്ന രീതി പലയിടത്തും വ്യത്യസ്തമാണെന്നത് ഓരോ യാത്രയിലും ശ്രദ്ധിച്ചിട്ടുള്ളതാണ്. മിക്കയിടത്തും ഒരിരട്ടക്കട്ടിലിൽ രണ്ടുപേർക്കുമായി വലിയ ഒരു ഒറ്റബെഡ്ഡിട്ടാണ് കാണാറുള്ളതെങ്കിലും ചില ഹോട്ടലുകളിൽ മാത്രം ഇടയിലൊരു വിടവു സൃഷ്ടിച്ചുകൊണ്ട് രണ്ടു കട്ടിലുകൾ അല്പം അകലത്തിലാണ് ഇടാറുള്ളത്. ഈ വിഷയത്തിൽ നമുക്ക് സ്വന്തമായി ചോയ്സ് ഒന്നുമില്ല. തണുപ്പു നിറഞ്ഞ പാശ്ചാത്യദേശങ്ങളിൽപ്പോലും കുളിർന്നു വിറച്ചു കിടക്കേണ്ടി വരുമ്പോൾ, അവിടങ്ങളിലെ ചില ഹോട്ടലുകളിൽ ഭാര്യാഭർത്താക്കന്മാരെ അകറ്റിക്കൊണ്ട് കട്ടിലുകൾ അല്പം അകലത്തിൽ ഇട്ടു കണ്ടിട്ടുണ്ട്. ഇവയൊന്നു വലിച്ചടുപ്പിച്ചിട്ട് ദമ്പതികൾ മൂടിപ്പുതച്ച് ഒരുമിച്ച് കിടക്കാമെന്നു വിചാരിച്ചാലും പലപ്പോഴും നടക്കില്ല. വലിച്ചടുപ്പിച്ചിടാൻ കഴിയാത്ത വിധത്തിലാവും കട്ടിലുകൾ ഉറപ്പിച്ചിട്ടുണ്ടാവുക. ഏതോ ദാമ്പത്യവൈരി ആവുമോ ഹോട്ടലുടമ എന്നു തോന്നിപ്പോകും.

ഇവിടെ സിഡ്നി ഹോട്ടൽ റൂമിലെ അകൽച്ച സൃഷ്ടിക്കുന്ന കട്ടിലുകൾ ആശ്വാസകരമായി തോന്നുകയായിരുന്നു. അടുത്ത ബെഡ്ഡിൽ വളരെ വിശാലമായി പെട്ടികളും ഡ്രസ്സുമൊക്കെ പരത്തി നിരത്തിവയ്ക്കാൻ തീരുമാനിച്ചു.

മുറിയിൽ അല്പം വിശ്രമിച്ചിട്ട് എല്ലാവരും കൃത്യം 8 മണിക്കുതന്നെ രണ്ടാം നിലയിലുള്ള മൂന്നാം നമ്പർ ഡൈനിംഗ്ഹാളിലെത്തണമെന്ന് അറിയിച്ചിട്ടാണ് ടൂർ മാനേജർ പോയത്.

ഡൈനിങ് ഹാളിലെത്തിയപ്പോൾ ഞങ്ങളുടെ ടൂർ ഗ്രൂപ്പിന്റെ പേരെഴുതിയ RESERVED എന്ന ബോർഡുകൾ വച്ച കുറേ ഒറ്റപ്പെട്ട ഡൈനിങ് ടേബിളുകൾ കണ്ടു. അവയിൽ പലതിലും ഇതിനകം തന്നെ ഞങ്ങളുടെ സഹയാത്രികരിൽ ചിലർ വന്നിരുന്നു കഴിഞ്ഞിരുന്നു. മുന്തിയ ട്രാവൽ കമ്പനികൾക്ക് ഇത്തരം ഡൈനിങ് റിസർവേഷൻ സൗകര്യം ചില

ഹോട്ടലുകളിൽ നൽകാറുണ്ട്. നമുക്കവിടെ വിളമ്പുന്നത് ഇന്ത്യൻ ഭക്ഷണവുമായിരിക്കുമല്ലോ.

ഹാളിൽ എല്ലാവരും എത്തിയപ്പോൾ ഞാൻ ശ്രദ്ധിച്ചു, സംഘാംഗങ്ങളെല്ലാം അസാധാരണമാം വിധം മാന്യത പുലർത്തുന്നവരായി കാണപ്പെട്ടു. ശബ്ദം ഉയർത്താതെയുള്ള അടക്കിയ പരസ്പര ഭാഷണം. പല വിദേശയാത്രകളിലും ഇതിന് അപവാദമായി ചിലരെ കണ്ടിട്ടുണ്ട്. മുൻ അനുഭവം വച്ചാണെങ്കിൽ തെക്കേ ഇന്ത്യയിലെ ആന്ധ്രയിൽ നിന്നും വരുന്ന സഞ്ചാരികളാണ് എപ്പോഴും പ്രശ്നക്കാരായി കണ്ടിട്ടുള്ളത്. തമിഴ്നാട്ടിൽ നിന്നുള്ളവരെയും അപൂർവ്വമായി ഈ ഗണത്തിൽപ്പെടുത്താം. ഈ രണ്ടുകൂട്ടർക്കും സംസാരത്തിലും പെരുമാറ്റത്തിലും വലിയ നിയന്ത്രണമൊന്നും ഉണ്ടാവില്ല. സംഘമായി നടക്കുമ്പോൾ ഇവർ മാത്രം വളരെ ഒച്ചയുയർത്തി അല്പമൊന്നു അലറും മട്ടിലാണ് സാധാരണ ചെറിയ വിഷയങ്ങൾപോലും പരസ്പരം പങ്കിടുക. വഴക്കിടുകയാണോ എന്നു തോന്നിപ്പോകും. നാം മലയാളികൾ അധികവും ശബ്ദം ഉയർത്തി സംസാരിക്കാറില്ല. ഇങ്ങനെ അട്ടഹാസരൂപത്തിൽ സംസാരിക്കുന്ന രീതി പാശ്ചാത്യർക്ക് ഒരിക്കലും ഇഷ്ടപ്പെടുന്ന ഒന്നുമല്ല. 'കൾച്ചറില്ലാത്ത ഏഷ്യൻ വർഗ്ഗം' എന്ന് യൂറോപ്യർ ഇവരുടെ പെരുമാറ്റവും സംസാരവും കേട്ട് പരിഹസിക്കുന്നത് പലപ്പോഴും കേട്ടിട്ടുണ്ട്.

രുചികരമായ രാത്രിഭക്ഷണമാണ് ഹോട്ടലിൽ നിന്നും ലഭിച്ചത്. ആസ്ട്രേലിയയിലെ ആദ്യദിവസത്തെ ഡിന്നർ തന്നെ മോശമായില്ല എന്ന് സന്തോഷപൂർവ്വം ഓർക്കുകയും ചെയ്തു.

ആസ്ട്രേലിയയിലെ ആദ്യരാത്രി. സിഡ്നി നഗരത്തിലെ ആ വലിയ ഹോട്ടലിലെ വിശാലമായ മുറിയിലെ ഉറക്കം സുഖകരമായിരുന്നു.

പിറ്റേന്ന് പുലർകാലം. തലേ ദിവസം രാത്രിയിലെ നിർദ്ദേശപ്രകാരം രാവിലെ 8 മണിക്കു തന്നെ റെസ്റ്റോറന്റ് ഹാളിൽ എല്ലാവരും എത്തിച്ചേർന്നിരുന്നു. പ്രാതലിനുശേഷം എട്ടുപത്തു മിനിട്ട് കാത്തു നിന്നപ്പോഴേക്ക് ഞങ്ങൾക്കു സഞ്ചരിക്കേണ്ട ബസ്സ് വന്നെത്തി.

ദീർഘകായനായ ഒരു മനുഷ്യനായിരുന്നു ഡ്രൈവർ. മുൻ ക്യൂബൻ പ്രസിഡന്റ് ഫിഡൽ കാസ്ട്രോയുടെ യൗവനകാലരൂപം അനുസ്മരിപ്പിക്കുന്ന ഒരു ഛായയുണ്ടായിരുന്നു അയാൾക്ക്. കാസ്ട്രോയുടെ മാതിരി ചെമ്പിച്ച താടിയും. രസികനും എപ്പോഴും സന്തോഷഭാവത്തിൽ മാത്രം സംസാരിക്കുകയും ചെയ്യുന്ന ഈ കാസ്ട്രോയോട് എനിക്ക് പ്രത്യേക മമത തോന്നിയിരുന്നു.

ബസ്സ് പുറപ്പെട്ടു. മുൻവരിയിലെ വിന്റോ സീറ്റാണ് എനിക്കു കിട്ടിയത്. ഭാഗ്യം, പുറം കാഴ്ചകൾ വ്യക്തമായി കാണാൻ സൗകര്യമുണ്ട്. ഒറ്റയാനായി യാത്ര ചെയ്യുന്നതിനാൽ ഇരട്ടസീറ്റിൽ തൊട്ടടുത്ത് ആളില്ല. വിശാലമായി ചരിഞ്ഞും തിരിഞ്ഞുമൊക്കെ ഇരിക്കാം.

നഗരം പൂർണ്ണമായും ഉണർന്നിട്ടില്ല. ബസ്സ് ഓടിക്കൊണ്ടിരുന്നു. പുറത്തെ റെസ്റ്റോറന്റുകളും ഡിപ്പാർട്ടുമെന്റ് സ്റ്റോറുകളുമൊക്കെ തുറക്കാൻ തുടങ്ങുന്നതേയുള്ളൂ. പാതയോരങ്ങളിലും തുറക്കാൻ വൈകുന്ന ഷോപ്പുകളുടേയും ഷോറൂമുകളുടേയും മുൻവശവും പ്രാവുകൾ കൈയടക്കിയിരിക്കുന്നു. മെല്ലെ പൂച്ചപ്പാദം വച്ച് നടന്നും കൊത്തിയും പെറുക്കിയും കാൽനടക്കാർ വരുമ്പോൾ അല്പം മാറി പൊന്തിപ്പറന്നും ആ പക്ഷികൾ സ്വച്ഛന്ദം വിഹരിക്കുന്നുണ്ട്.

ബസ്സ് നീങ്ങുന്നുണ്ട്. ഇതിനകം വഴിയോരത്തെ റെസ്റ്റോറന്റുകളൊക്കെ തുറന്നു തുടങ്ങിയിരിക്കുന്നു

സിഡ്നിയിലെ പല തെരുവുകളിലും ന്യൂയോർക്കിലെന്നപോലെ നട്ടുച്ചയ്ക്കു മാത്രമേ സൂര്യപ്രകാശം നേരിട്ടു പതിക്കുകയുള്ളൂ. മറ്റു സമയങ്ങളിലെല്ലാം ഇരുവശങ്ങളിലുമുള്ള ബഹുനില മന്ദിരങ്ങളുടെ നീണ്ട നിഴൽ പാതയിൽ വീണു കിടക്കുകയാവും. വളരെ സുന്ദരമായ ഒരു നഗരമാണിത്. ഇടതൂർന്ന കെട്ടിടങ്ങളുടെ, നിരമുറിയാത്ത വാഹനങ്ങളുടെ, ഒരു ലോകം. ഈ തിരക്കുകൾക്കു നടുവിലും വിശാലമായ പാർക്കുകൾ റോഡിന്റെ ഇരുവശത്തും കണ്ടു. ഇപ്പോൾ ഇടതുഭാഗത്തു കാണുന്നത് ഹൈഡ്പാർക്ക് എന്നു പറയുന്ന നഗരോദ്യാനമാണെന്ന് ടൂർ മാനേജർ അറിയിച്ചപ്പോൾ ബസ്സിലെ സഹയാത്രികരൊക്കെ എഴുന്നേറ്റ് നിന്ന് പുൽമെത്ത വിരിച്ച ആ പാർക്കിലേക്കു നോക്കുന്നത് കണ്ടു. പുൽമൈതാനം മാത്രമല്ല ഇടയ്ക്കിടെ വൃക്ഷങ്ങളും വച്ചു പിടിപ്പിച്ചിട്ടുണ്ട്.

ക്ലാസ്സിക് സ്പർശമുള്ള മന്ദിരങ്ങളും സെന്റ് മേരീസ് കത്തീഡ്രലുമെല്ലാം പിന്നിട്ട് ബസ്സ് നീങ്ങി. വലിപ്പം അല്പം കുറവുള്ളതാണെങ്കിലും ഈ ക്രിസ്തീയദേവാലയം മനോഹരമായ ഒരു നിർമ്മിതി തന്നെയായിരുന്നു. ബസ്സ് നീങ്ങും വഴി നഗരത്തിന്റെ പ്രധാനഭാഗങ്ങളിലെല്ലാം റോഡിനു സമാന്തരമായി ഉയരത്തിൽ വലിയ ഉരുക്കു പാളം ഘടിപ്പിച്ചിരിക്കുന്നതു കാണാം. മോണോറെയിൽ പാളമാണ് ഇത്. ചില വലിയ ബാങ്ക് മന്ദിരങ്ങൾക്കിടയിലൂടെ കാസ്ട്രോ ബസ്സോടിച്ചു കൊണ്ടിരുന്നു.

മോണോറെയിൽ ഓടുന്നത് അല്പം വ്യക്തമായി കാണണമെന്ന് ഞങ്ങളുടെ സഹയാത്രികരിൽ ചിലർ പറഞ്ഞപ്പോൾ പോകും വഴി നാമിനി ഈ ഒറ്റപ്പാള വണ്ടി പല പ്രാവശ്യം കാണാൻപോകുന്നതേയുള്ളൂവെന്ന് ടൂർ മാനേജർ വിനോദ് പറഞ്ഞത് ശ്രദ്ധിച്ച ഡ്രൈവർ വണ്ടി ഒരിടത്ത് അല്പം ഒതുക്കിനിർത്തി, കുറച്ചു സമയം അനുവദിച്ചുതന്നു. അവിടെ റോഡ്വക്കിൽ ഒരു പാർക്കിംഗ് ബോർഡ് അയാൾ ശ്രദ്ധിച്ചിരുന്നു. അപ്പോൾ കടന്നുപോയ മോണോറെയിലിന് ഏഴു ബോഗികളുണ്ട്. കേരളത്തിൽ കൊച്ചിയിലും ഈ പദ്ധതി നടപ്പാക്കാൻ നാം പദ്ധതികൾ ആരംഭിച്ചു കഴിഞ്ഞിരിക്കയാണ്.തിരുവനന്തപുരവും ആ പട്ടികയിലുണ്ട്.

ശരിക്കു പറഞ്ഞാൽ റോഡിൽ ഗതാഗത പ്രശ്നമൊന്നും സൃഷ്ടിക്കാതെ ഉയർന്നു നിൽക്കുന്ന തൂണുകളിലുറപ്പിച്ച പാളത്തിലൂടെ

നീങ്ങുന്നു ഈ കുഞ്ഞു ട്രെയിനുകൾ. അതങ്ങു നീങ്ങി കുഴൽ ആകൃതിയിലുള്ള ഒരു സ്റ്റേഷനിൽ നിർത്തുന്നതുകൂടി കാണും വരെ ഡ്രൈവർ ബസ്സ് അവിടെ നിർത്തിത്തന്നു.

ബസ്സ് കടന്നുപോകുന്ന പാതയിലെല്ലാം സമാന്തരമായി മോണോറെയിൽ പാളവുമുണ്ട്. വലിയ ഉരുക്കുതൂണുകളിലാണ് അത് ഉയർത്തി നിർത്തിയിരിക്കുന്നത്.

സിഡ്നിയിലെ ഗതാഗത സൗകര്യങ്ങളെല്ലാം കുറ്റമറ്റതാണ്. മോണോറെയിലിൽ ഇടയ്ക്കിടക്ക് ചെറിയ ടണൽ പോലുള്ള ഭാഗങ്ങളുണ്ട്. അത് മോണോറെയിൽ സ്റ്റേഷനുകളാണ്. സ്റ്റേഷനിൽ എത്തിയാൽ സ്റ്റെപ്പുകൾ വഴിയോ ലിഫ്റ്റ് വഴിയോ ഭൂമിയിലിറങ്ങാം. ഏതു തിരക്കേറിയ തെരുവിലും കൂടുതൽ സ്ഥലം അപഹരിക്കാതെ ചെലവു കുറഞ്ഞ ഈ ഗതാഗത സൗകര്യം വളരെ എളുപ്പത്തിൽ ഏർപ്പെടുത്താം.

നിരന്ന പാതകളും ഫ്ളൈഓവറും മോണോറെയിലുമെല്ലാമായി ഇത്തരമൊരവസ്ഥ കേരളത്തിലെ നഗരങ്ങളിൽ ഏതു കാലത്തു വരുമെന്ന ആശങ്ക നിറഞ്ഞ ചിന്ത എന്റെ മനസ്സിലപ്പോഴുണ്ടായി.

സിഡ്നിയിലെ ഡാർലിങ് ഹാർബർ ഏരിയയിലേക്ക് ബസ്സ് പ്രവേശിച്ചു തുടങ്ങി. ആസ്ട്രേലിയായിലെ ഏറ്റവും വലിയ നഗരം മാത്രമല്ല ഒരു വാണിജ്യകേന്ദ്രവും വലിയൊരു അന്താരാഷ്ട്ര ടൂറിസ്റ്റ്കേന്ദ്രവുമാണ് സിഡ്നി.

ബസ്സിപ്പോൾ ഉൾക്കടൽ തീരത്തെത്തിയിരിക്കുന്നു. അല്പദൂരം തീരത്തുകൂടി ഓടി വാഹനം ഒരു പാലത്തിലേക്കു പ്രവേശിച്ചു. അൻസാക്ക് ബ്രിഡ്ജ് എന്നാണിതറിയപ്പെടുന്നത്. ഉരുക്കു വടങ്ങളിൽ ഉയർത്തി നിർത്തിയ ലോകത്തെ വമ്പൻ പാലങ്ങളിലുൾപ്പെട്ടതാണ് ഇത്. ഈ പാലം കണ്ടപ്പോൾ എനിക്കോർമ്മ വന്നത് അമേരിക്കൻ സന്ദർശനത്തിനിടയ്ക്ക് സാൻഫ്രാൻസിസ്കോയിൽ കണ്ട ഗോൾഡൻ ഗ്രേറ്റ് ബ്രിഡ്ജാണ്. കാഴ്ചയിൽ രണ്ടിനും സമാനതയുണ്ട്.

1901 മുതൽ ഇവിടെയുണ്ടായിരുന്ന പഴയ പാലം പൊളിച്ചു നീക്കിയാണ് 1996-ൽ ഈ പുത്തൻ പാലം നിലവിൽ വന്നത്. താഴെ ജോൺസ്റ്റൺസ് ഉൾക്കടലാണ്. രണ്ടു നൂറ്റാണ്ടുകളായി നിരവധി ചരക്കുകപ്പലുകൾ കടന്നുവന്നിരുന്ന ഇടമാണ് ജോൺസ്റ്റൺസ് ഉൾക്കടൽ. പണ്ടിവിടെയുണ്ടായിരുന്ന ഈ പാലം കപ്പലുകൾക്ക് കടന്നുപോകാനായി മുകളിലേക്കുയർത്തി തുറക്കുകയായിരുന്നു ചെയ്തിരുന്നത്. പുതിയ പാലമാകട്ടെ 1100 അടി ഉയരമുള്ള തൂണുകളിൽ ഉയർത്തി നിർമ്മിച്ചതിനാൽ ഇതിന്റെ അടിയിലൂടെ കപ്പലുകൾക്ക് അനായാസം കടന്നുപോകാൻ കഴിയുന്നു.

ആസ്ട്രേലിയയുടെ പടിഞ്ഞാറേ ഭാഗത്തേക്കാണ് ഇനിയുള്ള യാത്ര. റോഡിൽ വാഹനങ്ങളുടെ നല്ല തിരക്ക്. 2000-ൽ നടന്ന സിഡ്നി ഒളിമ്പിക്സ് വില്ലേജ് ഈ പ്രദേശത്താണ്. അന്ന് ഗതാഗത സൗകര്യങ്ങൾ

മെച്ചപ്പെടുത്തുന്നതിന്റെ ഭാഗമായാണ് പുതിയ പാലവും എട്ടു ട്രാക്കുകളുള്ള റോഡുമൊക്കെ നിർമ്മിച്ചത്. എന്നാൽ ട്രാഫിക്ക് കുരുക്ക് അന്നും ഇവിടെ പതിവായിരുന്നു. ഒളിമ്പിക്സ് ദിനത്തിൽ ഓഫീസുകൾക്കും മറ്റും അവധി നൽകിയാണ് അധികൃതർ നഗരത്തിലെ ഗതാഗതക്കുരുക്കിന്റെ കെട്ടഴിച്ചിരുന്നത്.

പത്തു ട്രാക്കുകൾ വരെയുള്ള റോഡാണെങ്കിലും വാഹനം പെരുകുമ്പോൾ ട്രാഫിക്ക് ഒരു പ്രശ്നം തന്നെയാണ്. വാഹനങ്ങളുടെ എണ്ണം ക്രമാതീതമായി അനുദിനം പെരുകിക്കൊണ്ടിരിക്കുന്ന കേരളത്തിലും റോഡുകൾ നിർമ്മിക്കുമ്പോൾ ഒരു മുൻകാഴ്ച വേണമെന്നുള്ളതാണ് സിഡ്നിപോലുള്ള വലിയ നഗരങ്ങൾ നമുക്കു നൽകുന്ന പാഠം. ഏറ്റവും ചുരുങ്ങിയത് 60 മീറ്റർ എങ്കിലും ഉണ്ടാകേണ്ട കേരളത്തിലൂടെ കടന്നുപോകുന്ന ദേശീയപാതകൾക്ക് വികസനം അസാദ്ധ്യമാക്കുന്ന വിധത്തിലാണ് ഇടപെടലുകളുണ്ടായിക്കൊണ്ടിരിക്കുന്നത്. ശരിക്കു പറഞ്ഞാൽ ഭാവികാലത്തേക്ക് വിനാശകരമായ ഒരവസ്ഥ കൈവരിക്കുമെന്നതിൽ സംശയമില്ല. വീതി വർദ്ധിപ്പിക്കുന്നതിനെതിരെ ശബ്ദമുയർത്തുന്നവർ പാശ്ചാത്യ ദേശങ്ങളിലെ റോഡുകളുടെ എട്ടും പത്തും വരി പാതകൾ ടെലിവിഷനിലെങ്കിലും കണ്ടു മനസ്സിലാക്കി തങ്ങളുടെ ചിന്തയും തീരുമാനവും പുനഃപരിശോധിക്കേണ്ടതാണെന്ന് ആസ്ട്രേലിയൻ മണ്ണിലൂടെ ഈ ലക്ഷ്വറികോച്ചിൽ അതിവേഗം സഞ്ചരിച്ചുകൊണ്ടിരിക്കുന്ന എനിക്കഭിപ്രായമുണ്ട്. ഇതൊക്കെ ആരോട് പറയാൻ എന്ന് സ്വയം ചോദ്യം ഉന്നയിച്ച് എനിക്കിപ്പോൾ നിശ്ശബ്ദനാവേണ്ടി വന്നിരിക്കുന്നു. കാരണം നാമിന്ന് ജീവിക്കുന്നത് മഹത്തായ ഒരു ജനാധിപത്യ രാഷ്ട്രത്തിലാണല്ലോ. ജനാധിപത്യ സംവിധാനം ഉള്ളപ്പോൾ വികസനം വേണ്ടെന്ന നിലപാടുള്ള ചെറിയൊരു സമൂഹമെങ്കിലും നമുക്കിടയിലുണ്ട്.

വലിയ ഒരു ഓപ്പൺ ട്രക്കിനെ മറികടന്ന് ഞങ്ങളുടെ ബസ്സ് മുന്നോട്ടു നീങ്ങി. കൂറ്റനൊരു ട്രക്കായിരുന്നു അത്. അതിന്റെ വശത്തുകൂടി ഞങ്ങളുടെ ബസ്സ് ഓവർടേക്ക് ചെയ്തപ്പോൾ ഞാനാ വലിയ വാഹനം ശ്രദ്ധിച്ചു. ഒരു വശത്തെ വീലുകളുടെ എണ്ണവും നോക്കി. എട്ടു വീലുകൾ. ആകെ 16 വീലുകളുള്ള ട്രക്ക്. ട്രക്കിനു വശത്ത് എഴുതി വച്ചിരുന്ന വലിയ അക്ഷരം ടൂർ മാനേജർ കാട്ടിത്തന്നു. കെട്ടിടനിർമ്മാണത്തിനുള്ള എർത്ത് മണ്ണാണ് ഉള്ളിലെന്ന് എഴുതിയിട്ടുണ്ട്. ടാർപ്പോളിൻ കൊണ്ട് സുരക്ഷിതമായി മൂടിപ്പുതച്ച് ക്ലിപ്പ് ചെയ്തു വച്ച മേൽമൂടിക്കു താഴെ ട്രക്കിനുള്ളിൽ നിറച്ചിരിക്കുന്നത് മണ്ണാണ്, നാം എർത്ത് എന്നു പറയുന്ന കരമണ്ണ്. പുഴമണലോ, കായൽ മണ്ണോ ഒന്നുമല്ല. ഈ മണ്ണ് ഒരു നഗരത്തിൽ നിന്ന് മറ്റൊന്നിലേക്ക് കയറ്റിക്കൊണ്ടുപോകുകയാണ്; ഏതോ കെട്ടിട നിർമ്മാണ സ്ഥലം ഉയർത്താൻ. ഒരു നഗരത്തിൽ നിന്നും അടുത്തതിലേക്ക് കിലോമീറ്ററുകൾ ദൂരമുണ്ടാകും. നമ്മുടെ നാട്ടിലാണെങ്കിൽ മണ്ണ് ആവശ്യമായി വന്നാൽ തൊട്ടടുത്തുള്ള മല ഇടിച്ചു നിരത്തുകയോ തൊട്ടരികെ അല്പം

സ്ഥലം വാങ്ങി കുളം തോണ്ടുകയോ ആവും ചെയ്യുക. അത്തരം പരിസ്ഥിതി നാശം വരുത്തുന്ന ഒന്നും ആസ്ട്രേലിയയിലെന്നല്ല ഒരു പാശ്ചാത്യദേശത്തും അനുവദിക്കില്ല, ആരും ചെയ്യുകയുമില്ല.

റോഡു വഴിയുള്ള ചരക്കു നീക്കത്തിൽ ആസ്ട്രേലിയക്കാർ വലിയൊരു വെല്ലുവിളി നേരിടുന്നുണ്ട്. ഇവിടത്തെ നഗരങ്ങൾ തമ്മിലുള്ള ദൂരം നൂറുകണക്കിന് കിലോമീറ്ററാണ്. ഈ നഗരങ്ങളിൽ പരസ്പരം ചരക്കെത്തിക്കാൻ നിരപ്പുള്ള ഈ നീളൻ പാതയിലൂടെ വലിപ്പമുള്ള കൂറ്റൻ ട്രക്കുകൾ എപ്പോഴും ഓടിക്കൊണ്ടിരിക്കും. ഭൂവിസ്തൃതിയുമായി താരതമ്യം ചെയ്യുമ്പോൾ ജനസംഖ്യ നന്നേ കുറഞ്ഞ രാജ്യമാണ് ആസ്ട്രേലിയ.

ശുദ്ധജല സമൃദ്ധമായ ഒരു നദിയും ചെറിയ ചില പട്ടണങ്ങളുമൊക്കെ പിന്നിട്ട് ബസ്സ് ഓടിക്കൊണ്ടിരിക്കുന്നു. ഇതിനിടയിൽ ഒരു വടക്കേ ഇന്ത്യൻ കുടുംബം നാട്ടിൽ നിന്നും കൊണ്ടുവന്ന കുറേ മധുര പലഹാരങ്ങളും ചിപ്സുകളും സഞ്ചി തുറന്നെടുത്ത് വിതരണം തുടങ്ങി. ഈ അനുഭവം മിക്ക വിദേശ പാക്കേജ് ടൂറുകളിലും പതിവാണ്. പലഹാരം കിട്ടിയപ്പോൾ ഒരു പ്രത്യുപകാരമെന്ന നിലയിലും മറ്റു സഹയാത്രികർ കേൾക്കും പാകത്തിലും ഞാനെല്ലാവർക്കും ഒരുപദേശവും നൽകി. എന്റെയാ വാക്കുകൾ ബസ്സിനുള്ളിൽ അർത്ഥഗർഭമായ ഒരു ചിരിയുയർത്തി. എല്ലാവരും തങ്ങളുടെ ബാഗുകളിലെ പലഹാര ഉള്ളടക്കം അധികം വൈകാതെയും പഴകി കേടുവരുത്താതെയും രണ്ടുദിവസത്തിനകം വിതരണം ചെയ്ത് തീർക്കണമെന്നാണ് ഞാൻ അല്പം ഉറക്കെ നൽകിയ പൊതു ഉപദേശം.

'സാറിന്റെ ബാഗിലെന്തൊക്കെയുണ്ട് പുറത്തെടുക്കാൻ' എന്ന ഒരു ഹിന്ദി പെൺകുട്ടിയുടെ കുസൃതി നിറഞ്ഞ ചോദ്യം എന്നെ അല്പമൊന്നു കുഴപ്പത്തിലാക്കുകയുണ്ടായി. കാരണമുണ്ട്. സത്യം പറഞ്ഞാൽ ഞാനൊന്നും തന്നെ കൈയിൽ കരുതിയിരുന്നില്ല. ഞാനൊറ്റയ്ക്കല്ലേ യാത്ര വന്നിരിക്കുന്നത്. ശ്രീമതി കൂടി വന്നിരുന്നെങ്കിൽ എല്ലാ പ്രാവശ്യവും പോലെ സഞ്ചിയിൽ നിന്നും നാട്ടിലെ മുന്തിയ ബേക്കറിയിലെ കവറുകൾ പുറത്തിറക്കി സീൽപൊട്ടിച്ചു വിതരണം ചെയ്തേനേ.

ബസ്സ് ബ്ലൂമൗണ്ടൻസിനോട് അടുത്തുകൊണ്ടിരിക്കുന്നുവെന്ന് ഡ്രൈവർ പിന്നിലേക്ക് തലചെരിച്ച് പ്രസ്താവിച്ചത് ടൂർ മാനേജർ വിനോദ് എല്ലാവരോടുമായി ആവർത്തിച്ച്, തന്റെ കർത്തവ്യനിരത വെളിപ്പെടുത്തി.

ജനവാസം നന്നേ കുറഞ്ഞ പ്രദേശങ്ങളാണ് ഞങ്ങളിപ്പോൾ സഞ്ചരിക്കുന്നവ. 19-ാം നൂറ്റാണ്ടിന്റെ ആദ്യ ദശകങ്ങൾ വരെ ഏതാനും ആദിവാസി ഗോത്രങ്ങൾ മാത്രമായിരുന്നു ഈ മേഖലയിൽ വസിച്ചിരുന്നത്. അങ്ങനെ കേവലം രണ്ടു നൂറ്റാണ്ടിന്റെ പഴക്കവും നാഗരികതയുമേ ഈ ഭൂഖണ്ഡത്തിനും രാജ്യത്തിനുമുള്ളൂ. ഇന്ന് ലോകത്തിലെ ഏറ്റവും വലിയ ജേതാക്കളായ അമേരിക്കയ്ക്കും ആസ്ട്രേലിയയേക്കാൾ അല്പം കൂടി

ഉയർന്ന പൗരാണികതയേ ഉള്ളൂ, കേവലം അഞ്ചു നൂറ്റാണ്ടിന്റെ. ഒന്നും രണ്ടും സഹസ്രാബ്ദങ്ങളുടെ പാരമ്പര്യവും പേറി നിലനിൽക്കുന്ന യൂറോപ്യൻ രാജ്യങ്ങളുടേയോ, നാലഞ്ച് സഹസ്രാബ്ദങ്ങളുടെ പൗരാണികതയുള്ള ഈജിപ്റ്റിന്റേയോ അതിലും പഴക്കമുള്ള ഒരു നാഗരികതയുടേയും സംസ്കാരത്തിന്റേയും ഉടമകളായ ചൈനയുടേയോ മുമ്പിൽ അമേരിക്കയ്ക്കും ആസ്ട്രേലിയയ്ക്കും വലിയ മഹത്വമൊന്നും പറഞ്ഞ് പിടിച്ചുനിൽക്കാൻ കഴിയില്ല. ശ്രീരാമന്റെയും ശ്രീകൃഷ്ണന്റെയുമൊക്കെ കാലമായ ദ്വാപരയുഗവും മഹാഭാരത കാലവുമൊക്കെ ഉൾക്കൊള്ളുന്ന നമ്മുടെ ആർഷഭാരതമാണ് ശരിക്കും ഇവരുടെയൊക്കെ മുന്നിൽ ഏറ്റവും തറവാടിത്തമുള്ള കുടുംബക്കാർ. നമ്മുടെ നാടിന്റെ പൗരാണികതയെ വെല്ലാൻ, ഇന്ന് ഭൂമുഖത്ത് ഒരു രാജ്യവുമില്ലതന്നെ.

സിഡ്നിയിലേക്കുള്ള യൂറോപ്യൻ കുടിയേറ്റം ശക്തമായ നാളുകളിലാണ് ഇംഗ്ലീഷുകാർ ഈ മലഞ്ചെരുവിലേക്ക് വന്നതും സുന്ദരമായ ഇവിടത്തെ കന്യാവനങ്ങളെ തങ്ങളുടെ സുഖവാസ മേഖലയാക്കി മാറ്റിയെടുക്കാൻ ശ്രമങ്ങൾ ആരംഭിച്ചതും.

രണ്ടാം ലോക മഹായുദ്ധത്തെത്തുടർന്നുള്ള സാമ്പത്തിക പ്രതിസന്ധി മറികടക്കാൻ കൽക്കരി ഖനനത്തിനായി ധാരാളം ഖനികൾ ഞങ്ങളിപ്പോൾ എത്താൻ പോകുന്ന ബ്ലൂമൗണ്ട് പരിസരത്ത് പ്രവർത്തനം തുടങ്ങുകയും ചെയ്തു. അന്ന് യന്ത്രങ്ങളെയും തൊഴിലാളികളേയും കൊണ്ടുപോകാനായിട്ടായിരുന്നു ഈ മലഞ്ചെരുവുകൾ വെട്ടിയൊരുക്കി നവീന പാതകൾ സൃഷ്ടിച്ചത്. ഇന്നാകട്ടെ ആസ്ട്രേലിയായുടെ പടിഞ്ഞാറൻ മേഖലയിലേക്കുള്ള ഏറ്റവും തിരക്കേറിയ പാതയാണ് ഇത്.

മനോഹരമായ സ്പ്രിങ്ങ്വുഡ്

ബസ്സ് സ്പ്രിങ്ങ്വുഡ് ജില്ലയിലേക്കു പ്രവേശിച്ചു തുടങ്ങിയെന്ന ഡ്രൈവറുടെ അറിയിപ്പ്, വിനോദ് ഞങ്ങളോട് ആവർത്തിച്ചു. ഇവിടെ റോഡിന്റെ ഇരുവശത്തെയും കാഴ്ചകൾ ഒരു ടൂർ ഗൈഡും വിവരിച്ചു തരാതെ തന്നെ മനസ്സിലാക്കാൻ കഴിയുന്നതായിരുന്നു. എങ്കിലും ചില ചരിത്ര സത്യങ്ങളും സ്ഥിതി വിവരക്കണക്കുകളും വിനോദിന്റെ വിജ്ഞാന ഭണ്ഡാകാരത്തിലുള്ളത് ഇടയ്ക്കിടെ അയാൾ വിളമ്പാൻ ശ്രമിക്കുന്നുണ്ട്. ഒരു പ്രശ്നം മാത്രം. മൂപ്പർ പറഞ്ഞു തുടങ്ങുമ്പോഴേക്കും ആ സ്ഥലവും കാഴ്ചയും നല്ല വേഗതയിൽ ഓടിച്ചു നീങ്ങുന്ന ബസ്സിന്റെ പിന്നിലേക്ക് മറഞ്ഞിരിക്കും. അതിൽ ആർക്കും പരാതിയുമില്ല.

ഈ യാത്രാ നിമിഷങ്ങൾക്കിടയിൽ, രണ്ടാമത്തെ നോർത്തിന്ത്യൻ കുടുംബവും തങ്ങളുടെ പലഹാര സഞ്ചി തുറക്കലിന്റെ ഉൽഘാടനം നിർവഹിച്ചു കഴിഞ്ഞതിനാൽ, എല്ലാവരും തീറ്റസാധനങ്ങളുടെ സ്വാധീനത്തിലും പിടിയിലും അമർന്നു കഴിഞ്ഞിരിക്കുന്നു.

ബ്ലാക്ക് ലാൻഡ് എന്ന നഗരത്തിലൂടെയാണ് ബസ്സിപ്പോൾ സഞ്ചരിക്കുന്നത്. ഈ ഭാഗങ്ങളിൽ, വിജനമായ പ്രദേശത്തുകൂടി കുറേയേറെ കിലോമീറ്ററുകൾ സഞ്ചരിക്കുമ്പോൾ മാത്രമാണ് ഒരു ചെറിയ ടൗൺ തന്നെ പ്രത്യക്ഷപ്പെടുന്നത്. അത്യദ്ധ്വാനികളും സാഹസികരുമായ ഇംഗ്ലീഷുകാർ ആദ്യമായി സ്പ്രിങ്ങ്വുഡിൽ എത്തിയതിന്റെ പിന്നിൽ ഒരു കഥയുണ്ട്. ആസ്ട്രേലിയയുടെ വിവിധഭാഗങ്ങളിൽ ഇംഗ്ലീഷുകാർ ആധിപത്യം സ്ഥാപിച്ച കാലം. സിഡ്നി കേന്ദ്രമായി ഭരണം നടത്തിയിരുന്ന ബ്രിട്ടീഷ് ഗവർണർ ആർതർ ഫിലിപ്പ്, ആസ്ട്രേലിയയിലെ പടിഞ്ഞാറൻ മേഖലയിലെ നിഗൂഢ പ്രദേശങ്ങൾ കണ്ടെത്തുന്നതിനായി ഒരു സംഘത്തെ നിയോഗിച്ചു. 1789-ലായിരുന്നു അത്. നാവികനും ജ്യോതിശാസ്ത്രജ്ഞനും സർവേയറുമൊക്കെയായിരുന്ന വില്യം ഡാവോസ് ആയിരുന്നു സംഘത്തലവൻ. നദികൾ കടന്നും കാടുകൾ താണ്ടിയും പർവതങ്ങൾ കയറിയിറങ്ങിയും ആ സംഘം യാത്ര ചെയ്തു. ഒടുവിൽ അവർ എത്തിച്ചേർന്നത് ബ്ളൂമൗണ്ടൻ എന്ന് ഇന്നറിയപ്പെടുന്ന ഈ പർവതമേഖലയുടെ കവാടത്തിലാണ്. ആ പ്രദേശമാണ് സ്പ്രിങ്ങ്വുഡ്.

സ്പ്രിങ്ങ്‌വുഡിൽ കാലുകുത്തിയ ആദ്യ ഇംഗ്ലീഷുകാരനെന്ന് വില്യം ഡാവോസിന്റെ പേര് ചരിത്രത്തിൽ പതിയുകയും ചെയ്തു.

ബസ്സ് ഓടിക്കൊണ്ടിരുന്നു. ഇപ്പോൾ ഇടതുവശത്തായി ഒരു റെയിൽപ്പാത കാണാം. ഞങ്ങൾ ഒരു വളവു തിരിയും മുമ്പുതന്നെ ഒരു തീവണ്ടി എതിർദിശയിലൂടെ വന്നുകടന്നുപോയി. ഇളംനീല നിറം പൂശിയ ഒരു സാധാരണ ട്രെയിൻ. എന്നാൽ, അത് രണ്ട് നിലകളുള്ള ഒരു തീവണ്ടിയായിരുന്നു. ആകെ നാലു ബോഗികൾ മാത്രമുള്ള, നമ്മുടെ മെമു മോഡൽ വണ്ടി.

ഒരു കുടുംബത്തിനു സുഖമായി യാത്ര ചെയ്യാവുന്ന ഒരു കാരവനെ ഓവർടേക്ക് ചെയ്ത്, ഞങ്ങളുടെ ഡ്രൈവർ ബസ്സോടിച്ചുപോയി. ബസ്സിന്റെ ശരാശരി വേഗത 120 കിലോമീറ്റർ. ആ കാരവൻ വാഹനത്തിനു പിന്നിൽ ബോൾട്ടിട്ട് ഉറപ്പിച്ച ഒരു സൈക്കിളുമുണ്ട്. ഒരു കുടുംബത്തിനു മുഴുവൻ പാർക്കാൻ കഴിയുന്ന സഞ്ചരിക്കുന്ന വീടാണിത്. യാത്രാവഴിയിൽ ഇത്തരം കാരവനുകൾ പലതും കാണാനിട വരികയും ചെയ്തു. നമ്മുടെ നാട്ടിലും മമ്മൂട്ടി, മോഹൻലാൽ തുടങ്ങിയ മഹാനടന്മാർക്ക് ഇത്തരം കാരവനുകളുണ്ട്, ഞങ്ങളിവിടെ കണ്ടതരം.

ചില കാരവനുകൾക്കു മുകളിൽ ചെറുതും വലുതുമായി മൂന്നു-നാലു സൈക്കിളുകൾ ഉറപ്പിച്ചു വച്ചിരിക്കുന്നതും ശ്രദ്ധയിൽപ്പെട്ടു. സഞ്ചരിക്കും വഴി ഏതെങ്കിലും ഒരു ഗ്രാമത്തിലോ ടൗണിലോ കാരവൻ നിർത്തി, ഒരു രാത്രിയോ ഒരു പൂർണ്ണ ദിവസമോ കുടുംബം അവിടെ ചെലവഴിക്കുന്നു. ആ സമയത്ത് വാഹനം പൂട്ടിയിട്ടിട്ട്, മുകളിലുറപ്പിച്ചിരിക്കുന്ന സൈക്കിളുകൾ താഴെയിറക്കി, കുടുംബാംഗങ്ങൾ സംഘമായി ഈ മനോഹര പ്രദേശങ്ങളിലൂടെ സഞ്ചരിക്കുമ്പോഴുള്ള ഒരു അനുഭൂതി മനസ്സിൽ മാത്രം നുകർന്നുകൊണ്ട് ഞാൻ ബസ്സിലിരുന്നു.

ബ്ളൂമൗണ്ടൻ മേഖലയെ കൂടുതൽ അടുത്തറിയാനുള്ള യാത്ര തുടരുകയാണ്. റോഡിൽ കൂടുതൽ വളവുകളും തിരിവുകളും കണ്ടു തുടങ്ങി. എങ്കിലും ആ തിരിവും വളവും ഉള്ള റോഡുകളുടെ വശങ്ങളിലൊക്കെ കനത്ത ഫെൻസിങ്ങ് കൊണ്ടുള്ള സുരക്ഷാവേലി ഒരുക്കിയിട്ടുണ്ട്. വേലിക്കപ്പുറം ഒന്നുകിൽ പച്ചപിടിച്ച മരക്കൂട്ടങ്ങൾ, അതല്ലെങ്കിൽ അത്യഗാധമായ കൊക്ക. കോണിഫറസ് മരങ്ങൾ തിങ്ങിവളർന്നു നിൽക്കുന്ന വശങ്ങൾ പിന്നിട്ട് ബസ്സ് ഓടിക്കൊണ്ടിരുന്നു.

അല്പം വിശാലമായ ഒരിടത്ത് വേഗത കുറച്ച് ബസ്സ് നിർത്തിയിട്ടു. അതൊരു ബസ്ബേ ആണ്. അടുത്ത ഗ്രൗണ്ടിൽ കുറേ കാറുകളും കിടപ്പുണ്ട്. 'എക്കോ പോയിന്റ്' എന്നാണീ സ്ഥലം അറിയപ്പെടുന്നത്. പ്രസിദ്ധമായ ഗ്രേറ്റ് ഡിവൈഡിങ്ങ് റേഞ്ചിന്റെ ഭാഗമാണ് ബ്ളൂമൗണ്ടന്റെ ഈ താഴ്‌വര.

അങ്ങുദൂരെ ബ്ലൂമൗണ്ടന്റെ ഭാഗങ്ങളും താഴ്‌വരകളുമൊക്കെ കാണാം. ലോകത്ത് അത്യപൂർവ്വമായ സസ്യജന്തുജാലങ്ങളുള്ള പർവത

മടിത്തട്ടിലെ വനമേഖല. ധാരാളം ടൂറിസ്റ്റുകളെത്തുന്ന സ്ഥലമാണ് ഇത്. കുറേയധികം സർവീസ് ബസ്സുകളും ടൂറിസ്റ്റ് വാനുകളും ഇവിടേക്കു വന്നുകൊണ്ടിരിക്കുന്നുണ്ട്. ബസ്സുകളുടെ ബാഹ്യരൂപത്തിന് ഒരു പുരാതന ഭാവമുണ്ട്. നാട്ടിൽ പണ്ട് ഓടിയിരുന്ന പഴയ ബെഡ്ഫോർഡ് ഇനത്തിൽപ്പെട്ട വണ്ടികളെ അവ അനുസ്മരിപ്പിച്ചു. മൂക്കു നീണ്ട വണ്ടികൾ. ഷേയ്പ്പിലും കാഴ്ചയിലും മാത്രമേ ഈ പരുക്കൻഭാവം ഉണ്ടാവൂ എന്നും ഈ സർവീസ് ബസ്സുകളുടെ ഉൾവശം നാം സഞ്ചരിക്കുന്ന ടൂറിസ്റ്റ് കോച്ചിനോളം ഏകദേശം സൗകര്യങ്ങൾ ഉറപ്പിച്ചതാണെന്നും ടൂർ മാനേജർ വിവരിച്ചപ്പോൾ, ആ പഴഞ്ചൻ രൂപ വണ്ടികളോട് അല്പം വാത്സല്യവും മതിപ്പും തോന്നി.

എക്കോ പോയിന്റിൽ ഒരിടത്ത് ഞങ്ങളുടെ ബസ്സ് നിർത്തിയിട്ടു. സഹയാത്രികരിൽ ചിലർ ഉറക്കത്തിലാണ്. അവർ ഉണർന്ന് കണ്ണുമിഴിച്ച്, ആരോടെന്നില്ലാതെ 'ഇതാ എത്തിയെന്നു തോന്നുന്നു' എന്നു പറഞ്ഞ് എഴുന്നേൽക്കാൻ ശ്രമം നടത്തുന്നു. എന്നാൽ അധികംപേരും യാത്രയുടെ ത്രിൽ അനുഭവിച്ചുതന്നെ പുറംകാഴ്ചകൾ കണ്ടുകൊണ്ട് സഞ്ചരിക്കുകയായിരുന്നു.

ബ്ലൂമൗണ്ടൻ മേഖലയെ കൂടുതലടുത്തറിയാനായി ഞങ്ങൾ ബസ്സ് യാത്ര തുടർന്നു. ഡ്രൈവർ കാസ്ട്രോ ഇപ്പോൾ നന്നേ ഉന്മേഷഭാവത്തിലാണ്. യാത്രക്കാരും മാനസികമായി സജീവമാണ്. ദൂരെ ബ്ലൂമൗണ്ടന്റെ ഭാഗങ്ങളും താഴെ താഴ്വാര വനങ്ങളുമൊക്കെ കാണാം. ലോകത്ത് അത്യപൂർവ്വമായ സസ്യജന്തുജാലങ്ങളുള്ള പർവതമടിത്തട്ടിലെ വനമേഖലയാണിത്. ചുവന്ന ചായം പൂശിയ പ്രാകൃതരൂപിയായ മറ്റൊരു യാത്രാബസ്സ് എതിരേ കടന്നുപോയി. ധാരാളം ടൂറിസ്റ്റുകളെത്തുന്ന ഒരു സ്ഥലമാണ് ഇത്.

അല്പദൂരം പിന്നിട്ടപ്പോൾ കുറേ കടകളും ഷോറൂമുകളുമുള്ള ഒരു സ്ഥലത്ത് ബസ്സ് ഒതുക്കിനിർത്തി. ഇവിടെ ഒരു ഇൻഫർമേഷൻ സെന്ററുണ്ടെന്ന് ടൂർ മാനേജർ അറിയിച്ചു. പാതയോരത്തുകൂടി വരിവരിയായി ഞങ്ങൾ നടന്നു. ഈയിടെ മാത്രം വിവാഹിതരായവരെന്നു തോന്നുന്ന പഞ്ചാബ് നിവാസികളായ രണ്ടു ദമ്പതികൾ മാത്രം, നല്ല ശരീരസുഖമില്ല എന്നു പറഞ്ഞ് പുറത്തിറങ്ങാതെ ബസ്സിൽതന്നെ ഇരുന്നു. പകൽ വെളിച്ചത്തിൽ ആരുടെയും സാന്നിദ്ധ്യമില്ലാതെ അല്പം കൊച്ചുവർത്തമാനം പറയാനും സൊള്ളാനും വേണ്ടി അവർതന്നെ സ്വയം ഒരുക്കിയ ഒരു തന്ത്രമാവാം ഇതെന്നെനിക്കു തോന്നി. അവർക്കു കൂട്ടായി ഡ്രൈവർ കാസ്ട്രോ മാത്രമുണ്ട്.

ഞങ്ങൾ സംഘാംഗങ്ങൾ ഒരു ഷോറൂമിൽ കയറി. ഷോറൂം ഹാളിന്റെ ഉൾപ്രകൃതിക്കൊരു ഹെറിറ്റേജ് സ്പർശം ഉണ്ടായിരുന്നു. സാധനങ്ങളൊന്നും വാങ്ങാനില്ലാത്തതിനാൽ ഞങ്ങൾ കഴിയുന്നത്ര വേഗം പുറത്തിറങ്ങി. സഹയാത്രികരിൽ കുറേപ്പേർ ഹാളിനകത്തു കയറാതെ തൊട്ടു

പുറത്തുതന്നെ നിൽക്കുന്നുണ്ടായിരുന്നു. അവരിൽ ചിലർ, അവിടെ ചെറിയ ഒരു തട്ടുകട വാഹനത്തിൽ നിന്നും ഐസ്ക്രീം വാങ്ങി നുണഞ്ഞു കൊണ്ടിരിക്കുന്നു. എനിക്ക് ഷുഗറില്ലെങ്കിലും ആഗ്രഹമുണ്ടായിട്ടും പുറത്തുചൂടുള്ള ആ സമയത്ത് ഐസ്ക്രീം വാങ്ങിക്കഴിക്കാൻ മുതിർന്നില്ല.

ഹാളിൽ നിന്നും പുറത്തിറങ്ങിയ എല്ലാവരും സംഘമായി ടൂർ മാനേജർക്കു പിന്നാലെ നടന്നുതുടങ്ങി. റോഡരികിൽ പഴയ രീതിയിലുള്ള ഒരു അഞ്ചൽപെട്ടി കണ്ടു. ബ്രിട്ടീഷ് ഭരണകാലത്ത്, ഇന്ത്യയിലെ അഞ്ചലാപ്പീസുകളിൽ ഇംഗ്ലീഷ്കാർ നിർമ്മിച്ചു നൽകിയ തരം കാസ്റ്റ് അയൺ എഴുത്തുപെട്ടി മാതിരി ഒന്ന്. നിറവും ചുവപ്പുതന്നെ.

ഒടുവിലെത്തിയത് വ്യൂപോയിന്റിലാണ്. വ്യൂപോയിന്റിലെ ഫെൻസിങ്ങിനു പിന്നിൽ കാഴ്ചക്കാരായി നിരവധി സഞ്ചാരികൾ സ്ഥാനം പിടിച്ചിരുന്നു. എല്ലാവരുടെ പക്കലും ക്യാമറയുണ്ട്. അവരിൽ ഒരു യുവദമ്പതികൾ അവരുടെ വിലപിടിപ്പുള്ള ക്യാമറ എന്നെ ഏല്പിച്ച്, രണ്ടുപേരെയും ചേർത്തുനിർത്തി, പർവതഭംഗിയുടെ പശ്ചാത്തലത്തിൽ ഒരു ഫോട്ടോ എടുത്തു കൊടുക്കാനപേക്ഷിച്ചു. ഫോട്ടോയെടുപ്പു വിഷയത്തിൽ ഒട്ടും വിദഗ്ധനല്ലെങ്കിലും ഒരു വലിയ ഫോട്ടോഗ്രാഫറുടെ നാട്യത്തിൽ ഞാനവരെ രണ്ടുപേരെയും ചേർത്തും ചെരിച്ചും നിർത്തിയൊക്കെ നാലഞ്ചു ഫോട്ടോകളെടുത്തു കൊടുത്തപ്പോൾ, എന്റെ സഹയാത്രികർ അല്പമൊരു ബഹുമാനത്തോടെയും അദ്ഭുതപൂർവവും എന്നെ നോക്കുന്നതു കണ്ടു. ഇനി അവരൊക്കെ ഫോട്ടോ എടുക്കുന്ന വിഷയത്തിൽ എന്നെ നോട്ടം വച്ചുവെന്നും മനസ്സിലായി.

ഈ വ്യൂപോയിന്റിൽ നിന്നു നോക്കിയാൽ ബ്ലൂമൗണ്ടൻ പർവതനിരകളുടെ ഭംഗിയുള്ള പശ്ചാത്തലം വ്യക്തമായി കാണാം. അവിടെ, അങ്ങകലെ, മരക്കൂട്ടങ്ങൾക്കിടയിൽ ഭാഗികമായി മുഖം മറച്ചു നിൽക്കുന്ന ഒരു ഇടത്തരം കെട്ടിടം കാണാം. പർവതത്തിലൂടെ സർവ്വീസ് നടത്തുന്ന ഒരു പ്രത്യേക രീതിയിലുള്ള ട്രെയിനിന്റെ അവസാന സ്റ്റേഷനാണ് ആ മലഞ്ചെരിവിൽ കാണുന്നതെന്ന് ടൂർ മാനേജർ വിശദീകരിച്ചുതന്നു. എന്റെ ക്യാമറ എത്ര ഫോക്കസ് ചെയ്തിട്ടും അത് വ്യക്തമായി കിട്ടാത്തതിനാൽ, വെറുതെ നാലഞ്ചു ഡിജിറ്റൽ ക്ലിക്കുകൾ മാത്രം നടത്തി ഞാൻ തൃപ്തനായി.

സമുദ്രനിരപ്പിൽ നിന്നും 3250 അടി ഉയരത്തിലുള്ള ആ പർവതമുകൾത്തട്ടിൽ സഞ്ചാരികൾക്കുവേണ്ടി വേറെയും ക്രമീകരണങ്ങളുണ്ടെന്നും അത് അല്പംകൂടി ഇടതുവശത്തേക്ക് നീങ്ങിനിന്നാൽ കാണാമെന്നും മറ്റൊരു വെള്ളക്കാരൻ ടൂറിസ്റ്റ് അറിയിപ്പ് നൽകിയപ്പോൾ ഞങ്ങൾ കൂട്ടത്തോടെ അയാൾ നിർദ്ദേശിച്ച സ്ഥലത്തേക്കു മാറിനിന്നു. ശരിയാണ്, അവിടെ കുത്തനെയുള്ള മലഞ്ചെരിവിനപ്പുറം വന്മരങ്ങളുടെ നിഴൽ പറ്റി,

നീണ്ട് ഉയരംകൂടിയ കുറേ കെട്ടിടങ്ങൾ കാണാൻ കഴിയുന്നുണ്ട്. കാടിന്റെ ഇലപ്പച്ച നിറമാണ് ആ മന്ദിരങ്ങൾക്ക് പൂശിയിരുന്നത്.

അല്പംകൂടി ശ്രദ്ധിച്ചപ്പോൾ, മരങ്ങൾക്കിടയിലൂടെ അവയിലൊരു കെട്ടിടത്തിന്റെ മേൽഭാഗവും മന്ദിരങ്ങൾക്കു മേലേകൂടി നീങ്ങുന്ന കേബിൾ കാറുകളും ദൃഷ്ടിയിൽപെട്ടു. ഒരു മലയുടെ മുകൾത്തട്ടു മുഴുവൻ വ്യൂപോയ്ന്റ് ആക്കി മാറ്റിയിരിക്കുകയാണ്. ആ മേൽത്തട്ടിലാണ് ഞങ്ങളിപ്പോൾ നിൽക്കുന്നത്.

അവിടെ ആ വ്യൂപോയിന്റിൽ വിശാലമായ ഒരു സ്ഥലത്തിനു മദ്ധ്യേ, വിചിത്രരൂപിയായ ഒരു ഇരിപ്പിടം കണ്ടു. ആദിമ ഗോത്രങ്ങളുടെ ആയുധമായ ബൂമറാങ്ങിന്റെ കൃത്യമായ ആകൃതിയിലാണ് ആ ഇരിപ്പിടം നിർമ്മിച്ചു വച്ചിരിക്കുന്നത്. സഞ്ചാരികളെല്ലാം അല്പം അകലത്തിലൂടെ നടന്ന് ആ ഇരിപ്പിടത്തിന്റെ ഭംഗി ആസ്വദിക്കുന്നതല്ലാതെ, വേറെ ചാരുബഞ്ചുകൾ അടുത്തൊന്നും ഇല്ലാതിരുന്നിട്ടും ആരും ബൂമറാങ്ങിൽ ഇരിക്കുന്നതായി കണ്ടില്ല. ഞാനടുത്തുചെന്നു പരിശോധിച്ചപ്പോൾ കണ്ടു, അതീവ ഫിനിഷിങ്ങിൽ നിർമ്മിച്ചിരിക്കുന്ന ആ വളഞ്ഞ സീറ്റിൽ ആർക്കും ഇരിക്കാൻ തോന്നുകയില്ല എന്ന്. എന്നാൽ ഒരു സഞ്ചാരിയും ബൂമറാങ്ങ് സീറ്റിന്റെ ഫോട്ടോ എടുക്കാൻ മറന്നുമില്ല.

കടൽപോലെ പരന്നുകിടക്കുന്ന വനത്തെ പശ്ചാത്തലമാക്കി ഫോട്ടോ എടുക്കുന്ന തിരക്കിലാണ് അധികംപേരും. പർവതപാർശ്വത്തിൽ വലിയ പ്ലാറ്റ്ഫോമുകളുണ്ട്. അവയും ബ്ലൂമൗണ്ടൻ വനമേഖലയുടെ ചാരുത മുഴുവൻ ആസ്വദിക്കാനാവുന്ന തരത്തിലുള്ള വ്യൂപോയിന്റുകളാണ്.

10300 സ്ക്വയർ കിലോമീറ്റർ പരന്നു കിടക്കുന്ന വനമേഖലയാണ് ഗ്രേറ്റർ ബ്ലൂമൗണ്ടൻസ്. യുനെസ്കോ ലോകപൈതൃകങ്ങളുടെ പട്ടികയിൽപെടുത്തിയിരിക്കുന്ന ഈ വനമേഖലയിൽ നൂറോളം ജനുസ്സിൽപെട്ട യൂക്കാലിപ്റ്റസ് മരങ്ങൾ ഇടതൂർന്ന് വളരുന്നുണ്ട്. ഏഴു നാഷണൽ പാർക്കുകളാണ് ഈ ബ്ലൂമൗണ്ടൻ ഏരിയായിലുള്ളത്.

ത്രീ സിസ്റ്റേഴ്സ് മൗണ്ടൻസ്

ഒരു ഭാഗത്ത് പ്രത്യേക ആകൃതിയിലുള്ള മൂന്നു പാറകൾ ഉയർന്നു നിൽക്കുന്നു. 'ത്രീസിസ്റ്റേഴ്സ്' എന്നറിയപ്പെടുന്ന പാറക്കൂട്ടമാണിത്. ആസ്ട്രേലിയൻ ആദിമ നിവാസികളുടെ വിശ്വാസപ്രകാരമുള്ള കഥ. പണ്ട് സുന്ദരികളായ മൂന്നു സഹോദരിമാരായിരുന്നു അവ മൂന്നും. കാട്ടുമ്പ എന്ന ഗോത്രക്കാരായിരുന്നു സഹോദരിമാർ. അവർ നീപ്പിയം ഗോത്ര ക്കാരായ മൂന്നു സഹോദരന്മാരുമായി പ്രണയത്തിലായി. ഗോത്ര നിയമ ങ്ങൾ അവരുടെ വിവാഹത്തെ എതിർത്തു. രണ്ടു ഗോത്രങ്ങൾ തമ്മിൽ വിവാഹബന്ധം പാടില്ല എന്നുണ്ടത്രെ. നിയമം ലംഘിച്ചായാൽ പോലും ആ സഹോദരിമാരെ വിവാഹം ചെയ്യുമെന്നായി യുവാക്കൾ. ഗോത്രനേതാ ക്കളുടെ ശിക്ഷാനടപടികളെ അവർ തെല്ലും ഭയന്നില്ല; അത്ര തീവ്രമായി രുന്നു അവരുടെ സ്നേഹവും തീരുമാനവും. എന്നാൽ ഇതൊരു ഗോത്ര യുദ്ധത്തിൽ കലാശിക്കുകയായിരുന്നു. സഹോദരിമാരുടെ ജീവൻതന്നെ ഭീഷണിയിലായതോടെ അവരെ സഹായിക്കാൻ ഒരു മന്ത്രവാദി നാട്ടി ലെത്തി. മന്ത്രം ജപിച്ച് അയാൾ അവരെ മൂന്നു പാറകളാക്കി മാറ്റി. ഒരു താത്കാലിക മോചന സംവിധാനം. യുദ്ധം തീർന്ന ശേഷം ഈ സുന്ദരി കളെ പൂർവസ്ഥിതിയാലാക്കാമെന്നാണ് അയാൾ പറഞ്ഞത്. നിർഭാഗ്യ വശാൽ യുദ്ധത്തിൽ മന്ത്രവാദിയും കൊല്ലപ്പെട്ടു. മൂന്നു സഹോദരിമാർ ഇന്നും പാറകളായി പർവതപാർശ്വത്തിൽ നിലകൊള്ളുന്നു.

ബ്ലൂമൗണ്ടനു ശേഷം ടൂർ മാനേജർ മറ്റൊരു കാഴ്ചയിലേക്കു നയിച്ചു. വിചിത്ര രൂപമുള്ള ഒരു മനുഷ്യനായിരുന്നു അത്. ഒരാദിമ ഗോത്രവർഗ്ഗ ക്കാരൻ. ആസ്ട്രേലിയൻ ആദിമ ജനവിഭാഗമായ അബോറിജിൻസിന്റെ ആധുനികകാല പ്രതിനിധി. ചുമലിലൂടെ ഒരു മൃഗത്തോല് അയാൾ പുത ച്ചിട്ടുണ്ട്. കൈയിലൊരു പ്രാകൃത സംഗീതോപകരണം. ആ ഉപകരണ ക്കുഴലിന് അയാൾക്കൊപ്പം നീളമുണ്ട്. ഫുക്കായ എന്ന പേരിലാണീ സംഗീതോപകരണക്കുഴൽ അറിയപ്പെടുന്നത്.

ചുറ്റും സന്ദർശകർ എത്തുംവരെ മുഖം കുനിച്ച്, ഒരു നാണക്കാരനെ പ്പോലെയിരിക്കുന്ന അയാൾ, സഞ്ചാരിക്കൂട്ടത്തെ കാണുമ്പോൾ ആവേശ ത്തോടെ എഴുന്നേറ്റു നിൽക്കും. അവരിൽ പലരും അയാളോടൊപ്പം ചേർന്നുനിന്ന് ഫോട്ടോകളെടുക്കും. അതിനുള്ള ചെറിയ ഒരു പ്രതിഫലവും

പറ്റി, വീണ്ടുമയാൾ തന്റെ പഴയ പ്രതിമാരൂപത്തിലേക്ക് ചുരുണ്ടുകൂടും. ദേഹം മുഴുവൻ ഏതോ ചായവും ഇരുണ്ട ഭസ്മവും പൂശിയിട്ടുണ്ട്. ജട പിടിച്ച താടിയും തലമുടിയും വളർന്നു തൂങ്ങിക്കിടക്കുന്നു. കുളിച്ചിട്ട് വർഷങ്ങളായി എന്നു തോന്നും, കണ്ടാൽ. വെള്ളക്കാരായ സന്ദർശകർ ഫോട്ടോയ്ക്ക് പോസ് ചെയ്യുവാൻ പറയുമ്പോൾ, അയാൾ തന്റെ കറ പിടിച്ച പല്ലുകൾ പുറത്തുകാട്ടി ചിരിച്ചുകൊണ്ട്, അവരെ തോളിലൂടെ കെട്ടിപ്പിടിച്ചു നിന്നു കൊടുക്കുന്നതു കാണാം. അപ്പോൾ അയാളുടെ ആലിംഗനത്തിന് വിധേയരാവുന്നവരുടെ മുഖത്തെ, വെറുപ്പോടെയുള്ള ചുളിഞ്ഞ ഭാവം ഞാൻ പ്രത്യേകം ശ്രദ്ധിച്ചിരുന്നു. ആഗ്രഹമുണ്ടായിട്ടും ഞാൻ അയാൾക്കൊപ്പം ഫോട്ടോയ്ക്കു നിൽക്കാൻ തുനിഞ്ഞില്ല. രാത്രിയിൽ ഹോട്ടലിൽ മടങ്ങിയെത്തും വരെ കുളിക്കാൻ മറ്റു സംവിധാനങ്ങളൊന്നുമില്ലാത്ത അവസ്ഥയിൽ ഒഴിഞ്ഞുമാറുക തന്നെയാണ് ബുദ്ധിയെന്ന്, വൃത്തിബോധമുള്ള മലയാളിയുടെ പ്രതിനിധിയായ എനിക്കു തോന്നി.

ആൻഡമാൻ നിക്കോബാർ സന്ദർശനത്തിൽ അവിടെ കാണാനിടവന്ന, ആദിവാസികളെക്കുറിച്ച് ഞാനോർത്തു. ആന്റമാനിൽ അന്നു കണ്ടത് പൂർണ്ണ നഗ്നരായ ആദിവാസികളെയായിരുന്നു. രണ്ടുമൂന്നു വർഷമായി അവർക്ക് പൂർണ്ണസംരക്ഷണം നൽകുന്നതിന്റെ ഭാഗമായി, കേന്ദ്ര ഗവൺമെന്റ് ആ കറുത്ത വർഗ്ഗക്കാരെ റോഡിലിറങ്ങാൻ വിടാതെ, കാടുകൾക്കുള്ളിലേക്കു കയറ്റി വിട്ടിരിക്കയാണെന്നും മാധ്യമങ്ങളിലൂടെ അറിയാൻ കഴിഞ്ഞു. ഇപ്പോൾ, ഈ ബ്ളൂമൗണ്ടൻസ് ഭാഗത്ത് ഞാൻ കണ്ട ഗോത്ര വർഗ്ഗക്കാരും ആൻഡമാനിൽ കണ്ടവരുമായി രൂപത്തിലും ഭാവത്തിലും നിറത്തിലും യാതൊരു സാദൃശ്യവുമില്ല. ഈ അബോറിജിൻ വർഗ്ഗക്കാർ ഇരുണ്ട നിറമുള്ളവരാണ്, കടുംകറുപ്പുകാരല്ല. ചിലർക്കല്പം വെളുപ്പു നിറവുമുണ്ട്. അവർ, ഒരുപക്ഷേ അല്പമൊരു സങ്കരവർഗ്ഗക്കാരാവാം. മോശമല്ലാത്ത തടിയും ഉയരവുമുള്ളവർ. കാഴ്ചയിൽ സുന്ദരന്മാരുമാണ്. ഒരുപക്ഷേ ഈ കാണുന്നവരിലധികവും യൂറോപ്യരുടെ ജാരസന്തതികൾ ആയിക്കൂടെന്നുമില്ല.

40,000 വർഷങ്ങൾക്കു മുമ്പുതന്നെ ആസ്ട്രേലിയയിലുണ്ടായിരുന്ന അബോറിജിൻ ജനവിഭാഗങ്ങളുടെ പരമ്പരയിൽ വളരെ കുറച്ചുപേരെ ഇന്ന് അവശേഷിക്കുന്നുള്ളൂ. കുടിയേറ്റക്കാരായ ഇംഗ്ലീഷുകാർ ആസ്ട്രേലിയൻ ആദിമ നിവാസികളെ നിഷ്കരുണം കൊന്നൊടുക്കിയെന്നാണല്ലോ ചരിത്രം.

ഇതിനിടയിൽ വീണ്ടും ഞാനാ ആദിമഗോത്രവർഗ്ഗക്കാരനെ ശ്രദ്ധിച്ചു. ഒരു യൂറോപ്യൻ ഗ്രൂപ്പിനെ മുഴുവൻ പലപ്പോഴായി നിർത്തി പോസ് ചെയ്ത് ഫോട്ടോയെടുത്തു കഴിഞ്ഞപ്പോൾ കിട്ടിയ നല്ലൊരു ടിപ്പിന്റെ സന്തോഷംകൊണ്ട് വെറ്റില തിന്നാവാം കറുത്ത കരുവാളിച്ച പല്ലുകൾ പുറത്തുകാട്ടി അയാളൊന്നു വെളുക്കെ ചിരിച്ചു. എന്നിട്ട്, കൂട്ടത്തിൽ ചിലരെ വിളിച്ചുനിർത്തി, ആ സഞ്ചാരികളുടെ കൈത്തണ്ടയിൽ അമർത്തിയൊരു അബോറിജിൻ മുത്തവും നൽകി.

യാത്ര തുടരാൻ നേരമായി എന്നു വിനോദ് അറിയിച്ചു. അങ്ങിങ്ങ് ചിതറി നിന്ന എല്ലാവരേയും അയാൾ തെളിച്ചുകൊണ്ടുവന്ന് ബസ്സിൽ കയറ്റി. ഡ്രൈവർ കാസ്ട്രോയുടെ മുഖത്ത് ഇപ്പോഴും ആ പ്രസന്നഭാവം നിലനിൽക്കുന്നുണ്ട്. ഞങ്ങളോടൊപ്പം ഇറങ്ങിവരാതെ ബസ്സിൽതന്നെ ഇരുന്ന നവദമ്പതികൾ സൊള്ളലിന്റെ ഹൃദ്യഭാവം തീർന്നുപോയപ്പോഴാവണം ചാരിയിരുന്ന് ഉറങ്ങുന്നതായാണ് കണ്ടത്,

ബസ്സ് പുറപ്പെട്ടു. ബ്ളൂമൗണ്ടൻസിലേക്കുള്ള പ്രവേശന കവാടം മാത്രമാണ് ഈ എക്കോപോയിന്റ്. ട്രെയിൻ, കേബിൾവേ, സ്കൈവേ എന്നിവയിലൂടെയെല്ലാം യാത്രയ്ക്ക് തുടക്കമിടുന്നത് എക്കോപോയിന്റിനു തൊട്ടടുത്ത ഒരു സ്റ്റോപ്പിൽ നിന്നാണ്. ഇനി പോകുന്നത് സീനിക്ക് വേൾഡ് എന്ന വനദൃശ്യങ്ങളുടെ പ്രസിദ്ധ ലോകത്തേക്കാണ്.

അടുത്ത പോയിന്റിൽ എല്ലാവരും ബസ്സിൽ നിന്നും ഇറങ്ങി. തൊട്ടരികെ കണ്ട ഭംഗിയുള്ള ഒരു കെട്ടിടത്തിലേക്കാണ് വിനോദ് ഞങ്ങളെ നയിച്ചത്. ആ കെട്ടിടത്തിനുള്ളിൽ ടിക്കറ്റ് കൗണ്ടറും റെസ്റ്റോറന്റുമെല്ലാം കണ്ടു. പ്രവേശന ടിക്കറ്റുമെടുത്ത് ഒരു ജാഥയിലെന്നപോലെ എല്ലാവരും മുന്നോട്ടു നടന്നു.

ബ്ളൂമൗണ്ടൻ നാഷണൽ പാർക്കിലേക്ക് പ്രവേശിക്കുന്നതിന് ചില നിയന്ത്രണങ്ങൾ ഏർപ്പെടുത്തിക്കണ്ടു. പ്ലാസ്റ്റിക്, സിഗരറ്റ്, ഭക്ഷണ സാധനങ്ങൾ ഒക്കെ കൊണ്ടുപോകുന്നതിന് വിലക്കുണ്ട്.

സീനിക്ക്‌വേൾഡിന്റെ ഗേറ്റ് അല്പമകലെ കാണാം. പോകുംവഴി ചില സുവനീർ ഷോപ്പുകൾ താണ്ടുകയുണ്ടായി. കുറേ പടവുകൾ താഴേക്കു നീണ്ടുപോകുന്നു. അത് ചെന്നെത്തുക ഒരു ചെറിയ റെയിൽവേ സ്റ്റേഷനിലേക്കാണ്. സാധാരണ റെയിൽവേകളെപ്പോലെയല്ല ഇവിടത്തെയീ പ്രത്യേക ട്രെയിൻ സർവ്വീസ്. രണ്ടു പാളങ്ങൾക്കിടയിലുള്ള കനത്ത ഉരുക്കു വടങ്ങളാണ് ട്രെയിൻ ബോഗികളെ കുത്തനെ മുകളിലേക്ക് വലിച്ചു കൊണ്ടുപോകുന്നത്. വളരെ വിചിത്രരൂപിയാണ് ഇവിടുത്തെ ട്രെയിനെന്നും അതു കണ്ടാൽ നാം ചിരിച്ചുപോകുമെന്നും വിനോദ് എല്ലാവരോടുമായി അറിയിച്ചപ്പോൾ, ആ കൗതുകമുണർത്തുന്ന ചിരിശകടം കാണാനെല്ലാവർക്കും തിടുക്കമായി. എല്ലാ കണ്ണുകളും അല്പമകലേക്ക് കുത്തനെ കയറി നീണ്ടുപോകുന്ന, സ്റ്റേഷന്റെ മറുഭാഗത്തെ തിരിവിലൂടെ ഒളിച്ചും പാത്തും കയറിവരുന്ന ട്രെയിനിനെയും കാത്തുനിന്നു.

അപ്പോഴതാ ആ ട്രെയിൻ വേച്ചും വിറച്ചും കടകട ശബ്ദമുയർത്തിയും വടിയും കുത്തി നടന്നു വരുന്ന ഒരു വൃദ്ധരൂപത്തെ അനുസ്മരിപ്പിച്ചു കൊണ്ട് കയറിവരുന്നു. ലോകയാത്രകൾക്കിടയിൽ ഞാനൊരിടത്തും ഇത്ര വിചിത്രരൂപിയും കൗതുകമുണർത്തുന്നതുമായ ഒരു ട്രെയിൻ കണ്ടിട്ടില്ല.

മൂന്നു ഓപ്പൺ ബോഗികൾ. മാളത്തിൽ നിന്നു കയറിവരുന്ന ഒരു ഒച്ചിനെപ്പോലെ മലയിടുക്കിലൂടെ അത് നീങ്ങിയെത്തി. ചുവന്ന ചായം

പൂശിയ നീളൻ സീറ്റുകളുള്ള ആ കുള്ളൻ ട്രെയിൻ പ്ലാറ്റ്ഫോമിനോട് വന്നുചേർന്നുനിന്നു. ക്യൂ ആയിട്ടേ അതിൽ കയറാനാവൂ. ഞങ്ങളുടെ ഗ്രൂപ്പ്, ടൂർ മാനേജർ വിനോദിനു പിന്നിലാണ്. ക്യൂവിൽ ഞങ്ങൾക്കു മുമ്പിൽ നിന്നവരൊക്കെ സാവധാനം കാലിടറാതെ ട്രെയിനിന്റെ ഉള്ളിൽ കയറിക്കൊണ്ടിരിക്കുന്നു. പ്ലാറ്റ്ഫോമുമായി ഈ രസികൻ ട്രെയിനിന്റെ കവാടഭാഗത്തിന് ഒരു പൊരുത്തവുമില്ല. ഗ്യാപ്പും നന്നേ വിടവുമുണ്ട്.

നിവർന്ന് നിൽക്കാനുള്ള സൗകര്യമൊന്നും ബോഗികൾക്കുള്ളിലില്ല. കയറിയാലുടൻ തല താഴ്ത്തി, കുനിഞ്ഞു നടന്നുനീങ്ങി ഏതെങ്കിലും സീറ്റിന്റെ ഒരുവശത്ത് ഒതുങ്ങിയിരിക്കണം. ബഞ്ചു പോലത്തെ നീളൻ സീറ്റുകളാണ്. എത്ര പേർക്കിരിക്കാമെന്ന സൂചനയൊന്നുമില്ല. ചിലതിൽ മൂന്നുപേരാണെങ്കിൽ, മറ്റു ചിലതിൽ നാലുപേർ ഞെരുങ്ങിയിരിക്കുന്നു.

ഈ വണ്ടിയുടെ ഉയരക്കുറവിനെ നമുക്കു കുറ്റം പറയാനാവില്ല. മലഞ്ചെരിവിലെ തുരങ്കത്തിലൂടെ കടന്നു പോകേണ്ടിയതിനാലാണ് ഉയരം കുറച്ച് നിർമ്മിച്ചിരിക്കുന്നത്. ആകെ അര കിലോമീറ്റർ ദൂരത്തിലേ ട്രെയിൻ സർവീസ് നടത്തുന്നുള്ളൂ. ഇതിൽ പകുതി ദൂരവും കുത്തനെയുള്ള മലയിടുക്കിലൂടെ വേണം കടന്നുപോകാൻ. സീറ്റുകളെല്ലാം നിറഞ്ഞു കഴിഞ്ഞു. ഞങ്ങളുടെ ക്യൂവിനു മുമ്പിൽ ഇനിയുമുണ്ട്, സീറ്റ് കിട്ടാത്ത നാലഞ്ച് സായ്പന്മാർ. ഇനി അടുത്ത വണ്ടിയിലേ പോകാനാവൂ. അടുത്ത വണ്ടിയെന്നു പറഞ്ഞാൽ, ഈ അതിശയ ശകടം പോയി ആളെയിറക്കി മടങ്ങിവരണം. ഞങ്ങൾ ക്യൂവിൽ നിന്നുകൊണ്ടുതന്നെ തിരിഞ്ഞും മറിഞ്ഞുമൊക്കെ നോക്കി കാഴ്ചകൾ കണ്ടുകൊണ്ട് വരിവരിയായി ആ ട്രെയിൻ മുത്തശ്ശനെയും കാത്തുനിന്നു.

ഈ ട്രെയിൻ കണ്ടപ്പോഴാണ് എന്റെ ചിന്തയും ഓർമ്മകളും കഴിഞ്ഞ ചൈന യാത്രയ്ക്കിടയിൽ, ലോകത്തെ ഏറ്റവും വേഗതയുള്ള ഒരു ട്രെയിൻ യാത്രാനുഭവം ഓർത്തുപോയത്. മാഗ്‌ലെവ് എന്ന പേരിലറിയപ്പെടുന്ന ആ മാഗ്നെറ്റിക് ട്രെയിനിന്റെ വേഗത മണിക്കൂറിൽ 430 കിലോമീറ്ററായിരുന്നു.

ചൈനയിലെ ആ അനുഭവം ഉദ്വേഗജനകവും രസകരവുമായിരുന്നു. അന്ന് ചൈനയാത്രയ്ക്കിടെ, ഞങ്ങളുടെ സംഘാംഗങ്ങൾ ലോക്കൽ ടൂർ ഗൈഡ് ചൈനീസ് പെൺകുട്ടിയുമൊത്ത് വലിയൊരു പാർക്കിലൂടെ നടക്കുകയായിരുന്നു. ഉദ്യാനക്കാഴ്ചയ്ക്കിടയിൽ പെൺകുട്ടി ഞങ്ങളോട് ചോദിച്ച ഒരു ചോദ്യം കേട്ട് എല്ലാ യാത്രക്കാരും ഒരുപോലെ ശ്രദ്ധ അവളിലേക്ക് തിരിച്ചു.

"ലോകത്ത് ഏറ്റവും വേഗതയിൽ ഓടുന്ന ഒരു ട്രെയിനിൽ സഞ്ചരിക്കാൻ ആർക്കെങ്കിലും ആഗ്രഹമുണ്ടോ...? 430 കി.മീറ്റർ സ്പീഡിൽ നിലത്ത് പാളത്തിൽതൊടാതെ, സ്വയം കാന്തിക മണ്ഡലം സൃഷ്ടിച്ച് വായുവിലൂടെ പായുന്ന ട്രെയിൻ...."

ഒരുനിമിഷം പോലും പാഴാക്കിയില്ല, എല്ലാവരും ഒരേ സ്വരത്തിൽ പറഞ്ഞു,

"തീർച്ചയായും കാണണം..."

ലോകത്ത് ഇപ്പോൾ മറ്റെങ്ങുമില്ലാത്ത, ശാസ്ത്രസാങ്കേതിക നേട്ടങ്ങളുടെ അത്യുന്നത വളർച്ചയെ പ്രതിനിധാനം ചെയ്യുന്ന ഈ ട്രെയിനിനെപ്പറ്റി എനിക്ക് കേവലം വായിച്ചറിവേയുള്ളൂ. ഇപ്പോഴിതാ അത് നേരിൽ കാണാൻ പോകുന്നു.

എവിടെ, എങ്ങനെ, എപ്പോൾ......?

എല്ലാവരും ഉത്സാഹഭാവത്തിലാണ്. എനിക്കുണ്ടായ സന്തോഷം പറഞ്ഞറിയിക്കാൻ വയ്യ.

"പോകാൻ ആഗ്രഹിക്കുന്നവരൊക്കെ കൈപൊക്കണം...."

പ്രൈമറി സ്കൂൾ കുട്ടികളോട് പ്രധാന അദ്ധ്യാപകൻ കല്പിക്കും പോലെയാണ് ഗൈഡിന്റെ അറിയിപ്പ്. സാധാരണ, ഇങ്ങനെ ആളെണ്ണിയാണ് ടൂർഗൈഡ് ചില പ്രത്യേക പരിപാടികളെപ്പറ്റി തീരുമാനമെടുക്കാറ്.

എല്ലാ കരങ്ങളും ഒരേസമയം ഉയർന്നു. താത്പര്യമില്ലാത്തവർ ആരും തന്നെയില്ല.

ക്യാമറയും വീഡിയോയും കൈയിൽ കരുതിക്കൊള്ളൂ എന്നും ഗൈഡ് അറിയിച്ചു. മാഗ്ലെവിൽ കയറാൻ ഷാങ്ഹായ് എയർപോർട്ട് സ്റ്റേഷൻ വരെ പോകേണ്ടിവരുമെന്നും അതിന് അരമണിക്കൂറിലെറെ വഴി ദൂരമുണ്ടെന്നും അറിയിച്ചു. ഞാനും ക്യാമറ കൈയിലെടുത്തു. നാട്ടിൽ പോകുമ്പോൾ അഭിമാനത്തോടെ പറയാമല്ലോ, വിമാനത്തിന്റെ വേഗതയിൽ ചലിക്കുന്ന ട്രെയിനിൽ, നിലംതൊടാതെ സഞ്ചരിച്ചുവെന്ന്. ഫോട്ടോയിലൂടെ തെളിവും കാട്ടാമല്ലോ.

ഷാങ്ഹായ് ഇന്റർനാഷണൽ എയർപോർട്ടിനടുത്തായിരുന്നു ഈ ട്രെയിൻ സ്റ്റേഷൻ. ഒരു കൊച്ചു വിമാനത്താവളത്തിന്റെ എല്ലാ ഭംഗിയും ചിട്ടവട്ടങ്ങളുമുണ്ട്.

ടിക്കറ്റ് എടുത്ത് എസ്കലേറ്റർ വഴി മുകളിൽ കയറി ട്രെയിനിനായി പ്ലാറ്റ്ഫോമിൽ കാത്തുനിന്നു. അതാ ട്രെയിൻ പാഞ്ഞടുത്തു വരുന്നു. പ്ലാറ്റ്ഫോമിൽ അത് നിലയുറപ്പിച്ചു. 'മാഗലെവ്' പുറമേ നിന്നു കാണുവാൻപോലും അതീവ മനോഹരം. പുറത്തുനിന്നുകൊണ്ട് ട്രെയിനിന്റെ ചില ഫോട്ടോകൾ പെട്ടെന്നു ഞാനെടുത്തു.

വിമാനത്തിനകം തോറ്റുപോകും, അത്ര സുഖസൗകര്യങ്ങൾ ഈ കമ്പാർട്ട്മെന്റിനുള്ളിൽ ഒരുക്കിയിട്ടുണ്ട്. ബോഗിക്കുള്ളിൽ ഒക്കെയും ഞങ്ങളെപ്പോലെയുള്ള ടൂറിസ്റ്റുകൾ. അധികപേരും പാശ്ചാത്യർ. അക്കൂട്ടത്തിൽ ജർമ്മൻകാരും ഉണ്ടാവാം. ഇതു പറയുന്നതിനു കാരണമുണ്ട്. ഈ മാഗ്നെറ്റിക് ട്രെയിൻ കണ്ടുപിടിച്ചത് ജർമ്മനിയാണ്. തങ്ങളുടെ രാജ്യം ഇതിന്റെ സാങ്കേതികത്വം വികസിപ്പിച്ചെടുത്തിട്ടും സ്വന്തം നാട്ടിൽ ഇത് ഓടുന്നതു കാണാൻ ഭാഗ്യമില്ലാത്ത ജർമ്മൻ സഞ്ചാരികളും ചൈനയിൽ നിന്ന് ഇതിൽ കയറാനും യാത്ര ചെയ്യാനും ആഗ്രഹിക്കുന്നുണ്ടാവുമല്ലോ. അമിതമായ പ്രവർത്തനച്ചെലവ് താങ്ങാൻ കഴിയാത്തതിനാലാണ്

ജർമ്മനി ഇതു സ്വന്തം രാജ്യത്ത് ഓടിക്കാൻ തയ്യാറാവാതിരുന്നത്. ധൈര്യപൂർവ്വം ചൈന ആ ദൗത്യം ഏറ്റെടുക്കുകയായിരുന്നു.

ട്രെയിൻ നീങ്ങിത്തുടങ്ങി. ചെറിയൊരു മൂളലോടെ അത് ഓടാൻ തുടങ്ങി. മൂളൽ ശബ്ദം ഉയർന്നുയർന്ന് അതൊരു കൊടുങ്കാറ്റിന്റെ രൂപത്തിലായി. വേഗത വർദ്ധിച്ചു വർദ്ധിച്ചുവന്നു. ക്ഷണവേഗതയിൽ പിന്നിലേക്കു പാഞ്ഞുകൊണ്ടിരുന്ന പുറംകാഴ്ചകളിൽ നിന്നും ഒരുനിമിഷം കണ്ണുപറിച്ച്, ട്രെയിനിന്റെ വേഗത സൂചിപ്പിക്കുന്ന ഡിസ്പ്ലേ ബോർഡിൽ ഞാൻ മിഴി നട്ടു. കൈയിൽ ക്യാമറയും തയ്യാറാക്കി വച്ചിട്ടുണ്ട്. ഡിസ്പ്ലേ ബോർഡിലെ വേഗതയുടെ അക്കങ്ങൾ മുന്നോട്ടു നീങ്ങിത്തുടങ്ങി. 50-60-100-200-300 അത് നീങ്ങി നീങ്ങി ഒടുവിൽ 430-ൽ എത്തിയപ്പോൾ ഞാൻ ക്യാമറ ക്ലിക്ക് ചെയ്തു. നിരവധി ക്യാമറകളിൽ നിന്നുള്ള ഫ്ളാഷ് വെളിച്ചം ഒരേസമയം ബോഗിക്കുള്ളിൽ മിഴി തുറന്നടച്ചു.

ഇതിനിടയ്ക്ക് പെട്ടെന്ന്, വളരെ പെട്ടെന്നാണ്, എല്ലാവരെയും ഒരുപോലെ ഞെട്ടിച്ചുകൊണ്ട് ഒരുനിമിഷം പുറത്ത് വളരെ വലിയൊരു ശബ്ദം കേട്ടത്. വല്ലാതെ പേടിപ്പിക്കുന്ന ശബ്ദം. അതിന്റെ നടുക്കത്തിൽ, ഭയം കൊണ്ട് വിളറിയ മുഖഭാവവുമായി ഞങ്ങൾ എല്ലാ യാത്രക്കാരും തരിച്ചിരിക്കുമ്പോൾ, ഒരാളുടെ മാത്രം പൊട്ടിച്ചിരി ബോഗിക്കുള്ളിൽ മുഴങ്ങിക്കേട്ടു. അതവളുടേതായിരുന്നു, ആ ഗൈഡ് പെൺകുട്ടിയുടെ.

“നിങ്ങൾക്കൊരു സർപ്രൈസ് ആവട്ടെയെന്നു കരുതി മാത്രം മുൻകൂട്ടി പറയാതിരുന്നതാണ്. ഈ വണ്ടിയുടെ ഇണ ലോങ്ങ്യാങ്ങ് സ്റ്റേഷനിൽ നിന്നും പുറപ്പെട്ട്, എതിരേ വന്നു കടന്നുപോയതാണ്. അപ്പോഴുണ്ടായ ശബ്ദമായിരുന്നു അത്. എന്താ എല്ലാവരും പേടിച്ചു പോയോ...?”

യാത്രക്കാരുടെ മുഖത്ത് പരന്ന ജാള്യത മെല്ലെ മാഞ്ഞുതുടങ്ങി.

430 കിലോമീറ്റർ വേഗതയിൽ സഞ്ചരിക്കുന്ന രണ്ടു ട്രെയിനുകൾ, കഷ്ടിച്ച് 6 അടി അകലത്തിൽ പരസ്പരം ക്രോസ് ചെയ്യുമ്പോഴുണ്ടാകുന്ന വായുവിന്റെ ഘർഷണം എത്ര വലുതായിരിക്കുമെന്ന് ഊഹിക്കാമല്ലോ?

കയറിയ സ്റ്റേഷനിൽതന്നെ മടക്ക ട്രെയിനിൽ വന്നിറങ്ങി, ഞങ്ങൾ ചൈനയിലെ ഹോട്ടലിലേക്ക് മടങ്ങുകയും ചെയ്തു.

ബ്ലൂമൗണ്ടൻസിലെ, സീനിക്ക് വേൾഡ് ട്രെയിൻ എന്ന മനോഹര പേരിൽ അറിയപ്പെടുന്ന, വൈരൂപ്യത്തിന്റെ മുഖമുദ്ര ചാർത്തിയ ആ ട്രെയിൻ യാത്രക്കാരെ ഇറക്കി തിരികെവന്ന് നിന്നു. ഇതിന്റെ ഒരറ്റത്തെ ബോഗിയുടെ ഏറ്റവും പിൻവശത്താണ് ട്രെയിൻ പൈലറ്റിന്റെ സീറ്റ്. ട്രെയിൻ തിരികെ വരുമ്പോൾ അയാളുടെ പിന്നിലേക്കാണ് വണ്ടി നീങ്ങുന്നത്. പേടിക്കേണ്ട, വഴി തടസ്സമൊന്നുമില്ലല്ലോ. ഈ കടകട വണ്ടിയുടെ ശബ്ദം, നാട്ടിലെ പഴയകാല കാളവണ്ടി ഒച്ചയെ ഓർമ്മിപ്പിച്ചു.

ഇതിനകം ഞങ്ങൾക്കു പിന്നിൽ ഇപ്പോൾ വലിയൊരു ക്യൂ രൂപം കൊണ്ടിട്ടുണ്ടായിരുന്നു. അവരെ മുഴുവൻ ഏതായാലും ഈ മൂന്നു

ബോഗികൾക്ക് ഉൾക്കൊള്ളാനാവില്ല എന്നു ചിന്തിച്ചുകൊണ്ട് ഞാനും വണ്ടിയിൽ കയറി, ചുവന്ന പെയിന്റടിച്ച ഒരു പലക സീറ്റിൽ അമർന്നിരുന്നു. പുറത്തേക്കു നോക്കിയപ്പോൾ അടുത്ത ഒരു വണ്ടിക്കുള്ള ആൾക്കാർ പിന്നെയും വരിയിൽ നിന്നുകൊണ്ട് ഈ അതിശയ ശകടത്തെ കണ്ടാസ്വദിക്കുന്നു.

ഈ ട്രെയിനിൽ സഞ്ചരിക്കുക തന്നെ ശ്രമകരമായ ഒരു പണിയാണെന്ന് മനസ്സിലാക്കാൻ അധിക സമയം വേണ്ടിവന്നില്ല. ഈ വിചിത്ര രൂപിയുടെ മുകൾഭാഗത്ത് ബലമുള്ള കമ്പിവല ഉറപ്പിച്ചിരുന്നു. മലയിടുക്കിലൂടെ കടന്നുപോകുമ്പോൾ പാറക്കഷണങ്ങൾ വീണ് അപകടം പിണയാതിരിക്കുവാനുള്ള മുൻകരുതലാണ് ഇതത്രെ.

ട്രെയിൻ പുറപ്പെട്ടു. ആദ്യം സാവധാനത്തിലാണ് നീക്കമെങ്കിലും കുത്തനെയുള്ള ഇറക്കമെത്തിയപ്പോൾ സ്ഥിതിയാകെ മാറി. മലയിലെ പ്രകൃതിദത്തമായ തുരങ്കത്തിലൂടെ നല്ല വേഗത്തിൽ ഇളകിയാടി, ബ്രേക്ക് നഷ്ടപ്പെട്ട് പാതാളത്തിലേക്ക് ഓടിയിറങ്ങുന്ന ഒരു വാഹനത്തെപ്പോലെ അത് നീങ്ങുകയാണ്. 80 മീറ്റർ നീളമുള്ളതാണീ ടണൽ. ഉള്ളിൽ ഇരുട്ടു നിറഞ്ഞു നിൽക്കുന്നു. ലൈറ്റുകളൊന്നും പിടിപ്പിച്ചിട്ടില്ല. ഒരു 60 വാട്ട് ബൾബെങ്കിലും അധികാരികൾ കത്തിച്ചിരുന്നെങ്കിൽ നന്നായേനേ എന്നു മനസ്സിൽ തോന്നി.

കുത്തനെയുള്ള ഇരുട്ടിലൂടെ കുറച്ചുദൂരം പിന്നിട്ടു. പിന്നെ മലയിടുക്കിലൂടെയായി യാത്ര. ബ്ലൂമൗണ്ടന്റെ വനഗർഭത്തിലേക്ക് ഞങ്ങൾ കുറെ സഞ്ചാരികളുമായി ട്രെയിൻ ഇറങ്ങിച്ചെല്ലുകയാണ്. മലഞ്ചെരുവിൽ യൂക്കാലിപ്സ് മരങ്ങൾ വളർന്നു നിൽക്കുന്നു. തികച്ചും വ്യത്യസ്തമായ ഒരന്തരീക്ഷത്തിലൂടെ, അപരിചിതമായ പ്രകൃതിയിലൂടെയാണ് ഈ നീക്കം. വിവിധ രാജ്യങ്ങളിൽ നിന്നെത്തിയ യാത്രക്കാരൊക്കെ ഈ സഞ്ചാരത്തിന്റെ ത്രില്ലിലാണ്.

ഈ ട്രെയിനിന് ഒരു പ്രത്യേകതയുണ്ട്. അതൊരു ലോകറെക്കോർഡ് കൂടിയാണെന്നറിയുക. ഏറ്റവും കുത്തനെയുള്ള മലഞ്ചെരിവുകളിലൂടെ സഞ്ചരിക്കുന്ന ട്രെയിനുകളിൽ ലോകത്ത് ഒന്നാംസ്ഥാനം ഇതിനാണ്. സ്വിറ്റ്സർലന്റിലെ ജൂങ്ഫ്രോ പർവതത്തിലെ മൗണ്ട് ടിറ്റ്ലി കൊടുമുടിയിലേക്കുള്ള യാത്രാവഴി താണ്ടുന്ന വിവിധ ലെവലുകളിലുള്ള രണ്ട് കോഗ്വീൽ ട്രെയിനുകൾ പോലും ഇത്ര കുത്തനെയുള്ള കയറ്റം കയറുന്നില്ല. മാത്രമല്ല, ആ രണ്ട് പാദട്രെയിനുകൾ കഴിഞ്ഞാൽ, പർവത മുകളിലേക്ക് കേബിൾ കാറുകളാണ് അവിടെ ഉപയോഗപ്പെടുത്തുന്നത്. സ്വിറ്റ്സർലന്റിലെ ജുങ്ഫ്രോ കൊടുമുടി കയറുവാൻ രൂപകല്പന ചെയ്ത ആ കേബിൾ കാറിനുമുണ്ടൊരു റെക്കോർഡ്. അതാണ് ഭൂമിയിൽ ഏറ്റവും ഉയരത്തിലൂടെ ഊളിയിട്ടു നീങ്ങുന്ന കേബിൾകാർ. സ്വിസ്സ് യാത്രയിൽ അനന്ത ഉയരത്തിലൂടെ ചലിക്കുന്ന ആ കേബിൾ കാറിലൂടെ സഹയാത്രികയുമൊത്ത് സഞ്ചരിച്ച അനുഭവം ജീവിതത്തിൽ ഒരിക്കലും

മറക്കാനാകില്ല. ഈ കടകട ട്രെയിനിലൂടെ സഞ്ചരിക്കുമ്പോൾ, ഞാനാ പഴയ കേബിൾകാർ യാത്രയെപ്പറ്റി വെറുതെ ഓർത്തുപോകുന്നു. ഇതാണെങ്കിൽ സഹധർമ്മിണി ഒപ്പമില്ലാത്ത യാത്രയും.

ഓടിത്തളർന്ന ട്രെയിൻ താഴെയുള്ള സ്റ്റേഷനിൽ എത്തിനിന്നു. ട്രെയിൻ നിന്നപ്പോഴുള്ള കടകട ശബ്ദത്തിൽ നിന്നുള്ള മോചനം, നിശ്ശബ്ദതയുടെ ഒരു താഴ്‌വരയിലെത്തി നിന്ന പ്രതീതിയാണ് സൃഷ്ടിച്ചത്.

ഇടുങ്ങിയ, കുത്തനെയുള്ള ഭൂപ്രകൃതിയിൽ വളരെ സാങ്കേതികത്തികവോടെ നിർമ്മിച്ച സ്റ്റേഷൻ. ചില കസേരകൾ വീതി കുറഞ്ഞ പരുക്കൻ പ്ലാറ്റ്ഫോമിൽ ഒതുക്കി നിരത്തി ഉറപ്പിച്ചിട്ടുണ്ട്. അവിടെ ഫിറ്റ് ചെയ്തിരുന്നത് കേവലം ഏഴു കസേരകൾ മാത്രം. അത്രയേ സ്ഥലമുള്ളൂ. പക്ഷേ ആ ഏഴ് ഇരിപ്പിടങ്ങളുടെയും സീറ്റുകൾക്കു നൽകിയിട്ടുള്ള വ്യത്യസ്തമായ ഏഴു നിറങ്ങളാണ് എന്നെ ആകർഷിച്ചത്. ആ മഴവിൽ നിറമേളം അവിടെ ഉറപ്പിച്ചിരുന്ന ഇരിപ്പിടങ്ങൾക്ക് വല്ലാത്തൊരു ചാരുത നൽകുന്നുണ്ട്.

വനത്തിനു നടുവിലൊരു സ്റ്റേഷൻ. യാത്രക്കാരെല്ലാം പുറത്തിറങ്ങി. ടൂർ മാനേജർക്കു പിന്നാലെ ഞങ്ങളും. ഈ ആസ്ട്രേലിയൻ യാത്രയിലെ ഒരു പുത്തൻ അനുഭവത്തിലേക്ക് കാൽവയ്ക്കുകയാണ്.

നല്ല തണുപ്പ്. കണ്ണെത്താദൂരം പരന്നു കിടക്കുകയാണ് ഹരിതാഭമായ വനപ്രദേശം. മരങ്ങൾ തിങ്ങിവളർന്നു നിൽപ്പാണ്. ഓരോ രണ്ടു മരങ്ങൾക്കിടയിലും വേണ്ടത്ര ഗ്യാപ്പില്ലാതെ നിബിഡവനം തഴച്ചു നിൽക്കുന്നു. അല്പമകലെ മലഞ്ചെരിവിൽ വിളർത്ത വെയിൽ പരന്നു നിൽക്കുന്നു. ഒരു യാത്രാസംഘത്തിൽ ഉൾപ്പെട്ടു വന്നവനാണെങ്കിലും ഇവിടെയിപ്പോൾ ഞാനൊരു ഒറ്റയാനാണല്ലോ എന്ന ചിന്ത എന്നെ വ്യാകുലനാക്കി. ശ്രീമതി കൂടി ഒപ്പമുണ്ടായിരുന്നെങ്കിൽ, ഒരുമിച്ച് ഈ കാഴ്ചകളൊക്കെ നടന്നു കാണാമായിരുന്നു.

മിക്കവാറും എല്ലാവരും ദമ്പതികളാണ്. ഒറ്റപ്പെട്ടവന്റെ മനസ്സുമായി, വശത്തുറപ്പിച്ച സ്റ്റീൽ പൈപ്പിൽ കൈപിടിച്ച് ഞാനും അവരോടൊപ്പം കാഴ്ചകളിലേക്കു നടന്നു. ഹാൻഡ് റെയിലിൽ പിടിച്ചപ്പോഴുള്ള ലോഹത്തണുപ്പു പോലും ആസ്വദിക്കാനാണ് എനിക്കപ്പോൾ തോന്നിയത്.

പ്ലാറ്റ്ഫോമിൽ നിറയെ ജനമാണ്. കയറിവന്ന ആ ട്രെയിനിന് മൂന്നിനു പകരം നാലു ബോഗികളായിരുന്നെങ്കിൽ, ഇറങ്ങിവരുന്ന യാത്രക്കാർക്കൊക്കെ പ്ലാറ്റ്ഫോമിൽ നിൽക്കാൻ സ്ഥലമുണ്ടാകുമായിരുന്നില്ല എന്നു തോന്നുന്നു. യാത്രക്കാർക്കനുസരിച്ചു രൂപകല്പന ചെയ്ത സ്റ്റേഷനും പ്ലാറ്റ്ഫോമും.

സീനിക്ക് റെയിൽവേയും കേബിൾ കാറും

സീനിക്ക് വേൾഡ് സ്റ്റേഷനിലാണ് ഞാനിപ്പോൾ. വലിയൊരു യാത്രാ സംഘത്തെ നയിച്ചുകൊണ്ടുവന്ന ഒരു ടൂർഗൈഡ് ഇവിടത്തെ പ്രധാന കാഴ്ചകളെന്തൊക്കെയെന്ന് തന്റെ സംഘാംഗങ്ങൾക്കു വിവരിച്ചു കൊടുക്കുന്നതു കണ്ടു. അല്പനേരം അതും കേട്ട് അവർക്കരികിൽ നിന്നു.

സ്റ്റേഷന്റെ വശത്തുറപ്പിച്ചിട്ടുള്ള പ്ലാറ്റ്ഫോമിലൂടെ വേണം ബ്ലൂ മൗണ്ടന്റെ ആവേശകരമായ അടുത്ത കാഴ്ചകളിലേക്ക് പോകാൻ. നടന്നു നീങ്ങിയപ്പോൾ താത്കാലിക നടപ്പാലം പോലെ നിർമ്മിച്ച ഒരു ഭാഗം കണ്ടു. ആ ചെറിയ പാലത്തിലൂടെ ഓരോ കാലടി വച്ചു നീങ്ങുമ്പോഴും അത് ചെറുതായി കുലുങ്ങുന്നതുപോലെ തോന്നി. എന്നാൽ വളരെ ബലവത്തായി, വശങ്ങളിൽ ഉരുക്കു ഗർഡറുകൾ ഉയർത്തി നിർമ്മിച്ചതാണാ പ്ലാറ്റ്ഫോം. നോക്കിയാൽ പേടി തോന്നിപ്പിക്കും തരത്തിലുള്ള അഗാധമായ കൊക്കയാണ് താഴെ.

സീനിക്ക് റെയിൽവേയുടെ വിചിത്രാകാരമുള്ള ആ ട്രെയിൻ ഞങ്ങളെ ഇറക്കിയിട്ട് തിരികെ പോകുന്ന കാഴ്ചയും ഒരു നിമിഷം കണ്ടു നിന്നു. ഫുൾസ്യൂട്ട് ധരിച്ച ഒരു മദ്ധ്യവയസ്കനാണ് കൗതുകരൂപിയായ ആ ട്രെയിനിന്റെ സാരഥി. ഞാൻ ശ്രദ്ധിച്ചു, അയാളൊരു ലിവർ പിടിച്ചു വലിക്കയും ഉയർത്തുകയുമൊക്കെ ചെയ്തപ്പോൾ, പാളത്തിലേക്ക് വലിയുന്ന ഒരു ഒച്ചിനെപോലെ ട്രെയിൻ പിന്നോട്ടു പോകാൻ തുടങ്ങി. യാത്രക്കാരായി നാലഞ്ചുപേർ മാത്രം. ബാക്കി ആൾക്കാരൊക്കെ ഇതു പുറപ്പെട്ട സ്ഥലത്തു നിന്ന് കാഴ്ചകൾ കാണുകയാവാം. ചുരുക്കം യാത്രക്കാരുമായി കടകട ശബ്ദം പുറപ്പെടുവിച്ചുകൊണ്ട് ട്രെയിൻ കാടിന്റെ വിള്ളലിലൂടെ കടന്നുപോയി.

ഞാൻ മറ്റു യാത്രക്കാരോടൊപ്പം വനത്തിലെ മരപ്പടികൾ കയറിത്തുടങ്ങി. വീണ്ടും ഒരു മേൽപ്പാലം കടന്നുവേണം മറ്റു കാഴ്ചകളിലേക്ക് കടക്കാൻ.

'കാട്ടുമ്പ' എന്ന ഈ വനപ്രദേശത്ത് പണ്ട് വലിയ കൽക്കരി ഖനികൾ ഉണ്ടായിരുന്നു. പോകുംവഴി ഒരിടത്ത് ചെറിയൊരു വെള്ളച്ചാട്ടവും

കണ്ടു. കുടിക്കാൻ പറ്റിയ വെള്ളം (Drinkable water) എന്നൊരു ചെറിയ ബോർഡ് ജലപാതത്തിനരികിൽ ഉറപ്പിച്ചിരുന്നു. പണ്ട് ഖനിത്തൊഴിലാളികൾക്കു കുടിവെള്ളം ശേഖരിച്ചിരുന്നത് ഇവിടെനിന്നാണ്. ഇന്നും ഈ വെള്ളം ശുദ്ധം തന്നെ.

ഇടയ്ക്ക് ഖനിത്തുരങ്കത്തിലേക്ക് നീളുന്ന ഒരു വെന്റിലേഷൻ ഫർണസും കാണാനിടവന്നു. 1890-ൽ നിർമ്മിച്ച ഫർണസ്. സഞ്ചാരികളെ ആകർഷിക്കാനായി look inside here എന്നൊരു ബോർഡ് ആ വെന്റിലേഷൻ വാതിലിനു മുകളിൽ ഉറപ്പിച്ചിരുന്നു. അതിനുള്ളിൽ കയറണമെങ്കിൽ വല്ലാതെ കുനിയുകയും ശരീരം ഒരു അഭ്യാസിയെപ്പോലെ വളയ്ക്കുകയും വേണമെന്ന്, അതിൽ നിന്നിറങ്ങിവന്ന, നർമ്മബോധമുള്ള ഒരു ചെറുപ്പക്കാരൻ സായ്പ്പ് എല്ലാവരും കേൾക്കെ പറഞ്ഞപ്പോൾ, ഞങ്ങളുടെ സംഘാംഗങ്ങളിൽ അധികംപേരും മെല്ലെ പിൻവലിഞ്ഞു. എനിക്ക് അതിനകമൊന്നു കയറിക്കാണാൻ മോഹമുണ്ടായിരുന്നെങ്കിലും കൂട്ടംവിട്ടു നീങ്ങുന്നതു പ്രായോഗികമല്ലെന്ന ടൂർ മാനേജരുടെ ഉപദേശം സ്വീകരിക്കുകയായിരുന്നു. ഒപ്പം, എന്നെ നിരാശപ്പെടുത്താതിരിക്കാനാവാം, "അതിനകത്തു കാര്യമായി ഒന്നുമില്ല സർ..." എന്നൊരു ആശ്വാസവചനവും അയാളിൽ നിന്നുണ്ടായി.

ടൂർ മാനേജർക്കു പിന്നാലെ വീണ്ടും മുന്നോട്ടു നടന്നു. വഴിയരികിൽ കൽക്കരി നിറച്ചു കിടക്കുന്ന പഴയ ചെറിയ ചില ഓപ്പൺ ട്രോളികൾ, പണ്ടത്തെ നിലയിൽതന്നെ സൂക്ഷിച്ചു വച്ചിരിക്കുന്നതു കണ്ടു. ട്രോളിയുടെ പിൻവശത്ത്, കൽക്കരി നിലത്ത് കുടഞ്ഞിടാനുള്ള ലിവർ ഘടിപ്പിച്ച പലക വാതിലും ഉണ്ട്. ചില ഉരുക്കു ചങ്ങലകളും ട്രോളിക്കു പിന്നിൽ അലസമായി തൂങ്ങിക്കിടക്കുന്നു. ഖനി സജീവമായ നാളുകളിലെ പാളങ്ങളിൽ തന്നെയാണ് ഇപ്പോഴുമവ വിശ്രമിക്കുന്നത്.

നിലത്ത് മരപ്പലകകൾ വൃത്തിയായി പാകിയ വഴിയിലൂടെ നടത്തം തുടർന്നു.

കുതിരകളായിരുന്നു ആദ്യകാല കൽക്കരി ട്രോളികൾ റെയിലിലൂടെ വലിച്ചു നീക്കിയിരുന്നത്. അത്തരമൊരു കുതിരയുടെ ശില്പവും അവിടെ കണ്ടു. ചില കുസൃതികൾ ആ കൽക്കുതിരപ്പുറത്ത് കയറിയിറങ്ങി കളിക്കുന്നുണ്ട്. പഴയ ഖനിത്തൊഴിലാളിയുടെ ഒരു പ്രതിമയും ഇവിടെയുണ്ട്.

കാട്ടുമ്പയിലെ പഴയ വലിയൊരു കൽക്കരി ഖനിയുടെ കവാടത്തിനടുത്ത് ഞങ്ങളെത്തി. 'ഫാദർ ഓഫ് കാട്ടുമ്പ' എന്നറിയപ്പെട്ട ജോൺ ബ്രിട്ടിയെന്ന ഇംഗ്ലീഷ്കാരൻ 1878-ൽ ഈ പ്രദേശത്തെ ആദ്യഖനി ആരംഭിച്ചു. കാട്ടുമ്പ അതുവരെ കൈയടക്കി വച്ചിരുന്ന മറ്റൊരു ഇംഗ്ലീഷ്കാരനിൽ നിന്നും 640 ഏക്കർ വനം വിലയ്ക്കു വാങ്ങിയാണ് ജോൺ ബ്രിട്ടി ഇവിടെ ഖനനം ആരംഭിച്ചത്. ഖനികളിൽ ഉപയോഗിച്ചിരുന്ന ആയുധങ്ങൾ ഒരിടത്ത് പ്രദർശിപ്പിച്ചിരിക്കുന്നു. അത് പിന്നിട്ട് വീണ്ടും നടന്നു.

മേൽപ്പാലവും നടക്കുന്ന നിലവും മുഴുവൻ കനമുള്ള മരപ്പലകകൾ പാകിയിരിക്കുന്നു. സന്ദർശകർ വശങ്ങളിലൂടെ ഉൾവനത്തിലേക്കു പ്രവേശിക്കാതിരിക്കാൻ, സൈഡിൽ കമ്പിവല പാകിയ വേലിക്കെട്ടുമുണ്ട്. ഇടയ്ക്കിടെ സ്റ്റെപ്പുകളും വളവുകളും തിരിവുകളുമൊക്കെയുള്ള ഈ മേൽപ്പാല വഴിയിൽ, എതിർവശത്തുകൂടി കടന്നുവന്ന ഒരു കുടുംബനാഥ തന്റെ കുട്ടിയെ ഒരു പ്രാമിലിരുത്തി ഉന്തിത്തള്ളി വരുന്നുണ്ട്. എത്ര ദുർഘടം പിടിച്ച വഴികളിലൂടെ സഞ്ചരിക്കേണ്ടി വന്നാലും കുടുംബസമേതം തന്നെ പാശ്ചാത്യർ ലോകം കാണാനുള്ള അവസരം പരമാവധി വിനിയോഗിക്കുന്നു. നാം, ഇന്ത്യക്കാർ കണ്ടുപഠിക്കേണ്ട ഒന്നാണിതും.

താഴ്‌വാരങ്ങളിലേക്ക് അങ്ങിങ്ങ് സുന്ദരമായ മരഗോവണികൾ നിർമ്മിച്ചു വച്ചിട്ടുണ്ട്. സന്ദർശകർക്കായി വിപുലമായ സൗകര്യങ്ങൾ ഒരുക്കുമ്പോൾതന്നെ, വനസംരക്ഷണത്തിന് ആസ്ട്രേലിയക്കാർ ചെലുത്തുന്ന സൂക്ഷ്മതയും ശ്രദ്ധയും അനുകരണീയം തന്നെ. ഒരു ചെടിയിൽ നിന്നും നേർത്ത ഒരു ഇല നുള്ളാൻ പോലും സന്ദർശകർക്ക് അനുമതിയില്ല. ആരും അതു ചെയ്യുകയുമില്ല. അപൂർവ ജനുസ്സിൽപെട്ട നിരവധി പന്നൽ ചെടികളും ഈ വനത്തിലുണ്ട്.

സീനിക്ക് റെയിൽവേയുടെ ബോഗിയെ വലിച്ചുയർത്താനുള്ള ഭാരം ക്രമീകരിക്കുന്ന കൂറ്റനൊരു മെറ്റൽഡ്രം അവിടെ കണ്ടു. ആ ലോഹഭാഗത്തിന് അസാധാരണമായ വലിപ്പമുണ്ട്.

കാടിന്റെ മറ്റൊരു തലയ്ക്കലെത്തി, അവിടെ നിന്നും കേബിൾ കാറിൽ കയറി മലമുകളിലേക്ക് മടങ്ങുവാനാണ് ഉദ്ദേശിക്കുന്നതെന്ന് ടൂർ മാനേജർ അറിയിച്ചു.

പോകുംവഴി ഒരിടത്ത് പ്രത്യേക തരത്തിലുള്ള ഒരു ലോഹ അരിപ്പ കിടക്കുന്നു. എട്ടുപത്തടി നീളമുള്ള ആ അരിപ്പയ്ക്ക് ഇന്നും തുരുമ്പു പിടിച്ചിട്ടില്ല. പണ്ട് ചെറുതും വലുതുമായ കൽക്കരിത്തുണ്ടുകൾ വേർതിരിക്കാൻ ഉപയോഗിച്ചിരുന്നതാണ് ഇത്.

നടന്നു നടന്ന് ഞങ്ങൾ ആ കേബിൾ കാർ സ്റ്റേഷനടുത്തെത്തി. സ്ഥലപരിമിതി മൂലം സംഘാംഗങ്ങൾ ഒതുങ്ങിച്ചേർന്നു നിന്നു. ദൂരെ നിന്ന് ഒരു കേബിൾ കാർ നീങ്ങിവരുന്നത് കാണാം. സ്റ്റേഷനിൽ, ഞങ്ങളെ കൂടാതെ മറ്റു ചിലരും കാത്തുനിൽപ്പുണ്ട്. വനത്തിനു നടുവിൽ, ഒരു മലയിടുക്കിൽ ഉരുക്കും മരവുമെല്ലാം കൊണ്ട് ഉയർത്തി നിർമ്മിച്ച സ്റ്റേഷൻ.

കാർ വന്നു നിന്നതോടെ സന്ദർശകർക്ക് അതിൽ കയറിപ്പറ്റാനുള്ള തിടുക്കമായി. പെട്ടെന്നു തന്നെ എല്ലാവരും സ്വയം ക്യൂ ഒരുക്കി ക്ഷമയോടെ നിന്നു. ഇവിടെ സഞ്ചാരികളെ നിയന്ത്രിക്കാൻ ആരുമില്ല. ഇത്തരം സന്ദർഭങ്ങളിലാണ് നാം നമ്മുടെ അച്ചടക്കഭാവത്തിന്റെ മാതൃക പുറത്തെടുത്ത്, സ്വയം നിയന്ത്രണം പാലിക്കേണ്ടത്. തൽക്കാലം നമ്മുടെ നാട്ടിലില്ലാത്ത ഈ സ്വഭാവം, മിക്ക പുറം രാജ്യങ്ങളിലും ഞാൻ കണ്ടിട്ടുണ്ട്.

നമ്മളും വിദേശത്തെത്തിയാൽ ഇതു പഠിക്കുകയും പാലിക്കയും ചെയ്തു പോകും.

കേബിൾ കാർ വന്നു നിശ്ചലമായി നിന്നു. കാത്തു നിന്നവരൊക്കെ കാറിൽ കയറിക്കഴിഞ്ഞു. ദൂരെ നിന്നു കണ്ടതു പോലെയല്ല, ഒരു സാധാരണ ബസ്സ് ഉൾക്കൊള്ളുന്നതിലും കൂടുതൽ ആൾക്കാർക്ക് ഈ കേബിൾ കാറിലൂടെ സഞ്ചരിക്കാം.

ആകാശക്കാറിന്റെ കണ്ണാടി വാതിലുകൾ അടഞ്ഞു. സ്റ്റേഷനെ ഒറ്റപ്പെടുത്തിക്കൊണ്ട് കാർ നീങ്ങാൻ തുടങ്ങി. വനത്തിനു മുകളിലൂടെ മലമുകളിലേക്ക് അതു കയറുകയാണ്. താഴെ കടന്നു പോകുന്ന കാടിന്റെ കാഴ്ചകളെക്കുറിച്ച്, റെക്കോർഡ് ചെയ്തുവച്ച അനൗൺസ്മെന്റ് കേബിൾ കാറിൽ മുഴങ്ങുന്നുണ്ട്. ഇതിലും വശ്യസുന്ദരമായ എത്രയോ വനപ്രദേശങ്ങൾ കേരളത്തിലുണ്ട്. ചെറിയൊരു മുൻകാഴ്ചയുണ്ടെങ്കിൽ, നമ്മുടെ നാട്ടിലും കോടികളുടെ വരുമാനമുണ്ടാക്കാവുന്ന ഇത്തരം സംവിധാനങ്ങൾ ഏർപ്പെടുത്താം. കൃത്യമായി സംരക്ഷിക്കാൻ കഴിഞ്ഞാൽ പ്രകൃതിയിലേക്കു കടന്നു കയറാൻ ഒരു സഞ്ചാരിയും ഒരിക്കലും ഒരുമ്പെടുകയില്ല. ഇവിടെ ലോകപൈതൃക പട്ടികയിലുള്ള ഒരു വനത്തിലാണ് ഓരോ ദിവസവും പതിനായിരക്കണക്കിന് സന്ദർശകർ എത്തുന്നത്. സന്ദർശകർ വനത്തെ സ്പർശിക്കാതെ തന്നെ കാട്ടിനുള്ളിലൂടെ സഞ്ചരിക്കുന്നു. നിയന്ത്രണത്തിന്റെ ചൂരൽ വടിയുമായി ആരും സഞ്ചാരിയുടെ പിന്നാലെ നടക്കുന്നില്ല. എന്നാൽ, അദൃശ്യമായ ഒരു നിയന്ത്രണരേഖ എവിടെയും ഉണ്ടുതാനും.

കേബിൾകാർ മലമുകളിലെ സ്റ്റേഷനിൽ എത്തിയിരിക്കുന്നു. എല്ലാവരും ക്ഷമയോടെ പുറത്തിറങ്ങി. പുറത്തെ യന്ത്രത്തിൽ ഇലക്ട്രോണിക് ടിക്കറ്റിട്ട്, ഗേറ്റ് മറികടന്ന് ഞങ്ങളോരോരുത്തരായി പുറത്തിറങ്ങി.

കേബിൾവേയുടെ സ്റ്റേഷനു പുറത്ത്, വിശാലമായ ഒരു പ്ലാറ്റ്ഫോമാണ്. അവിടെ ചില റെസ്റ്റോറന്റുകളുണ്ട്. കേബിൾ കാറിനെ വലിച്ചു നീക്കുന്ന കൂറ്റൻ യന്ത്ര സംവിധാനങ്ങളൊക്കെ ഇവിടെ നിന്നാൽ അടുത്തു കാണാം.

മറ്റൊരു ഭാഗത്തേക്കു ഞങ്ങൾ നടന്നു. അവിടം ഒരു വ്യൂപോയിന്റ് ആണ്. Marys look out എന്ന് വലിയ അക്ഷരങ്ങളിൽ ഒരു ബോർഡ് ആ മെറ്റൽ ഫെൻസിങ്ങിനരികിൽ ഉറപ്പിച്ചിട്ടുണ്ട്.

അവിടെ നിന്നും വിശാലമായ താഴ്ന്ന പ്രദേശങ്ങളിലേക്കും അല്പം വിദൂരതയിലേക്കും കണ്ണു നട്ടു. താഴെ ബ്ലൂമൗണ്ടൻസിന്റെ വിശാല വനഭംഗി. മലയുടെ ഉദരത്തിൽ എഴുന്നു നിൽക്കുന്ന കേബിൾ തൂണുകൾ. അവയോരോന്നും നാട്ടിലെ മൊബൈൽ ടവറുകളുടെ അല്പം ചെറിയ പതിപ്പ്. പലതരം വൃക്ഷങ്ങൾ. ചില വൃക്ഷങ്ങളുടെ തണ്ടും തടിയുമൊക്കെ വെള്ളച്ചായം പൂശിയതുപോലെ പാൽനിറത്തിൽ കാണപ്പെട്ടു.

അവയ്ക്കുള്ളത് നരച്ച മട്ടിലുള്ള ഇലകളും. കൺമുമ്പിലൂടെ കേബിൾ കാറിന്റെ കനത്ത ഉരുക്കുവടം നീണ്ടുകിടക്കുന്നു.

അല്പം ദൂരെ മറ്റൊരു കേബിൾ റോപ്പിലൂടെ പ്രത്യേക ആകൃതിയിലുള്ള ഒരു കാർ നീങ്ങിപ്പോയി. കാട്ടുമ്പ വനമേഖലയിലെ സ്കൈവേയുടെ ക്യാബിനാണ് അത്. വനശിരസ്സിനു മേലെ ഉയർത്തിക്കെട്ടിയ ഉരുക്കു വടങ്ങളിൽ അതങ്ങനെ ഒഴുകി നീങ്ങുകയാണ്. ഇവിടെ മറ്റൊരു ഭാഗത്ത് മലകയറി ഒരു കേബിൾ കാർ വരുന്നുണ്ട്. ഞാൻ നേരത്തേ വന്നിറങ്ങിയ കേബിൾ കാറാണിത്. ഉരുക്കു തൂണിലൂടെ കയറിയിറങ്ങുമ്പോൾ, കൂറ്റൻ കാറിന് ഒരു ചാഞ്ചാട്ടമുണ്ട്. അത് സൃഷ്ടിച്ച ഉൾക്കിടിലം തെല്ല് മുമ്പ് ഞാനും സഹയാത്രികരും അല്പം അനുഭവിച്ചതുമാണ്. കാർ കുലുങ്ങുമ്പോൾ പെട്ടെന്നു ഭയന്നുപോകും; വണ്ടിയും കേബിളുമൊക്കെ പൊട്ടി താഴെ പാതാളത്തിലേക്കു പതിക്കാൻ പോവുകയാണോ എന്ന് ഒരു നിമിഷം ഭയപ്പാടോടെ ചിന്തിച്ച് തരിച്ചിരുന്നു പോകും.

മലയിടുക്കിലെ കാടിന്റെ പിളർപ്പിലൂടെ അതാ ആധുനികതയുടെ ആ യന്ത്ര ഊഞ്ഞാൽ നീങ്ങിവരുന്നു. അവിടെ നിന്നു വശത്തേക്ക് നോക്കിയപ്പോൾ കാണുന്ന വലിയ ചക്രങ്ങളും കൂറ്റൻ പുള്ളികളുമൊക്കെയാണ് കേബിൾ കാറിനെ വലിച്ചു നീക്കുന്നത്. കറങ്ങുകയും തിരിയുകയുമൊക്കെ ചെയ്യുന്ന യന്ത്രചക്രങ്ങളുടെ പ്രവർത്തനം കണ്ടു നിൽക്കുന്നതുപോലും രസകരമാണ്.

കേബിൾവേ നിർമ്മാണത്തിൽ ലോകപ്രശസ്തരായ സ്വിസ്സ് കമ്പനികൾ തന്നെയാണ് കാട്ടുമ്പയിലെ ഈ റോപ്പ്വേയും കൈവരിയുമെല്ലാം പണിതിരിക്കുന്നത്. ലോകത്തെവിടെയും പ്രവർത്തിക്കുന്ന ഉയർന്ന നിലവാരത്തിലുള്ള കേബിൾകാർ, എസ്കലേറ്റർ, മലമുകൾ തീവണ്ടികൾ, ആധുനിക തീവണ്ടികളുടെ സൗകര്യമാർന്ന ബോഗികൾ, ഒക്കെ നിർമ്മിച്ച് നൽകുന്നത് സ്വിറ്റ്സർലന്റാണ്. ലോകപ്രശസ്തമായ വാച്ചുകൾക്കൊപ്പം ഹെവി മെഷീനെറികളും സ്വിറ്റ്സർലന്റിന്റെ സംഭാവനയാണ്.

കേബിൾവേ സ്റ്റേഷനിൽ നിന്നും വീതികുറഞ്ഞ ഇടനാഴി താണ്ടി ഞങ്ങൾ പുറത്തിറങ്ങി. കാട്ടുമ്പയുടെ കാനനവഴികളിലേക്കും ഗ്രാമങ്ങളിലേക്കുമൊക്കെ സഞ്ചാരികളെ കൊണ്ടുപോകുന്ന ഡബിൾഡെക്കർ ബസ്സുകൾ പുറത്തു കണ്ടു. ബസ്സിനു ചുവപ്പു നിറമാണ്. ലണ്ടൻ നഗരത്തിലും ടൂറിസ്റ്റുകളെ കൊണ്ടു പോകുന്നതിനായി ഇത്തരം ചുവന്ന ഡബിൾ ഡെക്കർ ബസ്സുകളാണുള്ളത്. ലണ്ടനിലെത്തുന്ന ഏതൊരു വിദേശിയും ഈ ഇരുനില ബസ്സിൽ കയറാതെ മടങ്ങാറില്ല. ഒരു പൊതു ടിക്കറ്റെടുത്താൽ ലണ്ടനിലെ ഈ ബസ്സുകളിലും മെട്രോ റെയിലിലും ഒരുപോലെ, എവിടേക്കു വേണമെങ്കിലും എത്ര പ്രാവശ്യവും ഒരു ദിവസം സഞ്ചരിക്കാം. എന്റെ ലണ്ടൻ വാസത്തിനിടെ രണ്ടുനാൾ ഞാനും കുടുംബവും ഈ പൊതുടിക്കറ്റെടുത്ത് നഗരത്തിലൂടെ യഥേഷ്ടം ചുറ്റിസഞ്ചരിച്ചിട്ടുണ്ട്. ഞാൻ ചെയ്തത്, ഏറ്റവും ദൂരം കൂടുതലുള്ള ഒരു റൂട്ടിലെ ബസ്സിനു

മുകൾനിലയിലെ മുൻവരി സീറ്റുകളിലൊന്നിൽ കുടുംബസമേതം യാത്ര ചെയ്ത്, ആ അവസാന പോയന്റിൽ നിന്നും ഇറങ്ങാതെതന്നെ, അതേ ബസ്സിൽ പുറപ്പെട്ട സ്റ്റോപ്പിലേക്കു മടങ്ങുകയായിരുന്നു. ആ രണ്ടു മൂന്നു മണിക്കൂർ, വെറും പാസഞ്ചർ ബസ്സ് ടിക്കറ്റ് ചെലവിൽ ഒരു ലോഭവും കൂടാതെ നഗരക്കാഴ്ചകൾ ഞങ്ങളന്ന് ആസ്വദിച്ചു. മുൻവരിയിലായിരുന്നു ഇരുന്നതെന്നതിനാൽ, പുറംകാഴ്ചകൾ വ്യക്തമായി കാണാൻ കഴിയുന്നതിനു പുറമെ, ക്യാമറയും വീഡിയോയും മറയൊന്നും കൂടാതെ പ്രവർത്തിപ്പിക്കാനും കഴിഞ്ഞു. സ്റ്റിൽ ക്യാമറ ശ്രീമതിയും വീഡിയോ ഞാനും പ്രവർത്തിപ്പിച്ചു. ഇവിടെ ഞങ്ങളിപ്പോൾ കാണുന്ന ഇരുനില ബസ്സുകളുടെ വശങ്ങളിൽ Blue Mountain Express Bus എന്ന് എഴുതി വച്ചിട്ടുണ്ട്. ഇതു പൊതുബസ്സല്ല, ടൂറിസ്റ്റുകൾക്കു മാത്രമുള്ള വാഹനമാണെന്നർത്ഥം.

ഞങ്ങളുടെ ബസ്സ് ഇനിയും എത്തിയിട്ടില്ല. ബസ്സ്ബേയിൽ ഞങ്ങൾ സംഘമായി കാത്തു നിന്നു. ബസ്സ് സമയത്തെത്തിയിട്ടില്ലെങ്കിലും ഞങ്ങൾ ഗ്രൂപ്പംഗങ്ങൾക്കൊന്നും ഒരു തിടുക്കമോ ആശങ്കയോ ഒന്നും തോന്നിയില്ല. അപ്പോൾ ടെൻഷൻ അനുഭവിക്കുന്നതു മുഴുവൻ അയാളായിരുന്നു, ടൂർ മാനേജർ വിനോദ്. “സാരമില്ല വിനോദ്... ബസ്സ് വരട്ടെ. അതുവരെ ഞങ്ങളിവിടെ നിന്നുകൊണ്ടു തന്നെ കാഴ്ചകൾ കണ്ടുകൊള്ളാം...” എന്നു പറഞ്ഞ് വിനോദിനെ ഞാനാശ്വസിപ്പിച്ചപ്പോൾ അയാൾ സന്തോഷപൂർവ്വം ഒരു ദീർഘനിശ്വാസം വിട്ടു.

കൃത്യസമയം പാലിക്കുന്ന വിഷയത്തിൽ, പാശ്ചാത്യരെ നാം കണ്ടു പഠിക്കേണ്ടതുണ്ട്. ഇവിടെയിപ്പോൾ എന്തു സംഭവിച്ചുവെന്നറിയില്ല, സമയത്തു ബസ്സ് വന്നിട്ടില്ല. നാട്ടിലെ പോലെ വഴിതടസ്സമോ, ട്രാഫിക് ജാമോ, പ്രതിഷേധ റാലികളോ ഒന്നും ഇവിടങ്ങളിൽ പതിവില്ലല്ലോ.

ഇതിനിടയ്ക്ക് ബസ്സ്, അല്പമൊരു കുറ്റബോധത്തോടെയെന്നപോലെ വേഗത കുറച്ചുവന്ന് പാർക്കു ചെയ്തു. വഴിയിൽ എന്തോ പ്രശ്നമുണ്ടായി എന്നും എല്ലാവരും സദയം ക്ഷമിക്കണമെന്നും ഡ്രൈവർ സംഘാംഗങ്ങളോടു ഖേദസ്വരത്തിൽ പറഞ്ഞപ്പോൾ, അർത്ഥപൂർണ്ണമായി ഗൗരവത്തോടെ ഒന്നു മൂളിയതല്ലാതെ, ടൂർ മാനേജരും അയാളെ വഴക്കു പറയാൻ മുതിർന്നില്ല.

സിഡ്നി ഹാർബർ ബ്രിഡ്ജ്

സിഡ്നിയിലെ ഒരു ദിവസം കൂടി കൊഴിഞ്ഞുപോയി. ഇന്നത്തെ ദിവസം നഗരത്തോടു ചേർന്നു കിടക്കുന്ന ചില പ്രദേശങ്ങൾ കാണിക്കുകയാണ് പരിപാടിയെന്ന് ടൂർ മാനേജർ കഴിഞ്ഞ രാത്രിയിൽ തന്നെ അറിയിച്ചിരുന്നു.

രാവിലെ എട്ടുമണിക്കു ഹോട്ടലിനു മുമ്പിൽ ബസ്സ് വന്നെത്തി. ഇന്നലത്തെ ബസ്സല്ല മറ്റൊരെണ്ണം. പുതിയൊരു ഡ്രൈവറും. കറുത്ത കണ്ണട ധരിച്ച ഒരു ചെറുപ്പക്കാരൻ. ഇയാൾ തന്നെയാവും ഇന്ന്, വിവരണം നൽകുന്ന ലോക്കൽ ഗൈഡിന്റെ ജോലിയും നിർവഹിക്കുക എന്നറിവായി. ചുറുചുറുക്കുള്ള ഒരു യുവാവാണ് അയാളെന്നത് ആശ്വാസകരമായിരുന്നു.

സിഡ്നി എന്ന മഹാനഗരത്തിന്റെ ഭൂവഴികളിലൂടെ ബസ്സ് നീങ്ങിക്കൊണ്ടിരുന്നു. കെട്ടിടങ്ങളുടെയൊന്നും മേലാപ്പിൽ വീഴുന്ന വെയിൽ പാതയിലേക്കു പരക്കുന്നില്ല.

1788-ൽ യൂറോപ്യൻ കുടിയേറ്റക്കാരുടെ ആദ്യകപ്പൽ ഈ തീരത്തേക്കണയുമ്പോൾ, ഇന്ന് അംബരചുംബികൾ അതിരിടുന്ന ഈ ഹൈവേക്കു ചുറ്റുമുള്ള ഭാഗമെല്ലാം തീർത്തും വനമായിരുന്നു. മൂന്നു ഗോത്രങ്ങളിൽ പെട്ട 8000 ആദിവാസികളാണ് അന്നീ മേഖലയിലുണ്ടായിരുന്നത്. ബ്രിട്ടീഷ് സർക്കാർ, കുറ്റവാളികളും നാടുകടത്തപ്പെട്ടവരുമായ കുറേ പേരുടെ സെറ്റിൽമെന്റാണ് ഇവിടെ ആദ്യം തുടങ്ങിയത് പിന്നീട് ഇതൊരു കോളനിയായി വികസിച്ചു.

ഇടതുവശത്ത് വളരെ മനോഹരമായ, കൊളോണിയൽ കാലഘട്ട നിർമ്മിതിയെ അനുസ്മരിപ്പിക്കുന്ന ഒരു നാലുനില മന്ദിരം കണ്ടു. ആ കെട്ടിടത്തിന്റെ ചാരുത വർദ്ധിപ്പിക്കുന്ന മട്ടിൽ, അതിനു ഇരുവശവും, പടുകൂറ്റൻ അത്യാധുനിക ഗ്ലാസ്സ്-സ്റ്റീൽ-അലുമിനിയം ധാരാളിത്തമുള്ള ചില അംബരചുംബികളും നിരന്നു നിൽപ്പുണ്ട്. അവയിലൊന്നാണ് ക്വീൻ വിക്ടോറിയ ബിൽഡിങ്ങ്. ഒരു കൊട്ടാരത്തിനു സമമായ ആകാരഭംഗി. ഒരു മാർക്കറ്റാണ് ഇതിനുള്ളിൽ പ്രവർത്തിക്കുന്നതത്രെ.

1986–ൽ, 80 മില്യൺ ഡോളർ ചെലവഴിച്ചു പുതുക്കി പണിതതാണീ വിക്ടോറിയ ബിൽഡിങ്ങ്. ബസ്സ് അല്പംകൂടി നീങ്ങിയപ്പോഴാണ് ഈ മന്ദിരത്തിന്റെ ആകാര വിസ്തൃതി മനസ്സിലാകുന്നത്. നീണ്ടു പരന്നങ്ങനെ കിടക്കുന്നു കെട്ടിടം. ചുറ്റും നിറയെ മുറികളും കെട്ടിടഭാഗങ്ങളും നടുവിൽ ഒരു കോർട്ട് യാർഡുമുള്ള മഹാമന്ദിരം. ഇതിന്റെ രൂപവും വലിപ്പവും ന്യൂഡെൽഹിയിലെ കൊണാട്ട് പ്ലേസ് കെട്ടിട സമുച്ചയത്തെ ഓർമ്മിപ്പിച്ചു.

നഗരത്തിന്റെ പല ഭാഗത്തുമുണ്ട് മോണോ റെയിൽപ്പാളം. റോഡ് ഗതാഗതത്തിന് തടസ്സങ്ങളുമുണ്ടാക്കാതെ തെരുവുകളിൽ നിന്നും തെരുവുകളിലേക്ക് അതങ്ങനെ നീണ്ടുപോകുന്നു. കേരളത്തിലെ വലിയ നഗരങ്ങളിൽ നടപ്പാക്കാവുന്ന ഒരു പദ്ധതിയാണ് ഇതെന്ന്, ഈ വിദേശ നഗരങ്ങളിലെ ഓരോ മോണോ റെയിൽ സംവിധാനം കാണുമ്പോഴും തോന്നാറുണ്ട്.

ബസ്സിപ്പോൾ നഗരത്തിന്റെ പഴയ ഭാഗങ്ങളിലേക്ക് കടക്കുകയാണ്. ഇലകൊഴിഞ്ഞ മരങ്ങൾക്കപ്പുറം ഒന്നര നൂറ്റാണ്ടിലേറെ പഴക്കമുള്ള പള്ളിയും സാൻഡ് സ്റ്റോൺ മന്ദിരങ്ങളുമൊക്കെ കാണാം. ചില പഴയ കെട്ടിടങ്ങൾ നാട്ടിലെപോലെ ചായം പുരട്ടാതെ പായൽ പിടിച്ചു കിടക്കുകയാണെങ്കിലും അധിക ബിൽഡിങ്ങുകളിലും പഴമയെ ഉണർത്തുന്ന ഇരുണ്ട നിറത്തിലുള്ള പെയിന്റാണ്.

അല്പം ഇടുങ്ങിയ രണ്ടുവരിപ്പാത മാത്രമുള്ള ഒരു റോഡിലൂടെയാണ് ബസ്സിപ്പോൾ സഞ്ചരിക്കുന്നത്. ഇത് സിഡ്നിയുടെ റസിഡൻഷ്യൽ ഏരിയയാണ്. റോഡിനിരു ഭാഗത്തും ബഹുനിലകളുള്ള അപ്പാർട്ട്മെന്റുകൾ. ആറര ലക്ഷം ഡോളർ വരെയാണ് ഇവിടെ ഒരു അപ്പാർട്ട്മെന്റിന്റെ വിലയത്രെ.

എല്ലാ അപ്പാർട്ട്മെന്റുകൾക്കും ഒരേപോലെയുള്ള ഡിസൈനിങ്ങും പെയിന്റിങ്ങുമാണുള്ളത്.

മെല്ലെ സഞ്ചരിച്ചുകൊണ്ടിരുന്ന ബസ്സിന് ഇപ്പോൾ വേഗത കൂടിയിട്ടുണ്ട്. ഉൾക്കടൽ തീരത്തേക്കടുക്കുമ്പോൾ പാതയുടെ വിസ്തൃതി കൂടുന്നു. അങ്ങകലെ ബഹുനില മന്ദിരങ്ങൾ ഇടതിങ്ങി നിൽക്കുന്ന ദൂരക്കാഴ്ച. ഇവിടെയിപ്പോൾ നിരവധി ട്രാക്കുകളുള്ള പാതകളാണ്. തീരത്തോടു ചേർന്ന് നിൽക്കുന്ന പ്രൗഢിയാർന്ന കെട്ടിടങ്ങളുടെ ദൃശ്യം കുറേക്കൂടി വ്യക്തമാവുന്നു.

കഴിഞ്ഞ രാത്രിയിൽ ഞങ്ങൾ കൂട്ടമായി നടന്നെത്തിയ ഡാർലിങ്ങ് ഹാർബർ പ്രദേശത്തേക്കാണ് ബസ്സിപ്പോഴെത്തുന്നത്. ഈ ഭാഗത്തിനു പകൽനേരം മറ്റൊരു ഭാവമാണ്. ചുവന്ന നടപ്പാതയുടെ ഓരത്ത് സിഡ്നി മാരിടൈം മ്യൂസിയവും മറ്റും കാണാം.

നീലജലപൂരിതമായ ഉൾക്കടൽ. ഇന്നലെ രാത്രിയിൽ ദീപപ്രഭയിൽ മുങ്ങിനിന്ന ബ്രെമൻ പാലം അല്പം ദൂരെയായി കാണാം. മറീനയിൽ

ഏതാനും ബോട്ടുകൾ കിടപ്പുണ്ട്. തീരത്തെ കെട്ടിടത്തിനു തന്നെയുണ്ട് വശ്യതയാർന്ന ഒരു നിർമ്മാണ ചാരുത. ഉൾക്കടലിന്റെ സൗന്ദര്യത്തിനു ചേരുംവിധം രൂപകല്പന ചെയ്ത മന്ദിരങ്ങൾ. ബ്രെമൻ പാലത്തിലെ ചുവന്ന കൊടികൾക്കിടയിലൂടെ നീണ്ടുപോകുന്ന മോണോ റെയിൽപാളം ബസ്സിലിരുന്നു കാണാം.

തൊട്ടരികിൽ കാണുന്നത് സിഡ്നി അക്വേറിയമാണ്.

ഡാർലിങ് പരിസരം പിന്നിട്ട് ബസ്സ് അടുത്ത സ്ട്രീറ്റിലേക്കു പ്രവേശിച്ചിരിക്കുന്നു. വീണ്ടും, ഇടുങ്ങിയ ഒരു തെരുവിലൂടെയാണ് ബസ്സിന്റെ അലസഗമനം. പ്രഭാതമായതിനാലാവാം റോഡിൽ വലിയ തിരക്കില്ല. ഇരുവശവും വലിയ കെട്ടിടങ്ങൾ.

45 ലക്ഷത്തോളം ജനം വസിക്കുന്ന നഗരമാണ് സിഡ്നി. കോർപ്പറേറ്റ് രംഗത്തും സാമ്പത്തിക മേഖലയിലും ആസ്ട്രേലിയയിലെ ഏറ്റവും വലിയ നഗരമാണിത്. രാജ്യത്ത് ആകെയുള്ള വൻകിട കമ്പനികളിൽ 50 ശതമാനത്തിന്റെയും ആസ്ഥാനം സിഡ്നിയാണ്. 500 ബഹുരാഷ്ട്ര കമ്പനികളുടെ മേഖലാ ആസ്ഥാനവും 90 ബാങ്കുകളുടെ ഹെഡ്ക്വാർട്ടേഴ്സും ഈ നഗരത്തിലുണ്ട്. ആസ്ട്രേലിയൻ സ്റ്റോക്ക് എക്സ്ചേഞ്ചും റിസർവ് ബാങ്കും ആസ്ഥാനമാക്കിയിരിക്കുന്നതും ഈ വൻനഗരത്തെ തന്നെ.

ബസ്സ്, സിറ്റി ഹാർബർ ബ്രിഡ്ജിലേക്ക് എത്തുകയാണ്. അധികാരികൾ ഈ വമ്പൻ പാലത്തെ ഒരു ടൂറിസ്റ്റ് കേന്ദ്രമാക്കി പണം കൊയ്യുന്നുണ്ട്. കൂറ്റനും വമ്പനുമൊന്നുമല്ലെങ്കിലും, കേരളത്തിൽ എന്റെ നാട്ടിനടുത്തുള്ള പഴയ ഒരു തൂക്കുപാലത്തെപ്പറ്റി സാന്ദർഭികമായി ഓർക്കുന്നു.

കൊല്ലം ജില്ലയിലെ പുനലൂരുള്ള 135 വർഷം പഴക്കമുള്ള, ബ്രിട്ടീഷുകാർ പണിത, ചങ്ങലയിൽ തൂങ്ങിക്കിടക്കുന്ന പാലം. തെക്കേ ഇന്ത്യയിലെ ഏക തൂക്കുപാലമാണിത്. പാശ്ചാത്യ ദേശങ്ങളിലെ അത്യാധുനിക പാലനിർമ്മിതികളേക്കാൾ ടൂറിസ്റ്റുകളെ ആകർഷിക്കുന്ന ഒന്നാണ് പുനലൂരിലെ ഈ തൂക്കുപാലം. ആ പാലത്തിന്റെ ഇപ്പോഴത്തെ അവസ്ഥയെപ്പറ്റി, ഞാൻ അതീവ ഖേദത്തോടെ ഓർത്തുപോകുന്നു. പാലത്തിന്റെ ഫ്ളോറിൽ പാകാനുള്ള തമ്പകത്തടി കിട്ടാനില്ല എന്നു പറഞ്ഞ് തർക്കിച്ച് തർക്കിച്ച് അധികൃതർ കുറ്റകരമായ അനാസ്ഥയും അവഗണനയും കാട്ടുകയായിരുന്നു. ഏതു നിമിഷമാണ് ഈ ലോഹപ്പാലം തുരുമ്പിച്ച് താഴെ പതിക്കുക എന്നറിയില്ല. ഒരു കാര്യം ഉറപ്പായി ഞാൻ പറയുന്നു, ഈ പാലം കൃത്യമായി സംരക്ഷിക്കുകയും അതിലൂടെ ടൂറിസ്റ്റുകൾക്ക് നടന്ന് അപ്പുറമിപ്പുറമെത്താൻ അവസരമുണ്ടാക്കുകയും ചെയ്തിട്ട് ലോക ടൂറിസ്റ്റ് ഭൂപടത്തിൽ ഇതിനെ സ്പോട്ട് ചെയ്തവതരിപ്പിച്ചാൽ, മറ്റു ഇന്ത്യൻ സംസ്ഥാനങ്ങളിൽ നിന്നുള്ളവർ മാത്രമല്ല, ഇന്ത്യയിൽ വന്നെത്തുന്ന വിദേശ വിനോദസഞ്ചാരികളിൽ കുറേയധികം പേരും ഇവിടെയും വരാതിരിക്കില്ല. പാലം കാണാനാഗ്രഹിക്കുന്നവർ കൊല്ലത്തു തങ്ങിയിട്ട്,

പുനലൂർ എത്തി പാലവും കണ്ടിട്ട്, ജില്ലയിലെയെന്നല്ല കേരളത്തിലെ തന്നെ ഏക ഇക്കോ ടൂറിസം പോയിന്റായ തെന്മല ഏരിയയിലും സന്ദർശനം നടത്താതിരിക്കില്ല. ഇതൊക്കെ ആരോടു പറയാൻ?

ഇവിടെ ഹാർബർ ബ്രിഡ്ജ് ആർച്ചിന്റെ മുകൾത്തട്ടുവരെ സഞ്ചാരികൾക്കു കയറിപ്പോകാം. 169 ഡോളറാണ് ഇതിനുള്ള ഫീസ്. ആയിരം ഇന്ത്യൻ രൂപയ്ക്കു തുല്യം. ഇരുഭാഗത്തും ഇന്ത്യാ ഗേറ്റിന്റെ ആകൃതിയിൽ രണ്ടു നിർമ്മിതികൾ ദൂരെ നിന്നു കാണാം. 20 നില കെട്ടിടത്തിന്റെ ഉയരമുണ്ട് ഈ 'ഇന്ത്യാഗേറ്റ്' ടവറുകൾക്ക്.

മോട്ടോർ വാഹനങ്ങൾക്കും സൈക്കിൾ യാത്രക്കാർക്കുമെല്ലാം കൂടി പത്തോളം ട്രാക്കുകൾ. ട്രെയിനിനുവേണ്ടി രണ്ടു ട്രാക്കുകൾ വേറെ. കാൽനടക്കാർക്കു മാത്രമായി പാലത്തിന്റെ ഇരുഭാഗത്തും ഓരോ ട്രാക്കുകളുമുണ്ട്. ഉരുക്കിന്റെ ഒരദ്ഭുത പ്രപഞ്ചമാണ് ഈ ഹാർബർ ബ്രിഡ്ജ്.

1932-ലാണ് ഹാർബർ ബ്രിഡ്ജ് ഔദ്യോഗികമായി ഉൽഘാടനം ചെയ്യപ്പെട്ടത്. സിഡ്നിയുടെ ലാൻഡ്മാർക്കായ പാലത്തിന്റെ 75-ാം വാർഷികം വിപുലമായി ആഘോഷിക്കപ്പെടുകയുണ്ടായി.

ഒരു കോടി അമ്പത്തേഴായിരം പൗണ്ടായിരുന്നു പാലത്തിന്റെ അന്നത്തെ നിർമ്മാണച്ചെലവ്. 1400 ജോലിക്കാർ തുടർച്ചയായി എട്ടു വർഷം പണിയെടുത്താണ് ഈ പാലം പൂർത്തിയാക്കിയത്. ഇതിന്റെ നിർമ്മാണച്ചെലവ്, മേൽനോട്ടം വഹിച്ച ബ്രിട്ടീഷ് കമ്പനിക്ക് ആസ്ട്രേലിയ കൊടുത്തു തീർത്തത് 1988-ൽ മാത്രമാണെന്നു ചരിത്രം പറയുന്നു.

പാലം കടന്ന് ബസ്സ് ഹൈവേയിലേക്കു പ്രവേശിച്ചു. സഞ്ചരിക്കുന്ന പാതയുടെ ഇടതുവശം ഒരു റെയിൽവേ ട്രാക്ക് ആണ്. ഇപ്പോഴതിൽ ഒരു യാത്രാ ട്രെയിൻ നിർത്തിയിട്ടിരിക്കുന്നു. ഹാർബറിലൂടെ പാലത്തിന്റെ അപ്രോച്ച് റോഡ് നിർമ്മിക്കുവാൻ 1923-ൽ ഇവിടെയുണ്ടായിരുന്ന 800 വീടുകളാണ് പൊളിച്ചു നീക്കിയത്. വീടു പൊളിച്ചു നീക്കലിനെതിരെ ജനരോഷമുയർന്നപ്പോൾ വൻതുക നഷ്ടപരിഹാരമായി നൽകേണ്ടി വന്നുവെന്നും ചരിത്രം പറയുന്നു.

പാലത്തിൽനിന്നും ഇറങ്ങി അതിന്റെ താഴ്ഭാഗം കൂടി ഒന്നു കാണിക്കാമെന്നായി ഡ്രൈവർ. ടൂർ മാനേജർ അയാളുടെ സന്മനസ്സിനു നന്ദി പറയുകയും ചെയ്തു. പരിപാടിയിൽ നിന്നും വ്യത്യസ്തമായ ചെറിയൊരു റൂട്ടുമാറ്റമാണിത്. വമ്പൻ കെട്ടിടങ്ങൾക്കരികിലൂടെ അയാൾ പാലത്തിന്റെ ചുവട്ടിലേയ്ക്ക് ബസ്സോടിച്ചു. വഴിയിൽ കടന്നുപോകുമ്പോൾ പാലത്തെ പല രീതിയിൽ നമുക്കു കാണാം.

ഉൾക്കടൽ തീരത്തേക്കു പോകുമ്പോൾ സിഡ്നി ഒപ്പേറാ ഹൗസ് കാഴ്ചയിലേക്കെത്തുന്നു. കടലിലേക്കു മുഖം തിരിച്ചുള്ള ഒപ്പേറാ ഹൗസിന്റെ നില്പിനു തന്നെയൊരു പ്രത്യേക ചാരുതയുണ്ട്. ആസ്ട്രേലിയയുടെ തന്നെ ലാൻഡ്മാർക്കായ ഒപ്പേറാ ഹൗസ്, പിറ്റേന്നാൾ വ്യക്തമായി കാണിച്ചുതരാമെന്ന് ടൂർ മാനേജർ അറിയിച്ചു.

ബസ്സിപ്പോൾ ഹാർബർ ബ്രിഡ്ജിന്റെ ചുവട്ടിലെത്തിയിരിക്കുന്നു. ഇപ്പോഴാണ് ഈ ഗോപുരത്തിന്റെ വശങ്ങളുടെ വലിപ്പം കൂടുതൽ വ്യക്തമാവുന്നത്. ഉൾക്കടലിനു കുറുകെ ഉരുക്കിന്റെ ഒരു മഹാനിർമ്മിതി. ഒരു കിലോമീറ്ററും 149 മീറ്ററുമാണ് ഈ ലോഹബ്രിഡ്ജിന്റെ ആകെ നീളം. ഉൾക്കടലിനു മീതേ ഒരു പാലം പണിയുമ്പോൾ സായ്പ്പ് പ്രകടിപ്പിച്ച ദീർഘവീക്ഷണത്തെപ്പറ്റിയാണ് ഇതിന്റെ ചുവട്ടിലൂടെ കടന്നുപോകുമ്പോൾ ചിന്തിച്ചത്. വമ്പൻ കപ്പലുകൾക്കു പോലും കടന്നു പോകാവുന്നത്ര ഉയർത്തിയാണ് നിർമ്മാണം. നാം ചില ചെറിയ കായലുകൾക്കു കുറുകെ പാലം ഉണ്ടാക്കുമ്പോൾ, അതിനിടയിലൂടെ ഒരു ബോട്ടിനു പോലും കടന്നുപോകാൻ കഴിയാറില്ലല്ലോ.

ബസ്സിപ്പോൾ കടന്നുപോകുന്നത് ഒരു മറീനയ്ക്കടുത്തുകൂടിയാണ്. ആഡംബരങ്ങൾ ഏറെയുള്ള നിരവധി ബോട്ടുകൾ തീരത്തോട് അടുപ്പിച്ചിട്ടിരിക്കുന്നു. ബോട്ടിന്റെ ഒരു വർക്ക്ഷോപ്പും അടുത്തു കാണുന്നുണ്ട്. കോടികൾ വിലമതിക്കുന്ന ബോട്ടുകളുണ്ട് ഇക്കൂട്ടത്തിൽ. കൊച്ചിയിലും കൊല്ലത്ത് നീണ്ടകരയിലും ഉള്ള ഫിഷിങ് ഹാർബറുകളിൽ കൂട്ടംകൂടി കിടക്കുന്ന നിരവധി സാധാരണ മീൻപിടിത്ത ബോട്ടുകളുടെ എത്രയോ ഇരട്ടിയാണ്, ഇവിടെ മറീന ഏരിയയിൽ നിരത്തിയിട്ടിരിക്കുന്നത്. അവ ഓരോന്നുമാകട്ടെ, രണ്ടും മൂന്നും കോടി രൂപ വിലയുള്ളതും.

മറീന പിന്നിട്ട് ബസ്സ് വീണ്ടും മുന്നോട്ട്. പിന്നീടെത്തിയത് മിഡിൽ ഹാർബർ എന്ന ഏരിയയിലേക്കാണ്.

സിഡ്നിയിലെ ഒരു റസിഡൻഷ്യൽ ഏരിയയാണ് മിഡിൽ ഹാർബർ. ഉൾക്കടൽ തീരത്തെ കുന്നുകളിൽ ധാരാളം വീടുകൾ. അദ്ഭുതപ്പെടുത്തിയത് മറ്റൊന്നാണ്. ഉരുക്കിന്റെയും സിമന്റിന്റെയും ഗ്ലാസ്സിന്റെയുമൊക്കെ ഈ കാലത്ത്, ഇവിടെ ഈ ഹാർബർ പരിസരത്ത് ഞാൻ കണ്ടവയിൽ ഏറെയും നാട്ടിലെ പഴയ കെട്ടിടങ്ങൾ മാതിരി ഓടിട്ട ചന്തമാർന്ന വീടുകളാണ്. ഓടിട്ട റൂഫിനു മുകളിൽ, ചില കെട്ടിടങ്ങളിൽ വിക്ടോറിയൻ കാലഘട്ടത്തെ അനുസ്മരിപ്പിക്കും വിധമുള്ള, പുകക്കുഴലുകളും കണ്ടു. ഉള്ളിൽ മോഡേൺ കിച്ചനാണെന്നും ഈ പുകക്കുഴലുകളിലൂടെ ഒരു സിഗരറ്റ് പുക പോലും പൊന്തിവരില്ല എന്നും കേവലം ബാഹ്യരൂപ ഭംഗിക്കുവേണ്ടി ഇത്തരത്തിൽ രൂപകല്പന ചെയ്തതാണെന്നും ഒരു ഫലിതകഥ പറയും മട്ടിൽ അല്പമുറക്കെ പ്രസ്താവിച്ചു കൊണ്ട് ബസ്സിന്റെ സാരഥി ഒന്നു ചിരിച്ചു. ആ നർമ്മം ആസ്വദിച്ച മട്ടിൽ, തൊട്ടു പിന്നിലിരുന്ന ഞാനും ഒരു മറുചിരി പാസ്സാക്കിയപ്പോൾ, കൂളിങ് ഗ്ലാസ്സുകാരൻ ഡ്രൈവർക്ക് ഒരാത്മസംതൃപ്തിയുടെ ഭാവം കണ്ടു.

കുന്നിൻ മുകളിലെ താമസക്കാരുടെ ബോട്ടുകൾ നിരനിരയായി ചെറിയ പായ്മരങ്ങളും ഉയർത്തി കരയോട് അല്പം ചേർത്തിട്ടിരിക്കുന്നു. നാം, കാർപോർച്ചിൽ സ്വന്തം വാഹനം പാർക്ക് ചെയ്യും മട്ടിൽ, ഈ പ്രദേശത്തെ വീട്ടുകാരുടെ ബോട്ടുകൾക്ക് അദൃശ്യമായ ഒരു സ്ഥല പരിധി

ഈ ഉൾക്കടലിൽ അനുവദിച്ചു നൽകിയിട്ടുണ്ട്. ഒരു ഭാഗത്ത് ബസ്സ് വേഗത കുറച്ചപ്പോൾ, അവിടത്തെ താമസക്കാരുടെ ബോട്ടുകളുടെ എണ്ണം വെറുതെ ഞാനൊന്നെടുത്തു. ഒരു വരിയിൽ പത്തു ബോട്ടുകൾ വീതം എട്ടു വരിയുണ്ടായിരുന്നു. വരിയിലുൾപ്പെടാതെ ചിതറിക്കിടക്കുന്ന ഏഴെട്ട് യാനങ്ങളും ഉണ്ട്.

വരിയൊപ്പിച്ചു കിടക്കുന്ന ഈ ബോട്ടുകളിൽ എട്ടാമത്തെ ഒരു ബോട്ടാണ് ഒരു വീട്ടുകാരന്റേതെന്നും പെട്ടെന്ന് അതയാൾക്കെടുക്കണ മെന്നും തോന്നിയാൽ, ഈ രീതിയിൽ കിടന്നാൽ എങ്ങനെ അവ എടുക്കു മെന്ന, ടൂർ മാനേജരോടുള്ള എന്റെ ചോദ്യം, ബസ്സോടിച്ചു കൊണ്ടിരി ക്കുമ്പോൾ തന്നെ തന്റെ റോഡിലെ ശ്രദ്ധ വിടാതെതന്നെ ഡ്രൈവർ കേട്ടിരിക്കുന്നു. അയാൾ വിശദീകരിക്കുകയും ചെയ്തു. ഓരോ ബോട്ടി ലൂടെയും അടുത്ത ബോട്ടിലേക്ക് കയറി കയറി അടുത്തടുത്ത യാനത്തി ലെത്തി, സ്റ്റാർട്ട് ചെയ്തു ഓടിച്ചുപോകാം. വീട്ടിലെ ഷെഡ്ഡിൽ കാർ ലോക്ക് ചെയ്തിടുംപോലെ ഇവർക്ക്, ബോട്ട് പൂട്ടിവയ്ക്കാനാവില്ലെന്നു സാരം. പ്രത്യേക വരിയിലെ ഏതെങ്കിലും ഒരിട ബോട്ടാണ് ഉടമസ്ഥനെടുക്കേ ണ്ടതെങ്കിൽ, വശത്തുള്ള മറ്റു ലൈനുകളിൽ കിടക്കുന്ന ബോട്ടുകളിലൂടെ യഥേഷ്ടം കയറി ഏതു ജലയാനത്തിലും പ്രവേശിക്കാമത്രെ.

'മനസ്സിലായോ...?' എന്ന മട്ടിലുള്ള ചോദ്യഭാവത്തിൽ, ഒരു നിമിഷം ബസ്സിന്റെ സാരഥി, തലചെരിച്ച് തൊട്ടു പിന്നിലിരുന്ന എന്നെ നോക്കിയ പ്പോൾ,

'തീർച്ചയായും......' എന്നു മറുപടി പറഞ്ഞ് അയാളെ ഡ്രൈവിങ്ങി ലേക്ക് മടങ്ങിപ്പോകാൻ ഞാൻ അവസരമൊരുക്കി.

അരബാനു ലുക്കൗട്ടും മാൻലി ബീച്ചും

ഒരു കുന്നിൻ മുകളിലാണ് ഡ്രൈവർ ബസ്സ് പാർക്ക് ചെയ്തത്. അരബാനു ലുക്കൗട്ട് എന്നാണ് ഈ പ്രദേശത്തിന്റെ പേര്. സിഡ്നി ഹാർബർ നാഷണൽ പാർക്കിന്റെ ഭാഗമാണീ അരബാനു ലുക്കൗട്ട്. ടൂർ മാനേജർക്കു പിന്നാലെ ഞങ്ങളെല്ലാം ഇറങ്ങി നടന്നു.

കൂട്ടമായി നടക്കവേ, തൊട്ടു മുന്നിലൂടെ ഒരു ഇന്ത്യൻ കുടുംബം നടന്നു നീങ്ങുന്നതു കണ്ടപ്പോൾ ഞാൻ എന്റെ നടത്തയുടെ വേഗത അല്പം വർദ്ധിപ്പിക്കയും അവരോടൊപ്പം ചേരുകയും ചെയ്തു. ഏതു വിദേശ രാജ്യത്തു ചെന്നാലും, പ്രത്യേകിച്ച് വിദൂരമായ പാശ്ചാത്യരാജ്യങ്ങളിൽ പോയാൽ, അവിടെവച്ചു കണ്ടുമുട്ടുന്ന ഇന്ത്യക്കാരുമായി പരിചയപ്പെടുക എന്റെ ഒരു ശീലമാണ്. ആ കണ്ടുമുട്ടലിൽ ഗൃഹാതുരതയുടെ മൂല്യസ്പർശമുണ്ടാവും. അമേരിക്കയിൽ ഒരിടത്തുവച്ച് എന്റെയീ ശീലത്തിനും സദുദ്ദേശപരമായ പരിചയപ്പെടൽ ശ്രമത്തിനും ഒരു തിരിച്ചടിയും ഉണ്ടായിട്ടുണ്ട്.

അന്ന് യാത്രയിൽ സഹയാത്രികയും ഒപ്പമുണ്ടായിരുന്നു. ഒരു ഇന്ത്യൻ കുടുംബത്തെ അന്ന് യു.എസ്സിൽ കണ്ടുമുട്ടിയത് ഓർലന്റോ നഗരത്തിൽ വച്ചാണ്. നഗരത്തിലെ വലിയ ഒരു ഷോപ്പിങ് മാളിൽ നിന്നും ഇറങ്ങി വരികയായിരുന്നു, കാഴ്ചയിൽ ഇന്ത്യക്കാരാണെന്നു തോന്നുന്ന ആ കുടുംബം. അപ്പനും അമ്മയും രണ്ടു പെൺകുട്ടികളും അടങ്ങുന്ന ഒരു ഫാമിലി.

ശുദ്ധഗതിക്ക് ഞാനാ ഗൃഹനാഥനോട് 'ഹലോ' പറഞ്ഞു. അയാളതു കേട്ടില്ലെന്നു നടിച്ചപ്പോൾ, വീണ്ടും അല്പം ശബ്ദമുയർത്തി "ഇന്ത്യയിൽനിന്നും വന്നതാണോ...?" എന്നു ചോദിച്ചു. അയാൾ ഫുൾ സ്യൂട്ടിലായിരുന്നു. കണ്ണിനു ചികിൽസ തേടുന്നവർ വയ്ക്കുന്ന മാതിരി നന്നേ കറുത്ത ഒരു കൂളിങ്ങ് ഗ്ലാസ്സും ധരിച്ചിരുന്നു. അല്പം തടിയുള്ള ഭാര്യയാകട്ടെ, തനിക്കു ഒട്ടും ചേരാത്ത വിധമുള്ള ഒരു ജീൻസിലും ടോപ്പിലും. മക്കൾക്കുമാത്രം താരതമ്യേന വൃത്തിയും ഭംഗിയുമുള്ള വേഷം, ചുരിദാർ.

'ഇന്ത്യയിൽ നിന്നാണോ' എന്ന ചോദ്യം കേട്ടതായി ഇപ്പോഴയാൾ ഭാവിച്ചു. എന്നിട്ട് മുഖത്ത് ഒരു നേർത്ത പുഞ്ചിരി ഭാവംപോലും വരുത്താതെ, എന്നാൽ വക്രിച്ച ഭാവത്തോടെ, അല്പം ഈർഷ്യ കലർന്ന സ്വരത്തിൽ, "അതെ, എന്തുവേണം...?" എന്നു ചോദിച്ചത് ശരിക്കും എന്നെ ഞെട്ടിച്ചു. ഞാനമ്പരന്നു പോയി. തൊട്ടു പിന്നിൽ നിന്നിരുന്ന എന്റെ ശ്രീമതിക്കും വല്ലാത്തൊരു വൈക്ലബ്യം. ഞങ്ങൾ ബുദ്ധിപൂർവം പിൻവാങ്ങി, മാളിനുള്ളിലേക്കു കടക്കുമ്പോൾ, അയാളുടെ പരുക്കൻ ശബ്ദം അല്പം ഉറക്കെ പുറത്തു കേട്ടു.

"അമ്മൂ... ഇന്ത്യക്കാരനാണോ എന്നു ചോദിച്ചുകൊണ്ട് ചങ്ങാത്തം കൂടാൻ വരും. പിന്നീട് എന്തെങ്കിലും സാമ്പത്തിക സഹായം ആവശ്യപ്പെടും. എന്തിനാ പുലിവാലു പിടിക്കുന്നത്. വരൂ, നമുക്കു പോകാം..."

ഒരു തമിഴ്നാട്ടുകാരനോ, തെലുങ്കനോ, ആണെങ്കിൽപോലും ഒരിക്കലും ഇങ്ങനെ പെരുമാറുമായിരുന്നില്ല എന്നു തോന്നുന്നു. ഇവിടെ ഇയാൾ കേരളത്തിൽ നിന്നുള്ളവനാണ്. ചില മലയാളിക്കെങ്കിലും മറ്റൊരു മലയാളിയെ കണ്ടുകൂടാ, വിദേശ രാജ്യങ്ങളിൽ വെച്ചെങ്കിലും.

അന്ന് ആ മാളിൽ കയറി ഞാനാദ്യം തെരഞ്ഞത് എവിടെയെങ്കിലും വലിയ ഒരു മിറർ ഫിറ്റ് ചെയ്തിട്ടുണ്ടോ എന്നാണ്. അങ്ങനെ ഒരു നിലക്കണ്ണാടി കണ്ടെത്തി, ഞാൻ എന്നെ അതിലൂടെ സൂക്ഷിച്ചു നോക്കുകയും സ്വയം വിലയിരുത്താൻ ശ്രമിക്കുകയും ചെയ്തിട്ട്, പിന്നിൽ നിന്ന ബീവിയോട് ദയനീയഭാവത്തിൽ ചോദിച്ച ഒരു ചോദ്യമുണ്ട്,

"എന്താ സുബൈദാ സാമ്പത്തിക സഹായം അഭ്യർത്ഥിക്കുന്ന മട്ടിലുള്ള ഒരു അഭയാർത്ഥി ലുക്ക് എനിക്കുണ്ടോ..." എന്ന്. അവൾ ചിരിച്ചുകൊണ്ട്, അല്പം സ്നേഹവാൽസല്യഭാവം മുഖത്തു പ്രകടിപ്പിച്ചുകൊണ്ട് അന്ന് പറഞ്ഞ വാക്കുകൾ, തൊട്ടരികിൽ നിന്ന മറ്റ് അമേരിക്കക്കാർക്ക് മനസ്സിലായിട്ടുണ്ടാവില്ലെങ്കിലും ഇതു വായിക്കുന്ന സഹൃദയരോട് ഒരു മടിയുംകൂടാതെ വെളിപ്പെടുത്തുന്നു.

അവളുടെ വാക്കുകൾ. "എന്റെ ഇക്കയെ കണ്ടാൽ ഒരു സുൽത്താനെ പോലെയല്ലേ തോന്നുക. സൂട്ടും കോട്ടും ഇട്ടിട്ടാണെങ്കിലും യഥാർത്ഥത്തിൽ ദരിദ്രവാസിയായ ഒരു അഭയാർത്ഥിയുടെ ലുക്ക് ഉള്ളത് അയാൾക്കാണ്, നമ്മോട് നീരസപൂർവം പരുഷമായി സംസാരിച്ചിട്ട് കടന്നുപോയ അയാൾക്ക്..."

അരബാനു ലുക്കൗട്ടിലേക്ക് മടങ്ങിവരാം. ഇവിടെ ഞാൻ വേഗത്തിൽ നടന്നു ഒപ്പമെത്തി പരിചയപ്പെട്ടത് ഒരു സർദാർജി കുടുംബത്തെയാണ്. എത്ര മാന്യമായിട്ടാണെന്നോ, സന്തോഷപൂർവ്വം ആ കുടുംബം എന്നോടു സംസാരിച്ചത്. ലുധിയാനക്കാരൻ കോളേജ് പ്രൊഫസറും ഭാര്യയും രണ്ട് ആൺമക്കളും. ലോകം ചുറ്റാനിറങ്ങിയവരാണവർ, എന്നെപ്പോലെ.

സർദാർജി കുടുംബത്തെ വിട്ട് ഞാൻ സംഘാംഗങ്ങളോട് ചേർന്നു നടന്നു.

കാടും കടലും മലയും അതിന്റെ ചെരിവിലെ വീടുകളും തീരത്തെ കെട്ടിടങ്ങളുമൊക്കെ ഇവിടെ നിന്നുകൊണ്ടു കാണാം. പ്രകൃതിയോടിണങ്ങുംവിധം സുന്ദരമായ കെട്ടിടങ്ങൾ എങ്ങനെ നിർമ്മിക്കാമെന്ന് സിഡ്നി നമുക്കു പറഞ്ഞുതരുന്നു. ചുറ്റും, അടുത്തും അല്പമകലെയും കാണുന്ന കുന്നുകളിൽ നിറയെ കെട്ടിടങ്ങൾ. രണ്ടും മൂന്നും നിലകളുള്ളതു മുതൽ പത്ത് നിലയിലും കൂടുതലുള്ളവ വരെയുണ്ട്. മരങ്ങൾക്കിടയിൽ നിരനിരയായി അവയങ്ങനെ ഉയർന്നു നിൽക്കുന്നു. തീരത്തോടടുക്കുംതോറും കെട്ടിടങ്ങളുടെ ആകൃതിയിലും പ്രകൃതിയിലും പ്രകടമായ വ്യത്യാസം.

മനോഹരമായ ഈ കുന്നിന് അരബാനു ലുക്കൗട്ട് എന്ന പേരു വരാനുള്ള കാരണമെന്തെന്നതിന് ഒരു കഥയുണ്ടെന്ന് ടൂർ മാനേജർ പറഞ്ഞു.

കുടിയേറ്റക്കാരായ ഇംഗ്ലീഷ്കാർ പിടികൂടിയ ആസ്ട്രേലിയൻ ഗോത്രവർഗ്ഗക്കാരനാണ് അരബാനു. പ്രാകൃതരായ ആ ഗോത്രവർഗ്ഗക്കാരുമായി ആശയവിനിമയം നടത്താൻ മദ്ധ്യവർത്തിയായി അരബാനുവിനെ മാറ്റുക എന്നതായിരുന്നു സായ്പ്പൻമാരുടെ ലക്ഷ്യം. പക്ഷേ, തരംകിട്ടിയപ്പോഴൊക്കെ അരബാനു രക്ഷപ്പെടാൻ ശ്രമിച്ചു കൊണ്ടിരുന്നു. അയാൾക്കെപ്പോഴും കാടും മലയും മറ്റുമായിരുന്നു ഇഷ്ടവാസസ്ഥലം. പിടിയിലായി അഞ്ചു മാസങ്ങൾക്കു ശേഷം 1789 മേയ് മാസത്തിൽ, സ്മോൾപോക്സ് ബാധിച്ച് അരബാനു മരിച്ചു. ആ അബോറിജിൻ ഗോത്രവർഗ്ഗക്കാരന്റെ ഓർമ്മയ്ക്കായാണ് ഈ കുന്നിനു അരബാനു ലുക്ക്ഔട്ട് എന്ന പേരു നൽകിയത്.

പാതയോരത്തെ ഓടിട്ട വീടുകൾ സവിശേഷതയാർന്ന ഒരു കാഴ്ചയാണ്. ഇവിടെയിപ്പോൾ കാണുന്ന വീടുകൾക്കൊക്കെ ഒരു കേരളീയ ഭാവവും ശൈലിയുമുണ്ട്. ചതുരപ്പെട്ടികൾ പോലുള്ള കോൺക്രീറ്റ് വീടുകൾ ഇവിടെ കാണാനേ കഴിഞ്ഞില്ല. വീടുകൾക്കടുത്ത് കളിസ്ഥലങ്ങളും ടെന്നീസ് കോർട്ടുമൊക്കെയുണ്ട്.

സിഡ്നി ഹാർബർ നാഷണൽ പാർക്കിന്റെ പ്രദേശങ്ങൾ പിന്നിടുന്നു. ഞാൻ ചിന്തിച്ചു, ആസ്ട്രേലിയയിലേക്ക് കുടിയേറുന്ന നമ്മുടെ നാട്ടുകാരായ മലയാളികളെപ്പറ്റി. അവരിൽ ചെറിയ ഒരു വിഭാഗത്തിനു മാത്രമേ സിഡ്നി പോലുള്ള വമ്പൻ നഗരങ്ങളിൽ ജീവിതം സാധ്യമാകുന്നുള്ളൂ. അധികംപേരും വിദൂരഗ്രാമങ്ങളിൽ ജീവിതമുറപ്പിക്കുന്നു. തങ്ങളുടെ ജീവിതത്തിന്റെ ഊടുംപാവും അവർ ആ ഗ്രാമജീവിതത്തിലൂടെ നെയ്തെടുക്കുന്നു. ഈ അവസ്ഥ അമേരിക്ക തുടങ്ങിയ പാശ്ചാത്യ ദേശങ്ങളിലുമുണ്ട്. ഒരു ലോകയാത്രയിലും ന്യൂയോർക്കിലോ, ലണ്ടനിലോ, ആംസ്റ്റർഡാമിലോ, പാരീസിലോ, മ്യൂണിക്കിലോ ഒന്നും, നഗരസന്ദർശനത്തിനിടയ്ക്ക് പേരിനുപോലും ഇന്ത്യക്കാരെ, പ്രത്യേകിച്ച് മലയാളികളെ കാണാനിടവരാതിരുന്നതിന്റെ പൊരുളും ഇതുതന്നെയെന്നു തോന്നുന്നു! രണ്ടുമൂന്നു പതിറ്റാണ്ടിലേറെക്കാലം അമേരിക്കയിൽ ന്യൂയോർക്കിലോ,

ബ്രിട്ടനിൽ ലണ്ടനിലോ, ഇവിടെ ആസ്ട്രേലിയയിലെ ഏതെങ്കിലും പ്രവിശ്യയിലോ ജീവിക്കുന്ന ഒരു ഇന്ത്യക്കാരൻ, സാധാരണഗതിയിൽ എന്നെപ്പോലെ ഒരു സഞ്ചാരിയുടെ മട്ടിൽ, അവരിപ്പോൾ പാർക്കുന്ന ഈ രാജ്യം മുഴുവൻ കറങ്ങി നടന്നു കണ്ടിരിക്കാൻ വഴിയില്ല. അതിന് അവസരം ഉണ്ടായാൽപോലും, വിദേശത്ത് തൊഴിൽ ചെയ്തു ജീവിക്കുന്നവർ, തങ്ങൾ പാർക്കുന്ന നാട്ടിലോ, നഗരത്തിലോ ഒരു പക്ഷേ ഗ്രാമത്തിലോ മാത്രം ഒതുങ്ങിക്കൂടാൻ ശ്രമിക്കുകയാണ് പതിവ്.

ന്യൂയോർക്കിൽ വച്ചു പരിചയപ്പെട്ട ഒരു മലയാളിയുടെ കഥ കേൾക്കുക. 24 വർഷമായി അയാൾ ന്യൂയോർക്കിൽ ജോലിചെയ്തു ജീവിക്കുന്നു. അയാളുമായി പരിചയപ്പെട്ട് സംസാരിച്ചതിന്റെ അടുത്ത ദിവസം ഞാൻ വാഷിങ്ടൺ ഡി.സിയിലേക്കും അവിടെനിന്നും ഓർലന്റോ വഴി നയാഗ്രാ ഫാൾസ് സിറ്റിയിലേയ്ക്കുമാണ് പോകുന്നതെന്നറിഞ്ഞപ്പോൾ, ആ മനുഷ്യൻ പറഞ്ഞ വാക്കുകൾ എന്നെ അദ്ഭുതപ്പെടുത്തി. രണ്ടു പതിറ്റാണ്ടിലേറെ കാലമായി അമേരിക്കയിൽ ജീവിക്കുന്ന അയാൾ, ഇതുവരെ ലോകപ്രസിദ്ധമായ നയാഗ്ര വെള്ളച്ചാട്ടം കണ്ടിട്ടില്ല എന്ന്. ജീവിതവും ജീവിതപ്രശ്നങ്ങളുമായി തന്റെ ലാവണത്തിൽ ഒതുങ്ങിക്കൂടുകയാണയാൾ.

ബസ്സിപ്പോൾ മാൻലിബീച്ച് പരിസരത്തെത്തിയിരിക്കുന്നു. സിഡ്നിയുടെ വടക്കൻ തീരത്തിന്റെ അതിരാണ് മാൻലി ബീച്ച്. റോഡിന്റെ ഒരു വശത്ത് പൈൻ മരത്തോട്ടങ്ങളാണ്. മറുഭാഗത്ത് തലയുയർത്തി നിൽക്കുന്ന അംബരചുംബികളായ കെട്ടിടങ്ങളും. പ്രസിദ്ധമായ ഒരു സുഖവാസകേന്ദ്രം കൂടിയാണ് ഈ മാൻലി പ്രദേശമെന്ന്, ഇതുവരെ മൗനമായി ഡ്രൈവിങ്ങിൽ മാത്രം ശ്രദ്ധിച്ചുകൊണ്ടിരുന്ന ബസ്സിന്റെ സാരഥി മൊഴിഞ്ഞു.

കടൽത്തീരത്ത് ഒരൊഴിഞ്ഞ ഭാഗത്ത് ബസ്സ് നിന്നു. മനോഹരമായ ഒരു ബീച്ച്. തീരറോഡിലൂടെ കുഞ്ഞുങ്ങളെ പ്രാമിലിരുത്തി ഉന്തിത്തള്ളിക്കൊണ്ടു പോകുന്ന അമ്മമാരടങ്ങുന്ന കുടുംബങ്ങൾ.

ഈ കടൽത്തീരം ലോകടൂറിസ ഭൂപടത്തിൽ സ്ഥാനം നേടിയ ഒന്നാണ്. സമാനമായി ഇതുപോലെ ചന്തമാർന്ന മറ്റൊരു ബീച്ച് എന്റെ ലോകയാത്രയ്ക്കിടയിൽ കണ്ടിട്ടുണ്ട്. അത് ഫ്രാൻസിലെ നീസ് കടപ്പുറമാണ്. ഇത് ലോകത്തെ ഏറ്റവും പ്രസിദ്ധപ്പെട്ട ബീച്ചുകളിലൊന്നുമാണ്. ലോകസിനിമകൾ മൽസരത്തിനെത്തുന്ന കാൻ സിറ്റിക്കടുത്താണ് നീസ്. കാനിൽ പോയപ്പോൾ ഈ കടൽത്തീരവും ഞാൻ സന്ദർശിച്ചിരുന്നു. സാന്ദർഭികമായി നീസ് കടൽത്തീരത്തിന്റെ ഒരു പ്രത്യേകത, അവിടത്തെ മാത്രം പ്രത്യേകത പറയട്ടെ. അവിടെ തീരപ്രദേശത്ത് മണലല്ല പരന്നു കിടക്കുന്നത്; ചെറിയ കൽക്കഷണങ്ങളാണ്. നമ്മുടെ മൊസൈക്ക് ചിപ്സിനു സമാനമായ കരിങ്കൽക്കഷണങ്ങൾ. കടൽപ്പുറത്തുകൂടി സഞ്ചാരികൾക്കു നടക്കണമെങ്കിൽ ഷൂവോ ചെരുപ്പോ അത്യാവശ്യം.

ഇല്ലെങ്കിൽ, കാൽപ്പാദങ്ങളിൽ കല്ലുകൾ കുത്തിക്കയറിയുള്ള മുറിവുകളുണ്ടായേക്കാം.

ഇവിടെ സിഡ്നിയിലെ ഈ മാൻലി ബീച്ചും പരിസരവും മണലുമെല്ലാം മനോഹരം. വൃത്തിയും ശുദ്ധിയുമുള്ള പരിസരം. ചപ്പോ ചവറോ പ്ലാസ്റ്റിക് മാലിന്യങ്ങളോ കാണാനില്ല. ഒഴിഞ്ഞ ഐസ്ക്രീം കപ്പുകളും, കടലാസ്സ് കഷണങ്ങളും കൊണ്ട് അലങ്കോലമായിരിക്കും നമ്മുടെ ബീച്ചുകൾ എപ്പോഴും. ഇതൊക്കെ കേവലം വൃത്തിബോധത്തിന്റെ മാത്രമല്ല, സംസ്കാരങ്ങളുടെ കൂടി വ്യത്യാസമാണ്. ബോധവൽക്കരണത്തിന് ഈ വിഷയത്തിൽ ചെറിയ റോളേയുള്ളൂ. എത്ര ഉപദേശിച്ചാലും ചപ്പുചവറുകൾ റോഡിലേക്ക് വലിച്ചെറിഞ്ഞ് സ്വന്തം ഗൃഹം വെടുപ്പാക്കാൻ ശ്രമിക്കുന്ന ഒരു ജനതയുടെ വികലസംസ്കാരം നിലവിലുള്ള നാട്ടിൽ ബോധവൽക്കരണത്തിനെന്തു പ്രസക്തി?

അമേരിക്കയിൽ പണ്ടുണ്ടായ ഒരനുഭവം. ലോകത്തെ ഏറ്റവും വലിയ സിനിമാ നിർമ്മാണ കേന്ദ്രമായ ഹോളിവുഡിലെ യൂണിവേഴ്സൽ സ്റ്റുഡിയോയിൽ ദിവസവും ആയിരക്കണക്കിന് സന്ദർശകരാണെത്തുന്നത്. സ്റ്റുഡിയോയ്ക്കുള്ളിലെ ഒരു പൂർണ്ണ പകൽ സമയം മുഴുവൻ അടങ്ങുന്ന കാഴ്ചകൾ കണ്ടു തീർത്ത്, തിരികെ പോകാനായി, സംഘാംഗങ്ങൾകൂടി വന്നെത്താൻ അവിടത്തെ വിശാലമായ പാർക്കിലെ ഒരു ചാരുബെഞ്ചിൽ കാത്തിരിക്കുകയായിരുന്നു ഞാനും സഹയാത്രികയും. എത്രയോ വിസ്തൃതിയാർന്ന പാർക്കാണെങ്കിലും വളരെ ശുചിയും വൃത്തിയുമായി അതു സൂക്ഷിക്കപ്പെട്ടിരുന്നു. ചപ്പുചവറുപോലുമില്ല. ഒരു ദിവസം ശരാശരി പതിനായിരം സന്ദർശകരെത്തുന്ന സ്ഥലമാണിത്. എന്നിട്ടും!

സമയം പോക്കാനായി ഓരോ ഐസ്ക്രീമും വാങ്ങി നുണഞ്ഞിരിക്കുകയാണ് ഞാനും ഭാര്യയും. തൊട്ടടുത്തൊരു പാശ്ചാത്യ ഫാമിലി. അമേരിക്കക്കാരോ യൂറോപ്പിൽ നിന്നു വന്നവരോ എന്നറിയില്ല. രണ്ടു ചെറിയ കുട്ടികളുമുണ്ട് അവർക്കൊപ്പം. സുമാർ ഏഴും ഒമ്പതും വയസ്സു തോന്നിക്കുന്ന രണ്ടു ചുണക്കുട്ടികൾ.

ഇതിനിടെ ആ കുടുംബം ഭക്ഷണം കഴിച്ചു കഴിഞ്ഞ ഒഴിഞ്ഞ പായ്ക്കറ്റും പെപ്സിയുടെ കാലിക്കുപ്പികളും അടുത്തിരിപ്പുണ്ട്. അവർ കുട്ടികളോടെന്തോ പറയുന്നു. അവരിൽ മൂത്തവൻ ആ വേസ്റ്റ് പാത്രവും മറ്റും കുപ്പികൾ ഉൾപ്പടെ ഒരു ക്യാരിബാഗിലിട്ട് തൂക്കിപ്പിടിച്ചുകൊണ്ട് നടന്നു പോവുകയാണ്. അപ്പനും അമ്മയും ഒരു കുട്ടിയും, ഇതൊന്നും ശ്രദ്ധിക്കാതെ അലസമട്ടിൽ വർത്തമാനം പറഞ്ഞുകൊണ്ടിരിക്കുന്നു.

ഞാനാ ബാലനെ ശ്രദ്ധിച്ചു; വേസ്റ്റും കൊണ്ടു നടന്നുപോയ ആ കുട്ടിയെ. അല്പമകലെ മൂന്നു പി.വി.സി. വേസ്റ്റ് ബിന്നുകൾ നിരത്തി വച്ചിട്ടുണ്ട്. മൂന്നിനും മൂന്നു നിറമാണ്. ആ ബാലനെന്താണു ചെയ്യുന്നതെന്നറിയാൻ എനിക്കു കൗതുകമായി. ക്യാരിബാഗിൽ നിന്നും മെല്ലെ അവൻ ആദ്യം ആ പ്ലാസ്റ്റിക് പെപ്സി ബോട്ടിലുകളെടുത്ത് ഇടത്തേയറ്റം വച്ചിരിക്കുന്ന ഡ്രമ്മിൽ നിക്ഷേപിച്ചു. ടിഷ്യൂ പേപ്പർ ഉൾപ്പടെ കുറച്ചു

കടലാസ്സുകൾ ഉണ്ടായിരുന്നത് രണ്ടാമത്തെ പാത്രത്തിലും പ്ലാസ്റ്റിക് സഞ്ചി മൂന്നാമത്തെ വീപ്പയിലും ഇട്ട് മടങ്ങിവന്ന് തന്റെ മാതാപിതാക്കൾക്കൊപ്പമിരുന്നു.

കൊച്ചു കുഞ്ഞുങ്ങൾക്കുവരെ വിദേശങ്ങളിൽ വൃത്തിശീലവും ബോധവുമുണ്ട്. ഇങ്ങനെയുള്ള വിദേശ നാടുകളിൽ പ്ലാസ്റ്റിക് എന്തിനു നിരോധിക്കണം? അവർ ഒരിക്കലും കണ്ടയിടങ്ങളിൽ വലിച്ചെറിയുകയോ ദുർവിനിയോഗം ചെയ്യുകയോ ഇല്ല.

സിഡ്നിയിലെ മാൻലി ബീച്ച് പരിസരത്ത് ബസ്സിറങ്ങി കടൽത്തീരത്തേക്ക് ഞങ്ങൾ നടന്നു. എല്ലാവരും നല്ല ഉത്സാഹഭാവത്തിലാണ്. തൊട്ടടുത്ത പ്രദേശങ്ങളിലൊന്നും കടലോ കടൽത്തീരമോ ഇല്ലാത്ത വടക്കേ ഇന്ത്യൻ സംസ്ഥാനങ്ങളിൽ നിന്നുള്ളവർ യാത്രാസംഘത്തിലുണ്ട്. അവർക്ക് പരന്നു കിടക്കുന്ന കടലിന്റെ വിശാലമായ ജലപ്പരപ്പുതന്നെ അദ്ഭുതകരമായ കാഴ്ചയാണ്. അടുത്തുചെന്ന് കടൽവെള്ളത്തിലൊന്നു തൊടാനും കാലുനനയ്ക്കാനും കഴിയുമെങ്കിൽ ഗംഗയിലോ യമുനയിലോ എന്നപോലെ ഒന്നു മുങ്ങിക്കുളിക്കുവാനും മോഹമുള്ളവർ.

സിഡ്നിയിലെ ഏറ്റവും നീളമേറിയതും സുന്ദരവുമായ ബീച്ചാണിത്. സന്ദർശകരുടെയും വ്യായാമത്തിനിറങ്ങിയ നാട്ടുകാരുടെയും കാൽപ്പാടുകൾ നിരയൊത്തു പതിഞ്ഞുകിടക്കുന്ന മണൽപ്പരപ്പ്.

കത്തിക്കാളുന്ന ഉച്ചവെയിൽച്ചൂടിൽ ചില ടൂറിസ്റ്റുകൾ കടലിൽ കുളിച്ചു മദിക്കുന്നുണ്ട്. വെയിലിനെയോ ചൂടിനെയോ കൂസാതെ വ്യായാമത്തിൽ ഏർപ്പെട്ടിരിക്കുന്നവരിൽ വൃദ്ധജനങ്ങളെയും ധാരാളം കണ്ടു. തന്റെ വളർത്തുനായയെയും ചങ്ങലയിൽ ബന്ധിച്ച് ഒരു സുന്ദരി നടന്നു പോകുന്നു.

മാൻലിതീരത്തെ ഭംഗിയുള്ള കാഴ്ചകളും നോക്കി കുറേനേരം അവിടെ ചെലവഴിച്ചു. ഇതിനിടെ ഒരു സഞ്ചരിക്കുന്ന തട്ടുകട മെല്ലെ നീങ്ങിവന്ന് ഞങ്ങളുടെ സംഘത്തിനരികിൽ പാർക്ക് ചെയ്തു. വളരെ മെച്ചപ്പെട്ട ഒരു നോൺവെജ് മീൽസാണ് ഇന്ന് നല്ലൊരു ഇന്ത്യൻ റസ്റ്റോറന്റിൽ ഏർപ്പെടുത്തിയിരിക്കുന്നതെന്നു പറഞ്ഞ്, ടൂർ മാനേജർ, ആ മൊബൈൽ കടയിൽനിന്നും വണ്ടിപ്പലഹാരങ്ങൾ വാങ്ങിക്കഴിക്കുന്നത് ഒഴിവാക്കാൻ, ആത്മാർത്ഥമായി ഉപദേശം നൽകി. ഒടുവിൽ വിനോദിന്റെ മൗനാനുവാദത്തോടെ അധികംപേരും ഓരോ ഐസ്ക്രീം മാത്രം വാങ്ങി നുണഞ്ഞുകൊണ്ട്, കുറേ സമയംകൂടി ബീച്ച് പരിസരത്ത് തങ്ങാൻ വട്ടം കൂട്ടി.

ലോകയാത്രകളിലെ ഭക്ഷണശീലങ്ങൾ

ഞങ്ങളുടെ യാത്രാസംഘത്തിൽ മൂന്നുതരം ഭക്ഷണശീലക്കാരുണ്ട്. മൂന്നു തരമോ എന്ന് അല്പം അതിശയത്തോടെ ചോദിച്ചേക്കാം. സാധാരണഗതിയിൽ സസ്യഭക്ഷണം, സസ്യേതരം എന്നീ വകതിരുവുകളാണല്ലോ പൊതുവേയുള്ളത്. ഇത് ഒരു പൊതു തത്ത്വമാണെങ്കിലും വിദേശ യാത്രയ്ക്കു പോകുന്ന ഉത്തരേന്ത്യൻ സഞ്ചാരികളിൽ ഇനിയൊരു കൂട്ടരുണ്ട്, ജൈനന്മാർ. അവർക്കായി മാത്രം മറ്റൊരു രീതികൂടി നിലവിലുണ്ട്; അതാണ് ജെയ്ൻ ഭക്ഷണം.

എന്താണീ ജെയ്ൻ ഭക്ഷണരീതി എന്നല്ലേ? കൂടുതലും വടക്കേ ഇന്ത്യയിൽ മാത്രമുള്ള ഒരു വിഭാഗമാണ് ജൈനമതക്കാർ. പൊതുവേ ശാന്തരും സാത്വികരും ശുദ്ധാത്മാക്കളുമായി കരുതപ്പെടുന്ന ഇക്കൂട്ടർ, വലിയ ബിസിനസ്സുകാരും ധനവാന്മാരുമാണ്. യാത്രാപ്രേമികളും. ലോകയാത്രകൾക്കായി എത്ര ചെലവു ചെയ്യാനും ഇക്കൂട്ടർക്കു മടിയില്ല.

ഈ വിഭാഗത്തിന്റെ വിശ്വാസപരമായ ശുദ്ധചിന്താഗതിക്ക് ഒരുദാഹരണം. ജൈന സന്ന്യാസിമാർ എപ്പോഴും നഗ്നപാദരായിട്ടാണു നടക്കുക. കാലിൽ ചെരിപ്പിട്ടു നടന്നാൽ, ചെരിപ്പിനടിയിൽ പെട്ടു പോകുന്ന എറുമ്പുപോലുള്ള ചെറുജീവികൾക്കുപോലും ജീവനാശം വരാതിരിക്കാനാണത്രെ ഇത്. ചെരുപ്പിന്റെ തത്ത്വചിന്ത നമുക്കെങ്ങനെയും ഉൾക്കൊള്ളാൻ ശ്രമിക്കാം. എന്നാൽ അവർ വായും മൂക്കും ഒരു വെള്ളത്തുണികൊണ്ട് മൂടിക്കെട്ടിയേ സഞ്ചരിക്കാറുള്ളൂ. അന്തരീക്ഷ മലിനീകരണത്തിനെതിരേയുള്ള മുഖാവരണമോ, മാസ്കോ ആയിട്ടല്ല ഈ മൂടിവയ്ക്കൽ. ശ്വാസോച്ഛ്വാസത്തിലൂടെ ഉള്ളിൽ പ്രവേശിക്കുന്ന അണുജീവികൾക്കുപോലും ജീവനാശം വരാതിരിക്കാനാണത്രെ ഇത്.

എന്റെ എല്ലാ ലോകയാത്രകളിലും ഞങ്ങളുടെ യാത്രാ സംഘത്തിലെ 60 ശതമാനത്തിലേറെ പേർ ജൈനസുഹൃത്തുക്കളായിരുന്നു.

സസ്യഭുക്കുകളാണെങ്കിലും ഈ വിഷയത്തിലവർ ഏറെ യാഥാസ്ഥിതികരാണ്. ഉള്ളി ഉൾപ്പടെ കിഴങ്ങു വർഗ്ഗത്തിൽപെട്ട ഒന്നും ഇവർ കഴിക്കില്ല, പാചകത്തിനുപയോഗിക്കുകയുമില്ല. മണ്ണിനടിയിൽ വളരുന്ന കിഴങ്ങു വർഗ്ഗങ്ങൾ, ഉരുളക്കിഴങ്ങുൾപ്പടെ ഇവർ തൊടുക പോലുമില്ല.

വടക്ക് കിഴക്ക് ഏഷ്യൻ രാജ്യങ്ങളായ സിങ്കപ്പൂർ-മലേഷ്യ-തായ്‌ലാൻഡ് യാത്രപോയപ്പോൾ, ഞങ്ങളുടെ ഗ്രൂപ്പിൽ, ജൈനന്മാർ വളരെയധികം ഉണ്ടായിരുന്നു. വളരെ വലിയൊരു യാത്രാഗ്രൂപ്പുമായിരുന്നു അന്നു ഞങ്ങളുടേത്. ട്രാവൽ കമ്പനി ഒരു ഷെഫിനെ മുംബൈയിൽ നിന്നും മുൻകൂട്ടി ബാങ്കോക്കിലെത്തിച്ച്, ഈ മൂന്നു രാജ്യങ്ങളിലും ഞങ്ങൾക്കൊപ്പം അയാളും സഞ്ചരിച്ച്, ഭക്ഷണം തയ്യാറാക്കിത്തരികയായിരുന്നു. വളരെ മുന്തിയ ഒരു ട്രാവൽ കമ്പനിയായിരുന്നു ഞങ്ങളുടേതെന്നതിനാൽ, ഈ രാജ്യങ്ങളിലെ ഞങ്ങൾ താമസിച്ച വിവിധ ഹോട്ടലുകളിൽ, ഞങ്ങൾക്കായി, ഞങ്ങളുടെ ഷെഫിനുവേണ്ടി ഒരു പ്രത്യേക അടുക്കള അവർ ഏർപ്പാടു ചെയ്തു തന്നിരുന്നു.

ഇപ്പോഴും ഓർമ്മയുണ്ട്, പർവീൺ സുന്ദർ എന്ന ഒരു ചെറുപ്പക്കാരനായിരുന്നു ആ പാചകവിദഗ്ധൻ. മുംബൈക്കാരൻ. അയാളെപ്പോലെ നല്ലൊരു പാചക ചക്രവർത്തിയെ ഞാൻ കണ്ടിട്ടില്ല. മുംബൈയിലെ ടാജ് ഹോട്ടലിൽ ജോലി ചെയ്തു പരിചയസമ്പന്നനായ ഒരു അടുക്കളക്കാരൻ. വെജ്, നോൺവെജ്, ജൈൻ ഭക്ഷണമെല്ലാം ഒരേ സമയം തയ്യാറാക്കി അയാൾ മൂന്നുനേരവും സുഭിക്ഷമായി വിളമ്പി ഊട്ടിത്തന്നുകൊണ്ടിരുന്നു. എന്റെ ബീവി, അയാൾ വിളമ്പിയിരുന്ന പല വിഭവങ്ങളുടെയും കറിക്കൂട്ട് അയാളോട് ചോദിച്ചു മനസ്സിലാക്കുന്നതും പതിവായിരുന്നു.

അയാളുമായി പ്രത്യേക ചങ്ങാത്തത്തിലായിരുന്നു ഞാൻ. ഒരിക്കൽ ആ ചെറുപ്പക്കാരൻ എന്നോടു സ്വകാര്യമായി പറഞ്ഞ വാക്കുകൾ ഞാനിപ്പോഴും ഓർക്കുന്നുണ്ട്. ഉള്ളിയും ഉരുളക്കിഴങ്ങുമില്ലാതെ, ഒരു ഇന്ത്യൻ ഭക്ഷണവും രുചികരമായി തയ്യാറാക്കാൻ പറ്റുകയില്ല എന്ന്. ഞങ്ങളുടെ ഗ്രൂപ്പിലെ ജൈനന്മാരുടെ ഭക്ഷണത്തിൽ, അവരറിയാതെ ഉള്ളിയും ഉരുളക്കിഴങ്ങും മറ്റും ചേർക്കുമായിരുന്നത്രെ, പുഴുങ്ങി അരച്ചും മറ്റും.

അന്ന്, സിങ്കപ്പൂർ, മലേഷ്യ, തായ്‌ലാൻഡ് എന്നിങ്ങനെയായിരുന്നു ഒൻപതു ദിവസം നീണ്ടുനിന്ന ഞങ്ങളുടെ തെക്ക് കിഴക്ക് ഏഷ്യാ സന്ദർശനത്തിന്റെ യാത്രാ റൂട്ട്. സിങ്കപ്പൂരെത്തിയതിന്റെ പിറ്റേന്നാൾ ഷെഫ് പ്രവീണുമായി ഒരു സ്വകാര്യ സംഭാഷണത്തിന് എങ്ങനെയോ എനിക്കവസരം കിട്ടി. എന്നോട് പ്രത്യേക മമതയും സ്നേഹവും ഒപ്പം വിശ്വാസവുമുണ്ടായിരുന്ന അയാൾ പറഞ്ഞ ഒരു രഹസ്യം ഞാനിവിടെ വെളിപ്പെടുത്തുന്നു.

ജൈന കുടുംബങ്ങളുടെ കൂട്ടത്തിൽ ചെറുപ്പക്കാരനായ ഒരു ഡോക്ടർ ദമ്പതികളുണ്ട്. പ്രേമിച്ചു കല്യാണം കഴിച്ചവരാണ് അവർ. മെഡിക്കൽ കോളേജ് ജീവിതത്തിനിടയിൽ അവർ നോൺവെജിറ്റേറിയൻസായി മാറിപ്പോയിരുന്നു. അവരുടെ വീട്ടുകാരായ യാഥാസ്ഥിതിക ജൈനകുടുംബത്തിന്, മക്കളുടെ 'പാപ'പ്രവർത്തിയെപ്പറ്റി അറിയാമായിരുന്നുമില്ല.

ചിക്കനോ, മട്ടണോ, മീനോ ഇല്ലാതെ രണ്ടു പേർക്കും ഭക്ഷണം ഇറങ്ങുകയുമില്ല. രാവിലെയും ഉച്ചസമയത്തും തങ്ങളുടെ കുടുംബത്തോടൊപ്പമിരുന്ന്, 'സാത്വിക' ഭക്ഷണം എങ്ങനെയും കഴിച്ചുവെന്നവർ

വരുത്തിത്തീർക്കാറുണ്ട്. അവരുടെ ഡിന്നർ അഥവാ രാത്രി ഭക്ഷണം നോൺവെജായി, ചിക്കന്റെയോ മട്ടന്റെയോ അകമ്പടിയോടെ പാഴ്സൽ ചെയ്ത്, ദമ്പതികൾ താമസിക്കുന്ന പ്രത്യേക മുറിയിൽ പ്രവീൺ രഹസ്യമായി എത്തിച്ചു കൊടുക്കാറുണ്ടായിരുന്നുവത്രെ. വീട്ടുകാരറിയാതെ, ഡോക്ടർ ദമ്പതികൾ, രാത്രി വൈകുമ്പോൾ ഈ 'പാപ' പ്രവൃത്തി തങ്ങളുടെ റൂമിലിരുന്നു രഹസ്യമായി ചെയ്തുകൊള്ളും. മറ്റു രണ്ട് ജൈന ഭക്ഷണ സമയങ്ങളിലും തങ്ങളുടെ കൂട്ടർക്കിടയിലിരുന്ന്, രഹസ്യമായി പാചകക്കാർ അരച്ചു ചേർത്ത കിഴങ്ങ്, ഉള്ളി ഭക്ഷണം കഴിക്കുമ്പോൾ, തൊട്ടടുത്ത ടേബിളിലിരുന്ന് ആഹാരം കഴിക്കുന്നവരെ നോക്കി, സംഘാംഗങ്ങളെ തൃപ്തിപ്പെടുത്താനായി, നമ്മുടെ ഡോക്ടർ ദമ്പതികൾ ശബ്ദം താഴ്ത്തി പറയുമായിരുന്നുവത്രെ, "നോക്കൂ... മ്ലേച്ഛന്മാർ കഴിക്കുന്ന ഭക്ഷണം..."

ഡോക്ടർ ദമ്പതികൾ മ്ലേച്ഛമെന്ന് പറഞ്ഞിരിക്കാമെന്നു സൂചിപ്പിച്ച, അടുത്ത ടേബിളിലിരുന്നു കഴിക്കുന്നവരുടെ ഭക്ഷണം, ശുദ്ധ സസ്യാഹാരമാണ്; യാത്രാഗ്രൂപ്പിലെ വെജിറ്റേറിയൻസാണവർ.

ഭക്ഷണവിഷയത്തിലെ മഹാമോശക്കാരുടെ കൂട്ടത്തിൽ ഈയുള്ളവനും സഹയാത്രികയുമുണ്ട്. ഞാനുൾപ്പടെയുള്ള നോൺവെജുകാരുടെ ടേബിൾ എപ്പോഴും അല്പം അകലെയായിരിക്കും ഇട്ടിരിക്കുക; ജൈന സുഹൃത്തുക്കളുടെ റേഞ്ചിനു കുറച്ചപ്പുറം. ഞങ്ങൾക്കും ഇതു വളരെ സൗകര്യപ്രദമായിരുന്നു. കോഴിക്കാലുമായി ഞങ്ങൾ മല്ലിടുന്നതൊന്നും വെജിറ്റേറിയൻസും ജൈനസുഹൃത്തുക്കളും കണ്ട് പ്രാകില്ലല്ലോ.

ഇനി മാൻലി ബീച്ചിലേക്ക്. മൂന്നു കി.മീറ്റർ നീളമുണ്ട് ഈ മനോഹര ബീച്ചിന്. ഈ ദൈർഘ്യമത്രയും വ്യായാമത്തിൽ താത്പര്യമുള്ളവർ ഓടിത്തീർക്കുന്നുണ്ട്. പ്രസിദ്ധമായ പല ഉൽസവങ്ങളും അരങ്ങേറാറുള്ള ഒരു തീരവുമാണിത്. മണൽ ശില്പമേളയാണ് അവയിലൊന്ന്.

നായയെയും ചരടിൽ ബന്ധിച്ച്, വ്യായാമത്തിനു കൊണ്ടു നടക്കുന്ന ചിലരെയും അവിടെ കണ്ടു.

ഇതിനിടെ ഒരു വിചിത്ര കാഴ്ച. ഒരപ്പൂപ്പൻ പ്രത്യേകം ഡിസൈൻ ചെയ്ത, ബാറ്ററിയിൽ പ്രവർത്തിപ്പിക്കുന്ന ഒരു ചെറിയ വാഹനത്തിൽ മെല്ലെ ഓടിച്ചുപോകുന്നു. ഒരൊറ്റ സീറ്റ് മാത്രമുള്ള ഒറ്റയാൾ കാർ. കാറിനു മേലാപ്പുമില്ല. അയാളുടെ സീറ്റിനു പിന്നിൽ വലതുവശത്ത് ഒരു നീളൻ വടിയിൽ ചുവന്ന ഒരു കൊടിയടയാളമുണ്ട്. ബാക്കിയുള്ള വാഹനക്കാരും എതിരേ വരുന്നവരും ശ്രദ്ധിക്കാനാവാം, നമ്മുടെ നാട്ടിലെ L ബോർഡ് പോലെ കൊടി നാട്ടിയിരിക്കുന്നത്. ആ കൊച്ചു വാഹനം തീരവഴിയിലൂടെ മെല്ലെ അകന്നു പോയി.

തീരം വൃത്തിയായി സൂക്ഷിക്കുന്നതിൽ ഇവിടത്തുകാർ ചെലുത്തുന്ന ശ്രദ്ധ അഭിനന്ദനീയം തന്നെ. അപ്പുറത്തൊരിടത്ത് ധാരാളം വേസ്റ്റ് ബിന്നുകൾ നിരത്തി വച്ചിരിക്കുന്നു. അമേരിക്കൻ യാത്രയ്ക്കിടെ യൂണിവേഴ്സൽ സ്റ്റുഡിയോയ്ക്കുള്ളിലെ പാർക്കിൽ കണ്ട മാതിരിയുള്ള വേസ്റ്റ്

ബിന്നുകൾ. ഓരോ വേസ്റ്റിനും പ്രത്യേകതരം കണ്ടയിനറുകളാണ്. ചവർ ഉപേക്ഷിക്കുന്നവർ അവ തരംതിരിച്ച് ഇടണം. ഓരോ പെട്ടിയിലും ഏതൊക്കെ വേസ്റ്റ് ഇടാമെന്ന സൂചനാ ബോർഡും ഉറപ്പിച്ചിട്ടുണ്ട്.

സിഡ്നിയുടെ നഗരത്തിരക്കിൽ നിന്നും ആളുകൾ വിശ്രമിക്കാനെത്തുന്ന പ്രധാന സ്ഥലമാണ് മാൻലി. ഈ തീരത്ത് ഒട്ടേറെ ഹോട്ടലുകളും റെസ്റ്റോറന്റുകളും കഫ്റ്റീരിയകളുമുണ്ട്. ഭക്ഷണശാലകളിലൊക്കെ നല്ല തിരക്ക്. തിരക്കുള്ള ഒരു റസ്റ്റോറന്റിനരികിലൂടെ വിനോദിനു പിന്നാലെ കാഴ്ചകളും കണ്ട് ഞങ്ങൾ നടന്നു. വശം മറയ്ക്കാത്ത ഹാൾ പോലുള്ള ഒരു മുന്തിയ റെസ്റ്റോറന്റിൽ നിറയെ ആൾക്കാരിരുന്നു ഭക്ഷണം കഴിക്കുന്നു. സൂക്ഷിച്ചു നോക്കിയപ്പോൾ എല്ലാ മേശകളിലും ബിയർ ഗ്ലാസ്സും കുപ്പികളുമൊക്കെ കണ്ടു. കുട്ടികൾ കൂടി ഉൾപ്പെടുന്ന കുടുംബങ്ങളാണ് അവിടെ ഭക്ഷണം കഴിക്കലിൽ ലയിച്ചിരിക്കുന്നത്.

ഓരോ ടേബിളിനും മദ്ധ്യഭാഗത്ത്, മേശയിലെ ദ്വാരത്തിലൂടെ മേലേയ്ക്ക് ഒരു പൈപ്പും, ചെറിയ കുടപോലെ വൃത്താകൃതിയിൽ ഒരു ഫിറ്റിങ്ങും കണ്ടു. അതെന്താണെന്നറിയാൻ താത്പര്യം തോന്നി. അവയൊക്കെ ഗ്യാസ് ലൈറ്റുകളാണെന്നു ടൂർ മാനേജർ വിശദീകരിച്ചു. വെളിച്ചത്തിനുള്ളവയല്ല, ചൂടു നൽകുവാൻ വേണ്ടിയുള്ളത്. തണുപ്പുള്ള കാലാവസ്ഥയിൽ അന്തരീക്ഷത്തെ ചൂടാക്കുന്നത് ഈ ഗ്യാസ് വിളക്കുകളാണ്. വിന്റർ സീസണിൽ, കഠിനമായ തണുപ്പുള്ള രാജ്യമാണ് ആസ്ട്രേലിയ.

യൂറോപ്യൻ കുടിയേറ്റത്തിന്റെ തുടക്കനാൾ മുതൽ തന്നെ പ്രതാപത്തോടെ നിലകൊണ്ടിരുന്ന നഗരമാണ് സിഡ്നി. ആദ്യകാലത്ത് കൃഷിയും ചെറുകിട വ്യവസായങ്ങളും കടൽ വഴിയുള്ള വാണിജ്യവുമൊക്കെയാണ് ഈ നഗരത്തെ സമ്പന്നമാക്കിയത്. എന്നാൽ 1980 കളിൽ സിഡ്നിയുടെ തൊഴിൽരംഗം ആകെയൊന്നു മാറിമറിഞ്ഞു. വ്യവസായ മേഖലയെക്കാൾ സർവീസ് മേഖലയും ഇൻഫോർമേഷൻ ടെക്നോളജി രംഗവും ശക്തമായി. തൊഴിലില്ലായ്മ ഇല്ലാത്ത ഈ നഗരം ഇന്ന് ആസ്ട്രേലിയയുടെ മൊത്തം സമ്പത്തിന്റെ 25 ശതമാനവും കൈകാര്യം ചെയ്യുന്നു.

ന്യൂയോർക്കിനേക്കാൾ വലിപ്പവും വ്യാവസായിക വളർച്ചയും കയറ്റുമതിയും ഇറക്കുമതിയും ഒക്കെയുള്ള ഒരു നഗരത്തെക്കുറിച്ചാണ്, ഞാനിനി പറയാനൊരുങ്ങുന്നത്.

ആ രാജ്യം ചൈനയും നഗരം ഷാങ്ങ്ഹായിയുമാണ്. ചൈന സന്ദർശിച്ചപ്പോൾ ആ മഹാരാജ്യത്തെ ഒത്തിരി പ്രത്യേകതകളെപ്പറ്റി പഠിക്കാൻ ശ്രമിച്ചിരുന്നു. അവയിലൊന്നായിരുന്നു ഷാങ്ങ്ഹായി നഗരത്തെപ്പറ്റിയുള്ള അന്വേഷണം. ലോകത്തെ ഏറ്റവും വലിയ നഗരമെന്ന് നാം ധരിക്കുന്ന ന്യൂയോർക്ക്, ഈ ഷാങ്ങ്ഹായിയുമായി താരതമ്യം ചെയ്യുമ്പോൾ രണ്ടാം സ്ഥാനത്തേ വരൂ എന്ന്, അന്നത്തെ ചൈന സന്ദർശനവേളയിൽ ടൂർ മാനേജർ പറഞ്ഞപ്പോൾ, വിഷയങ്ങൾ ശരിക്കു പഠിക്കാത്ത ഒരാളുടെ പാഴ്വാക്കായേ ഞാനതിനെ കണ്ടുള്ളൂ. രണ്ടുമൂന്നു നാൾ ഞങ്ങൾ ആ വൻ നഗരത്തിൽ താമസിച്ച് പലതും കണ്ടു പഠിക്കുകയും

മനസ്സിലാക്കുകയും ചെയ്തപ്പോൾ, ടൂർ മാനേജർ പറഞ്ഞതിൽ കഴമ്പുണ്ടെന്നു ബോധ്യമാവുകയും അതിന് സാക്ഷീകരണം ലഭിക്കുകയും ചെയ്തത് ഇപ്പോഴും ഓർക്കുന്നു.

ഞങ്ങൾക്കൊപ്പം കഴിഞ്ഞ 19 വർഷമായി അമേരിക്കയിൽ എഞ്ചിനീയറായി പണിയെടുത്തു ജീവിക്കുന്ന ഒരു ഇന്ത്യൻ ഫാമിലിയും ഉണ്ടായിരുന്നു. അവർ, ആ ചൈന ടൂർ, യു.എസ്സിൽ നിന്നും നേരിട്ട് ബുക്ക് ചെയ്ത് ബീജിങ്ങിൽ വന്നിറങ്ങുകയായിരുന്നു. എഞ്ചിനീയറും ഭാര്യയും ഡോക്ടർമാരായ രണ്ടു മുതിർന്ന ആൺമക്കളും. ടൂർ മാനേജരുടെ പുതിയ സ്ഥിതിവിവരണക്കനുസരിച്ചുള്ള, ഷാങ്ങ്ഹായിയെപ്പറ്റിയുള്ള വർത്തമാനകാല വിവരം കേട്ടുനിന്ന അവർ, മക്കളടങ്ങുന്ന കുടുംബാംഗങ്ങളൊന്നാകെ, ടൂർ മാനേജരുടെ സ്റ്റേറ്റ്മെന്റിനെ ശരിവയ്ക്കുകയും തല കുലുക്കി സമ്മതിക്കുകയും ചെയ്തപ്പോഴാണ്, ആ ടൂർ മാനേജർ എനിക്കു മുമ്പിൽ ശരിക്കു ശ്വാസം വിട്ടത്. അമേരിക്കയിൽനിന്നു വന്ന ആ എഞ്ചിനീയർ പറഞ്ഞത്, രണ്ടു പതിറ്റാണ്ടിലേറെക്കാലം താൻ ന്യൂയോർക്കിലായിരുന്നെന്നും ഇപ്പോൾ കടന്നുപോയ മൂന്നു ദിവസങ്ങളിലെ ഷാങ്ങ്ഹായ് പട്ടണം കണ്ടപ്പോൾ, ന്യൂയോർക്കിനുള്ള പദവി ഈ നഗരത്തിനു താഴെയേ വരുള്ളൂവെന്നും സമ്മതിച്ചു.

ഇവിടെ ഇത്രയും പറയുമ്പോൾ ന്യായമായ ഒരു ചോദ്യം ഉയരാം. എന്തുകൊണ്ട് ലോകം ഇന്നും, ഇപ്പോഴും ന്യൂയോർക്കിനെ തന്നെ മേൽസ്ഥാനത്തു പ്രതിഷ്ഠിച്ചിരിക്കുന്നു?

അതിനും മറുപടിയുണ്ടായി അന്നത്തെ ടൂർ മാനേജരിൽ നിന്ന്. അത് ലോകരാജ്യങ്ങളിൽ ചൈനയ്ക്കു മാത്രമുള്ള പ്രത്യേകതയത്രെ. അവർ തങ്ങളുടെ നേട്ടങ്ങൾ, ലോകത്തിനു മുമ്പിൽ അക്കമിട്ട് നിരത്താറില്ല. എന്നു മാത്രമല്ല, അത്തരം സ്വയം പ്രശംസയർഹിക്കുന്ന ഏതു വാർത്തയുണ്ടെങ്കിലും പുറത്തേക്കു വിടുകയുമില്ല. ഇന്നും ചൈനീസ് ആർമിയുടെയും ആയുധശേഖരത്തിന്റെയും പ്രതിരോധ സംവിധാനങ്ങളുടെയും യഥാർത്ഥ ചിത്രം ലോകത്തിനു മുമ്പിലില്ല. ഒക്കെയും ഊഹാപോഹങ്ങൾ മാത്രം. ഷാങ്ങ്ഹായിയുടെ പ്രതാപം പുറത്തു കാട്ടുന്ന ഒരു പ്രചരണവും പ്രസ്താവനയും ലോകത്തിനു മുമ്പിൽ ചൈന നടത്തുന്നില്ല. എന്നാൽ, അമേരിക്കയുടെ കാര്യം നേരേ തിരിച്ചാണത്രെ. അവർ ഏതു കാര്യവും ഉള്ളതും ഇല്ലാത്തതും അതിശയോക്തിയുടെ മേമ്പൊടി കലർത്തി, ലോകത്തിനു മുമ്പിൽ നിരത്തുന്നു. അവയിൽ എത്ര ശതമാനം യാഥാർത്ഥ്യം ഉണ്ട്, എത്ര കലർപ്പുണ്ട്, എന്നതൊക്കെ സ്വയം ചിന്തയ്ക്കു വിട്ടാലേ പറ്റൂ. നീൽ ആംസ്ട്രോങ് ചന്ദ്രനിൽ കാലുകുത്തിയെന്ന സ്റ്റേറ്റ്മെന്റ് നാമൊക്കെ വിശ്വസിക്കുന്നു. അതൊരു യാഥാർത്ഥ്യവുമാണ്. എന്നാൽ, ഈ അമേരിക്കൻ സ്റ്റേറ്റ്മെന്റ് വ്യാജമായിരുന്നുവെന്ന് തെളിവുകൾ നിരത്തി വാദിക്കുന്നവർ ഇന്നുമുണ്ട്. ഏതായാലും പോസിറ്റീവായി ചിന്തിച്ച്, നീൽ ആംസ്ട്രോങ്ങിനെ ചന്ദ്രനിൽ കയറ്റി നിർത്താമെന്നാണെന്റെ സുചിന്തിതമായ അഭിപ്രായം.

ബ്ലൂമൗണ്ടൻസും കോലാപാർക്കും

ഞങ്ങളുടെ ബസ്സ് യാത്ര തുടരുകയാണ്. ബ്ലൂമൗണ്ടൻസിലേക്കാണ് അടുത്ത സന്ദർശനം. ഒപ്പം കോല പാർക്കും സന്ദർശിക്കുന്നുണ്ട്.

ഇരുഭാഗത്തും പന്നൽചെടികൾ വളർന്നു നിൽക്കുന്ന മരക്കൂട്ടം നിറഞ്ഞ കാനനപാത. ദൂരെ ബ്ലൂമൗണ്ടൻസിന്റെ വനമേഖല. ബസ്സ് വന മേഖല പിന്നിട്ട് ഉൾഗ്രാമങ്ങളിലേക്ക് എത്തിയിരിക്കുന്നു.

ചെറുഗ്രാമങ്ങളാണെങ്കിലും ഈ ടൗൺഷിപ്പുകളിലൊക്കെ ഭംഗിയുള്ള കച്ചവടസ്ഥാപനങ്ങളും കടകൾക്കു മുമ്പിൽ പാർക്കുചെയ്തിരിക്കുന്ന കാറുകളും യാത്രാവഴിയിൽ രസം പകർന്നുതന്നുകൊണ്ടിരുന്നു.

ബസ്സ് വീണ്ടും മുന്നോട്ട്. റോഡിൽ തലങ്ങനെയും വിലങ്ങനെയും കാറുകൾ ഓടിക്കൊണ്ടിരിക്കുന്നുണ്ട്. പക്ഷേ മനുഷ്യരെയൊന്നും പുറത്തു കാണാനില്ല. ബ്രിട്ടീഷ് പാരമ്പര്യത്തനിമയുള്ള വീടുകളാണ് ഇപ്പോൾ ഇരുവശത്തും. കൊളോണിയൽ കാലത്തിന്റെ ഓർമ്മ നില നിർത്തുന്ന ഇംഗ്ലീഷ് കുടിയേറ്റക്കാരുടെ പ്രദേശങ്ങളാണ് ഇവയൊക്കെ. ഈ പ്രദേശത്തിന് ഒരു പ്രത്യേകതയുണ്ട്. വേനൽക്കാലത്ത് ഇവിടെയുള്ള വർ ഭീതിയോടെയാണ് ദിവസങ്ങൾ തള്ളിനീക്കുക. ഏതു നിമിഷവും പടർന്നുപിടിക്കുന്ന കാട്ടുതീയാണ് അവരെ ഭയപ്പെടുത്തുന്ന വില്ലൻ. ഓരോ വർഷവും കാട്ടുതീ പടർന്ന് വൻ നാശനഷ്ടങ്ങളാണ് ഇവിടെ ഉണ്ടാവാറുള്ളത്. വേനൽക്കാലങ്ങളിൽ നമ്മുടെ വയനാട്ടിലും കാട്ടുതീ നിത്യസംഭവമാണല്ലോ.

പലയിടത്തും വഴി കുത്തനെയുള്ള കയറ്റവും ഇറക്കവുമാണ്. പാത യോരത്തെ കാഴ്ചകൾ രസകരം തന്നെ. മൈതാനക്കുന്നുകളും അങ്ങി ങ്ങായി വളർന്നുനിൽക്കുന്ന മരങ്ങളുമൊക്കെയാണ് ചില ഭാഗത്ത്.

ആസ്ട്രേലിയയിൽ വൻ നഗരങ്ങളിൽ നിന്നകലെയുള്ള ചെറു പട്ടണ ങ്ങളുടെയൊക്കെ ഒരേകദേശരൂപം ഇതാണ്. രണ്ടുമൂന്ന് കൂറ്റൻ കണ്ടെ യ്നർ ലോറികൾ ഞങ്ങൾക്കെതിരെ കടന്നുപോയി. സൈറൻ മുഴക്കി ലൈറ്റും പ്രകാശിപ്പിച്ചുകൊണ്ട് ഒരു ആംബുലൻസും ആംബുലൻസിനെ

ഒരു പൊലീസ് വാഹനവും നല്ല വേഗതയിൽ അകമ്പടിസേവിക്കുന്നത് കണ്ടു. അതിന്റെ പൊരുളൊന്നും പിടികിട്ടിയില്ല. ടൂർ മാനേജർക്കും അതേപ്പറ്റി അറിയില്ലായിരുന്നു.

അല്പം കൂടി സഞ്ചരിച്ചപ്പോൾ നിറഞ്ഞൊഴുകുന്ന ഒരു നദി. നല്ല തെളിമയുള്ള ജലപ്രവാഹം. നദിയുടെ കുറുകെയുള്ള ചെറിയ പാലം പിന്നിട്ട് ബസ്സ് നിരന്ന പാതയിലേക്ക് പ്രവേശിച്ചു.

ഞങ്ങൾ ചെറിയൊരു പട്ടണത്തിലെത്തിയിരിക്കുന്നു. പട്ടണം പിന്നിട്ട് ബസ്സ് വീണ്ടും മുന്നോട്ട്. കൃഷിഭൂമിയും വിജനപ്രദേശങ്ങളുമൊക്കെയായി കിലോമീറ്ററുകൾ താണ്ടിയാലേ ഒരു ചെറുപട്ടണം തന്നെ കാണാനാവൂ. റോഡിനിരു വശവുമുള്ള ഇലപൊഴിഞ്ഞ മരങ്ങൾ കടുത്ത വേനലിനേയാണ് ഓർമ്മിപ്പിക്കുന്നത്. യഥാർത്ഥത്തിൽ മഞ്ഞുകാലമാണ് മരങ്ങളുടെ ഇല പെഴിച്ചുകളഞ്ഞിരിക്കുന്നത്. നാട്ടിൽ ഇലപൊഴിയുന്നത് വേനലിന്റെ മൂർദ്ധന്യാവസ്ഥയിലാണല്ലോ.

റോയൽ ആസ്ട്രേലിയൻ എയർഫോഴ്സിന്റെ ഒരു ബേസ് ഇവിടെ പോകും വഴിയുണ്ടെന്ന് വിനോദ് പറഞ്ഞു. ഞങ്ങളത് കാണുകയും ശ്രദ്ധിക്കുകയും ചെയ്തു. അവരുടെ വിമാനത്താവളവും പരിശീലനകേന്ദ്രങ്ങളുമൊക്കെയാണ് റോഡരികിലെ വേലിക്കപ്പുറം. ഞങ്ങളുടെ ബസ്സിനു മുന്നിലൂടെ എയർഫോഴ്സിന്റെ വെള്ളച്ചായം പൂശിയ ഒരു ജീപ്പ് നീങ്ങുന്നുണ്ട്.

ബസ്സ് കോലാപാർക്കിനു മുമ്പിലെത്തി. ടിക്കറ്റെടുത്ത് ഞങ്ങൾ ഉള്ളിൽ കയറി. പാർക്കിന്റെ അധികൃതർ ഞങ്ങൾക്കൊപ്പം ഒരു ഗൈഡിനേയും അയച്ചുതന്നിട്ടുണ്ട്. ഒരു മദ്ധ്യവയസ്കൻ സായിപ്പ്. അയാൾക്കു പിന്നാലെ ഞങ്ങൾ നടന്നു.

പാർക്കിൽ ഒരിടത്ത് വലിയൊരു ചൂരൽക്കൂട കൊണ്ട് ഒരു ചങ്ങാതിയെ മൂടിവച്ചിരിക്കുന്നു. പാർക്കിലെ ഒരു ജീവനക്കാരൻ വന്ന് ആ കുട്ട ഉയർത്തി അതിനുള്ളിൽ ചുരുണ്ടുകൂടിക്കിടന്നിരുന്ന ഒരു ജീവിയെ പുറത്തെടുത്തു. ഏകദേശം മുയലിന്റെ രൂപമുള്ള, ഇടത്തരം ആടിന്റെ വലിപ്പമുള്ള ഒരു ജീവി. ഇതാണ് കോല.

ആ പാർക്ക് ജീവനക്കാരൻ സായ്പ്പ്, കാഴ്ചക്കാർക്കായി, ആ കോലയെയും മടിയിൽവച്ച്, കൂടിനു മുമ്പിലുള്ള ഒരു നീളൻ ബഞ്ചിൽ വന്ന് ഇരുന്ന് ഈ ജീവിയുടെ പ്രത്യേകതകൾ സന്ദർശകരോടു വിവരിച്ചു തുടങ്ങി. ഞങ്ങളോടൊപ്പം മറ്റു കുറേയധികം കാഴ്ചക്കാരും കോലയ്ക്കു മുമ്പിലുണ്ട്. അവരിൽ നിന്നും ഒരു കുടുംബത്തിലെ ചെറിയൊരു പെൺകുട്ടിയെ ഗൈഡ്, അല്പം സ്വാതന്ത്ര്യത്തോടെ കൈപിടിച്ച് ബെഞ്ചിൽ കോലയുമായി ഇരിക്കുന്ന ജീവനക്കാരൻ സായ്പ്പിന്റെ അടുത്തേക്കു കൊണ്ടുവന്നു. ആ കുട്ടിക്ക് ആദ്യം ഒരു നാണഭാവം ഉണ്ടായെങ്കിലും പിന്നീടവൾ മടിയൊന്നും കൂടാതെ, എന്നാൽ അല്പം പേടിച്ചു പേടിച്ചു തന്നെ കോലയ്ക്കടുത്ത് വന്നിരുന്നു. ഇപ്പോഴവളുടെ ഭയാശങ്കകൾ

മാറിയെന്നു തോന്നി. ആ പെൺകുട്ടി കോലയുടെ അണ്ണാൻ രോമങ്ങളിൽ മെല്ലെയൊന്നു തലോടുകയും ആ രംഗം അവളുടെ സംഘത്തിൽപ്പെട്ട ഒരാൾ വീഡിയോയിൽ പകർത്തുകയും ചെയ്തു.

കോല ആസ്ട്രേലിയയിൽ ഏറ്റവും സംരക്ഷിക്കപ്പെടുന്നവയിൽ പ്രധാനിയായ ഒരു ജീവിയാണ്. ഇങ്ങനെയൊരു ചെറിയ വിശിഷ്ട ജന്തുവിനെ ഹോങ്കോങ്ങിലും കണ്ടിട്ടുണ്ട്. ഹോങ്കോങ്ങിലെ ആ സംരക്ഷിത ജീവിയുടെ പേര് പാണ്ട എന്നാണ്.

കടിക്കുന്ന ജീവിയായതിനാൽ കോലയുടെ തലയിലൊന്നും തൊടരുത് എന്ന പ്രത്യേക നിർദ്ദേശമുണ്ട്. പുറത്തു മാത്രമേ തൊടാൻ ശ്രമിക്കാവൂ എന്ന്, കോല പാർക്കിലെ ഗൈഡ് ഇടയ്ക്കിടെ ഉപദേശിച്ചു കൊണ്ടിരുന്നു. പലരും വന്ന് കോലയോടു ചേർന്നിരുന്നു ഫോട്ടോ എടുക്കുന്നുണ്ട്. ഒടുവിലെത്തിയത് ഒരു ഇന്ത്യാക്കാരനാണ്. കോലയുടെ ശരീരത്തിൽ തടവുന്നതിനോടൊപ്പം നമ്മുടെ നാട്ടുകാരൻ അല്പം സാഹസികമായ ഒരു വികൃതി കൂടി കാട്ടിയതിന്, ഗൈഡിൽ നിന്നും നല്ല ചീത്ത കേൾക്കുകയും ചെയ്തു. അയാൾ കോലയുടെ മുഖത്തൊന്നു തൊട്ടു. അത് തലയുയർത്തി ചീറ്റിക്കൊണ്ട് ആ മനുഷ്യന്റെ കൈ കടിച്ചു കീറുവാനൊരു ശ്രമം നടത്തി. ഈ കലാപരിപാടി കഴിഞ്ഞ് ഇന്ത്യാക്കാരൻ, ഗൈഡിന്റെ ശക്തമായ ശകാരം കേട്ട വൈക്ലബ്യത്താൽ ആൾക്കൂട്ടത്തിൽ ലയിക്കാൻ ശ്രമിച്ചപ്പോൾ, മെല്ലെ ഞാനയാളെ വിളിച്ച് സ്വകാര്യമായി ഒന്നു പരിചയപ്പെടാൻ കളമൊരുക്കി. എനിക്ക് മറ്റൊന്നും വേണ്ട അയാൾ ഏതു സ്ഥലക്കാരൻ, ഏതു സ്റ്റേറ്റുകാരൻ എന്നു മാത്രം അറിഞ്ഞാൽ മതി.

ഊഹം തെറ്റിയില്ല. താൻ ആന്ധ്രയിലെ നെല്ലൂർ ജില്ലക്കാരനാണെന്ന് അല്പം ശബ്ദം താഴ്ത്തി അയാൾ അറിയിച്ചു. ഏതു വിദേശയാത്രയിലും യാത്രാസംഘത്തിൽ ഉൾപ്പെടുന്ന ആന്ധ്രാക്കാരാണ്, എല്ലാവിധ പ്രശ്നങ്ങൾക്കും കാരണക്കാരാവുക എന്നത് അനുഭവവുമാണ്. കഴിഞ്ഞ സർക്കാരിന്റെ കാലത്ത്, പാർലമെന്റ് സമ്മേളനത്തിനിടെ, തെലുങ്കാന പ്രശ്നത്തിൽ നടത്തിയ പ്രതിഷേധത്തിന്റെ ഭാഗമായി, തങ്ങളുടെ എതിർ ചേരിയിലെ എം.പി മാരുടെ മുഖത്ത് കുരുമുളകുപൊടി വാരി വിതറിയ ആന്ധ്രയിലെ പാർലമെന്റംഗങ്ങളെ ഓർക്കാൻ ഞാനിപ്പോൾ ശ്രമിക്കുന്നുമില്ല.

പാർക്കിലൂടെ വീണ്ടും മുന്നോട്ടു നടന്നു. അന്തരീക്ഷത്തിന് നല്ല തണുപ്പുണ്ട്. മരക്കൂട്ടങ്ങൾക്കിടയിലൂടെ സഞ്ചരിക്കുമ്പോൾ തണുപ്പിന്റെ കാഠിന്യം ഏറുന്നു. വഴിയിൽ ചില മരങ്ങളുടെ ശിഖരങ്ങളിലിരുന്ന് ഉറങ്ങും മട്ടിൽ പച്ചിലകൾ അകത്താക്കുകയാണ് കുറേ കോലകൾ. മരത്തിൽ വസിക്കുകയും പച്ചിലകൾ മാത്രം ഭക്ഷിക്കുകയും ചെയ്യുന്ന ജീവിയാണ് കോല. ആസ്ട്രേലിയൻ ആദിവാസികളുടെ ഭാഷയിലെ ഗുല എന്ന

വാക്കിൽ നിന്നാണത്രേ ഈ പാവത്താന് കോല എന്ന പേരു ലഭിക്കുന്നത്. ഗുല എന്നാൽ വെള്ളം കുടിക്കാത്തവൻ എന്നാണ് അർത്ഥം. മറ്റു ജീവികളിൽ നിന്നും വ്യത്യസ്തമായി കോല അപൂർവ്വമായേ ജലപാനം നടത്തുകയുള്ളൂ. മരത്തിനു മുകളിൽ നിന്നും താത്കാലികമായി ഭൂമിയിലേക്കിറങ്ങിവന്ന ഈ നാണക്കാരുമൊത്ത് സഞ്ചാരികളിൽ പലരും ഫോട്ടോ എടുക്കുന്നുണ്ട്.

കോലയെപ്പറ്റി രസകരമായ ഒരു കഥയുണ്ട്. ആസ്ട്രേലിയയിൽ ഇംഗ്ലീഷ്കാരുടെ കുടിയേറ്റം സജീവമായ ആ ആദ്യനാളുകളിൽ ചില സായിപ്പന്മാർക്ക് കാട്ടിൽ നിന്നും ഒന്നുരണ്ട് കോലകളെ കിട്ടുകയുണ്ടായി. അത് കരടികളുടെ കുഞ്ഞുങ്ങളാണെന്നു കരുതി സായ്പ്പന്മാർ വമ്പൻ കൂടുകളുണ്ടാക്കി കോലകളെ അതിലിട്ടു. പക്ഷേ ഈ കരടിക്കുഞ്ഞുങ്ങളുണ്ടോ വളരുന്നു, വലുതാവുന്നു. കാത്തുകാത്തിരുന്നു മടുത്ത ഇംഗ്ലീഷുകാർ ഒടുവിൽ അമളി മനസ്സിലാക്കി. ആദിമനിവാസികളിൽ നിന്നാണ് അവർ ഈ ജീവികളെപ്പറ്റി ശരിക്കും മനസ്സിലാക്കിയത്. ഈ അറിവു കിട്ടുംവരെ സായിപ്പന്മാർ കോലകളെ വിളിച്ചിരുന്നത് 'നേറ്റീവ് ബെയർ' എന്നാണ്. ബെയർ എന്നാൽ കരടി. ഏതു ജീവിയേയും പിടിച്ചു തിന്നുന്ന മനുഷ്യരുടെ ത്വരയാണ് ഈ സാധുമൃഗങ്ങൾക്കും ഭീഷണിയായത്. ഇവയുടെ മാംസം ഭക്ഷ്യയോഗ്യമാണ്.

20-ാം നൂറ്റാണ്ടിന്റെ ആദ്യദശകമായപ്പോഴേക്കും ആസ്ട്രേലിയൻ കോലയുടെ എണ്ണം നന്നേ കുറഞ്ഞിരുന്നു. പിന്നീട് ആസ്ട്രേലിയൻ ഭരണാധികാരികൾ മുൻകൈ എടുത്താണ് ഇവയെ വംശനാശത്തിൽ നിന്നും രക്ഷിച്ചത്. രാജ്യത്ത് പലയിടത്തും പ്രത്യേകപാർക്കുകളുണ്ടാക്കി കോലകളെ സംരക്ഷിച്ചുവരികയാണ് ഇപ്പോൾ.

കങ്കാരു, ആസ്ട്രേലിയയുടെ ദേശീയ മൃഗം

ആസ്ട്രേലിയയുടെ പ്രതീകമായി പുസ്തകങ്ങളിൽ കണ്ടുപരിചയമുണ്ട് കങ്കാരു എന്ന വിചിത്രമൃഗത്തെ. പതിവായി സഞ്ചാരികളെത്തുന്ന പാർക്കായതിനാൽ കങ്കാരുവിന് സന്ദർശകരോട് അപരിചിതഭാവമൊന്നും കണ്ടില്ല. ജീവിവർഗ്ഗത്തിലെ ഈ വിചിത്ര രൂപികളുടെ ലോകത്തുകൂടി കാഴ്ചകൾ കണ്ട് ഞാൻ നടന്നു.

വലിയ പിൻകാലും ചെറിയ മുൻകാലും കുത്തി, വാലുകൊണ്ടൊരു താങ്ങുംവച്ച് അവനങ്ങനെ നടക്കുന്നു. കങ്കാരുവിനെപ്പറ്റി കേട്ടും, ടി.വിയിലൂടെ കണ്ടും മാത്രം അറിഞ്ഞിട്ടുള്ള എനിക്ക്, ഇത്രയടുത്ത് ഇവയെ കണ്ടപ്പോഴുള്ള കൗതുകം അടക്കാനായില്ല. ഇന്നുവരെ ഞാൻ കേട്ടിട്ടില്ലാത്ത ഒരു 'നല്ല നടപ്പ്' - ശീലം ഉള്ള കങ്കാരുവിനെ ഇവിടെ കണ്ടപ്പോൾ, പ്രകൃതിയിലുള്ള ഈശ്വരസൃഷ്ടിയിലെ വൈചിത്ര്യത്തെപ്പറ്റി, അദ്ഭുതത്തെപ്പറ്റി ഞാൻ ഓർത്തു. ഞാൻ കണ്ട പുതുമകളിലൊന്ന് കങ്കാരുവിന്റെ വാലിന്റെ പ്രത്യേക സിദ്ധിയാണ്. ഏതു ജീവിയുടെയും ജന്തുവിന്റെയും വാൽ ലൂസായിട്ടാണല്ലോ കിടക്കുന്നത്, ഒരു കയറുപോലെ, നീളമുള്ള ഒരു റബ്ബർ കഷണം പോലെ. ഇവിടെ കങ്കാരുവിന്റെ വാലിനും കാഴ്ചയിൽ ഇതേ അവസ്ഥ തന്നെയാണ്, അവ വെറുതേ ഇരിക്കുമ്പോൾ മാത്രം. ഞാനാ അദ്ഭുതം കണ്ടു. പിന്നിൽ, അല്പം നീളത്തിൽ ആടിയാടിക്കിടക്കുന്ന വാൽ, നടക്കാൻ ശ്രമിക്കുന്ന കങ്കാരുവിന്റെ പിൻകാൽ നിലത്തുറപ്പിക്കുമ്പോൾത്തന്നെ, അല്പം മടങ്ങി, അത് മറ്റൊരു കാലായി രൂപപ്പെടുന്നു. ലൂസായി കാണപ്പെടുന്ന വാൽ, നടക്കുന്ന സമയം മാത്രം, ഒരു അഡീഷണൽ കാലിന്റെ രൂപമായി മാറുന്നു. വാലും കൂടി കുത്തി മൂന്നു പിൻകാലുകളിൽ നടക്കുന്ന പ്രതീതി. മുൻകാലുകളാകട്ടെ നടക്കുമ്പോഴുള്ള ചലനത്തിന് ഒരു ആയം നൽകാൻ മാത്രമുള്ളതാണ്.

63 ഇനത്തിൽപ്പെട്ട കങ്കാരുക്കളാണ് ആസ്ട്രേലിയയിൽ ഉള്ളത്. റെഡ് കങ്കാരു, ഈസ്റ്റേൺ കങ്കാരു എന്നിവയാണ് ഇതിൽ പ്രധാനപ്പെട്ടവ. ഈ രണ്ടു വിഭാഗങ്ങളും ഞങ്ങൾ സന്ദർശിച്ച ഈ പാർക്കിലുണ്ട്.

ചില കങ്കാരുക്കൾ വെയിൽ കായുന്നതും കാണാമായിരുന്നു. കങ്കാരുവിന്റെ മുൻകാലുകളാണ് കാഴ്ചക്കാരിൽ കൂടുതൽ കൗതുകമുണർത്തുക. പിൻകാലിൽ അവ നിവർന്നു നിൽക്കുമ്പോൾ, ഒരനാവശ്യവസ്തുപോലെ അതങ്ങനെ തൂങ്ങിക്കിടക്കും. കുറുംകൈകൾ കൊണ്ട് ഈ മൃഗത്തിന് ഒരു ഉപയോഗവുമില്ല എന്നു കരുതരുത്. ഈ കൈകൾ കൊണ്ടാണ് ഈ പാവം മൃഗങ്ങൾ തങ്ങളുടെ പുറം ചൊറിയുന്നത്.

ഞങ്ങൾക്കു മുമ്പിലിപ്പോഴൊരു ഈസ്റ്റേൺ ഗ്രേറ്റ് കങ്കാരു വന്നു നിർവികാരഭാവത്തിൽ നിൽക്കുന്നു. ആസ്ട്രേലിയയിലെ തീരപ്രദേശങ്ങളിലെ കുറ്റിക്കാടുകളിലാണ് ഇവ പ്രധാനമായും വസിക്കുന്നത്.

മറ്റൊരു ഈസ്റ്റേൺ ഗ്രേറ്റ് കങ്കാരുവും കുട്ടിയുമായി കുറച്ചപ്പുറത്തു നിൽക്കുന്നതു കണ്ടു. അമ്മയുടെ ഉദരസഞ്ചിയിൽ നിന്നും അടുത്തകാലത്തെന്നോ പുറത്തിറങ്ങിയതാണീ കുട്ടിക്കങ്കാരു. സഞ്ചിക്കുള്ളിൽ നിന്നും മുല തപ്പിയെടുത്ത് വിശപ്പകറ്റാൻ ശ്രമിക്കുന്ന ആ കങ്കാരുക്കുഞ്ഞിനെ സന്ദർശകരെല്ലാം കൗതുകത്തോടെ നോക്കിനിൽക്കുക മാത്രമല്ല, ക്യാമറയിലും വീഡിയോയിലും പകർത്തുന്നുമുണ്ട്.

പൂർണ്ണ വളർച്ചയെത്താത്ത കുഞ്ഞിനെ പ്രസവിക്കുകയും വളർച്ചയെത്തുംവരെ അതിനെ ഉദരത്തിലെ ബാഹ്യസഞ്ചിയിൽ വഹിച്ചു നടക്കുകയും ചെയ്യുന്ന കങ്കാരു, വ്യത്യസ്തതയാർന്ന ഒരു ജീവി തന്നെയാണ്.

കങ്കാരു എന്ന വാക്ക് ആസ്ട്രേലിയൻ ഗോത്രവർഗ്ഗമായ അബോറിജിൻ ജനതയുടെ ഭാഷയിൽ നിന്നുദ്ഭവിച്ചതാണ്. ആസ്ട്രേലിയൻ തീരത്തണഞ്ഞ ആദ്യ യൂറോപ്യൻ നാവികൻ ജെയിംസ് കുക്ക് കങ്കാരുവിനെ കണ്ട കഥ ചരിത്രത്തിലുണ്ട്. 1870 ആഗസ്റ്റ് നാലിന് എൻഡീവർ നദിയുടെ തീരത്തണഞ്ഞ കുക്കും കൂട്ടരും ഈ വിചിത്രജീവിയെക്കണ്ട് അദ്ഭുതപ്പെട്ടുവത്രെ. തന്റെ പായ്ക്കപ്പൽ തകരാറായതിനെ തുടർന്ന് അറ്റകുറ്റപ്പണികൾ നടത്തുന്നതിനായി തീരത്ത് അടുപ്പിച്ചതായിരുന്നു ജെയിംസ് കുക്ക്. ഏഴു ദിവസം വേണ്ടിവന്നു കപ്പലിന്റെ പണി പൂർത്തിയാക്കാൻ. ഈ ദിവസങ്ങളിലൊക്കെ തീരത്ത് ഓടിക്കളിക്കുന്ന കങ്കാരുക്കളെ കുക്ക് കൗതുകത്തോടെ നോക്കിനിൽക്കാറുണ്ടായിരുന്നു.

കങ്കാരുക്കുടുംബത്തെ പിന്നിട്ട് നടന്നെത്തിയത്, ആസ്ട്രേലിയയുടെ സ്വന്തമായ വമ്പൻ പക്ഷികളുടെ അരികിലാണ്. എമു പക്ഷിയായിരുന്നു അത്. ലോകത്ത് ഒട്ടകപ്പക്ഷി കഴിഞ്ഞാൽ വലിപ്പത്തിൽ ഒന്നാം സ്ഥാനമുള്ള പക്ഷിവർഗ്ഗം. ചലിക്കുന്ന വൈക്കോൽത്തുറുപോലെ അവ വേലിക്കുള്ളിൽ ജീവിതം തള്ളിനീക്കുകയാണ്.

അല്പംകൂടി മുന്നോട്ടു നടന്നപ്പോൾ, അതാ മറ്റൊരു പക്ഷി. പീലി കൊഴിഞ്ഞുപോയ മയിലിനെപ്പോലെയുണ്ട് കണ്ടപ്പോൾ. തലയിലെയും കഴുത്തിലെയും രോമക്കൂട്ടത്തിന് നീലയും വെള്ളയും കലർന്ന ഒരു പച്ചനിറമാണ്. ഡബിൾ വാൾട്ടഡ് കസൗറി എന്നാണാ പക്ഷിയുടെ വിചിത്ര

നാമം. മഴക്കാടുകളാണ് ഇവയുടെ ഇഷ്ടപ്രദേശം. കങ്കാരുവിനും എമു പക്ഷിക്കും. ഈ വാൾട്ടഡ് കസൗറിയ്ക്കുമൊക്കെ ഇടയിൽ മറ്റൊരു ഇടത്തരം പക്ഷി കൊത്തിപ്പെറുക്കി നടക്കുന്നുണ്ട്. ലോകത്തെവിടെയും ഈ പക്ഷിക്ക് രൂപ, നിറ വ്യത്യാസമില്ല. നിറം കറുപ്പ്. കാക്കകളാണവ.

ആസ്ട്രേലിയയിൽ കാണപ്പെടുന്ന വിവിധ ജീവി വർഗ്ഗങ്ങളാണ് ഞങ്ങളിപ്പോൾ ചുറ്റിനടന്നു കാണുന്ന ഈ പാർക്കിലുള്ളത്.

പാർക്കിലൂടെ നടത്തം തുടർന്നു. ഇരുവശവും ഇപ്പോൾ കാണുന്ന ചെടികൾക്കും മരങ്ങൾക്കും നല്ല പച്ചപ്പും തണുപ്പും തോന്നുന്നു. ഒരിടത്തു കണ്ട പപ്പായമരവും അതിൽ വിളഞ്ഞുപഴുത്തു നിൽക്കുന്ന പപ്പായയും മനസ്സിൽ കൊതിയുടെ തിരി കൊളുത്തി.

പാർക്കിൽ നിന്നും പുറത്തിറങ്ങാൻ സമയമായി എന്ന്, പാർക്കിന്റെ ചുമതലക്കാരനായ ഗൈഡ് അറിയിക്കുക മാത്രമല്ല, പുറത്തേക്ക് റോഡിലേക്കുള്ള മരഗേറ്റ് തുറന്നു പിടിച്ചുതരികയും ചെയ്തു. ഇനിയും അകത്തു നിൽക്കാൻ ശ്രമിക്കരുതെന്ന മുന്നറിയിപ്പും ഭീഷണിയുമാണയാളുടെ വാക്കുകളിലും ഗേറ്റ് തുറക്കൽ പ്രവർത്തിയിലും ധ്വനിച്ചു നിന്നത്.

ബസ്സ് സിഡ്നി നഗരത്തിലേക്കുള്ള മടക്കയാത്രയിലാണ്. വണ്ടി നഗരഹൃദയത്തോട് അടുത്തുകൊണ്ടിരുന്നു. രാവിലെ ഞങ്ങൾ വന്ന അതേ വഴിയും റോഡും തന്നെ. ആസൂത്രണത്തികവാർന്ന ഒരു നഗരമാണ് സിഡ്നി. പാതയിൽ ബസ്സിനുവേണ്ടി പ്രത്യേക ട്രാക്ക് തന്നെയുണ്ട്. ബസ്സ് പ്രസിദ്ധമായ സിഡ്നി ഹാർബർ ബ്രിഡ്ജിനടുത്തെത്തിയിരിക്കുന്നു. സിഡ്നി സെൻട്രൽ ബിസിനസ്സ് ഡിസ്ട്രിക്റ്റിനെയും നോർത്ത്ഷോറിനെയും കൂട്ടിയിണക്കി ഉൾക്കടലിനു മീതേ ഉയർന്നു നിൽക്കുന്ന പാലം. പാലത്തിനിരുവശവും രണ്ടുവീതം കൂറ്റൻ ടവറുകളുണ്ട്. അല്പം ദൂരെ നിന്നു നോക്കിയാൽ ഈ ടവറുകൾ പാലത്തിന്റെ വമ്പൻ തൂണുകളാണെന്നേ തോന്നൂ. എന്നാൽ ഈ ഗോപുരങ്ങൾക്ക് പാലവുമായി വലിയ ബന്ധമൊന്നുമില്ല.

1967 വരെ സിഡ്നിയിലെ ഏറ്റവും ഉയരമുള്ള നിർമ്മിതിയായിരുന്നു ഹാർബർ ബ്രിഡ്ജ്. ഭൂമിയിലുറപ്പിച്ച ഇതിന്റെ താഴ്ഭാഗങ്ങളുടെ ഉരുക്കു നിർമ്മിതി കണ്ടപ്പോൾ, പാരീസിലെ ഈഫൽ ഗോപുരത്തിനടുത്തു നിൽക്കുന്ന അനുഭൂതി. തൂണുകൾ തമ്മിൽ ഏറ്റവും അകലമുള്ള പാലമെന്ന നിലയിൽ ഗിന്നസ് വേൾഡ് റെക്കോർഡ് ബുക്കിൽ സ്ഥാനവുമുണ്ട് സിഡ്നി ഹാർബർ ബ്രിഡ്ജിന്.

സിഡ്നി തുറമുഖഭാഗത്ത് ഒരു വമ്പൻ പാലത്തിനു വേണ്ടി ആലോചനകൾ ആരംഭിക്കുന്നത് 1815-ലാണ്. പക്ഷേ, ഈ പാലത്തിന്റെ പണി തുടങ്ങാൻ പിന്നെയും 90 വർഷമെടുത്തു.

ജോൺ ബ്രാഡ്ഫീൽഡ് ആയിരുന്നു ചീഫ് എഞ്ചിനീയർ. സിഡ്നി ഹാർബറിനു വേണ്ട പാലത്തിന്റെ ഡിസൈൻ അന്വേഷിച്ച്, അദ്ദേഹമന്ന്

ലോകത്തെ പ്രധാന നഗരങ്ങളൊക്കെ സന്ദർശിക്കുകയുണ്ടായി. ഒടുവിൽ ന്യൂയോർക്കിലെ 'ഹെൽ ഗേറ്റ്' പാലത്തെ മാതൃകയാക്കി, സിഡ്നി ബ്രിഡ്ജിന്റെ നിർമ്മാണ പ്രക്രിയ ആരംഭിച്ചു. പക്ഷേ, അപ്പോഴേക്കും ഒന്നാം ലോകമഹായുദ്ധം പടികടന്നെത്തി. പിന്നീട് 1922-ലാണ് പാലം പണി പുനരാരംഭിച്ചത്. ബ്രിട്ടനിലെ ഒരു വലിയ എഞ്ചിനീയറിംഗ് ആന്റ് കൺസ്ട്രക്ഷൻ കമ്പനിയാണ് പണിയുടെ കരാർ എടുത്തത്. നിർമ്മാണ പ്രവൃത്തിക്കായി ആസ്ട്രേലിയക്കാരായ തൊഴിലാളികളെ മാത്രമേ നിയോഗിക്കൂ എന്ന് കരാറുകാർ പ്രത്യേകമായ ഉറപ്പു നൽകിയിരുന്നെന്നാണ് പൂർവകഥ.

പാലമിറങ്ങി ബസ്സ് സെൻട്രൽ ബിസിനസ്സ് ഡിസ്ട്രിക്റ്റിൽ എത്തിയിരിക്കുന്നു. ഇവിടെ ചുറ്റും അംബരചുംബികളായ കെട്ടിടങ്ങളുടെ വലിയ ഒരു നിര തന്നെയുണ്ട്. സർവീസ് അവസാനിപ്പിച്ച കുറെ യാത്രാബസ്സുകൾ പാതയോരത്ത് നിരന്നു കിടപ്പുണ്ട്.

സിഡ്നി നഗരത്തിന്റെ ഹൃദയഭാഗത്തു കൂടിയാണ് നാമിപ്പോൾ സഞ്ചരിക്കുന്നതെന്ന് ടൂർ മാനേജർ വിനോദ് അറിയിച്ചു. സിഡ്നിയുടെ അഭിമാന സ്തംഭങ്ങളായ അംബര ചുംബികളിൽ വൈദ്യുത ദീപങ്ങൾ തെളിഞ്ഞിരിക്കുന്നു. ബസ്സ് ഒരു ട്രാഫിക് പോയിന്റിൽ നിർത്തിയിട്ടപ്പോൾ, ഒരു ഭാഗത്തു കണ്ട വൻകെട്ടിടങ്ങൾക്കിടയിലൂടെ പ്രസിദ്ധമായ സിഡ്നി ടവറിന്റെ മകുടം കാണാമായിരുന്നു.

ബസ്സ് മെല്ലെ നീങ്ങി. എവിടെയും സുന്ദരമായ ബഹുനില മന്ദിരങ്ങൾ മാത്രം. ഇവയിൽ പലതും വൻകിട കമ്പനികളുടെ കാര്യാലയങ്ങളാണ്.

ചെറിയൊരു ഉൾക്കടലാണ് കോക്കൽബേ. അതിനു കുറുകെ ഒരു പാലമുണ്ട്. പാലത്തിനു മുകളിൽ നിൽക്കുമ്പോൾ, താഴെ കോക്കൽ ബേയും ബിസിനസ്സ് ഡിസ്ട്രിക്റ്റിലെ കൂറ്റൻ മന്ദിരങ്ങളുമൊക്കെ കൂടുതൽ വ്യക്തമായി കാണാം.

നഗരം ചുറ്റിനടന്നു കാണാൻ സൗകര്യമൊരുക്കിക്കൊണ്ട് ബസ്സ് ഒരിടത്തു നിർത്തിയിട്ട്, ടൂർ മാനേജർ ഞങ്ങളെ പുറത്തേക്ക് നയിച്ചു.

കോക്കൽബേയുടെ തീരത്തുകൂടി ഭംഗിയാർന്ന ഒരു നടപ്പാത നീണ്ടുപോകുന്നതുകാണാം. ഞങ്ങൾ ആദ്യം ആ ചെറിയ പാതയിലൂടെ കുറേ ദൂരം നടന്നുനീങ്ങി. ഇപ്പോൾ വശത്തെ ഉൾക്കടലിൽ നിർത്തിയിട്ടിരിക്കുന്ന സുന്ദരൻ ബോട്ടുകൾ കാണാം. ലക്ഷങ്ങൾ വിലമതിക്കുന്ന ബോട്ടുകളാണ് ആ മറീനയിൽ വിശ്രമിക്കുന്നത്. നഗരത്തിന്റെ ഉൾവഴികൾ തേടിപ്പോകുന്ന മോണോ റെയിൽപ്പാത, തലയ്ക്കു മുകളിൽ നീണ്ടുപോകുന്നതു കാണാം. ചുവപ്പും വെള്ളയും നിറം പൂശിയ ഒരു മോണോ റെയിൽ വണ്ടി ഇപ്പോൾ ശബ്ദരഹിതമായി മുകൾപ്പാതയിലൂടെ കടന്നുപോയി.

ബ്രെമൻ ബ്രിഡ്ജ് എന്ന ഒരു പാലത്തിലേക്ക് ഞങ്ങൾ സംഘമായി പ്രവേശിച്ചു. പാലത്തിലിപ്പോൾ വാഹനങ്ങൾ കടത്തിവിടുന്നില്ല. ഇന്നിത്,

സിഡ്നി നിവാസികളുടെയും സഞ്ചാരികളുടെയും സായന്തനങ്ങളെ ധന്യമാക്കുന്ന വിശ്രമ സങ്കേതമായി മാറിയിരിക്കുന്നു,

പാലത്തിനു മുകളിലൂടെയും മോണോ റെയിൽ കടന്നുപോകുന്നുണ്ട്. സുന്ദരമായ നടപ്പാതയും അങ്ങിങ്ങ് ഇരിപ്പിടങ്ങളുമെല്ലാം സജ്ജീകരിച്ച്, ബ്രെമൻ പാലത്തെ ഒരു വിനോദ സഞ്ചാര കേന്ദ്രമാക്കി മാറ്റിയിരിക്കുന്നു. 1902-ൽ നിർമ്മിച്ച പാലമാണ് ഇത്. 110 വർഷങ്ങൾക്കു മുമ്പ് ഇങ്ങനെയൊരു പാലം നിർമ്മിക്കാനുള്ള സാങ്കേതിക വിദ്യ കൈവശമുണ്ടായിരുന്ന ജനതയെ, നാം ഇന്ത്യക്കാർ നമിക്കേണ്ടി വരും. ഇപ്പോഴീ പുതിയ നൂറ്റാണ്ടിൽ ഒരു ചെറിയ പാലംപോലും നിർമ്മിക്കാൻ നാം പെടുന്ന പാടിനെപ്പറ്റി ചിന്തിക്കുമ്പോൾ, ഇവിടെ നാട്ടിൽ നമുക്ക് എന്തിന്റെ കുറവാണുള്ളതെന്ന് മനസ്സിരുത്തി ചിന്തിച്ച്, സ്വയം ഒരാത്മവിമർശനം നടത്തേണ്ടി വന്നേക്കാം.

മോണോ റെയിൽ വണ്ടികളാണ് പാലത്തിൽ ഇപ്പോൾ കാണുന്ന ഏക മോട്ടോർ വാഹനം. ബ്രെമൻ പാലത്തിൽ നിന്നുള്ള സിഡ്നിയുടെ രാക്കാഴ്ച തികച്ചും മനോഹരമാണ്. ദീപങ്ങൾ തെളിഞ്ഞു നിൽക്കുന്ന കെട്ടിടങ്ങൾ ഉൾക്കടലിലെ നീലജലത്തിൽ പ്രതിബിംബിക്കുന്നു. അങ്ങു ദൂരെ വലിയ ബോട്ടുകളിൽ നിന്ന് ഉയർന്നു നിൽക്കുന്ന പായ്മരങ്ങൾ. തീരത്താകട്ടെ ധാരാളം റെസ്റ്റോറന്റുകളും. ഉൾക്കടലിൽ സഞ്ചാരികളുമായി നീങ്ങുന്ന കറ്റമരനുകൾ. കറ്റമരനെന്നാൽ ഒരു പ്രത്യേകതരം വലിയ മൂന്നു നില ബോട്ട്. ഇത്തരം ജലവാഹനങ്ങളിൽ, ഉൾക്കടലിലൂടെയുള്ള യാത്ര ഇവിടെയെത്തുന്ന സഞ്ചാരികളുടെ ഇഷ്ടവിനോദമാണ്.

ലഞ്ച് ക്രൂയിസ് നടത്തുന്ന ഹൈടെക് കറ്റമരനുകളും ഇവിടെ ധാരാളം ഉണ്ട്. തീരത്തെ കാഴ്ചകൾ ആസ്വദിച്ചുകൊണ്ട് സിഡ്നി ഹാർബർ ബ്രിഡ്ജിനു ചുവട്ടിലൂടെ വരെ ഈ ജലവാഹനങ്ങളിൽ കയറി പോയി വരാം. അങ്ങേതീരത്ത് ലൈറ്റ് ഹൗസിന്റെ മിഴി അടയ്ക്കുകയും തുറക്കുകയും ചെയ്യുന്നുണ്ട്. ഒരു ഭാഗത്ത് സിഡ്നി മാരിടൈം മ്യൂസിയം. ഉൾക്കടലിൽ കൂറ്റനൊരു കൊടിമരം കാണാം.

ഞങ്ങൾ അല്പംകൂടി മുന്നോട്ടു നടന്നു. ഇവിടെ പാലത്തിനോട് ചേർന്ന് പഴയ ഒരു ടവർ കാണുന്നു. അതെന്താണെന്ന മട്ടിൽ ഞാൻ ടൂർ മാനേജരുടെ മുഖത്തേക്കു നോക്കി. പണ്ട്, കപ്പലുകൾക്ക് കടന്നുപോകുന്നതിനായി പാലം ഇരുഭാഗത്തേക്കും തുറന്നിരുന്നു. അതിന്റെ യന്ത്ര സംവിധാനങ്ങളുടെ നിയന്ത്രണം ഈ ടവറിനകത്താണെന്ന് വിനോദ് വിശദീകരിച്ചുതന്നു.

വീണ്ടും ഞങ്ങൾ സംഘമായി മുന്നോട്ടുനടന്നു. നടപ്പാത മുഴുവൻ ചുവന്ന ഫ്ളോർ ടൈൽസ് പാകിയിരിക്കുന്നു. എന്തുപറ്റി, ഇപ്പോൾ ഈ സ്ഥലത്തിനു സർവത്ര ചുവപ്പുമയം. രാഷ്ട്രീയച്ചുവപ്പല്ല എന്നു വ്യക്തം. മുമ്പ് ചൈനയിൽ പോയപ്പോൾ, ടിയാനൻമെൻ സ്ക്വയറിലും ഇതു

പോലെ ചുവപ്പിന്റെ ധാരാളിത്തം കണ്ടിരുന്നു. അത് ചൈനീസ് കമ്മ്യൂണിസ്റ്റ് പാർട്ടിയുടെ നിറം കൊടുക്കലായിരുന്നു. ടിയാനൻമെൻ സ്ക്വയറിലെ ചുവപ്പുനിറങ്ങളുടെ പശ്ചാത്തലത്തിൽ കണ്ട മാവോയുടെ പടുകൂറ്റൻ ചിത്രം ഇപ്പോഴും മനസ്സിൽ പതിഞ്ഞുകിടപ്പുണ്ട്.

പ്രകാശം തൂകിനിൽക്കുന്ന നിയോൺ വിളക്കുകൾ. ആകെയൊരു ഉത്സവച്ഛായയാണിവിടെ. ഉൾക്കടലിൽ നിന്ന് നേരിയൊരു ദുർഗന്ധം പോലുമില്ല. വിശാലമായ കടലിൽ നിന്നും ദുർഗന്ധമെന്നോ, എന്നു സംശയിക്കുന്നവരുണ്ടാവാം. ഇത്, വിശാലമായി പരന്നു വ്യാപിച്ചു കിടക്കുന്ന ആഴിപ്പരപ്പല്ല, വലിയൊരു തടാകത്തിനു സമാനമായ ഉൾക്കടലാണ്. മൂളിപ്പറന്നാക്രമിക്കുന്ന കൊതുകുകളും ഇവിടെയില്ല. വൃത്തിഹീനമായ കാഴ്ചകളും ഇല്ല. ഇത്തരം പാശ്ചാത്യ നഗരങ്ങളിൽ നിന്നു കൂടിയാണ്, നാടു കാണാൻ സഞ്ചാരികൾ നമ്മുടെ കൊച്ചിയിലും മറ്റും എത്തുന്നതെന്നോർക്കണം.

വ്യക്തവും വിശദവുമായ ഒരു നഗരസന്ദർശനത്തിന് രംഗമൊരുക്കുകയാണ് ടൂർ മാനേജർ എന്നു മനസ്സിലായി. അയാൾക്കു പിന്നാലെ, കൂട്ടമായി ഞങ്ങൾ നടന്നുനീങ്ങി. പാലമിറങ്ങിച്ചെന്നത് നഗരത്തിലെ ജനത്തിരക്കിലേക്കായിരുന്നു. ആ തിരക്കിലൂടെ വീണ്ടും മുന്നോട്ട്.

വഴിയിലൊക്കെ ഒത്തിരി സൈക്കിൾ യാത്രക്കാരെ കണ്ടു. പാശ്ചാത്യ നഗരങ്ങളിൽ ഇതൊരു സാധാരണ കാഴ്ചയാണ്. നമ്മുടെ നാട്ടിലാകട്ടെ, സമൂഹത്തിലെ സാധാരണക്കാരെന്നു കരുതുന്നവർ പോലും സൈക്കിളിൽ സഞ്ചരിക്കുന്നതു കാണാനാവില്ല. ലോഡും ചരക്കുകളും സിമന്റ് ചാക്കും മൽസ്യപ്പെട്ടിയുമൊക്കെ വച്ചുകെട്ടി, ജീവസന്ധാരണത്തിനായി നീങ്ങുന്നവർ പോലും നാട്ടിലിപ്പോൾ സൈക്കിളിൽ അത്ര കൂടുതൽ കാണാറില്ല. ഒന്നുകിൽ ബൈക്കിൽ അല്ലെങ്കിൽ ഓട്ടോയിലോ കാറിലോ. അതുകഴിഞ്ഞ് ടൗൺ ബസ്സിലും. അല്പം ദൂരം നടന്നുനീങ്ങാനും നമ്മിൽ പലർക്കും താത്പര്യമില്ല, കഴിയാറുമില്ല. കുറ്റം പറയാനുമാവില്ല, അതിനുവേണ്ടി ചെലവഴിക്കാൻ ഇന്നാർക്കും സമയമില്ലല്ലോ.

നഗരപ്രാന്തത്തിലേക്ക്

ഞാങ്ങളുടെ ബസ്സിപ്പോൾ സെൻട്രൽ ബിസിനസ്സ് ഡിസ്ട്രിക്റ്റിൽ എത്തിയിരിക്കുന്നു. സന്ധ്യാസമയം

സിഡ്നി നഗരത്തിന്റെ ഹൃദയഭാഗമാണിത്. ഡാർലിങ് പാർക്ക് ഏരിയാ എന്നാണീ ഭാഗം അറിയപ്പെടുന്നത്. ഈ മഹാനഗരത്തിന്റെ അഭിമാനസ്തംഭങ്ങളായ അംബരചുംബികളിൽ ദീപങ്ങൾ തെളിഞ്ഞു കഴിഞ്ഞിരിക്കുന്നു.

സിഡ്നിയിലെ ഏറ്റവും പ്രസിദ്ധമായ ബ്രെമൻ ബ്രിഡ്ജിലാണ് ഞങ്ങളിപ്പോൾ നിൽക്കുന്നത്. ആധുനിക ശാസ്ത്രസാങ്കേതികവിദ്യയുടെ പ്രതിഫലനവും മികവുകളും പ്രകടമാക്കുന്ന തരത്തിൽ നിർമ്മിക്കപ്പെട്ട ഇത്തരം പാലങ്ങൾ ചുറ്റിനടന്നു കാണുമ്പോൾ, ബ്രിട്ടീഷുകാർ പണ്ട് 135 വർഷം മുമ്പ് പണിത കൊല്ലം ജില്ലയിലെ ഒരു പാലത്തെപ്പറ്റി അതീവ ഖേദപൂർവ്വം ഓർത്തുപോകുന്നു. പുനലൂർ തൂക്കുപാലം. നാശോന്മുഖമായിക്കൊണ്ടിരിക്കുന്ന നമ്മുടെ ആ മനോഹര പാലം ഇന്ന് ജീർണ്ണാവസ്ഥയിലാണ്. ഈ പാലത്തെ സംരക്ഷിക്കാനും ഒരു ടൂറിസ്റ്റ് സ്പോട്ടാക്കി മാറ്റുവാനും നമ്മുടെ അധികാരികൾ ശ്രദ്ധിക്കുന്നില്ല എന്നത് ഖേദകരം തന്നെ.

പാലത്തിൽ കൂട്ടമായി നിന്നപ്പോൾ എനിക്കൊരു മോഹം. ഉൾക്കടലിലൂടെ ഒരു ബോട്ട്യാത്ര. ഉൾക്കടലിൽ സഞ്ചാരികളുമായി നീങ്ങുന്ന നിരവധി കറ്റമരങ്ങൾ കണ്ടപ്പോഴുള്ള ആവേശമാണ്.

ഞങ്ങളുടെ യാത്രാ ഷെഡ്യൂളിൽ ഈയൊരു ബോട്ടുയാത്ര ഉൾപ്പെടുത്തിയിട്ടില്ല. ഷെഡ്യൂളിലില്ലാത്ത പരിപാടികൾ കണ്ട് കൊതിയടക്കാമെന്നല്ലാതെ അനുഭവിച്ച് പ്രാവർത്തികമാക്കാൻ ഒരു നിർവാഹവുമില്ല. യാത്രാ ഫീസ് മുൻകൂട്ടി അടയ്ക്കുമ്പോൾ തന്നെ, കാണേണ്ടതും കാണിക്കേണ്ടതുമായ കാഴ്ചകളുടെ വിവരങ്ങളടങ്ങിയ ബ്രീഫിങ് ഷീറ്റ് ഓരോ യാത്രക്കാരനും മുൻകൂട്ടി നൽകാറുണ്ട്. 'ടൂർ ഐറ്റിനറി' എന്നാണ് ആ കടലാസിനു പറയുക. അതിൽ സൂചിപ്പിച്ചിരിക്കുന്ന ഒരു ഐറ്റവും കാണിക്കാതെ വിടാൻ ടൂർ മാനേജർക്ക് അവകാശമില്ല. പുതുതായി യാതൊന്നും

കൂട്ടിച്ചേർക്കാൻ കഴിയുകയുമില്ല. പ്രധാനമായും രണ്ട് കാരണങ്ങളുണ്ട്. നമ്മോടു വാങ്ങിയ യാത്രാഫീസിൽ ഈ പുതിയ പരിപാടി നടപ്പാക്കുന്നതിനുള്ള ചെലവ് കമ്പനി ഉൾപ്പെടുത്തിയിട്ടുണ്ടാവില്ല. രണ്ടാമത്തേത്, ടൈം മാനേജ്മെന്റാണ്. വളരെ കൃത്യമായ യാത്രാഷെഡ്യൂൾ ആണ് നിശ്ചയിക്കുന്നത്. സമയക്ലിപ്തത ഇവിടെ ഒരു പ്രധാന ഘടകമാണ്. ഒരിടത്ത് സമയനിഷ്ഠ പാലിക്കപ്പെട്ടില്ലെങ്കിൽ ബാക്കിയൊക്കെ ഓരോന്നായി താളം തെറ്റും.

എന്നാൽ ഇത്തരം ചില കൗതുകകരമായ കാഴ്ചകൾ താത്കാലികമായി ഉൾപ്പെടുത്തുമ്പോൾ പല ലോകയാത്രകളിലും ടൂർ മനേജർമാർക്ക് നിർദേശം നൽകി നടപ്പാക്കാൻ ഞാൻ ഒരു താത്കാലിക രൂപരേഖ സമർപ്പിക്കാറുണ്ട്. അത് ടൂർ മനേജർ അംഗീകരിച്ചാൽപ്പോലും അതിനുള്ള പ്രത്യേകചെലവ് നാം തന്നെ ഷെയർ ചെയ്തു കൊടുക്കേണ്ടിവരും. പ്രശ്നം ഇവിടെയും തീരുന്നില്ല. യാത്രാഗ്രൂപ്പിലെ എല്ലാവർക്കും സുസമ്മതമായ ഒരു പരിപാടിമാറ്റമാവണം അത്. ഒന്നോ രണ്ടോ പേർ ഇതിൽ നിന്നും ഉടക്കി മാറിനിന്നാൽ അവരെ ഉപേക്ഷിച്ചുപോകാൻ ടൂർ മാനേജർക്കാവില്ലല്ലോ?

ഞാൻ നിർദ്ദേശിച്ചിട്ടുള്ള ഇത്തരം പരിപാടി മാറ്റങ്ങൾക്കൊക്കെ എപ്പോഴും മുഴുവൻ അംഗങ്ങളുടെയും പിന്തുണ കിട്ടിയിട്ടുണ്ട്. ഈ നിർദ്ദേശം സമർപ്പിച്ചിരുന്ന എന്നെ ഈ വിഷയത്തിൽ യാത്രാ സംഘാംഗങ്ങൾ അനുമോദിക്കുകയും ചെയ്യാറുണ്ട്.

ഒക്കെയും വളരെ പെട്ടെന്നാണ് സംഘടിപ്പിച്ചത്. ഈ വിഷയത്തിൽ ടൂർ മാനേജർ വിനോദിനെ അഭിനന്ദിച്ചേ കഴിയൂ. അയാൾക്കു മാത്രമല്ല അഭിനന്ദനത്തിന്റെ മുഖ്യ പങ്ക്, വിഷയം അവതരിപ്പിച്ച് കൈയടി നേടിയ എനിക്കും ലഭ്യമായി.

കഴിയുന്നത്രവേഗം ടൂർ മാനേജർ ഒരു ബോട്ട് ഏർപ്പാടു ചെയ്തു. ഭാഗികമായി ആഡംബരമൊരുക്കിയ ചെറിയ ബോട്ട്. ഞങ്ങളുടെ സംഘം ഇപ്പോൾ ബോട്ടിനുള്ളിലാണ്. കടന്നു പോകും വഴി ഉൾക്കടൽ ഭാഗത്ത് ധാരാളം ബോട്ടുകൾ നിർത്തിയിട്ടിരിക്കുന്നത് കാണാം. തീരത്തെ കാഴ്ചകൾ ആസ്വദിച്ച് സിഡ്നി ഹാർബർ ബ്രിഡ്ജിന്റെ ചുവട്ടിലൂടെ ഞങ്ങളുടെ ജലവാഹനം കടന്നുപൊയ്ക്കൊണ്ടിരുന്നു. തീരത്തിന് അപ്പുറത്ത് ഒരിടത്ത് സ്ഥാപിച്ചിട്ടുള്ള ലൈറ്റ്ഹൗസ് കാണാം. ഒരു ഭാഗത്ത് ലോകപ്രസിദ്ധമായ സിഡ്നി മാരി ടൈം മ്യൂസിയം.

ആസ്ട്രേലിയൻ യാത്രയ്ക്കൊരുങ്ങിയപ്പോൾ ഉറപ്പായി കണ്ടാസ്വദിക്കേണ്ട രണ്ടുമൂന്നു കാഴ്ചകളിൽ ഒപ്പേറാ ഹൗസും ത്രീ സിസ്റ്റേഴ്സ് മലകളും കങ്കാരുവും ഒപ്പം ഈ മാരിടൈം മ്യൂസിയവും ഉണ്ടായിരുന്നു. നീന്തലറിയില്ല എങ്കിലും ജലസവാരി എനിക്കിഷ്ടമാണ്. പ്രത്യകിച്ച് താത്പര്യം, കടൽ യാത്രയ്ക്കാണ്. ലോകത്തിലെ ഏറ്റവും വലിയ ആഡംബരക്കപ്പലിൽ അമേരിക്കയിൽ വച്ചു നടത്തിയ നാലു ദിവസം നീണ്ടു

നിന്ന ഒരു ബഹാമസ് യാത്ര മനസ്സിൽ ഒറ്റപ്പെട്ടു കിടക്കുന്നു. സിങ്കപ്പൂർ - മലേഷ്യ ക്രൂയിസുകളും.

പാലത്തിനരികിലൂടെ ഞങ്ങളുടെ ജലവാഹനം ഒരു മുരൾച്ചയോടെ നീങ്ങുകയാണ്. ഞങ്ങൾ സംഘാംഗങ്ങളൊക്കെ വല്ലാത്തൊരു ത്രില്ലിലും അനുഭൂതിയിലും ലയിച്ചിരിക്കുകയാണ്. ഈ ബോട്ടുയാത്ര എല്ലാവരും നന്നേ ആസ്വദിക്കുന്നു. കൂട്ടത്തിലെ പഞ്ചാബ് നിവാസികളായ നവദമ്പതികൾക്ക് ഈ ഉൾക്കടൽ യാത്ര കൂടി ഉണ്ടായിരുന്നില്ലെങ്കിൽ തങ്ങളുടെ മധുവിധു പൂർത്തിയാവുകയില്ല എന്ന ഭാവമാണെന്നു തോന്നി.

ബോട്ടിലിരിക്കുമ്പോൾ തന്നെ പാലത്തിന്റെ നടപ്പാത ഭാഗികമായി കാണാം. ചുവന്ന നടപ്പാതയാണത്. ടെറാക്കോട്ട ഇഷ്ടികകൾ പാകിയത്. പ്രകാശം തൂകി നിൽക്കുന്ന നിയോൺ വിളക്കുകൾ. ആകെയൊരു ഉത്സവച്ഛായയാണ് എങ്ങും.

ഉൾക്കടലിലെ ബോട്ടുയാത്ര അവസാനിച്ചപ്പോൾ ഞങ്ങൾ ഹോട്ടലിലേക്കു മടങ്ങി. നാളെ പുതിയ കാഴ്ചകൾ തുടങ്ങുകയാണ്. സിഡ്നി നഗരത്തോടു ചേർന്നു കിടക്കുന്ന ചില പ്രദേശങ്ങൾ സന്ദർശിക്കുകയാണ് ആ പരിപാടി.

രാവിലെ ഹോട്ടലിനു മുമ്പിൽ നിന്നും ബസ്സ് പുറപ്പെട്ടപ്പോൾ ഒരു ലോക്കൽ ഗൈഡിനേയും ബസ്സിൽ കണ്ടു. ഒരു ചെറുപ്പക്കാരൻ സായിപ്പ്. ഇപ്പോൾ ഇങ്ങനെയൊരു സമ്പ്രദായം പാശ്ചാത്യ ദേശങ്ങളിൽ നിലവിൽ വന്നിട്ടുണ്ട്. ഏതു വിദേശ ടൂറിസ്റ്റ് സംഘം രാജ്യത്ത് പ്രവേശിച്ചാലും അവർ സന്ദർശിക്കുന്ന നഗരത്തിലെ അംഗീകാരമുള്ള ഒരു ലോക്കൽ ടൂർ ഗൈഡിന്റെ സേവനം സ്വീകരിച്ചേ കഴിയൂ, ആ ഗൈഡിന്റെ ഫീസും നാം നൽകണം. ഈ തുക ടൂർ കമ്പനി തന്നെ കൊടുത്തുകൊള്ളുമെങ്കിലും സഞ്ചാരികൾക്ക് ഒരു പ്രശ്നമുണ്ട്, വിശേഷിച്ച് ഇന്ത്യപോലുള്ള ഒരു ഏഷ്യൻ രാജ്യത്തുനിന്നു വരുന്നവർക്ക്.

നമ്മിൽ പലർക്കും സാധാരണഗതിയിൽ സാമാന്യമായ ഇംഗ്ലീഷ് ഭാഷ വശമാണെങ്കിലും പാശ്ചാത്യരുടെ ആക്സന്റിൽ, ശൈലിയിൽ, ഉള്ള സംഭാഷണം ഈസിയായി ഗ്രഹിക്കാൻ ബുദ്ധിമുട്ടുണ്ട്. വളരെ സ്പീഡിൽ നമുക്കത്ര ദഹിക്കാത്ത, പിടികിട്ടാത്ത ആംഗലേയത്തിൽ അവർ കാര്യങ്ങൾ വിവരിച്ചു തരുമ്പോൾ അധികമൊന്നും മനസ്സിലാക്കാനാവാതെ നാം മിഴിച്ചുനിന്നുപോകും. മറ്റൊരു പ്രശ്നം കൂടിയുണ്ട്. രക്തം കിനിയുന്ന ചുവപ്പു കലർന്ന വെള്ളനിറമുള്ള ഒരു വിദേശിയെ കണ്ടാൽ നാം ആദ്യമായി ധരിക്കുക അയാളൊരു ഇംഗ്ലീഷ്കാരനാണെന്നാവും. പണ്ട് നമ്മെ അടക്കി ഭരിച്ചിരുന്ന വെള്ളക്കാർ ബ്രിട്ടീഷുകാരാണ്. രൂപവും നിറവും കണ്ട് ഏതെങ്കിലും ഒരു സായ്പ്പിനോട് ഇംഗ്ലീഷിൽ സംസാരിക്കാൻ തുനിഞ്ഞാൽ നമ്മുടെ സംഭാഷണത്തിന്റെ ഒരംശവും പിടികിട്ടാതെ ചിലപ്പോൾ ആ വെള്ളക്കാരൻ അമ്പരക്കുന്നതു കാണാം. കാരണം

അയാൾ ഒരു ഇംഗ്ലീഷ്കാരനാകണമെന്നില്ല. യൂറോപ്യൻ സമൂഹത്തിലെ 27 രാജ്യങ്ങളിൽ ഏതിലെങ്കിലും ഉള്ള ഒരാളാവാം. ഫ്രാൻസ്, ജർമ്മനി, ഇറ്റലി, പോർച്ചുഗൽ, സ്വിറ്റ്സർലന്റ് തുടങ്ങിയ രാജ്യങ്ങളിൽ നിന്നുള്ള വരിൽ പലർക്കും ആ നാട്ടിലെ പ്രാദേശിക ഭാഷ മാത്രമേ അറിയാൻ വഴിയുള്ളൂ. ജർമ്മൻകാരന്റെ വെളുപ്പു നിറം കണ്ട് നാം ഇംഗ്ലീഷിൽ സംസാരിക്കാൻ ശ്രമിച്ചാൽ അയാൾക്ക് ജർമ്മനി മാത്രമേ അറിയുള്ളൂ എങ്കിൽ നാം പരാജയപ്പെടും.

ബസ്സിൽ കയറിപ്പറ്റിയ ആസ്ട്രേലിയൻ ലോക്കൽ ഗൈഡിനെപ്പറ്റി യാണല്ലോ പറഞ്ഞത്. ഈ ചെറുപ്പക്കാരന് ഇംഗ്ലീഷിൽ സംസാരിക്കാൻ നല്ല വശമുണ്ട്. ഞങ്ങൾ സഞ്ചാരികളുടെ ഭാഗ്യം.

1788 -ൽ യൂറോപ്യൻ കുടിയേറ്റക്കാരുമായി ആദ്യകപ്പൽവ്യൂഹം ഈ പ്രദേശത്തെ തീരത്തോടടുക്കുമ്പോൾ ഞങ്ങളീ കടന്നുപോകുന്ന നഗര ഹൃദയഭാഗം മുഴുവൻ വനമായിരുന്നു. മൂന്നു ഗോത്രങ്ങളിൽപ്പെട്ട 8000 ആദിവാസികളാണ് അന്ന് ഈ മേഖലയിൽ ഉണ്ടായിരുന്നത്. ബ്രിട്ടീഷ് സർക്കാർ, കുറ്റവാളികളും നാടുകടത്തപ്പെട്ടവരുമായ കുറേപ്പേരുടെ സെറ്റിൽമെന്റാണ് ഇവിടെ ആദ്യം തുടങ്ങിയത്. പിന്നീട് ഇത് ഒരു കോളനി യായി വികസിച്ചു.

ബസ്സിപ്പോൾ മനോഹരമായ ഒരു നാലുനില കെട്ടിടത്തിനു മുമ്പിൽ വേഗത കുറച്ചു. കൊളോണിയൽ സ്റ്റൈലിൽ നിർമ്മിച്ച ഒരു മനോഹര മന്ദിരം. ഇതാണ് ക്വീൻ വിക്ടോറിയ ബിൽഡിംഗ്. ഒരു മാർക്കറ്റാണ് ഈ രമ്യഹർമ്മത്തിനുള്ളിൽ പ്രവർത്തിക്കുന്നതെന്നറിഞ്ഞപ്പോൾ എനിക്ക ദ്ഭുതം തോന്നി. ഒരു മഹാരാജാവിനു പാർക്കാൻ പാകത്തിൽ നിർമ്മിക്ക പ്പെട്ട ഒരു കൊട്ടാരമായേ ഈ കെട്ടിടത്തെ സങ്കല്പിക്കാനാവൂ.

1986ൽ 80 മില്യൻ ഡോളർ ചിലവഴിച്ച് പുതുക്കിപ്പണിത ഒരു മന്ദിര മാണിത്.

നഗരത്തിന്റെ ഏതു ഭാഗത്തും ഉണ്ട് മോണോ റെയിൽപ്പാളം. റോഡ് ഗതാഗതത്തിനു ഒരുവിധ തടസ്സങ്ങളും ഉണ്ടാക്കാതെ തെരുവുകളിലൂടെ അത് നീണ്ടുപോകുന്നു. കേരളത്തിലെ വലിയ നഗരങ്ങളിൽ തീർച്ചയായും നടപ്പാക്കാവുന്ന ഒരു പദ്ധതിയാണ് ഇത്.

അല്പദൂരം പിന്നിട്ടതോടെ ബസ്സ് നഗരത്തിന്റെ പഴയ ഭാഗങ്ങളിലേക്ക് കടന്നു. ഇലകൊഴിഞ്ഞ മരങ്ങൾക്കപ്പുറം ഒന്നരനൂറ്റാണ്ടിലേറെ പഴക്ക മുള്ള ഒരു പള്ളിയും അരികിൽ കുറെ സാൻഡ്സ്റ്റോൺ മന്ദിരങ്ങളു മൊക്കെ കണ്ടു.

ബസ്സ് സിഡ്നിയിലെ ഒരു റസിഡൻഷ്യൽ ഏരിയയിലൂടെയാണ പ്പോൾ കടന്നുപോകുന്നത്. ഗൈഡ് പയ്യൻ അധികമൊന്നും വിവരിക്കാൻ നിൽക്കാതെ നീട്ടി വളർത്തിയ തന്റെ ഹിപ്പി മോഡൽ തലമുടിയും തടവി സീറ്റിലിരിപ്പുണ്ട്. രംഗവിവരണം നൽകുന്നത് മുഴുവൻ ടൂർ മാനേജർ

വിനോദാണ്. ഗൈഡ് സായ്പ്പിന് കൊടുക്കേണ്ടത് ഈ സാഹചര്യത്തിൽ കേവലം ഒരു നോക്കു കൂലി മാത്രമാണെന്നെനിക്കുതോന്നി. ജോലി ചെയ്യാതെ വാങ്ങുന്ന കൂലി.

റോഡിനിരുപുറവും ബഹുനിലകളുള്ള അപ്പാർട്ടുമെന്റുകൾ. എല്ലാ കെട്ടിടങ്ങൾക്കും ഒരേ ശൈലി, ഒരേ നിറം. വലിയ പുതുമയൊന്നും നൽകാത്ത ആ അപ്പാർട്ടുമെന്റ് സമുച്ചയങ്ങൾക്കു നടുവിൽ നിവർന്നു കിടക്കുന്ന റോഡിലൂടെ ബസ്സ് നീങ്ങിക്കൊണ്ടിരുന്നു.

ആറരലക്ഷം ഡോളർവരെ വിലയുണ്ടത്രെ ഇവിടത്തെ ഓരോ കുടുംബഫ്ളാറ്റിനും. ലോക്കൽ ഗൈഡ്പയ്യൻ കൈ ചൂണ്ടിക്കാട്ടി പറഞ്ഞിട്ട് താനും കർമ്മനിരതനാണ് എന്നു തെളിവു നൽകി. ഈ തുക ഏകദേശം നാലരക്കോടി ഇന്ത്യൻ രൂപയ്ക്കു തുല്യമാണ്. വീടുകൾക്കു ഇവിടെ മോശമല്ലാത്ത വിലയുണ്ടെന്നർത്ഥം.

മാൻലി ബീച്ച് സന്ദർശനം

സിഡ്നിയിലെ ഏറ്റവും ദൈർഘ്യമേറിയ കടൽത്തീരമാണ് മാൻലി. സിഡ്നി സൗത്ത് വെയ്ൽസിലെ ഏറ്റവും വലിയ ആകർഷണങ്ങളി ലൊന്നാണീ ബീച്ച്.

ഞങ്ങൾ മണൽപ്പരപ്പിനരികലേക്ക് നീങ്ങി നിന്നു. പുറത്തു മോശ മല്ലാത്ത ചൂടുണ്ട്. വെയിൽ നാളങ്ങൾ കടൽവെള്ളത്തെയും കരയേയും ശക്തമായി ഉമ്മ വയ്ക്കുന്നു.സന്ദർശകരുടേയും വ്യായാമത്തിനിറങ്ങിയ നാട്ടുകാരുടേയും കാൽപ്പാടുകൾ നിരയൊത്തു വരിവരിയായി പരന്നുകിട ക്കുന്ന മണൽത്തീരം. എംബ്രോയ്ഡറി വർക്ക് ചെയ്ത വലിയൊരു കമ്പളം നിവർത്തിയിട്ടപോലെ തോന്നും കടൽത്തീരത്തെ മണൽപ്പരപ്പു കണ്ടാൽ.

ഉച്ചവെയിൽ ചൂടിൽ സർഫിങ്ങിന് കടലിലേക്കിറങ്ങിയിരിക്കുന്ന കുറേ ടൂറിസ്റ്റുകളെ കണ്ടു. അവർ സർവവും മറന്ന് ആഴിപ്പരപ്പിൽ കുളിച്ചു മദിക്കുന്നു. മദ്ധ്യാഹ്ന വെയിലിനേയോ ചൂടിനേയോ കൂസാതെ പ്രായാ ധിക്യം ചെന്ന ചില സായിപ്പന്മാർ ജോഗിംഗ് നടത്തുന്നുണ്ട്. വിയർപ്പും നനവിൽ പറ്റിപ്പിടിച്ച മണൽത്തരികളും അവരുടെ ചുളിവു വീണ ശരീര ത്തിന് ഒരലങ്കാരമായിത്തോന്നി. റോഡിലൂടെ രണ്ടു മദാമ്മമാർ ധൃതിയി ലെന്നോണം നടന്നുവരുന്നുണ്ട്. അവരിൽ ഒരുവളുടെ കൈയിൽ ഒപ്പം നടത്തിക്കൊണ്ടു വരുന്ന ഒരു വളർത്തുനായയുടെ ചങ്ങലയുണ്ട്. രണ്ടാ മത്തെ സ്ത്രീയാകട്ടെ തന്റെ കുട്ടിയെ ഇരുത്തി ഒരു പ്രാം ഉന്തിക്കൊണ്ടു വരുന്നു. പട്ടിയെയും കുട്ടിയേയും തെല്ലും ശ്രദ്ധിക്കാതെ അവർ നാട്ടു വിശേഷങ്ങൾ പങ്കിട്ടാണ് നടന്നുനീങ്ങുന്നത്.

മാൻലി തീരത്തെ ദിനക്കാഴ്ചകളിലേയ്ക്ക് വീണ്ടും എന്റെ സവിശേഷ ശ്രദ്ധയും കണ്ണുകളും ഇഴഞ്ഞു ചെന്നു. മൂന്ന് കിലോമീറ്റർ ദൈർഘ്യ മുണ്ട് മാൻലി ബീച്ചിന്. വീണ്ടും വീണ്ടും കുട്ടികളെ വഹിച്ചുകൊണ്ട് ഉന്തിത്തള്ളി വരുന്ന പ്രാമുകളുടെ ഒരു കൂട്ടത്തെ കണ്ടു. ഈ കുട്ടിപ്പട്ടാള ങ്ങളെ വഹിക്കുന്ന കസേരവണ്ടികളായ പ്രാമിന്റെ ഒരു സംസ്ഥാന സമ്മേളനമാണോ എന്നു തോന്നിപ്പോയി.

തീരം ശുചിയായി വയ്ക്കുന്നതിൽ ഇവിടത്തുകാർ ചെലുത്തുന്ന ശ്രദ്ധ എന്നെ വല്ലാതെ ആകർഷിച്ചു. ഒരിടത്ത് കുറേയധികം പ്ലാസ്റ്റിക് ചതുര

പ്പെട്ടികൾ നിരത്തി വച്ചിരിക്കുന്നു. 5 അടിയെങ്കിലും പൊക്കമുണ്ടാകും ഓരോന്നിനും. ചെറിയൊരു ലിവറിൽ ചവിട്ടിയാൽ തുറന്നു വരുന്നതരം മേൽമൂടിയുമുണ്ട്. പെട്ടികൾക്കൊക്കെ വ്യത്യസ്തനിറങ്ങളാണ്. ടൂർ മാനേജർ ഞങ്ങളെ ആ ബോക്സുകൾക്കടുത്തുകൊണ്ടുപോയി. അവ കേവലം സാധാരണ പി.വി.സി ബോക്സുകളല്ല, വേസ്റ്റ് ബിന്നുകളാണ്, ചപ്പുചവറുകൾ നിക്ഷേപിക്കുവാൻ വേണ്ടിയുള്ളത്. ബോക്സുകൾക്കു മുകൾഭാഗത്ത് കോണോടുകോൺ ചേർത്ത് രണ്ടുവശത്തുനിന്നു നോക്കിയാലും കാണുംവിധം ഒരു സൂചനാബോർഡും ഉറപ്പിച്ചിട്ടുണ്ട്. ആ ഓരോ വേസ്റ്റ് ബിന്നിലും ഇടേണ്ട ചപ്പുചവറുകളെപ്പറ്റിയുള്ള നിർദ്ദേശമാണ് ബോർഡിലുള്ളത്. വേസ്റ്റ് ഉപേക്ഷിക്കുന്നവർ തരം തിരിച്ച് ഓരോന്നിലും ഇടണം. ഒന്നിൽ പ്ലാസ്റ്റിക് കടലാസ്സുകളുൾപ്പടെയുള്ള ക്യാരീബാഗുകളാണെങ്കിൽ അടുത്തതിൽ കുപ്പിഗ്ലാസുകൾ. മറ്റൊന്നിൽ പി.വി.സി വാട്ടർ ബോട്ടിലുകൾ. ഇനിയൊന്നിൽ പത്രക്കടലാസുൾപ്പടെയുള്ള പേപ്പർ വിഭാഗത്തിൽ പെട്ടവ.

നമ്മുടെ നാട്ടിൽ ശീലമില്ലാത്ത ഈ സംസ്കാരസംവിധാനങ്ങളൊക്കെ കൊതിയോടെ തെല്ലൊരതിശയത്തോടെ നോക്കിക്കണ്ട് ഞങ്ങൾ നടന്നുനീങ്ങി.

സിഡ്നിയുടെ നഗരത്തിരക്കിൽ നിന്നും ആളുകൾ വിനോദത്തിനും വിശ്രമത്തിനും എത്തുന്ന പ്രധാനസ്ഥലമാണ് മാൻലി. ഈ മാൻലി തീരത്ത് ഒട്ടേറെ റെസ്റ്റോറന്റുകളും, ഹോട്ടലുകളും, കഫേകളുമുണ്ട്. റെസ്റ്റോറന്റിലൊക്കെ നല്ല തിരക്കുമുണ്ട്.

കുറേയധികം സമയം ചെലവഴിച്ചതിനു ശേഷം മാൻലി ബീച്ചിൽ നിന്നും ഞങ്ങൾ മടങ്ങുകയാണ്. ഉച്ചനേരം റോഡിലൊന്നും വലിയ വാഹനത്തിരക്കില്ല. വെള്ളനിറം പൂശിയ ഒരു ആഡംബരക്കാറ് ബസ്സിനെ ഓവർടേക്ക് ചെയ്ത് കടന്നുപോയി.

യൂറോപ്യൻ കുടിയേറ്റത്തിന്റെ ആദ്യനാളുകൾ മുതൽ തന്നെ അതീവ പ്രതാപത്തോടെ നിലകൊണ്ട നഗരമാണ് സിഡ്നി. ആദ്യകാലത്ത് കൃഷിയും ചെറുകിട വ്യവസായങ്ങളും കടൽ വഴിയുള്ള വാണിജ്യവുമൊക്കെയാണ് ഈ ആസ്ട്രേലിയൻ നഗരത്തെ സമ്പന്നമാക്കിയത്. എന്നാൽ 1980 കളിൽ സിഡ്നിയുടെ തൊഴിൽരംഗം ആകെയൊന്നു മാറിമറിഞ്ഞു. വ്യവസായ മേഖലയെക്കാൾ സർവ്വീസ് മേഖലയും ഇൻഫർമേഷൻ ടെക്നോളജി രംഗവും ശക്തമായി. തൊഴിലില്ലായ്മ ഇല്ലാത്ത ഈ നഗരം ഇന്ന് ആസ്ട്രേലിയയുടെ മൊത്തം സമ്പത്തിന്റെ 25 ശതമാനവും കൈകാര്യം ചെയ്യുന്നു.

ടൂറിസം സിഡ്നിയുടെ സാമ്പത്തികരംഗത്ത് വളരെ വലിയൊരു സ്വാധീനമാണ് ചെലുത്തുന്നത്. പ്രതിവർഷം എട്ടുമില്യൺ അഥവാ 800 ലക്ഷം ആഭ്യന്തര ടൂറിസ്റ്റുകളും 250 ലക്ഷം വിദേശ ടൂറിസ്റ്റുകളും സിഡ്നിയിൽ എത്തുന്നുണ്ടെന്നാണ് കണക്ക്. മാതൃകാപരമായ ഒരു ആധുനിക

നഗരത്തിന്റെ ആസൂത്രണവൈഭവമാണ് സിഡ്നിയിൽ എന്നെ ആകർഷിച്ചത്. കുറ്റമറ്റ ഗതാഗത സംവിധാനങ്ങൾ. നഗരത്തിലെങ്ങും ബസ്സുകൾക്കായി പ്രത്യേക ലൈനുകളുണ്ട്. ഏറ്റവും വലതുവശത്തെ ട്രാക്കിനെ ചുവപ്പുനിറത്തിൽ അടയാളപ്പെടുത്തിയിട്ടുണ്ട്. അത് കാറുകൾക്ക് മാത്രമുള്ളതാണ്.

ബസ്സ് സിഡ്നി ഹാർബർ ബ്രിഡ്ജിന് അടുത്തെത്തിയിരിക്കുന്നു. ഇപ്പോൾ റോഡിനിരുവശവും ബഹുനില മന്ദിരങ്ങൾ പ്രത്യക്ഷപ്പെട്ടിട്ടുണ്ട്. നോർത്ത് ഷോറിൽ നിന്നും സിഡ്നി സെൻട്രൽ ബിസിനസ്സ് ഡിസ്ട്രിക്റ്റിലേക്കുള്ള പ്രധാന പാതയിലൂടെ അല്പം സഞ്ചരിച്ചപ്പോൾ ആ പാലം വീണ്ടും കൺമുമ്പിൽ പ്രത്യക്ഷമായി. ഉദ്ഘാടനം ചെയ്യപ്പെട്ട 1932 മുതൽ തന്നെ ഈ നഗരത്തിലെ പ്രധാനപ്പെട്ട ഒരു ടൂറിസ്റ്റ്കേന്ദ്രമാണ് ഈ പാലം. ഈ ഹാർബർ ബ്രിഡ്ജിലൂടെ ദിവസവും പതിനായിരക്കണക്കിന് വാഹനങ്ങളാണ് കടന്നുപോകുന്നത്. എന്നാൽ ഈ പാലത്തിലെ വാഹനഗതാഗതം പൂർണ്ണമായും നിരോധിച്ച ഒരു ദിനമുണ്ട്, 1982 മാർച്ച് 19ന് പാലത്തിന്റെ സുവർണ്ണജൂബിലി ആഘോഷവേളയിലായിരുന്നു അത്. അന്ന് ഒരു ദിവസം മുഴുവൻ പാലം കാൽ നടയാത്രക്കാരുടെ സ്വതന്ത്ര വിഹാരകേന്ദ്രമായി മാറുകയായിരുന്നു.

ഒട്ടേറെ ദുരന്തങ്ങൾക്കും സിഡ്നി ഹാർബർ ബ്രിഡ്ജ് സാക്ഷ്യം വഹിച്ചിട്ടുണ്ട്. ഉദ്ഘാടനം ചെയ്യപ്പെട്ടതിന്റെ ആദ്യ ഏതാനും മാസങ്ങളിൽ നാല്പതുപേരാണ് ഈ പാലത്തിൽ നിന്നും ചാടിയും തൂങ്ങിയും മരിച്ചത്. ഇത്തരം സംഭവം ആവർത്തിക്കാതിരിക്കാൻ ഒരു കാലത്ത് ഇവിടെ പ്രത്യേക കാവൽ തന്നെ ഏർപ്പെടുത്തിയിരുന്നു.പാലം തകർക്കുമെന്ന തീവ്രവാദ ഭീഷണിയെത്തുടർന്ന് 2006 മുതൽ ഇവിടെ സംരക്ഷണ സേനയെ നിയോഗിക്കുകയുണ്ടായി. എല്ലാ ന്യൂ ഇയർ ദിവസങ്ങളിലും പാലത്തിൽ നടക്കുന്ന ആഘോഷ പരിപാടികൾ ഏറെ പ്രശസ്തമാണ്.

ബസ്സ് ഓടിക്കൊണ്ടിരുന്നു. താഴെ ഏകദേശം കടലിന്റെ ഓരത്ത് സിഡ്നി ഒപ്പേറാ ഹൗസ് കാണാം. റോഡിന്റെ വശങ്ങളിൽ നിറയെ ബഹുനില മന്ദിരങ്ങൾ. അൻപതും അറുപതും നിലയുള്ള കെട്ടിടങ്ങൾ സാധാരണം. ഇടയ്ക്കിടെ അവയെക്കാൾ ഉയരമുള്ള ടവറുകളും കാണാം. കെട്ടിടങ്ങൾക്കൊക്കെ അസാധാരണമായ രൂപഭംഗിയുണ്ട്. ഈ നഗരഭാഗങ്ങൾ ശ്രദ്ധയോടെ കണ്ടാസ്വദിക്കുന്ന ഏതു വിദേശിക്കും പ്രത്യേകിച്ച് ഏഷ്യൻ രാജ്യങ്ങളിൽ നിന്നും വരുന്ന എന്നെപ്പോലുള്ളവർക്ക് ഒരു കാര്യം പെട്ടെന്നു വ്യക്തമാവും. തലങ്ങും വിലങ്ങും വലിച്ചുകെട്ടിയ ബാനറുകളിവിടെയില്ല. പ്ലാസ്റ്റിക് തോരണങ്ങളും എങ്ങുമില്ല. ഔചിത്യ ബോധമില്ലാതെ ഉറപ്പിച്ച ഫ്ളക്സ് ബോർഡുകൾ കാണാനില്ല. അതുതന്നെയാണ് ഈ നഗരത്തിന്റെ സൗന്ദര്യരഹസ്യങ്ങളിലൊന്ന്. വൈകുന്നേരംവരെ സന്ദർശകരെയും കൊണ്ട് നഗരമാകെ ചുറ്റുന്ന പ്രത്യേകനിറം പൂശിയ ചില ടൂറിസ്റ്റ് ബസ്സുകൾ പലപ്പോഴും ഞങ്ങൾക്കെതിരെ കടന്നു പോയ്ക്കൊണ്ടിരുന്നു.

നഗരത്തിലൂടെയൊരു കാൽനടയാത്ര

ഇനി നഗരത്തിലൂടെ ഒരു കാൽനട സഞ്ചാരത്തിനാണ് ഞങ്ങൾ പരിപാടിയിട്ടത്. ബസ്സ് ഒരിടത്ത് ഒതുക്കിനിർത്തിത്തന്നു. കാഴ്ചകൾ നടന്നു കണ്ട് ഏതോ ഒരു പ്രത്യേകഭാഗത്ത് എത്തുമ്പോൾ ബസ്സ് അവിടെയെത്തി ഞങ്ങളെ കയറ്റി ഹോട്ടലിൽ തിരികെ കൊണ്ടുപോകുക എന്ന തരത്തിലാണ് പ്രോഗ്രാം ചെയ്തിരിക്കുന്നതെന്ന് മനസ്സിലായി. ഇനിയുള്ള സ്ഥലങ്ങൾ ബസ്സിൽ സഞ്ചരിച്ച് കാണാനുള്ളതല്ല.

കിങ്ങ് സ്ട്രീറ്റ് വാർഫിലേക്കാണ് ഞങ്ങളെ ആദ്യം നയിച്ചത്. ഉല്ലാസബോട്ടുകൾ സഞ്ചാരികളുമായി ലഞ്ച്/ഡിന്നർ ക്രൂയിസുകൾ ആരംഭിക്കുന്ന ഒരിടമാണ് ഈ കിങ്ങ് സ്ട്രീറ്റ് വാർഫ്. നിരവധി ആഡംബരബോട്ടുകൾ അങ്ങിങ്ങ് നിർത്തിയിട്ടിരിക്കുന്നു. ചിലതൊക്കെ നീങ്ങിക്കൊണ്ടുമിരിക്കുന്നു. രണ്ടും മൂന്നും നിലകളുള്ള ഈ ബോട്ടുകളെ തീർച്ചയായും ചെറുകപ്പലുകൾ എന്നു വിളിക്കാം. കുറച്ചപ്പുറം ബ്രെമൻ പാലം കാണാം. പാലത്തിനു മുകളിലൂടെ ഒരു മോണോറെയിൽ വണ്ടി നീങ്ങുന്നു. പച്ച നിറവും മുകളിൽ വെള്ളപ്പെയിന്റും പൂശിയ ഏഴു ബോഗികളുള്ള ഒരു മോണോ ട്രെയിൻ.

ഇത്തരം മോണോറെയിൽ വണ്ടികളിൽ കയറി ഒരു നഗരസന്ദർശനം ഏതു സഞ്ചാരിയുടേയും സ്വപ്നമാണ്. വളരെ ഉയരത്തിലുറപ്പിച്ച ഉരുക്കുതൂണുകൾക്കിടയിലെ ഒറ്റപ്പാളത്തിലൂടെ അത് നീങ്ങിപ്പോകുമ്പോൾ താഴെ നഗരഭാഗം താഴ്ന്നു പറക്കുന്ന ഒരു വിമാനത്തിലിരുന്നു കാണുന്ന കൗതുകത്തോടെ ശ്രദ്ധിക്കാം.

വാർഫിൽ ഏതാനും പഴയ ബോട്ടുകൾ കിടപ്പുണ്ട്. അവയ്ക്കും ഉണ്ട് മൂന്നു നിലകൾ. സിഡ്നി ഷോ ബോട്ടുകൾ നവീകരിച്ച് ഇവയെ സഞ്ചാരികളുടെ ആകർഷണ കേന്ദ്രമാക്കി മാറ്റിയിരിക്കയാണ്

നടന്നു നീങ്ങാൻ നിർമ്മിച്ച പ്ലാറ്റ്ഫോമിലൊക്കെ മരം കൊണ്ടുള്ള ഫ്ളോറാണ് ഉറപ്പിച്ചിരിക്കുന്നത്. ഞങ്ങളവിടെ നിൽക്കുമ്പോൾ ഉൾക്കടലിലൂടെ വിക്ടോറിയ ക്രൂയിസ് സർവ്വീസിന്റെ ഒരു ഉല്ലാസബോട്ട് സഞ്ചാരികളുമായി നീങ്ങുന്നു. മൂന്നു നിലയുള്ള ആ ബോട്ടിന്റെ മേലാപ്പില്ലാത്ത

ഏറ്റവും മുകൾത്തട്ടിൽ വീഡിയോ ക്യാമറകളുമായി നിരവധി സഞ്ചാരികൾ നിൽക്കുന്നുണ്ട്.

ഇവിടെ നിൽക്കുമ്പോൾ ബ്രെമൻ പാലത്തിന്റെ അടിഭാഗം വ്യക്തമായി കാണാം. പാലത്തിന്റെ ചുവട്ടിൽ വമ്പനൊരു ബോട്ട് വിശ്രമിക്കുന്നു. ആ ബോട്ടിൽ നിന്നിറങ്ങിയവരാകാം കുഞ്ഞുങ്ങളും കുട്ടികളും അടങ്ങുന്ന കുറേ ഫാമിലികൾ കരയിലിറങ്ങി കാഴ്ചകൾ കണ്ടു നിൽക്കുന്നുണ്ട്.

വീണ്ടും ഞങ്ങൾ അല്പംകൂടി മുന്നോട്ടു നടന്നു. അവിടെ കളിവണ്ടി പോലൊരു വാഹനം കണ്ടു. നാലഞ്ചു ബോഗികളുള്ള ഒരു റോഡ് ട്രെയിൻ. മിക്ക പാശ്ചാത്യ രാജ്യങ്ങളിലും വൻനഗരങ്ങളിൽ ഇത്തരം റോഡ് ട്രെയിൻ ടൂറിസ്റ്റുകൾക്കായി ഒരുക്കിയിട്ടുണ്ടാവും. അവയിലൊന്നു കയറി സഞ്ചരിക്കാതെ ഒരു നഗരവും ഞാൻ വിടാറില്ല. എത്ര ട്രാഫിക്കിനിടയ്ക്കും ടൂറിസ്റ്റുകളെ വഹിക്കുന്ന ഈ വാഹനത്തിനു യഥേഷ്ടം സഞ്ചരിക്കാനുള്ള പാത അധികാരികൾ ഒരുക്കിക്കൊടുക്കുന്നുണ്ട്. ഞാൻ കയറി സഞ്ചരിച്ച റോഡു ട്രെയിനുകളിൽ എന്നെ ഏറ്റവും ആകർഷിച്ച ഒന്ന് സ്വിറ്റ്സർലന്റ് യാത്രയ്ക്കിടെ ജനീവ പട്ടണത്തിലെ ജനീവ തടാകത്തിനു ചുറ്റുമുള്ള ഉദ്യാനത്തിലൂടെ സഞ്ചരിച്ച ഒരു റോഡ് ട്രെയിനാണ്. പക്ഷേ നിർഭാഗ്യവശാൽ പെട്ടെന്ന് ഒരു മഴ കടന്നു വന്ന് മേലാപ്പില്ലാത്ത ജനീവ ട്രെയിനിലെ സഞ്ചാരികളായ ഞങ്ങളെയൊക്കെ നനച്ചു കളഞ്ഞത് ഇന്നും ഓർമ്മയിലുണ്ട്.

ഡാർലിംഗ് ഹാർബർ എന്ന് ഈ ചെറിയ തുറമുഖത്തിന് പേരു വന്നതിനു പിന്നിലൊരു ചരിത്രമുണ്ട്. 1825 മുതൽ ആറു വർഷം ന്യൂ സൗത്ത് വെയിൽസിന്റെ ഗവർണ്ണറായിരുന്ന ജനറൽ ഫ്രാങ്ക് ഡാർലിങ്ങിന്റെ സ്മരണയ്ക്കായാണ് ഈ തീരത്തിന് ഇങ്ങനെയൊരു പേര് നൽകിയത്. ഒരു കാലത്ത് വാണിജ്യവും കപ്പൽ നിർമ്മാണവും കൊണ്ട് സമ്പൽസമൃദ്ധമായിരുന്ന ഡാർലിങ്ങ് ഹാർബറിന് തകർച്ചയുടെ കഥയും പറയാനുണ്ട്. രണ്ടാം ലോകമഹായുദ്ധത്തിനു ശേഷം ആഗോളതലത്തിലുണ്ടായ സാമ്പത്തികമാന്ദ്യം സിഡ്നിയിൽ ഏറ്റവും പ്രതിഫലിച്ചത് ഈ ഹാർബറിലാണ്. അന്ന് വിശന്നു വലഞ്ഞ് തൊഴിലന്വേഷിച്ചു നടക്കുന്ന ആളുകളെ മാത്രമേ ഇവിടെ കാണാനുണ്ടായിരുന്നുള്ളൂ.

ഞങ്ങളുടെ സംഘമിപ്പോൾ ബ്രെമൻ പാലത്തിന്റെ ചുവട്ടിലെത്തിയിരിക്കുന്നു. ഇതിനിടയ്ക്ക് ആരും ചോദിക്കാതെയും ആവശ്യപ്പെടാതെയും ലോക്കൽ ടൂർഗൈഡ് ഓരോരോ കാര്യങ്ങൾ ഒരു കടമ നിറവേറ്റുംമട്ടിൽ ഞങ്ങളോടെന്നപോലെ വിളിച്ചു പറയുന്നുണ്ട്. അയാളുടെ വാക്കുകൾ അധികം ശ്രദ്ധിക്കാനോ അതിനു കാതുകൊടുക്കാനോ നിൽക്കാതെ ഞങ്ങളൊക്കെ ചുറ്റുമുള്ള വിചിത്രതരമായ കാഴ്ചകൾ സ്വയം കണ്ട് ആസ്വദിച്ചുകൊണ്ടു നിൽക്കുമ്പോൾ ഞങ്ങളുടെയീ നിസ്സംഗഭാവം തിരിച്ചറിയുന്ന അയാൾ തെല്ലൊരു നിരാശയോടെ നിശ്ശബ്ദനായിക്കളയുന്നതും കാണാമായിരുന്നു. എന്നാൽ ടൂർ മാനേജർ വിനോദിന്റെ വാക്കുകൾക്ക് എല്ലാവരും ചെവികൊടുക്കുമായിരുന്നു. വിനോദിന്റെ

ഏഷ്യൻ ഇംഗ്ലീഷ്ഭാഷാശൈലിയും പ്രയോഗവും ഞങ്ങൾക്കൊക്കെ വളരെ പഥ്യവുമായിരുന്നു.

ഇവിടെ നിൽക്കുമ്പോൾ ഒരു നൂറ്റാണ്ടിലേറെ പഴക്കമുള്ള പാലത്തിന്റെ കാഴ്ച ആരിലും അദ്ഭുതമുണർത്തും. ഇതു നിർമ്മിച്ച കാലത്ത് കോൺക്രീറ്റ് കണ്ടുപിടിച്ചിട്ടില്ല. നല്ല കനത്തിൽ ചായം പൂശി വേണ്ട നിലയിൽ സംരക്ഷിച്ചു നിർത്തിയിരിക്കുകയാണ് പാലത്തിന്റെ ലോഹഭാഗം മുഴുവൻ. 45 അടി വരെ ഉയരമുള്ള ജലവാഹനങ്ങൾക്ക് അനായാസം കടന്നുപോകാവുന്ന വിധം തുറന്നിരുന്ന പാലമാണിത്. ലോകത്തെ ആദ്യത്തെ ഇലക്ട്രിക് സ്പാൻ പാലം എന്നാണ് ഇതിനെ വിശേഷിപ്പിക്കുന്നത്.

ഇപ്പോൾ ഡാർലിങ്ങ് പാർക്കിലാണ് ഞങ്ങൾ നടന്നെത്തിയിരിക്കുന്നത്. കൂട്ടമായി നടന്നുനീങ്ങുന്ന ഈ ഏഷ്യൻ സംഘത്തെ ചിലരെങ്കിലും കൗതുകത്തോടെ നോക്കിനിൽക്കുന്നുണ്ട്. തീരത്തെ കാഴ്ചകളും കണ്ട് ഞങ്ങളെത്തിയത് എസ്കലേറ്ററിനടുത്തേക്കാണ്. അതിൽ കയറി പാലത്തിന്റെ മുകൾ ഭാഗത്തേക്ക് നീങ്ങാനാണു പരിപാടി. ഇന്നലെ രാത്രിയിൽ ദീപപ്രഭയിൽ മുങ്ങിനിന്ന പാലത്തിന്റെ പകൽ ഭാവം ഇപ്പോൾ കാണാനാവുന്നു. മോണോറെയിലിൽ കയറി നഗരത്തിലാകെ കറങ്ങാനുള്ള ഒരു പ്രോഗ്രാമും ടൂർപരിപാടിയിലുണ്ട്. അതിനായി പാലത്തിനടുത്ത നിലയിലേക്ക് ടൂർ മാനേജർക്കു പിന്നാലെ ഞങ്ങൾ നടന്നു. മുകൾ നിലയിലാണ് മോണോറെയിൽ സ്റ്റേഷൻ. താഴെ നഗരഭാഗവും ഡാർലിങ്ങ് പാർക്ക് ഏരിയയുമൊക്കെ വ്യക്തമായി കാണാം.

തീരപ്പാതയാകെ ടൈലുകൾ പതിച്ചു ഭംഗിയാക്കിയിട്ടുണ്ട്. അതിനെ അതിരിട്ടു നിൽക്കുന്ന വിവിധനിറത്തിലുള്ള കൊടികൾ ഒരു അന്തർദേശീയ ഭാവമാണ് നൽകുന്നത്. ഇവിടെ നിന്നാൽ മറീനയും കാണാം. ഉൾക്കടലിനപ്പുറമുള്ള കെട്ടിടസമുച്ചയങ്ങൾ ഇവിടെ നിന്നു നോക്കുമ്പോൾ വളരെ മനോഹരമായ ഒരു കാഴ്ച തന്നെയായിരുന്നു.

മോണോറെയിൽ സ്റ്റേഷനിലെ കൗണ്ടറിൽ നിന്നും ടൂർ മാനേജരാണ് എല്ലാവർക്കുമുള്ള യാത്രാ ടിക്കറ്റുകൾ വാങ്ങിയത്. ഇതിനിടെ ലോക്കൽ ടൂർഗൈഡ് പയ്യൻ ഒരു മദാമ്മപ്പെണ്ണുമായി സല്ലാപത്തിൽ മുഴുകിയിരിക്കുന്നത് കണ്ടു.

മോണോറെയിൽ ടിക്കറ്റുമായി വന്ന ടൂർ മാനേജരോട് ഗൈഡ് പയ്യൻ വളരെ താഴ്മയോടെ ഈ മോണോറെയിൽ യാത്രയിൽ നിന്നും തന്നെ ഒഴിവാക്കണമെന്നും ഒരു റൗണ്ട് കറങ്ങി ട്രെയിൻ ഈ സ്റ്റേഷനിൽ തന്നെ തിരികെയെത്തുമ്പോൾ താൻ ജോയിൻ ചെയ്യാമെന്നും പറയുന്നത് കേട്ടു. 'പ്ലീസ് സാർ... പ്ലീസ് സാർ...' എന്നാ സുന്ദരിപ്പെണ്ണ് വിനോദിനോട് യാചനാഭാവത്തിൽ പറയുകകൂടി ചെയ്തപ്പോൾ അർത്ഥഗർഭമായ ഒരു ചിരിയോടെ അയാളത് അനുവദിച്ചുകൊടുത്തു. ഗൈഡിനുവേണ്ടി എടുത്ത റെയിൽ ടിക്കറ്റ് പയ്യനെ തന്നെ ഏല്പിച്ചിട്ട് സ്വയമത് ക്യാൻസൽ ചെയ്തുകൊള്ളാനും പറഞ്ഞു.

അയാൾ വീണ്ടും അല്പമൊരു നാണത്തോടെ കാമുകിയുമായുള്ള സല്ലാപത്തിലേക്ക് മടങ്ങിപ്പോയി.

ഏറെ നേരം കാത്തുനിൽക്കേണ്ടി വന്നില്ല പാളത്തിന്റെ അങ്ങേത്തലയ്ക്കൽ ഒരു മോണോറെയിൽ വണ്ടി പ്രത്യക്ഷപ്പെട്ടു. ഒച്ചിനെപ്പോലെ ഒറ്റപ്പാളത്തിലൂടെ അത് ഇഴഞ്ഞു വരുന്നത് ഇലപൊഴിഞ്ഞ മരച്ചാർത്തിനിടയിലൂടെ കാണാം. പ്ലാറ്റ്ഫോമിൽ കാത്തുനിൽക്കുന്ന മറ്റുയാത്രക്കാർ വണ്ടിയിൽ കയറിപ്പറ്റാനുള്ള തിടുക്കത്തിലാണ്. അതിലേറെ ആഗ്രഹത്തിലും ആവേശത്തിലുമാണ് ഞങ്ങളുടെ സംഘാംഗങ്ങളും.

അധികസമയം വണ്ടി സ്റ്റേഷനിൽ നിർത്തുകയില്ലെന്നും ആലസ്യഭാവമൊന്നും കൂടാതെ എല്ലാവരും തിടുക്കത്തിൽ വണ്ടിയിൽ കയറിപ്പറ്റണമെന്നും ടൂർ മാനേജർ കല്പിച്ചു. നേരിയ ഒച്ചപോലും പുറപ്പെടുവിക്കാതെ നിശ്ശബ്ദമായി മോണോറെയിൽ പ്ലാറ്റ്ഫോമിൽ വന്നു നിന്നു. ഏറ്റവും മുമ്പിലെ എഞ്ചിൻ റൂമിന് വെള്ളനിറമാണ് പൂശിയിരിക്കുന്നത്. രൂപം കൊണ്ട് ജപ്പാനിലെ ബുള്ളറ്റ് ട്രെയിനിനെ അനുസ്മരിപ്പിച്ചു ഈ മോണോറെയിൽ വണ്ടി. ദൂരെവച്ച് വളരെ ഉയരത്തിൽ സഞ്ചരിക്കുന്നതു കണ്ടപ്പോഴുള്ള രൂപമല്ല അടുത്തു കാണുമ്പോൾ. ഇപ്പോൾ നന്നേ വലിപ്പമുണ്ടെന്നു മനസ്സിലാക്കാം. ആകെയുള്ള അഞ്ച് ബോഗികൾക്കുള്ളിൽ ചുരുങ്ങിയത് മൂന്ന് വലിയ ബസ്സുകളിൽ സഞ്ചരിക്കുന്നയത്ര യാത്രക്കാരെ ഉൾക്കൊള്ളിക്കുവാൻ കഴിയുമെന്നു തോന്നുന്നു.

ബോഗികളുടെ ഭംഗിയെപ്പറ്റി പറയാൻ വാക്കുകളില്ല. ഞാനാണ് ടൂർ മാനേജരോട് ചെറിയൊരു നിർദ്ദേശം വച്ചത്. ഓരോ അഞ്ചുമിനിറ്റിലും വണ്ടിയുണ്ടല്ലോ, നമുക്ക് അടുത്തതിൽ കയറിപ്പോകാം. അതിനകം ഈ മോണോറെയിലിന്റെ വരവും പോക്കുമെല്ലാം ഒന്ന് കണ്ട് ആസ്വദിക്കാമല്ലോ. സഹയാത്രികർക്കും എന്റെ നിർദ്ദേശം ഇഷ്ടപ്പെട്ടു. വിനോദും അതംഗീകരിച്ചു.

ആദ്യവണ്ടി വന്നു നിന്നിട്ട് കടന്നുപോയി. ഞങ്ങൾക്കു കയറേണ്ട അടുത്ത വണ്ടി വന്നു നിന്നു. ആട്ടോമാറ്റിക് ഡോറുകൾ തുറക്കപ്പെട്ട് ചില യാത്രക്കാർ പുറത്തിറങ്ങുകയും ഇതിനിടെ വിനോദിനു പിന്നാലെ തിടുക്കപ്പെട്ട് ഞങ്ങളൊക്കെ ആ ബോഗിയിൽ കയറിപ്പറ്റുകയും ചെയ്തു. പുറപ്പെടാനായി അത് നീങ്ങിത്തുടങ്ങി.

സിഡ്നി നഗരം സ്ഥാപിതമായതിന്റെ 200-ാം വാർഷികത്തിൽ 1988-ലാണ് ഇവിടെ മോണോറെയിൽപ്രവർത്തനം തുടങ്ങിയത്. ലോകത്ത് ആദ്യമായി മോണോറെയിൽ സമ്പ്രദായം ആരംഭിച്ചത് ജർമ്മനിയിലാണ്. അതു കണ്ടുപിടിച്ചതും അവർതന്നെ. 'സ്കൈവേ മോണോറെയിൽ' എന്ന പേരിൽ 1956-ൽ ആയിരുന്നു ഇതിന്റെ ആദ്യ പരീക്ഷണഓട്ടം. ഡോക്ടർ ആക്സൽ ലെനാർട്ട് വെന്നർ ഗ്രെൻ എന്ന സ്വീഡിഷ് വ്യവസായിയാണ് രണ്ടാംലോകമഹായുദ്ധത്തിനു ശേഷം ഇത് ഡിസൈൻ ചെയ്തെന്നു ചരിത്രം പറയുന്നു. പിന്നീട് വ്യത്യസ്ത കാലങ്ങളിലായി

ലോകമെമ്പാടുമുള്ള വിവിധ രാജ്യങ്ങളിൽ മോണോറെയിൽ സമ്പ്രദായങ്ങൾ നിലവിൽ വന്നു.

അതാകട്ടെ ഈ 2014-ലാണ്. മോണോറെയിൽ ബോഗികൾ മലേഷ്യയിൽ നിർമ്മിച്ച് നാം ഇറക്കുമതി ചെയ്യുകയായിരുന്നു. ഇന്ത്യയിലേക്കിത് കപ്പലിൽ നിന്നും ഇറക്കിയത് 2014 ജനുവരി 2ന്. ഫെബ്രുവരി രണ്ടാം തീയതി മഹാരാഷ്ട്രാ മുഖ്യമന്ത്രി പൃഥിരാജ് ചവാൻ ഇന്ത്യയിലെ ആദ്യത്തെ മോണോറെയിലിന് പച്ചക്കൊടി കാട്ടി, മുംബൈയിൽ. അതാണ് ഇന്ത്യയിലെ ആദ്യത്തെ മോണോറെയിൽ വണ്ടി.

ഇപ്പോൾ സിഡ്നിയിൽ എത്തുന്ന സഞ്ചാരികൾ ഏറ്റവും ഇഷ്ടപ്പെടുന്ന ഗതാഗതം മോണോറെയിലാണ്.

ഞങ്ങൾ കയറിയ മോണോറെയിൽ നീങ്ങിത്തുടങ്ങി. ഡാർലിംഗ് ഹാർബറിനു മുകളിലൂടെ ഒരു വിമാനത്തിൽ താഴ്ന്നു പറക്കുന്ന അനുഭവം. താഴെ ഉൾക്കടലും അതിനു ചുറ്റുമുള്ള നഗരഭാഗങ്ങളുമൊക്കെ കാണാം. നമ്മുടെ കൊച്ചിനഗരത്തിന്റെ തിരക്കേറിയ തെരുവുകൾക്ക് മുകളിലൂടെ മറൈൻഡ്രൈവിന്റെ ഓരത്തുകൂടി എന്നെങ്കിലുമൊരിക്കൽ ഇത്തരമൊരു ഗതാഗത സൗകര്യത്തിൽ യാത്രചെയ്യുന്ന രംഗമാണ് ഇപ്പോഴെന്റെ മനസ്സിൽ. ചില ആഡംബര ബോട്ടുകൾ ഉൾക്കടലിലൂടെ നീങ്ങുന്നുണ്ട്. സിഡ്നി കൺവെൻഷൻ സെന്ററിനു മുകളിലൂടെയാണ് ട്രെയിനിപ്പോൾ ഓടുന്നത്. ഇളം പച്ചച്ചായം പൂശിയ വലിയൊരു കെട്ടിടം താഴെക്കാണാം. ചെറിയൊരു സ്റ്റേഡിയത്തിന്റെ വലിപ്പമുണ്ടതിന്, ട്രെയിനിലിരുന്നു നോക്കുമ്പോൾ. അതിനടുത്തുള്ള ഹാർബർ സൈഡ് സ്റ്റേഷനിൽ വണ്ടി നിന്നു.

മാരിടൈം മ്യൂസിയം കണ്ടതിനുശേഷം യാത്ര തുടരാമെന്ന ടൂർ മാനേജരുടെ അഭിപ്രായത്തോട് ഞങ്ങളെല്ലാം യോജിച്ചു. ഒരു ദിവസം എത്ര പ്രാവശ്യം വേണമെങ്കിലും സഞ്ചരിക്കാവുന്ന ഫുൾഡേ ടിക്കറ്റാണ് ഞങ്ങൾക്കായി എടുത്തിരിക്കുന്നതും.

ഇലക്ട്രോണിക് ടിക്കറ്റ് ഇട്ട് ഗേറ്റ് തുറന്ന് ഞങ്ങൾ പുറത്തിറങ്ങി. താഴെയിറങ്ങുമ്പോൾ ഡാർലിംഗ് ഹാർബറിന്റെ മറ്റൊരു ഭാഗം കാണാം.

വിശാലമായ നടപ്പാതയിലൂടെ മാരിടൈം മ്യൂസിയം ലക്ഷ്യമാക്കി നടന്നു. ഒരു കൂട്ടം ആൾക്കാർ ഒരുമിച്ചു നടന്നുനീങ്ങുന്ന കാഴ്ച ഇവിടെ അപൂർവ്വമാണോ. നാട്ടുകാരൊക്കെ ഞങ്ങളെ തുറിച്ചു നോക്കുന്നുണ്ട്. അതോ ഇത്രയധികം ഏഷ്യാക്കാരായ കറുമ്പന്മാർ ഇവിടെ എന്തിനു വന്നു എന്ന ചോദ്യഭാവമാണോ അവരുടെ മുഖത്ത്. പൊതുനിരത്തിലെ നിലമാകെ ചുവന്ന ഇഷ്ടികകൾ വരിയൊപ്പിച്ചു പാകിയിരിക്കുന്നു. ഇവിടെയുമുണ്ട് ചെറിയൊരു ബോട്ടുജെട്ടി. അവിടെ കുറേ ബോട്ടുകൾ നിരന്നു കിടക്കുന്നു. ഉൾക്കടലിന്റെ വീതി കുറഞ്ഞ ഭാഗമായതിനാലാവാം ഇവിടെ കണ്ടതൊക്കെ ചെറുതരം ബോട്ടുകളാണ്.

മാരിടൈം മ്യൂസിയവും മറീനയും

മാരിടൈം മ്യൂസിയത്തിലേക്കുള്ള ചെറിയൊരു പാലത്തിന്റെ പ്രവേശന ഭാഗത്ത് Australian National Maritime Museum എന്ന ഫലകം ഉറപ്പിച്ചിട്ടുണ്ട്.

ഞങ്ങൾ ആ കവാടത്തിലൂടെ ഉള്ളിൽ പ്രവേശിച്ചു. നടന്നു കയറുമ്പോൾ തന്നെ ഉൾക്കടലിനപ്പുറം സിഡ്നിയുടെ മന്ദിരപ്പെരുമ കാണാം. സിഡ്നിടവറും അനേകം മന്ദിരങ്ങളുമെല്ലാം ഒരു മഹാനഗരത്തിന്റെ ഗാംഭീര്യത്തോടെ നിലകൊള്ളുന്നു. പാലത്തിലൂടെ മുന്നോട്ടു നടക്കും തോറും താഴെ ഉൾഭാഗത്തെ ബോട്ടുകളുടെ എണ്ണം കൂടിവന്നു.

ഈ മ്യൂസിയം സന്ദർശിക്കാൻ എത്തിയവരാകാം, കുറേയധികം സ്കൂൾവിദ്യാർത്ഥികളെ ഇവിടെക്കണ്ടു. തികഞ്ഞ അച്ചടക്കത്തോടെ അവർ നടപ്പാതയ്ക്കരികിലെ ഒരു അരമതിലിൽ കലപില സംസാരിച്ചുകൊണ്ടിരിക്കുന്നു. അവരെ പിന്നിട്ട് ടൂർ മാനേജർക്കു പിന്നാലെ ഞങ്ങൾ നടന്നു. വലിയൊരു കെട്ടിടവും അതിനടുത്ത് ഉൾക്കടലിൽ നിർത്തിയിട്ടിരിക്കുന്ന കുറേ കപ്പലുകളും ബോട്ടുകളും ചേർന്നതാണ് സിഡ്നിയിലെ ആസ്ട്രേലിയൻ മാരിടൈം മ്യൂസിയം.

ഞങ്ങൾ അവിടെ ആദ്യം കണ്ടത് പ്രദർശനവസ്തുവായി മാറിയിരിക്കുന്ന ഒരു കപ്പലാണ്. പട്ടിണികൊണ്ട് മെലിഞ്ഞ് വാരിയെല്ലുകൾ തെളിഞ്ഞതുപോലെയാണ് കപ്പലിന്റെ നിൽപ്പ്. ഇത് ഈ കപ്പലിന്റെ മാത്രം കാര്യമല്ല; എത്ര കൂറ്റൻ കപ്പലും കരയിൽ കയറ്റിവച്ചാൽ രൂപംകൊണ്ട് ഇങ്ങനെയേ തോന്നൂ.

റോയൽ ആസ്ട്രേലിയൻ നേവിയുടെ ഭാഗമായിരുന്ന HMAS വാംവെയർ ഗൺഷിപ്പാണിത്. ദീർഘമായ ഒരു ചരിത്രമുണ്ട് ഈ ഗൺഷിപ്പിന്. 1948 മുതലുള്ള 10 വർഷം കൊണ്ടായിരുന്നു കപ്പലിന്റെ നിർമ്മാണം. ഒരു വീടോ കാറോ ബസ്സോ എന്തിന് ഒരു വിമാനമോ നിർമ്മിക്കുന്നതുപോലെയല്ല കപ്പൽനിർമ്മാണം. കപ്പൽ നിർമ്മിതിക്ക് മോശമല്ലാത്ത ഒരു കാലതാമസം അനിവാര്യമാണ്. നമ്മുടെ കൊച്ചിൻ ഷിപ്പ്യാർഡിലും ഈ

ആധുനികകാലത്തുപോലും ഒരു കപ്പൽ നിർമ്മിച്ചിറക്കാൻ മോശമല്ലാത്ത ഒരു കാലം തന്നെ വേണ്ടിവരും, ചുരുങ്ങിയത് പത്ത് വർഷക്കാലം.

ഇവിടെ മാരിടൈം മ്യൂസിയത്തിൽ കണ്ട കപ്പലിന്റെ കഥ തുടരട്ടെ. 1959ൽ ആസ്ട്രേലിയൻ നേവിയുടെ ഭാഗമായിത്തീർന്ന ഈ കപ്പൽ 1967ലും, 1969ലും വിയറ്റ്നാമിലേക്ക് സൈനികരെ കൊണ്ടുപോയിട്ടുണ്ട്. വിവിധ രാജ്യങ്ങളിൽ ഔദ്യോഗിക സന്ദർശനം നടത്തിയ ഈ യുദ്ധക്കപ്പൽ ഒരു യുദ്ധത്തിലും പങ്കെടുത്തിട്ടില്ല എന്നതാണ് ഏറെ രസകരമായ കാര്യം.

1990-ൽ ഈ പീരങ്കിക്കപ്പലിന് ശാപമോക്ഷമുണ്ടാവുകയും ഇത് ഈ മ്യൂസിയത്തിലേക്ക് മാറ്റപ്പെടുകയും ചെയ്തു. സന്ദർശകർക്ക് കപ്പലിനകത്തും ഡെക്കിലുമൊക്കെ കയറാം. യുദ്ധക്കപ്പലിനടുത്ത് വിചിത്രരൂപിയായ ഒരു ജലവാഹനത്തെ കണ്ടു. ദൂരെ നിന്നു നോക്കിയപ്പോൾ വലിയൊരു കറുത്ത താറാവിനെ അനുസ്മരിപ്പിക്കുന്ന രൂപമുള്ള അതെന്താണെന്ന് മനസ്സിലായില്ല. ടൂർ മാനേജരോടു ചോദിച്ചു, അയാൾക്കും പിടിയില്ല.

കപ്പലിന് ഉൾവശം കാണുന്നതിനിടെ നടന്നുനടന്ന് ഞാനൊറ്റയ്ക്ക് ആ കറുത്ത താറാവിന്റെ ഭാഗത്തെത്തി. കപ്പലിന്റെ മുകൾഡെക്കിന്റെ ഒരരികിൽ നിന്ന് അതെന്താണെന്നു ശ്രദ്ധിച്ചു. അതൊരു മുങ്ങിക്കപ്പലായിരുന്നു. അതിന്റെ ചരിത്രവും പിന്നീട് ഞാൻ അന്വേഷിച്ചു മനസ്സിലാക്കി.

1969 മുതൽ 30 വർഷക്കാലം ആസ്ട്രേലിയൻ നേവിയെ സേവിച്ച മുങ്ങിക്കപ്പലാണിത്. പല തവണ ആഴക്കടലിൽ പോയിട്ടുള്ള ഈ സബ്മറൈൻ തുടർച്ചയായി ആറ് ആഴ്ച വരെ സൈനികരുമൊത്ത് കടലിനടിയിൽ കഴിഞ്ഞിട്ടുണ്ടത്രേ. രണ്ടു കൂറ്റൻ ബാറ്ററികളിൽ നിന്നുള്ള വൈദ്യുതി കൊണ്ടാണ് ഇത് പ്രവർത്തിച്ചിരുന്നത്. ഡീസൽ ജനറേറ്ററുകളെയാണ് ഈ ബാറ്ററികൾ ചാർജ്ജ് ചെയ്തുകൊണ്ടിരുന്നത്. 300 അടിയാണ് ഈ സബ്മറൈന്റെ ആകെ നീളം. ഒരു മുപ്പത് നില കെട്ടിടം ചെരിച്ചിട്ടാലുള്ളത്ര നീളം.

ആ മുങ്ങിക്കപ്പലിന്റെ ചരിത്രം അല്പം കൂടിയുണ്ട്. കടലിനടിയിൽ കൂടെ കപ്പൽവേധ മിസൈലുകളും ടോർപ്പിഡോകളുമൊക്കെ വിക്ഷേപിക്കാവുന്ന സംവിധാനങ്ങൾ ഈ സബ്മറൈനിലുണ്ട്.

ലോകത്ത് പലയിടങ്ങളിലും ഇതുപോലുള്ള മ്യൂസിയങ്ങൾ പലതുമുണ്ടെങ്കിലും ഇത്തരം വലിയ കപ്പലുകൾ പ്രദർശിപ്പിച്ചിട്ടുള്ള മറ്റൊരു മ്യൂസിയവും വേറെയില്ല.

ഉൾക്കടലിലെ കപ്പൽ കാഴ്ചകളിലൂടെ ഞങ്ങൾ നടന്നു. സംഘാംഗങ്ങളെല്ലാം നല്ല ത്രില്ലിലാണ്. ചെറുതും വലുതുമായ വേറെയും നിരവധി കപ്പലുകൾ മ്യൂസിയത്തോടനുബന്ധിച്ച് പ്രദർശിപ്പിച്ചിട്ടുണ്ട്. ചിലപ്പോൾ തോന്നും മ്യൂസിയത്തിലെ കാഴ്ചകളെ വെല്ലുന്നതാണ് പശ്ചാത്തലത്തിലെ

കെട്ടിടസമുച്ചയങ്ങളുടെ ദൃശ്യമെന്ന്. അത്രകണ്ട് മനോഹരമായ മണിമന്ദിരങ്ങളാണ് നഗരത്തിൽ തലയുയർത്തിനിൽക്കുന്നത്.

ഒടുവിൽ ടൂർ മാനേജർ ഞങ്ങളെ മ്യൂസിയത്തിന്റെ പ്രധാനഹാളിനടുത്തേക്കു കൊണ്ടുപോയി. Maritime Museum എന്നൊരു പടുകൂറ്റൻ ബോർഡ് ഹാളിനു മുമ്പിലുറപ്പിച്ചിട്ടുണ്ട്. ആസ്ട്രേലിയൻ നാവികചരിത്രത്തെ പരിചയപ്പെടുത്തുന്ന വസ്തുക്കളാണ് അതിനുള്ളിൽ പ്രദർശിപ്പിച്ചിരിക്കുന്നതെന്നും ടൂറിസ്റ്റുകളെക്കാൾ നാവികചരിത്രവിദ്യാർഥികൾക്കാണ് അവ കാണുന്നതിന് ഏറെ താത്പര്യമുണ്ടാവുക എന്നും മുൻ അനുഭവം വച്ച് ടൂർ മാനേജർ വ്യക്തമാക്കിയപ്പോൾ ഒപ്പം അയാൾ, “പുറത്തെ മ്യൂസിയക്കാഴ്ചകളാണ് ഏറെ ആകർഷണീയം” എന്നു കൂടി കൂട്ടിച്ചേർത്തപ്പോൾ ഞങ്ങൾ ഹാളിൽ കയറാതെ പുറംകാഴ്ചകൾതേടി നടന്നു.

ഈസമയത്തും അല്പമകലെ ഉയരത്തിലൂടെ ഒരു മോണോട്രെയിൻ കടന്നുപോകുന്നത് സംഘത്തിലെ എല്ലാവരും കൗതുകത്തോടെ നോക്കിനിന്നു.

പുറത്തെ കപ്പൽ കാഴ്ചകൾ കാണിച്ചുതരാനായി വിനോദ് ഞങ്ങളെ മറ്റൊരു വാർഫിലേക്കു നയിച്ചു. ആസ്ട്രേലിയയുടെ ചരിത്രത്തിൽ നിർണ്ണായക സ്ഥാനമുള്ള പായ്ക്കപ്പലുകളുടെ മാതൃകകളും വിദേശത്തു നിന്നു ലഭിച്ച കപ്പലുകളുമൊക്കെ ഇവിടെ പ്രദർശനത്തിനുണ്ട്.

ഉൾക്കടൽ തീരത്തിന്റെ കോണിൽ മറ്റൊരു പുരാവസ്തുപോലെ ലൈറ്റ്ഹൗസ് നിലകൊള്ളുന്നു. കൂറ്റനൊരു നിർമ്മിതിയാണ് ആ വിളക്കുമാടം. ഡാർലിംഗ് ഹാർബർ സജീവമായിരുന്ന കാലത്ത് കപ്പലുകൾക്ക് ദിശയറിവു നൽകിയിരുന്നതാണീ ലൈറ്റ്ഹൗസ്. രണ്ടുനൂറ്റാണ്ട് പഴക്കമുണ്ട് ഈ ലൈറ്റ് ഹൗസിന്. 1818-ൽ നിർമ്മിക്കപ്പെട്ടതാണ്. ഒരു നൂറ്റാണ്ട് പഴക്കമുള്ള ബ്രിട്ടീഷ് ഭരണകാലത്ത് പണികഴിപ്പിച്ച വളരെ മനോഹരമായ ഒരു ലൈറ്റ്ഹൗസ് എന്റെ നാടായ കൊല്ലത്തുമുണ്ട്. കൊല്ലം തങ്കശ്ശേരി ലൈറ്റ് ഹൗസ് എന്നറിയപ്പെടുന്ന ഈ വിളക്കുമാടം പണികഴിപ്പിക്കപ്പെട്ടത് 1902-ലായിരുന്നു. 144 അടി ഉയരമുള്ള വളരെ ആകർഷണീയമായ ഒന്നാണ് തങ്കശ്ശേരി ലൈറ്റ് ഹൗസ് എന്നത് ഇവിടെ രേഖപ്പെടുത്തുന്നതിൽ എനിക്കഭിമാനമുണ്ട്.

സിഡ്നിയുടെ പഴയകാല പ്രതാപമെല്ലാം കടലിലൂടെ എത്തിയതാണ്. ആ കാലം മുതൽ കടൽയാനങ്ങൾക്കു വഴികാട്ടി വിദേശകപ്പലുകളെ വരെ സിഡ്നിതീരത്തെത്തിക്കാൻ മിഴിതുറന്നും അടച്ചും അടയാളം കാട്ടിക്കൊടുത്ത ഒന്നാണ് ആസ്ട്രേലിയയിലെ ഈ ലൈറ്റ് ഹൗസ് എന്നു ചരിത്രം പറയുന്നു.

സവിശേഷതയാർന്ന ഒരു പായ്ക്കപ്പൽ കണ്ടു. അദ്ഭുതകരം തന്നെയെന്നു പറയാതെ വയ്യ. സാഹസികരായ യൂറോപ്യൻ നാവികരുടെ ജലയാത്രകളെക്കുറിച്ചുള്ള പുസ്തകങ്ങളിൽ കണ്ടിട്ടുള്ളതരം കപ്പൽ.

കാറ്റിന്റെ ശക്തിയും പിൻബലവും കൊണ്ടുമാത്രം ചലിക്കുന്ന കപ്പൽ. ആസ്ട്രേലിയൻ ചരിത്രത്തിന് വഴിത്തിരിവുണ്ടാക്കിയ ഒരു പായ്ക്കപ്പലിന്റെ മാതൃകയാണ് ഞാൻ അടുത്തതായി കണ്ടത്.H.N.B - ENDEVER (എൻഡീവർ) എന്ന പേര് നൽകിയിട്ടുള്ള ഇത്തരം ഒരു കപ്പലിലാണ് 1768-ൽ ബ്രിട്ടനിൽ നിന്ന് ജെയിംസ് കുക്ക് എന്ന നാവികൻ യാത്ര തുടങ്ങിയത്.

ജെയിംസ് കുക്കിന്റെ സാഹസികയാത്ര വളരെ പ്രസിദ്ധമാണ്. പുതിയ നാടുകളുടെ കണ്ടുപിടിത്തത്തിനായി പുറപ്പെട്ട ആ യാത്ര, രണ്ടു വർഷം പിന്നിട്ടപ്പോൾ, 1770-ൽ ജെയിംസ് കുക്ക് ആസ്ട്രേലിയയുടെ തീരത്തണഞ്ഞു. അക്കാലത്ത്, സാഹസികരായ ഇത്തരം നാവികർ, കപ്പലിൽ വന്നെത്തുന്ന സ്ഥലമേതെന്ന് അവർക്കുപോലും അറിയാൻ വഴിയുണ്ടായിരുന്നില്ല. ഒരു തീരത്ത്, അല്ലെങ്കിൽ ഒരു ദ്വീപിൽ കപ്പലടുത്തു എന്നു മാത്രം മനസ്സിലാക്കി, പിന്നീട് മാത്രമേ ആ ദേശത്തെപ്പറ്റി പഠിക്കാനും പുറംലോകത്തിനറിവുകൊടുക്കാനും അവർക്കു കഴിയൂ. ഇവിടെ ജെയിംസ് കുക്കിന്റെ സന്ദർശനം, അതുവരെ ആദിമ ഗോത്രവർഗ്ഗക്കാർ മാത്രം വസിച്ചിരുന്ന ആസ്ട്രേലിയൻ മണ്ണിലേക്കുള്ള യൂറോപ്യൻ കുടിയേറ്റത്തിന്റെ തുടക്കം തന്നെയായിരുന്നു.

1768 ആഗസ്റ്റ് 26ന് എൻഡീവർ, ക്യാപ്റ്റൻ ജെയിംസ് കുക്കിന്റെ നേതൃത്വത്തിൽ യാത്ര തിരിക്കുമ്പോൾ അതിൽ ആകെ 94 പേരാണുണ്ടായിരുന്നത്. രസകരവും ഉദ്വേഗജനകവുമാണ് ആ കപ്പൽ യാത്രയുടെ കഥ. കേവലം 27 വയസ്സ് മാത്രം പ്രായമുണ്ടായിരുന്ന ജെയിംസ്കുക്ക്, അസാമാന്യമായ ഇച്ഛാശക്തിയോടെയാണ് പായ്ക്കപ്പലിനെ നയിച്ചത്. അജ്ഞാതമായ കടൽപ്പരപ്പ് വിശാലമായി നീണ്ടു പരന്നു കിടക്കുന്നു. എവിടേക്ക് പോകണമെന്നോ, ഏതു ഭാഗത്തേക്കാണോ നീങ്ങുന്നതെന്നോ ഒന്നും അറിയാൻ മാർഗ്ഗമില്ല. കാറ്റിന്റെ ഗതിയും ശക്തിയും കൊണ്ടാണ് മുന്നോട്ടുള്ള നീക്കം. കടൽച്ചൊരുക്കും രോഗങ്ങളും കപ്പലിലെ തൊഴിലാളികളെ വലച്ചപ്പോഴും പേരിനു മാത്രം ഭക്ഷണം കഴിച്ച് ജീവിക്കേണ്ടി വന്നപ്പോഴും കുക്ക് തളർന്നില്ല. ദീർഘമായ യാത്രയ്ക്കൊടുവിൽ കപ്പൽ ആസ്ട്രേലിയൻ തീരത്തേക്കടുത്തപ്പോഴേക്കും ജെയിംസ്കുക്കിന്റെ നാവികത്തൊഴിലാളികളിൽ മൂന്നിലൊരു ഭാഗവും ജീവൻ വെടിഞ്ഞിരുന്നു. പക്ഷേ കാറ്റിനെ മാത്രം ആശ്രയിച്ച് ആ നാവിക പ്രമാണി നടത്തിയ സാഹസികയാത്ര വ്യഥാവിലായില്ല. ആസ്ട്രേലിയ എന്ന സുന്ദര ഭൂമി ഇംഗ്ലീഷ്കാർക്ക് സ്വന്തമായത് ആ യാത്രയിലൂടെയാണ്. ആസ്ട്രേലിയ എന്ന ഭൂഖണ്ഡത്തെപ്പറ്റി ലോകം അറിഞ്ഞതും അങ്ങനെയാണ്. ഞാൻ പഴയ ആ പായ്ക്കപ്പലിനരികിലേയ്ക്കു ചെന്നു. സഹയാത്രികർക്കൊന്നും അതു കാണാൻ വലിയ താത്പര്യം കണ്ടില്ല. പകരം അവർ മറ്റേതോ കാഴ്ചകൾ കണ്ടുകൊണ്ടു നിൽക്കുകയാണ്. വിചിത്രമായ ദൃശ്യങ്ങൾക്ക് ഇവിടെ ഒരു പഞ്ഞവുമില്ല. ടൂർ മാനേജർ വിനോദും

അവർക്കരികിൽ നിർവികാര ഭാവത്തിൽ നിൽപ്പുണ്ട്. അയാൾ എത്രയോ തവണ ഈ സ്ഥലം സന്ദർശിച്ചിട്ടുണ്ടാവണം.

കപ്പികളും കയറും പായ്മരങ്ങളുമൊക്കെച്ചേർന്നുള്ള ഒരപൂർവകാഴ്ച യാണ് കപ്പലിന്റേത്. ഹോളിവുഡ് ചലച്ചിത്രങ്ങളിൽ മാത്രം കണ്ടിട്ടുള്ള ഇത്തരം പഴയകാല പായ്ക്കപ്പലുകളിലൊന്നിനെ, നേരിൽ, ഇത്ര തൊട്ടരി കിൽ കാണാൻ കഴിഞ്ഞതിലുള്ള ചാരിതാർത്ഥ്യം എനിക്കടക്കാനായില്ല.

എന്നും അറ്റകുറ്റപ്പണികളൊക്കെ നടത്തി വളരെ ശ്രദ്ധയോടെയാണ് കപ്പലിനെ പരിപാലിക്കുന്നത്. ഞാനവിടെ നിന്ന സമയത്തും ഒരു മെക്കാ നിക്കോ എഞ്ചിനീയറോ ആവണം, കപ്പലിന്റെ വശത്തെ ചില ബോൾട്ടു കൾ ശ്രദ്ധയോടെ മുറുക്കുന്നതു കണ്ടു.

കപ്പലിലെ ഒരു പ്രധാന സംഗതികൂടി അറിയിക്കാനുണ്ട്. ഒരു കൂറ്റൻ പീരങ്കി. അവയിലൊന്ന് എന്നെയാണോ ലക്ഷ്യമാക്കി ഉറപ്പിച്ചിരിക്കുന്ന തെന്നു തോന്നിപ്പോയി. അറിയാനാടുകളിലേക്കുള്ള സാഹസിക യാത്ര യിൽ അന്ന്, നാവികർ ഏതു നിമിഷവും ആക്രമണം പ്രതീക്ഷിച്ചിരുന്നു. അന്യനാടുകളിലെ നാവികപ്പടയോ, കടൽക്കൊള്ളക്കാരോ എതിരിടാ നെത്താം. അവരെ നേരിടാനോ, ഭയപ്പെടുത്തി പിൻതിരിപ്പിക്കാനോ, കപ്പലു കളിലുറപ്പിച്ച പീരങ്കികൾ നാവികർക്ക് അന്നു സഹായകരമായിരുന്നു.

225 വർഷം മുമ്പ് കടൽയാത്ര നടത്തിയ ആ പായ്ക്കപ്പലിന്റെ മാതൃക സിഡ്നിയിലെ മാരിടൈം മ്യൂസിയത്തിലെത്തുന്ന ഏതൊരാൾക്കും രസകരമായ കാഴ്ച തന്നെയാണ്.

മ്യൂസിയത്തിനടുത്തായി ചില ബോട്ടുകളും നിർത്തിയിട്ടിട്ടുണ്ട്. അവയും കൗതുകമുണർത്തുന്ന രൂപഭാവമുള്ളവ തന്നെ. ഓരോ ബോട്ടിനെ സംബന്ധിക്കുന്ന പുരാതന വിവരങ്ങളുടെ ബോർഡുകളും അവിടവിടെ കാണാം.

വളരെ വിചിത്ര രൂപിയായ ഒരു ബോട്ടിന്റെ ഒറ്റപ്പെട്ട കാഴ്ച കൗതുക കരമായി തോന്നി. എപ്പിക്ക് ലാസ്സ് (EPIC LASS) എന്നാണ് ആ യാന ത്തിന്റെ പേര്.

1937-ൽ നിർമ്മിച്ച എപ്പിക്ക് ലാസ്സ് ആസ്ട്രേലിയൻ നേവൽ ഓഫീ സർമാരുടെ പ്രത്യേക നൗകയായിരുന്നു. ശരിക്കും അത് വളരെ ആഡം ബര ഭാവത്തിൽ നിർമ്മിച്ച ഒന്നാണ്. ചുറ്റും വശങ്ങളിലും ഉള്ളിലുമെല്ലാം വിലപിടിപ്പുള്ള ഏതോ മരപ്പലകകൾ ബോൾട്ട് ചെയ്ത് പിടിപ്പിച്ച് ഒര സാധാരണ രൂപഭംഗി വരുത്തിയിട്ടുണ്ട്. ലോഹഭാഗങ്ങളൊന്നും പുറമേ നിന്നു നോക്കിയാൽ കാണാനില്ല. അകത്തൊരു സ്വീകരണ മുറിയുണ്ട്. അലങ്കരിച്ച ആ മുറിക്കുള്ളിൽ ഒരുക്കിയിട്ടിരുന്ന സിംഹാസനതുല്യമായ ഇരിപ്പിടങ്ങൾ, വശത്തെ തുറന്നു കിടക്കുന്ന സാമാന്യം വലിപ്പമുള്ള ജനാലയിലൂടെ കാണാം. താഴെ ചുവന്ന കാർപ്പറ്റ് വിരിച്ചിരിക്കുന്നു. മുകളിൽ സ്റ്റീൽ ബോളുകൾ പോലെ, ഒരു സ്റ്റാൻഡിലുറപ്പിച്ച രണ്ട്

തിളങ്ങുന്ന ഗോളങ്ങൾ കണ്ടു. ഒരു പക്ഷേ അവ സർച്ച് ലൈറ്റുകളാവാം. അതല്ലെങ്കിൽ സൈറൺ മുഴക്കുമ്പോൾ പുറത്തെത്തിക്കുന്ന ശബ്ദ സംവിധാനവുമാകാം. വശങ്ങളിൽ കെട്ടിയുറപ്പിച്ച രണ്ട് റോപ്പുകളുടെ തടങ്കലിൽ ഓളത്തിൽ ചാഞ്ചാടി അതങ്ങനെ രാജകീയമായി വിശ്രമിക്കുന്നു.

ഞാൻ മറ്റൊരു വിചിത്ര ബോട്ടിനരികിലേക്ക് നീങ്ങി. ഇപ്പോഴും സംഘാംഗങ്ങൾ ഒപ്പമില്ല. അത്, 1930-ൽ പണിത ഒരു ബോട്ടാണ്. ഈ നൗകയുടെ പേര് 'കാവലിൻ ഗില്ലറ്റ്' എന്നാണ്. 1945-ൽ സിഡ്നിയിൽ നിന്നും സംഘടിപ്പിച്ച ഒരു ബോട്ട്റേസിൽ പങ്കെടുത്തിട്ടുണ്ട് ഇവൾ.

1988-ൽ ആസ്ട്രേലിയയുടെ 200-ാം വാർഷിക സമ്മാനമായി, മാരിടൈം മ്യൂസിയത്തിലേക്ക് നോർവെ നൽകിയതാണ് കാവലിൻ ഗില്ലറ്റ് എന്ന ഈ ബോട്ടും.

കൗതുകകരമായ ആകൃതിയിലുള്ള ബോട്ടുകൾ വേറെയും കണ്ടു. പച്ച മേലാപ്പണിഞ്ഞ മനോഹരമായ ഒരു ചെറിയ ബോട്ട്, ഓളത്തിൽ ചാഞ്ചാടി ഒരിടത്തു വിശ്രമിക്കുന്നു. അതിന്റെ പേര് വശത്ത് എഴുതിവച്ചിട്ടുണ്ട്. SAKER AMAN. ആ ബോട്ട്, മലേഷ്യയിൽ നിന്നും ആസ്ട്രേലിയയ്ക്കു ലഭിച്ച സ്നേഹസമ്മാനമാണ്.

ലഞ്ച്ക്രൂയിസ് നടത്തുന്ന ഒരു ബോട്ട് ഉൾക്കടലിന്റെ നീലപ്പരപ്പിലൂടെ ഒഴുകി നീങ്ങുന്നു. ലഞ്ച് ക്രൂയിസ് എന്നാൽ, ഉച്ചഭക്ഷണം കൂടി വിളമ്പുന്ന, വിശാലമായ ഡൈനിങ്ങ് ഹാളുകളുള്ള ആഡംബര ബോട്ട്. പാട്ടും പാനോപചാരവുമെല്ലാമായി നാലഞ്ചു മണിക്കൂർ ഉൾക്കടലിലൂടെ സഞ്ചരിക്കും. അതുപോലെ, രാത്രി ഭക്ഷണം നൽകിക്കൊണ്ടുള്ള ബോട്ടുകളും ഉണ്ട്. അവയ്ക്ക് ഡിന്നർ ക്രൂയിസ് എന്നു പറയും.

കൂടാതെ ഇരുകരകളെയും ബന്ധിപ്പിച്ചു കൊണ്ടുള്ള ഫെറി സർവീസുകളും ഇവിടെയുണ്ട്. അതിന്, കൂറ്റൻ യന്ത്രച്ചങ്ങാടങ്ങളാണ്, കപ്പൽ രൂപത്തിൽ നീങ്ങുന്നത്.

പായ്ക്കപ്പലുകളുടെ ഭാഗത്തേക്ക് ഞാൻ നീങ്ങി. വളരെ പഴയകാല നിർമ്മിതികളായ പായ്ക്കപ്പലുകളാണ് പ്രധാനമായും ഇവിടെ പ്രദർശിപ്പിച്ചിട്ടുള്ളത്. 1874-ൽ നിർമ്മിച്ച ജെയ്ംസ് ക്രെക്ക് (JAMES CRECK) എന്ന പായ്ക്കപ്പൽ കണ്ടപ്പോൾ വളരെ കൗതുകം തോന്നി. കപ്പൽ വിഭാഗങ്ങളിൽ ബാർക്ക് വിഭാഗത്തിൽ ഉൾപ്പെടുന്ന ഒന്നാണ് ജെയ്ംസ് ക്രെക്ക് എന്ന ഈ ജലയാനം. മൂന്നു പായ്മരങ്ങളോടുകൂടിയവയ്ക്കാണ് ബാർക്ക് എന്നു പറയുന്നത്. ഇംഗ്ലണ്ടിലെ സണ്ടർലാന്റിൽ നിർമ്മിച്ച ഈ നൗക 60 വർഷത്തോളം സുദീർഘ സഞ്ചാരങ്ങൾ നടത്തിയിരുന്നു. 1930-കളിൽ ഇത് ടാസ്മാനിയയ്ക്കടുത്ത് തകർന്നു മുങ്ങി. നാലു പതിറ്റാണ്ടിനു ശേഷം 1973-ലാണ്, കടലിന്റെ അടിത്തട്ടിൽനിന്നും കപ്പലിനെ ഉയർത്തിയെടുത്തത്. 1981 മുതൽ ഇത്, മാരിടൈം മ്യൂസിയത്തിലെ ഒരു പ്രധാന പ്രദർശന വസ്തുവാണ്. ഇത്, അന്നത്തെ ഒറിജിനൽ കപ്പൽ തന്നെയാണ്,

പുനഃസൃഷ്ടിയല്ല. എന്നാൽ ഇത് പുതുക്കിയിട്ടുണ്ട്. 22 മില്യൻ ഓസ്ട്രേലിയൻ പൗണ്ടാണ് ഈ കപ്പലിന്റെ പുനരുദ്ധാരണത്തിനുവേണ്ടി സിഡ്നി മാരിടൈം മ്യൂസിയം ചെലവഴിച്ചത്.

പായ്മരങ്ങളിൽനിന്ന് താഴേക്ക് വലിച്ചു കെട്ടിയിരിക്കുന്ന വടങ്ങൾ, ശരിക്കും ഒരു കാഴ്ചതന്നെയാണ്. മാരിടൈം മ്യൂസിയത്തിലെ ഈ കാഴ്ചകൾക്കിടയിലൂടെ ടൂർ മാനേജർ ഞങ്ങളെ നടത്തിക്കൊണ്ടുപോയത് പ്രസിദ്ധമായ മറ്റൊരു പായ്ക്കപ്പലിനടുത്തേക്കാണ്. അത് കണ്ടിരിക്കേണ്ട ഒന്നാണെന്ന് അയാൾ ഇടയ്ക്കൊരിക്കൽ പറയുകയുമുണ്ടായി.

ഈ പായ്ക്കപ്പലിന്റെ പേര് ബൗണ്ടി (BOUNTY) എന്നാണ്. കാഴ്ചയിൽ അറുപഴഞ്ചനാണെന്നു തോന്നുമെങ്കിലും, ഈ കപ്പലിന് അധികം പ്രായമൊന്നുമില്ല. 1978-ലായിരുന്നു ഇതിന്റെ നിർമ്മാണം. 18-ാം നൂറ്റാണ്ടിലെ ഒരു കപ്പലിന്റെ പുനഃസൃഷ്ടിയാണ് ഇത്. ബൗണ്ടി എന്ന ഈ പായ്ക്കപ്പലിന്റെ കഥ 1984-ൽ ഹോളിവുഡ്ഡിൽ ഒരു ചലച്ചിത്രമാവുകയുണ്ടായി. 'മ്യൂട്ടണി ഓഫ് ബൗണ്ടി' എന്നൊരു ഹോളിവുഡ്ഡ് ചലച്ചിത്രത്തിനു വേണ്ടിയാണ്, പുതിയ കാലത്ത് ഈ കപ്പൽ പണിതതു തന്നെ.

ഹോളിവുഡിലെ ഒരു ചലച്ചിത്രത്തിനുവേണ്ടി മാത്രം ഒരു കപ്പൽ തന്നെ നിർമ്മിക്കുകയോ? അതും കോടിക്കണക്കിനു ഡോളർ ചെലവഴിച്ച്. അതിൽ അത്ര അതിശയിക്കാനൊന്നുമില്ല എന്ന് മനസ്സിലായത് കഴിഞ്ഞ അമേരിക്കൻ യാത്രയിൽ, ഹോളിവുഡ്ഡ് ചിത്രങ്ങൾ നിർമ്മിക്കുന്ന യൂണിവേഴ്സൽ സ്റ്റുഡിയോയിൽ ഒരു പകൽ മുഴുവൻ നീണ്ടുനിന്ന ഫിലിം നിർമ്മാണ കാഴ്ചകളും സാങ്കേതിക വിവരങ്ങളും കണ്ടറിഞ്ഞപ്പോഴാണ്.

വിമാനവും കപ്പലുകളും മുതൽ ഭൂമിയിലെ എന്തും അവിടെ പുനർനിർമ്മിക്കപ്പെട്ടിരുന്നു. യൂണിവേഴ്സൽ സ്റ്റുഡിയോയിൽ എന്നെ ആകർഷിക്കുകയും അദ്ഭുതപ്പെടുത്തുകയും ചെയ്തത്, ഒരു വിമാനാപകട ചിത്രീകരണ രംഗത്തിന്റെ പുനരാവിഷ്കരണമായിരുന്നു. ഒരു കൂറ്റൻ ബോയിങ് വിമാനം - ഒരുപക്ഷേ അത് സെക്കന്റ് ഹാൻഡ് വിമാനമാകാം, എന്നാൽ ഒറിജിനൽ തന്നെ - വാങ്ങി, അപകട രംഗത്തിനായി തകർത്ത്, പിളർത്തി, സ്റ്റുഡിയോ വളപ്പിൽ ചിതറിയിട്ടിരുന്നു. ചിതറിക്കിടക്കുന്ന വിമാനഭാഗങ്ങളായ വാലും ചിറകുകളുമെല്ലാം കഴിഞ്ഞ നിമിഷമാണ് അപകടം നടന്നതെന്ന മട്ടിൽ കത്തിക്കരിഞ്ഞും പുകഞ്ഞുകൊണ്ടുമുള്ള നിലയിൽ തന്നെ നിലനിർത്തിയിരിക്കുന്നു. ഇതും, സാങ്കേതികമായി ഒരു അദ്ഭുതം തന്നെയായിരുന്നു.

ഹോളിവുഡിലെ, യൂണിവേഴ്സൽ സ്റ്റുഡിയോ, ലോകത്ത് ഇത്തരം സംവിധാനങ്ങളിൽ ഏറ്റവും ഉയർന്നതാണ്, വലുതുമാണ്. യൂണിവേഴ്സൽ സ്റ്റുഡിയോയുമായി താരതമ്യം ചെയ്യുമ്പോൾ ഏഷ്യയിലെ തന്നെ ഏറ്റവും വലിയ സ്റ്റുഡിയോ ആയി കണക്കാക്കപ്പെടുന്ന, ഹൈദ്രാബാദിലെ റാമോജി റാവു ഫിലിം സിറ്റിയുടെ സ്ഥാനം വളരെ ചെറുതായേ തോന്നൂ.

സിഡ്നി മാരിടൈം മ്യൂസിയത്തിലെ, ബൗണ്ടി എന്ന പഴയ പായ് ക്കപ്പലിന്റെ വിശേഷങ്ങൾ അല്പം കൂടി ബാക്കിയുണ്ട്.

'ബൗണ്ടി' മാത്രമല്ല, പഴയകാല കപ്പലുകളുടെ മുഴുവൻ ഭാഗവും മരം കൊണ്ടുള്ളതാവും. എന്നാൽ പുനഃസൃഷ്ടി നടത്തപ്പെട്ട ഈ കപ്പലിന്റെ ചട്ടക്കൂട് ഉരുക്കുകൊണ്ടുള്ളതാണ്. വലിച്ചുകെട്ടിയ പായ്മര ങ്ങളും അത് കെട്ടിയുറപ്പിക്കാൻ ഉപയോഗിക്കുന്ന അസംഖ്യം റോപ്പുകളും കൊടിമരത്തൂണുകളും ഒക്കെ വളരെ വിചിത്രതരമായ കാഴ്ചകളായി രുന്നു.

ഉൾക്കടലിലുമുണ്ട് ടാക്സികൾ. ടാക്സി സർവ്വീസ് നടത്തുന്ന ചെറു ബോട്ടുകൾ. ഉടലാകെ മഞ്ഞനിറം പൂശിയ ഒരു ടാക്സി ബോട്ട് വെള്ളം ചീറ്റിത്തെറിപ്പിച്ചുകൊണ്ട് കടന്നു പോവുന്നതു കണ്ടു.

മാരിടൈം മ്യൂസിയത്തിൽ നിന്നും മടങ്ങാൻ നേരമായി. സിഡ്നിയിൽ ഇനിയും ഒത്തിരി കാഴ്ചകൾ കണ്ടു തീർക്കാനുണ്ട്.

തീരവഴിയിലൂടെ നടക്കുമ്പോൾ സിഡ്നി നഗരഭാഗങ്ങളുടെ വൃത്തിയും സ്വച്ഛതയും ഏറെ ഹൃദ്യമാവുന്നു. മാരിടൈം മ്യൂസിയത്തിനു നേരേ എതിർവശത്ത് മറീനയാണ്. വിലകൂടിയ ആഡംബര ബോട്ടുകൾ അവിടെ നിരന്നു കിടക്കുന്നതു കാണാം. സിഡ്നി തീരത്തെ ബോട്ടു കളുടെ ഈ സമൃദ്ധി ഒരു കാഴ്ചതന്നെയാണ്. ഏറ്റവും ആധുനികമായ ബോട്ടുകളാണ് ഇവയൊക്കെയും. പായ്മരങ്ങൾ ഉള്ളവയും കോടികൾ വിലമതിക്കുന്നവയും ഒക്കെയുണ്ട് കൂട്ടത്തിൽ. മൂന്നു നിലകൾ വരെയുള്ള ഇത്തരം ബോട്ടുകളിൽ, മുകൾനില ഡ്രൈവറുടെ ക്യാബിനാണ്. നാട്ടിൽ ഇവരെ ഡ്രൈവർ എന്നല്ല, ക്യാപ്റ്റൻ എന്നോ സ്രാങ്ക് എന്നോ പറയും. കൂറ്റൻ കപ്പലുകളുടെയും ചെറിയ ബോട്ടുകളുടെയും സാരഥിക്ക് ഒരേ പേരുതന്നെ, കപ്പിത്താൻ അഥവാ ക്യാപ്റ്റൻ. ക്യാപ്റ്റൻ കുക്ക് ആയിരു ന്നല്ലോ, ആസ്ട്രേലിയൻ മണ്ണിൽ ആദ്യം കാലുകുത്തിയ യൂറോപ്യൻ നാവികൻ. അദ്ദേഹം തന്റെ കപ്പലിന്റെ കപ്പിത്താൻ തന്നെയായിരുന്നു.

ഞാനിവിടെ കണ്ട ആഡംബര ബോട്ടുകളിലുള്ള സൗകര്യങ്ങളെ വില യിരുത്താം. മുകൾനില ക്യാപ്റ്റനുള്ളതാണെന്നു പറഞ്ഞുവല്ലോ. രണ്ടാം നിലയിൽ ഒരു മിനി കോൺഫറൻസ് ഹാൾ തന്നെയുണ്ടാവും. സമ്മേ ളനങ്ങൾ മുതൽ വിവാഹസ്വീകരണ സൽക്കാരം വരെ അവിടെവച്ചു നടത്താം. വലിയ കോർപ്പറേറ്റ് കമ്പനികളുടെ ഡയറക്ടർ ബോർഡ് മീറ്റിങ്ങ് പോലുള്ള ചടങ്ങുകളും സ്ഥിരമായി ഈ രണ്ടാം നിലയിലെ ഹാളിൽ വച്ചു നടത്തപ്പെടാറുണ്ട്. ഏറ്റവും താഴത്തെ നിലയിലാവട്ടെ, ബെഡ്റൂമുകളും ടോയ്‌ലറ്റുമൊക്കെ സജ്ജീകരിച്ചിരിക്കുന്നു. ജലപ്പരപ്പി ലേക്ക് മാലിന്യം പുറന്തള്ളുന്ന ടോയ്‌ലറ്റുകളല്ല ഇവിടെ ജലയാനത്തി ലുള്ളതെന്നത് നാം ഇന്ത്യക്കാർ പ്രത്യേകം അറിയേണ്ട ഒന്നാണ്.

ഇത്തരം ആഡംബര ജലവാഹനങ്ങൾ കണ്ടു നടക്കുക എനിക്കെ പ്പോഴും ഹരമാണ്. നാട്ടിലെ നാടൻ വള്ളങ്ങൾ പോലും കൗതുകത്തോടെ

നോക്കി നിൽക്കാറുണ്ട്. കാഴ്ചയിൽ അത്ര വലിപ്പമൊന്നുമില്ലെങ്കിലും ഈ മാരിടൈം മ്യൂസിയത്തിൽ കണ്ട ആഡംബര ബോട്ടുകളുടെ വില കേട്ടാൽ, നാം മലയാളികൾ ഒരുനിമിഷം അമ്പരന്നു നിന്നുപോകും. മൂന്നു കോടിക്കും അഞ്ചുകോടിക്കും ഇടയിലാണ് ഇവയുടെ ശരാശരി വില.

പഴയ പായ്ക്കപ്പലിന്റെ രൂപഭാവങ്ങളുള്ള ഒരു ആധുനിക ബോട്ടും ഇവിടെയുണ്ട്. 'ഗലാത്തിയ' എന്നാണതിന്റെ പേര്. വില്പനയ്ക്കു വച്ചിരിക്കയാണ് ഈ ജലറാണിയെ. താത്പര്യമുള്ളവർ ബന്ധപ്പെടേണ്ട ഫോൺ നമ്പർ എഴുതിയ ഒരു FOR SALE ബാനറും ബോട്ടിനു വശത്ത് വലിച്ചു കെട്ടിയിരിക്കുന്നു. രൂപം കൊണ്ടും പൂശിയിരിക്കുന്ന നിറം കൊണ്ടും ഗലാത്തിയയ്ക്ക് അസാധാരണമായ ഭംഗിയുണ്ട്. മറീനയിൽ വേറെയുമുണ്ട് ഒട്ടേറെ ബോട്ടുകൾ. അവയൊക്കെ പിന്നിട്ട് ഞങ്ങൾ നടന്നു.

മറീനയിൽ നിന്നും പുറത്തു കടക്കുമ്പോൾ എത്തുക ഒരു തുറന്ന മൈതാനത്തേക്കാണ്. മൈതാനം അത്ര വിശാലമായ ഒന്നല്ലെങ്കിലും, ചുറ്റുമുള്ള വൃക്ഷങ്ങളും കെട്ടിടങ്ങളുമെല്ലാം ആ തുറന്ന സ്ഥലത്തിനൊരു ചാരുത നൽകുന്നുണ്ട്. വെടുപ്പും വൃത്തിയുമുള്ള ഒരു സ്ഥലം.

മൈതാനം പിന്നിട്ട് ഞങ്ങൾ തെരുവിലേക്കിറങ്ങി. നഗരത്തിന്റെ ഈ ഭാഗത്തൊന്നും വലിയ തിരക്കില്ല.

മറീനയിലെയും മാരിടൈം മ്യൂസിയത്തിലെയും കാഴ്ചകൾ ഇവിടെ അവസാനിക്കുന്നു.

ഒരു മോണോറെയിൽ സഞ്ചാരം

സിഡ്നിയിലെ മോണോറെയിൽ സമ്പ്രദായം ഞങ്ങളുടെ സംഘാംഗങ്ങളെ വല്ലാതെ ഹരം പിടിപ്പിച്ചിരിക്കുന്നു. എന്റെ കാര്യവും വിഭിന്നമല്ല. ചെറിയൊരു യാത്ര ഇതിനകം മോണോറെയിലിൽ നടത്തിയെങ്കിലും അല്പംകൂടി സമയദൈർഘ്യമുള്ള ഒരു സഞ്ചാരം ഒരിക്കൽക്കൂടി ഈ ഒറ്റപ്പാളവണ്ടിയിലൂടെ ആയിക്കൂടെ എന്ന് ഞങ്ങൾ ചോദിച്ചപ്പോൾ ഞങ്ങളെ ആശ്വസിപ്പിക്കുന്ന ഒരു മറുപടിയാണ് ടൂർ മാനേജരിൽ നിന്നും കിട്ടിയത്. ഒരു ദിവസത്തേക്കുള്ള ടിക്കറ്റാണ് നാമെടുത്തിരിക്കുന്നതെന്നും വളരെ കുറഞ്ഞ സമയം മാത്രമേ റെയിലിൽ നാം താണ്ടിയുള്ളൂവെന്നും ബാക്കിയാത്രകൂടി ഉടൻ തന്നെ നടത്താൻ പോവുകയാണെന്നും അയാളറിയിച്ചു.

ചുവന്ന കല്ലുപാകിയ വിശാലമായ നടപ്പാതയിലൂടെ മോണോറെയിൽ സ്റ്റേഷൻ ലക്ഷ്യമാക്കി ഞങ്ങളെയും നയിച്ചുകൊണ്ട് അയാൾ മുമ്പേ നടന്നു. മോണോറെയിലിന്റെ ഹാർബർ സൈഡ് സ്റ്റേഷനാണ് ലക്ഷ്യം. 5 മിനിട്ട് ഇടവിട്ട് ഈ സ്റ്റേഷനിൽ റെയിൽവണ്ടികൾ എത്തും. പടവുകൾ കയറി സ്റ്റേഷനിലെത്തുമ്പോൾ ഒരു കുഞ്ഞുവണ്ടി അവിടേക്കു നീങ്ങി വരുന്നത് കണ്ടു.

വലിയൊരു ടണൽ മുറിച്ചുവച്ചതു പോലെയാണ് മോണോറെയിൽ സ്റ്റേഷന്റെ ആകൃതി. സ്റ്റേഷൻഹാൾപോലും കണ്ടുനിൽക്കാൻ കൊതി തോന്നും. സ്റ്റേഷന്റെ ടണൽ ഭിത്തിയുടെ വശങ്ങളിൽ കുഴലിന്റെ ഷേയ്പ്പിനോടു ചേർന്നവിധം ഉറപ്പിച്ച വലിയ സ്ഫടിക ജാലകങ്ങൾ. സ്റ്റേഷൻ ഹാളിനുള്ളിലേക്കുള്ള വെളിച്ചത്തിനും പ്ലാറ്റ്ഫോമിൽ നിന്നും പുറം ലോകം കാണാനുമായിട്ടാണ് വർത്തുളാകൃതിയിലുള്ള ഈ കണ്ണാടി ജാലകങ്ങൾ ഉറപ്പിച്ചിരിക്കുന്നത്. അല്ലെങ്കിൽ ഈ ട്യൂബ് സ്റ്റേഷൻ ഒരു ഇരുണ്ട ഗുഹയായി തോന്നിയേനെ. നഗരത്തിരക്കിൽ സ്ഥലം ഒട്ടും അപഹരിക്കാതെ ഒതുങ്ങിയ സ്റ്റേഷൻ. ഓടിവന്നത് അതിഭംഗിയുള്ള ഒരു വണ്ടി. അതു പ്ലാറ്റ്ഫോമിൽ വന്നു നിലയുറപ്പിച്ചു. ഓട്ടോമാറ്റിക് വാതിലുകൾ തനിയെ തുറന്നു വന്നു. വിനോദിനു പിന്നാലെ അല്പമൊരു കേരള/ ഇന്ത്യൻ സ്റ്റൈലിൽ ക്യൂ ഒന്നും ശ്രദ്ധിക്കാതെ ഞങ്ങൾ ഗ്രൂപ്പംഗങ്ങളെല്ലാം ധൃതിയിൽ അതിനുള്ളിൽ നുഴഞ്ഞുകയറി.

ട്രെയിൻ നീങ്ങി. വണ്ടിയിലിരിക്കുമ്പോൾ താഴെ സിഡ്നി കൺവെൻഷൻ ഹാളും എക്സിബിഷൻ സെന്ററുമെല്ലാം കാണാം. ഉൾക്കടലിനപ്പുറം അംബരചുംബികൾ തിങ്ങിനിറഞ്ഞുനിൽക്കുന്ന നഗരഭാഗം. അത് ഒരു അസാധാരണ കാഴ്ച തന്നെയായിരുന്നു. മോണോറെയിൽ വണ്ടിയിലിരിക്കുമ്പോൾ നഗരത്തിൽ താഴ്ന്നു പറക്കുന്ന ഒരു വിമാനത്തിലിരുന്നു സഞ്ചരിക്കുന്ന പ്രതീതിയാണ്.

നഗരത്തിലെ കെട്ടിടങ്ങളുടെ ബാഹ്യദൃശ്യങ്ങൾ ഇത്രയും വ്യക്തമായും ഭംഗിയായും കാണാനുള്ള സൗകര്യം ഈ മോണോറെയിൽ സഞ്ചാരത്തിലേ ലഭിക്കുകയുള്ളൂ. ഉൾക്കടൽ തീരത്തെ മാർക്കറ്റുകളും ചെറുവ്യവസായശാലകളും പിന്നിട്ട് മോണോറെയിൽ വണ്ടി പാഡീസ് മാർക്കറ്റ് സ്റ്റേഷനിലെത്തി. അവിടെ ഇറങ്ങാമെന്ന് വിനോദ് അറിയിച്ചു.

അധികം യാത്രക്കാരില്ലാത്ത, ഞങ്ങൾ സഞ്ചരിച്ചുവന്ന കുഞ്ഞു ട്രെയിൻ അടുത്ത സ്റ്റേഷൻ ലക്ഷ്യമാക്കി നീങ്ങിത്തുടങ്ങി.

സിഡ്നിയിലെ ഏറ്റവും പ്രമുഖമായ ഒരു ഷോപ്പിംഗ് ഏരിയയാണ് പാഡീസ് മാർക്കറ്റ്. സ്റ്റേഷനിൽ നിന്നിറങ്ങുമ്പോൾ കാണുന്നത് കൂറ്റനൊരു മന്ദിരത്തിന്റെ ഔന്നത്യമാണ്. താഴെ ചുവന്ന ചായം പൂശിയ പഴയ മട്ടിലുള്ള വമ്പനൊരു കെട്ടിടസമുച്ചയം. ഇവിടത്തെ പ്രധാനമാർക്കറ്റുകളിൽ ഒന്നാണ് ടെറാക്കോട്ട നിറം പൂശിയ ആ വലിയ കെട്ടിടം. അത് വിശാലമായങ്ങനെ പരന്നു കിടക്കുന്നു.

അല്പം കൂടി മുന്നോട്ടു നടന്നു. എല്ലാവരും നന്നേ ഉന്മേഷഭാവത്തിലാണ്. മുകളിൽ നഗരവഴികളിലൂടെയൊക്കെ നീങ്ങിപ്പോകുന്ന മോണോറെയിൽപ്പാളം.

മാർക്കറ്റ് സിറ്റി എന്നാണ് ചുവന്ന ചായം പൂശിയ, പഴമയുടെ ബാഹ്യരൂപം പേറുന്ന ഈ വമ്പൻകെട്ടിടം അറിയപ്പെടുന്നത്. വലിപ്പം കൊണ്ട് ഈ കെട്ടിടം ഒരു ചെറിയ സിറ്റി തന്നെയെന്നുതോന്നി.

വൈവിദ്ധ്യമാർന്ന ഉത്പന്നങ്ങളുടെ നൂറിലധികം വമ്പൻ സ്റ്റോറുകളാണ് ഇതിനുള്ളിൽ പ്രവർത്തിക്കുന്നത്. വസ്ത്രങ്ങളും ഇലക്ട്രോണിക് ഉത്പന്നങ്ങളും രത്നാഭരണങ്ങളും തുടങ്ങി നിത്യോപയോഗ സാധനങ്ങൾ വരെ ഒരേ മേൽക്കൂരയ്ക്കു കീഴിൽ ലഭിക്കുന്ന വമ്പൻ വിപണനകേന്ദ്രം. പക്ഷേ, സ്വർണ്ണവ്യാപാരശാലകൾ മാത്രം ഇവിടെ കണ്ടില്ല. വജ്രവും രത്നവുമൊക്കെ നേർത്ത ഒരു വൈറ്റ്മെറ്റൽ ചെയിനിൽ ലോക്കറ്റായി അണിഞ്ഞു നടക്കുമെന്നല്ലാതെ നമ്മെപ്പോലെ പാശ്ചാത്യർ കഴുത്തുനിറയെ മഞ്ഞലോഹവും ധരിച്ചു പുറത്തു സഞ്ചരിക്കാറില്ല. അതുകൊണ്ടുതന്നെ കേരളത്തിലുള്ളതുപോലെ ഓരോ റോഡ് ജങ്ഷനിലും കൂറ്റൻ സ്വർണ്ണപീടികകൾ പാശ്ചാത്യദേശങ്ങളിൽ ഉണ്ടാവില്ല. തീരെയില്ല എന്നു പറയാൻ വരട്ടെ, ഇന്ത്യാക്കാർ കൂടുതലുള്ള വിദേശരാജ്യങ്ങളിലെ ചില ഏരിയകളിൽ നമ്മുടെ നാട്ടിലെ വലിയ സ്വർണ്ണവ്യാപാരികൾ സ്വന്തം ഷോറൂമുകൾ ഒരുക്കിയിട്ടുണ്ട്. ലണ്ടനിലും

ന്യൂയോർക്കിലും പാരീസിലും ഞാൻ നമ്മുടെ ആൾക്കാരുടെതന്നെ വലിയ സ്വർണ്ണാഭരണശാലകൾ കണ്ടിട്ടുണ്ട്. കാനഡയിലും കണ്ടതായി ഓർക്കുന്നു. ആസ്ട്രേലിയയിൽ മാത്രം അത്തരം പീടികകൾ എന്റെ കണ്ണിൽപെട്ടിട്ടില്ല. അതുകൊണ്ട് അവ തീരെയില്ല ഇവിടെ എന്നു വില യിരുത്താനും പാടില്ല.

1909-ലാണ് മാർക്കറ്റ് സിറ്റി എന്ന ഈ പടുകൂറ്റൻ വ്യാപാരശൃംഖല പ്രവർത്തനം ആരംഭിച്ചത്; ഒരു നൂറ്റാണ്ടുകാലം മുമ്പ്. മെട്രോ റെയിലും ട്രാമുകളും ബസ്സുകളുമൊക്കെ മാർക്കറ്റ് സിറ്റിയുടെ മുമ്പിൽ നിർത്തും എന്നതിനാൽ തിരക്കേറിയ വാണിജ്യകേന്ദ്രമാണ് ഇത്.

മാർക്കറ്റിനു മുമ്പിൽ റോഡിലെ പാളത്തിലൂടെ വലിയ ഒരു ട്രാം കടന്നു വന്നപ്പോൾ ഞങ്ങൾ സംഘാംഗങ്ങൾ തെല്ലൊരു ഭയപ്പാടോടെ പെട്ടെന്ന് റോഡിന്റെ വശത്തേക്ക് ഒതുങ്ങി മാറിനിന്നു. റൈറ്റ് റെയിൽ എന്നാണ് ഇവിടെ ഈ സംവിധാനം അറിയപ്പെടുന്നത്. ആയിരക്കണക്കി നാളുകൾ വന്നുപോകുന്ന തെരുവാണെങ്കിലും ഈ റോഡിലെങ്ങും ചപ്പു ചവറോ കടലാസുതുണ്ടുകളോ കാണാനില്ല. ശുചിത്വം സംസ്കാരത്തിന്റെ ഭാഗമാണെന്നു സന്ദർശകനെ പഠിപ്പിക്കുകയാണ് ഈ തെരുവുകളെല്ലാം. റോഡിലെ ഈ ശുചിത്വം ഞങ്ങൾ ഗ്രൂപ്പംഗങ്ങൾ കൊതിയോടെയും അസൂയാപൂർവ്വവും നോക്കിക്കണ്ടു.

മാർക്കറ്റ് സിറ്റിയ്ക്കകം കയറിക്കാണണോ എന്ന വിനോദിന്റെ ചോദ്യ ത്തിന് വേണം എന്നു സംഘാംഗങ്ങളൊക്കെ കൈയുയർത്തി ആവശ്യ പ്പെട്ടപ്പോൾ എസ്ക്കലേറ്ററിലൂടെ ഒന്നാം നിലയിലേക്ക് ടൂർ മാനേജർക്കു പിന്നാലെ ഞങ്ങൾ നടന്നു. വളരെ വീതിയുള്ള എസ്കലേറ്റർ ചെറിയൊരു റോഡിന്റെ വീതിയിൽ അങ്ങനെ ഉയർന്നുനീങ്ങിപ്പോകുന്നു.

ഷോപ്പിങ്ങിന്റെ ഒരദ്ഭുതലോകത്തേക്കാണ് സംഘമായി ഞങ്ങൾ കടന്നുചെന്നത്. പല നിലകളിലായി ധാരാളം വ്യാപാരശാലകൾ. തുണിയും പുസ്തകങ്ങളും വിൽക്കുന്ന കടകൾ മുതൽ പോർട്രേറ്റുകൾ വരച്ചു നൽകുന്ന സ്റ്റുഡിയോവരെ ഇതിനുള്ളിലുണ്ട്. അസംഖ്യം വ്യാപാര ശാലകൾ. കൂടാതെ റെസ്റ്റോറന്റുകളും.

ഇത്തരം വമ്പൻ മാർക്കറ്റുകളുടെ ഉൾക്കാഴ്ച ലോകയാത്രകളിൽ പല നഗരങ്ങളിലും തെല്ല് സമയമെടുത്തു ഞാൻ കണ്ടുതീർക്കാറുണ്ട്. പോർട്രെയിറ്റുകളുടെ കൂട്ടത്തിൽ പ്രദർശിപ്പിച്ചിരുന്ന ചിത്രങ്ങളിൽ ഐശ്വര്യാറായിയും അമിതാബച്ചനും ഉണ്ടായിരുന്നു. ലോകമെമ്പാടും അറിയപ്പെടുന്ന പ്രശസ്ത ഇന്ത്യൻ വനിതാമുഖം ഐശ്വര്യയുടേതാണ്. സ്വിറ്റ്സർലന്റ് യാത്രയ്ക്കിടെ ജെനീവയിലെ ഒരു വാച്ച് ഷോറൂമിനു മുമ്പിൽ ഐശ്വര്യയുടെ ഒരു ഫ്ളെക്സ് ചിത്രം ഉറപ്പിച്ചിരുന്നത് കണ്ടത് ഓർമ്മയിലുണ്ട്.

കൂറ്റൻ വ്യാപാരശാലയാണെങ്കിലും ഇതിനുള്ളിലെ കാഴ്ചകൾക്ക്

വലിയ പുതുമയൊന്നും തോന്നാത്തതിനാൽ ഞങ്ങൾ പുറത്തിറങ്ങി. പാഡീസ് മാർക്കറ്റ് സ്റ്റേഷനിലാണ് വീണ്ടും നടന്നെത്തിയത്.

അവിടെ നിന്നും മറ്റൊരു മോണോറെയിലിൽ കയറി നഗരത്തിന്റെ ഇനിയൊരു ഭാഗത്തേക്കു നീങ്ങാൻ തീരുമാനമായി. വേൾഡ് സ്ക്വയർ സ്റ്റേഷനിലേക്കാണ് നാം പോവുക എന്ന് ടൂർ മാനേജർ അറിയിച്ചു. ഒരു ദിവസം മുഴുവൻ ഈ വണ്ടികളിൽ കയറി സഞ്ചരിക്കാനുള്ള ഓപ്പൺ ടിക്കറ്റാണ് ഞങ്ങൾക്കെടുത്തിരിക്കുന്നത്. ഏതു സ്റ്റേഷനിലും ഇറങ്ങാം. മോണോറെയിലിന്റെ ഏതു വണ്ടിയിലൂടെ എവിടെനിന്നും കയറാനും കഴിയും.

വേൾഡ് സ്ക്വയർ സ്റ്റേഷനിൽ വണ്ടിയെത്തി. വിനോദിനു പിന്നാലെ ഞങ്ങളെല്ലാം പ്ലാറ്റ്ഫോമിലേക്കു ചാടിയിറങ്ങി. മുപ്പതുസെക്കന്റിനകം ഞങ്ങൾ 37 പേർ ഇറങ്ങേണ്ടതുണ്ട്. രണ്ടുമൂന്നു മോണോറെയിൽ യാത്രകൾ കഴിഞ്ഞപ്പോൾ വേഗത്തിൽ കയറാനും ഇറങ്ങാനുമുള്ള പരിശീലനവും കഴിവും ഞങ്ങൾ സ്വയം ആർജിച്ചു കഴിഞ്ഞിരുന്നു. വേൾഡ് സ്ക്വയർ സ്റ്റേഷനിൽ ഞങ്ങൾ വണ്ടിയിറങ്ങി. സ്റ്റേഷന്റെ താഴെനിന്നു നോക്കുമ്പോൾ ഒറ്റപ്പാളത്തിലൂടെ ചെറിയ ആ ട്രെയിൻ നീങ്ങിപ്പോകുന്നതുകാണാം; കുത്തനെ തലയുയർത്തിപ്പിടിച്ചുനോക്കണമെന്നു മാത്രം.

നാലുകോണിലും നിലകൊള്ളുന്ന ഒരേപോലെയുള്ള കുറേ വമ്പൻ കെട്ടിടങ്ങളുടെ നടുവിലാണ് വേൾഡ് സ്ക്വയർ. മനോഹരമായ ആ മണിമന്ദിരങ്ങൾക്ക് അസാധാരണമായ ഉയരമുണ്ട്. ആകാശവിതാനത്തെ ചുംബിച്ചുകൊണ്ട് കൂട്ടമായി അവ നിൽക്കുന്നു.

വേൾഡ് സ്ക്വയറിന്റെ നടുമുറ്റത്ത് മരംകൊണ്ടുള്ള സുന്ദരമായ ഇരിപ്പിടങ്ങളുണ്ട്. സ്ക്വയറിലെത്തുന്നവർക്ക് വിശ്രമിക്കാൻ ഒരിടം. സ്ക്വയറിലെ കടകളുടെ ഇടനാഴിയിലൂടെ ഞങ്ങൾ മുന്നോട്ടു നടന്നു.

പരിസരശുചിത്വമാണ് ഇവിടത്തെ ഏറ്റവും ശ്രദ്ധേയമായ കാര്യം. വേൾഡ്സ്ക്വയറിൽ നിന്നും ഞങ്ങൾ നടന്നെത്തിയത് സിഡ്നിയിലെ കോടതികളുടെ അരികിലേക്കാണ്. 1947 ജൂലൈ ഒന്നിന് പ്രവർത്തനം ആരംഭിച്ച സെൻട്രൽകോർട്ട് ഒഫ് പെറ്റി സെഷൻസും അതിനടുത്തു തന്നെ സെൻട്രൽ പൊലീസ്കോർട്ടും കണ്ടു.

വേൾഡ് സ്ക്വയറിന്റെ കോണിലെ നാല് കൂറ്റൻ മന്ദിരങ്ങളിൽ ഒന്ന് സ്കയറിലെ കാവൽ സ്തംഭം പോലെ നിലകൊള്ളുന്നതായി തോന്നും. അത്രയധികം ഉയരമുണ്ട്. തലയുയർത്തിനോക്കാൻ ശ്രമിച്ചപ്പോൾ ശരിക്കും കഴുത്തു തരിച്ചുപോയി. നിർമ്മാണ ചാരുതയുടെ ആ അദ്ഭുത ആകാരത്തിനു ചുവട്ടിലൂടെ ഞങ്ങൾ നടന്നു. മോണോറെയിൽ സ്റ്റേഷൻ തന്നെയാണു ലക്ഷ്യം.

സ്റ്റേഷനിലെത്തിയപ്പോൾ അവിടെ ജനത്തിരക്ക് കണ്ടില്ല. ബന്ദുദിനത്തിലെ ഒരു കേരള റോഡ്പോലെ വിജനം. ഒടുവിൽ പ്ലാറ്റ്ഫോം ഞങ്ങൾ 37 പേരെക്കൊണ്ടുനിറഞ്ഞു. ടണൽ ആകൃതിയിലുള്ള സ്റ്റേഷനിൽ നിന്നും

നഗരത്തിരക്കിലേക്ക് നീങ്ങിപ്പോകുന്ന മോണോറെയിൽപ്പാളം. ഇവിടെ നിൽക്കുമ്പോൾ ഞാൻ ചിന്തിച്ചത് നമ്മുടെ അതീവ തിരക്കുള്ള എല്ലാ നഗരങ്ങളിലും ഇത്തരം സംവിധാനങ്ങൾ കഴിയുന്നത്രവേഗം നടപ്പാക്കിക്കൂടേ എന്നാണ്. നഗരത്തിലെ റോഡ്ഗതാഗതത്തിന് ഒരു തടസ്സവുമുണ്ടാക്കാതെയാണ് മോണോറെയിലിന്റെ പ്രവർത്തനം. തെരുവിൽ അങ്ങിങ്ങ് ഉയർത്തി നിർത്തുന്ന തൂണിനു മേലെയാണ് ഒറ്റവരിപ്പാളം. റോഡിന്റെ ഏതുഭാഗത്തുകൂടിയും വളഞ്ഞും തിരിഞ്ഞുമൊക്കെ അതങ്ങനെ കടന്നുപോകുന്ന കാഴ്ചയാണിവിടെയെങ്ങും. സ്റ്റേഷൻ നിർമ്മാണത്തിന് വലിയ സ്ഥലസൗകര്യവും വേണ്ടതില്ല. കേരളത്തിലെ ഭരണാധികാരികൾ ഇപ്പോൾ ഈ വിഷയത്തിൽ ശ്രദ്ധ ചെലുത്തിത്തുടങ്ങിയതെന്നത് ആശ്വാസകരമാണ്. നമ്മുടെ ഭരണകർത്താക്കളും അധികാരികളും ഇവരുടെ പ്രവർത്തനങ്ങൾ വിദേശത്തുവന്ന് നേരിൽക്കാണുകയാണെങ്കിൽ ഇപ്പോൾ കടലാസിൽ മാത്രം ഒതുങ്ങിനിൽക്കുന്ന നമ്മുടെ മോണോറെയിൽ പദ്ധതികൾ പെട്ടെന്ന് നടപ്പാക്കാൻ കഴിയുമെന്നെനിക്കു തോന്നുന്നു. കേട്ടറിവിന്റെ അവിശ്വസനീയതകളെക്കാൾ നേർക്കാഴ്ചയ്ക്ക് ഉറപ്പു കൂടുതലുണ്ടാവുമല്ലോ.

ഈ ആസ്ട്രേലിയൻ യാത്രയിൽ സിഡ്നി നഗരത്തിൽ എന്നെ ഏറ്റവും ആകർഷിച്ച പല ഘടകങ്ങളിൽ പ്രധാനപ്പെട്ട ഒന്നാണ് ഇവിടത്തെ യാത്രാസൗകര്യങ്ങളുടെ പര്യാപ്തതയും അതിനായി മോണോറെയിൽ സംവിധാനം നൽകുന്ന സംഭാവനകളും. ഗതാഗതസംവിധാന വിഷയത്തിൽ വീർപ്പുമുട്ടുന്ന നാം, കൊച്ചിയിലും തിരുവനന്തപുരത്തും ഈ പദ്ധതി കഴിയുന്നത്രവേഗം നടപ്പാക്കണമെന്നാണ് എന്റെ അഭിപ്രായം. വികലമായ പദ്ധതികൾക്കുവേണ്ടി കോടികൾ ദുർവ്യയം ചെയ്യുന്നതിനു പകരം ലളിതവും സുഗമവുമായ ഇത്തരം ചെറിയ പദ്ധതികളാണ് കേരളീയനഗരങ്ങൾക്കു കൂടുതൽ അഭികാമ്യം.

ഞങ്ങൾക്കു മീതെക്കൂടി വളഞ്ഞു തിരിഞ്ഞുപോകുന്ന റെയിലിലൂടെ ഒരു ഒറ്റപ്പാളതീവണ്ടി ഓടിവരുന്നുണ്ട്. ചെറിയ വിളക്കുകണ്ണുകൾ മിന്നിച്ച് വണ്ണമുള്ള ഒരു ജന്തുവിനെപ്പോലെയത് സ്റ്റേഷനിലേക്ക് അടുത്തു വന്നു. ഞങ്ങളെല്ലാവരും ആ വണ്ടിക്കുള്ളിൽ കയറിപ്പറ്റി. ഇപ്പോൾ ഗ്രൂപ്പിലെ എല്ലാവർക്കും ഏതു മോണോറെയിലിലും നിമിഷനേരം കൊണ്ട് നിഷ്പ്രയാസം കയറിക്കൂടാം; അതിനു വേണ്ട പരിശീലനം കിട്ടിക്കഴിഞ്ഞിരിക്കുന്നു.

പുറപ്പെട്ട സ്റ്റേഷനിൽ ഞങ്ങൾ മടങ്ങിവന്ന് വണ്ടിയിറങ്ങിയിരിക്കുന്നു. ഇവിടെ ബസ്സ് കാത്തുകിടപ്പുണ്ടാവും. റോഡിനിരുവശവും തിങ്ങിനിറഞ്ഞു നിൽക്കുന്ന ബഹുനില മന്ദിരങ്ങൾ. സിറ്റിസെന്ററിലെ ഏറ്റവും പ്രധാനപ്പെട്ട സിഡ്നി ടവർ ഇപ്പോൾ അടുത്തുകാണാം. വലിയ ആകാരഭംഗിയോടെ ഞങ്ങൾക്കരികിൽ തലയുയർത്തി നിൽക്കുന്ന ഈ ഭീമൻ ടവർ ഉൾക്കടലിനപ്പുറത്തുനിന്നു നോക്കിയപ്പോൾ ചെറിയൊരു സ്തംഭം പോലെ മാത്രമേ തോന്നിയുള്ളൂ.

ലോകപ്രസിദ്ധമായ സിഡ്നി ടവർ

ആസ്ട്രേലിയയിൽ ഏറ്റവും അറിയപ്പെടുന്ന ഒന്നാണ് സിഡ്നി ടവർ. കൂറ്റൻ തൂണും അതിനുമേലെ നാലു നിലകളുമായി വൃത്താകാരത്തിലുള്ള ഒരു പ്ലാറ്റ്ഫോം ഉണ്ട് ഈ ടവറിന്. സിഡ്നി ടവറിനു മേലെ കയറുകയാണ് അടുത്ത ലക്ഷ്യമെന്ന് ടൂർ മാനേജർ അറിയിച്ചപ്പോൾ എല്ലാവരും നല്ല ത്രില്ലിലായി. ഈ സന്തോഷത്തിലാണോ ആവോ ഏതോ ഒരു നോർത്തിന്ത്യൻ കുടുംബം പൊതിയഴിച്ചു വിതരണം ചെയ്ത മധുരപലഹാരങ്ങളിലൊന്ന് സംഘത്തിൽ ഏറ്റവും മുമ്പിലായി നടന്നുകൊണ്ടിരുന്ന എനിക്കും വിനോദിനും കൈമാറിക്കിട്ടിയത്. ആ മധുരപലഹാര കുടുംബത്തെ കണ്ടുപിടിച്ച് നന്ദിപറയണമെന്ന് മനസ്സിലോർത്തുകൊണ്ടാണ് ലഭിച്ച ആ പലഹാരവും കഴിച്ചുകൊണ്ടുതന്നെ ഞാൻ മുമ്പേ നടന്നത്. ഇടയ്ക്കൊരിക്കൽ ഞാൻ പിന്നിലേക്ക് അല്പം ശ്രദ്ധതിരിച്ച് ആ സ്വീറ്റ്സ് വിതരണം ചെയ്ത കുടുംബത്തെ കണ്ടെത്തി നന്ദി പറയാനൊരു ശ്രമം നടത്തി.

മിസ്റ്റർ നരേഷ് ഗുപ്തയും ഭാര്യ പത്മിനിയുമാണ് ഡൽഹി നിവാസികളായ ആ ദമ്പതികൾ. ഒരു വലിയ ഇലക്ട്രോണിക്സ് കമ്പനിയുടെ ഉടമയാണ് ഗുപ്താജി. ഞാനവരോട് എന്റെ സന്തോഷവും നന്ദിയും പറയുകയും അവരുമായി കൂടുതൽ ഇടപെടുകയും ചെയ്തു.നരേഷ് ഗുപ്ത കുടുംബത്തെപ്പറ്റി ചിലതുകൂടി പറഞ്ഞിട്ട് യാത്രാവിശേഷങ്ങളിലേക്കു കടക്കാം.

ഗുപ്താജിയുടെ കൈ പിടിച്ചുകുലുക്കി നന്ദി പറയാൻ ഞാൻ ശ്രമിക്കുന്നതിനിടെ പത്മിനി തന്റെ സഞ്ചി തുറന്ന് നന്ദിപറഞ്ഞ സാറിന്, അതായത് ഈയെനിക്ക്, രണ്ടു മധുരപലഹാരം കൂടി എടുത്തുതന്നു. ശരിക്കു പറഞ്ഞാൽ വളരെ മുന്തിയ ഒരു നോർത്തിന്ത്യൻ പലഹാരമായിരുന്നു ഗുപ്തദമ്പതികൾ നേരത്തെ വിതരണം ചെയ്തതും ഇപ്പോൾ ഈയുള്ളവന് നൽകിയതും. ഒരുതരം ഓറഞ്ച് നിറത്തിലുള്ള ലഡു. അതിനുള്ളിൽ കാഷ്യൂനട്ടിനു പകരം ബദാമും പിസ്തയുമാണ് നിറച്ചിരിക്കുന്നത്. കഴിക്കാൻ അതീവ രുചികരം. ആദ്യം സംഘാംഗങ്ങൾക്കൊപ്പം ഒരു ലഡു

കിട്ടി കഴിച്ചപ്പോൾ ശരിക്കും ഒരെണ്ണംകൂടി കിട്ടിയാൽ കൊള്ളാമെന്ന് ആഹാരപ്രിയനായ ഞാനാഗ്രഹിച്ചതുമാണ്. വല്ല പലഹാരക്കടയിൽ നിന്നും ആയിരുന്നെങ്കിൽ എന്തു വിലയാണെങ്കിലും ഒന്നോ രണ്ടോകിലോ വങ്ങി സഞ്ചിയിലിടാമായിരുന്നു. ഇതു ദാനം കിട്ടിയ മുതലായിരുന്നുവല്ലോ, ഗിഫ്റ്റ് കിട്ടിയ പലഹാരം.

സഞ്ചി തുറന്ന് നല്ല മുഴുത്ത രണ്ട് ലഡു എടുത്തു തന്നപ്പോൾ പത്മിനി നരേഷ് ഒരു കാര്യം പറയാൻ മറന്നില്ല.

"ഏക് ആപ്ക്കോ, ഔർ ഏക് ഹമാരാ ടൂർമാനേജർ കോ..." അതായത് ഒന്നെനിക്കും അടുത്തത് ടൂർ മാനേജർ വിനോദിനും എന്നർത്ഥം. രണ്ടും ഞാൻ തന്നെ വിഴുങ്ങരുതെന്ന ഒരു ധ്വനി പത്മിനിയുടെ വാക്കുകളിലുണ്ടായിരുന്നോ ആവോ.

ഇതൊന്നുമറിയാതെ ഏറ്റവും മുമ്പിലൂടെ നടന്നിരുന്ന വിനോദിനെ വിളിച്ച് ഞാൻ ഈ മധുര ഉണ്ട നീട്ടിയപ്പോൾ എന്റെ ഭാഗ്യത്തിന് നന്ദിപൂർവ്വം അയാളത് നിരസിച്ചു. തനിക്ക് ഷുഗറിന്റെ ശല്യമുണ്ടെന്നും ഒന്നിലേറെ കഴിക്കാനാവില്ല എന്നും അയാളറിയിച്ചപ്പോൾ എനിക്കാണ് ഏറെ സന്തോഷം തോന്നിയത്. വിനോദിനോട് നന്ദി പറഞ്ഞ്, പിന്നിലൂടെ പിന്തുടർന്നുകൊണ്ടിരുന്ന പത്മിനി നരേഷ് അറിയാതെ രണ്ടു ലഡുവും ഒറ്റയ്ക്ക് ഞാനകത്താക്കി.

സിഡ്നി ടവറിലേക്കു കയറുകയാണ് ഞങ്ങൾ. പ്രവേശന കവാട കെട്ടിടംപോലും മനോഹരവും വലിപ്പമുള്ളതുമാണ്. അതിനു മേലെ സിഡ്നി ടവർ മാനം മുട്ടെ ഉയർന്നു നിൽക്കുന്നു. എസ്കലേറ്റർ വഴി ഞങ്ങൾ ഈ കെട്ടിടത്തിന്റെ മുകൾ നിലയിലേക്കു കയറിച്ചെന്നു. ഇനിയാണ് ടവറിലേക്കു കയറാനുള്ള ലിഫ്റ്റ്.

ഒട്ടേറെ കടകളും റെസ്റ്റോറന്റുകളുമൊക്കെയുണ്ട് ഞങ്ങളിപ്പോൾ എത്തി നിൽക്കുന്ന ഈ സ്ഥലത്ത്. റെസ്റ്റോറന്റുകൾക്കിടയിലൂടെ നടന്നു നീങ്ങാൻ ഇന്ത്യയിൽ നിന്നും വന്ന ഞങ്ങൾക്ക് തെല്ല് മടിയുണ്ടായെങ്കിലും സാരമില്ല ഇതാണ് ഇവിടത്തെ വഴിയും രീതിയുമെന്ന മട്ടിൽ വിനോദ് സിഡ്നി ടവറിന്റെ ഉടമസ്ഥൻ തന്നെ താനാണെന്ന ഭാവത്തിൽ തെല്ലൊരു അധികാരത്തോടെ ഞങ്ങളെ നയിച്ചുകൊണ്ടുനീങ്ങി.

ടവറിനു മുകളിൽ കയറാൻ ടിക്കറ്റെടുക്കണം. വിനോദ് ടിക്കറ്റുകളുമായി മടങ്ങിയെത്തി. അപ്പോഴാണ് ഞാൻ ആ നോക്കുകൂലിക്കാരൻ ലോക്കൽ ടൂർഗൈഡിന്റെ കാര്യം ഓർത്തത്. അയാളെവിടെ? തന്റെ കാമുകിയുമായി സല്ലപിക്കാൻ രണ്ടുമൂന്നു മണിക്കൂർ മുമ്പുതന്നെ ഒരു മോണോറെയിൽ സ്റ്റേഷനിൽ നിന്നു കടന്നിട്ട് പിന്നെ ഇതുവരെ കണ്ടിട്ടുമില്ല. വിനോദ് എന്റെ സംശയത്തിനുള്ള മറുപടി മറ്റാരും കേൾക്കാതെ ചെവിയിൽ പറഞ്ഞുതന്നു. ഇനി ഗൈഡ് ഫീസ് വാങ്ങാൻ അയാൾ വൈകിട്ട് ഹോട്ടലിലെ തന്റെ മുറിയിൽ വന്നു കൊള്ളും. അപ്പോൾ ഒരു

സോറിയും പറഞ്ഞെന്നിരിക്കും. ഇതൊക്കെ വിരുതന്മാരായ ചില ഗൈഡു മാരുടെ സ്ഥിരം പതിവാണെന്നും ഈ നാടിന്റെ യാഥാർത്ഥ ശീലങ്ങ ളിൽ ഇത്തരം തരികിട പ്രവൃത്തികൾ ഒരിക്കലും ഉണ്ടാവില്ല എന്നും വിനോദ് കൂട്ടിച്ചേർത്തു.

കർശനമായ സുരക്ഷാക്രമീകരണങ്ങളാണ് ടവറിലുള്ളത്. അതിന കത്തേക്കു പോകുന്ന ഓരോരുത്തരും സുരക്ഷാ പരിശോധനകൾക്കു വിധേയരാവണം.

വലിയൊരു ലിഫ്റ്റ് റൂം. ലിഫ്റ്റ് ഹാളെന്നു വേണമെങ്കിൽ പറയാം. ഒരു ബസ്സിൽ കൊള്ളുന്ന ആൾക്കാരെ കയറ്റാം.

ലിഫ്റ്റിന്റെ വാതിലടഞ്ഞു. ഒരു അതിവേഗ എസ്കലേറ്ററായിരുന്നു അത്. പെട്ടെന്ന് മുകളിലെത്തി നിന്നു. എല്ലാവരും തിടുക്കപ്പെട്ടു പുറ ത്തിറങ്ങി. ടവറിന്റെ പ്ലാറ്റ്ഫോമിന് ഒരു വമ്പൻ കെട്ടിടത്തിന്റെ സ്ഥല സൗകര്യമുണ്ട്.

സിഡ്നിടവറിന്റെ മുകൾത്തട്ടിലാണ് ഞങ്ങളിപ്പോൾ. ഒരേ സമയം ആയിരത്തോളം പേർക്ക് ഈ മേൽത്തട്ടിൽ അനായാസം നിന്ന് കാഴ്ച കൾ കാണാം. ടവറിന്റെ ജാലകത്തിലൂടെ നോക്കുമ്പോൾ സിഡ്നിയുടെ നഗരസൗന്ദര്യം അതിന്റെ പൂർണ്ണമായ നിലയിൽ കണ്ടാസ്വദിക്കാം. ലോക ത്തിലെ മിക്ക വൻ നഗരങ്ങളിലേയും ഉയരത്തിന്റെ ഔന്നത്യം വഹിച്ചു കൊണ്ടുനിൽക്കുന്ന മിക്ക ടവറുകളിലും ഞാൻ കയറിയിട്ടുണ്ട്. ആ ആകാശവിതാനത്തിൽ നിന്നുകൊണ്ട് താഴെക്കാഴ്ചകൾ ആസ്വദിച്ചിട്ടു മുണ്ട്. എന്നാൽ ഇവിടെ സിഡ്നിയിലെ ഈ ഗോപുരത്തിൽനിന്നുള്ള കാഴ്ച അത് ഒരു വൻനഗരത്തിലെ മന്ദിരധാരാളിത്തത്തിന്റെ മാത്രം കേവലദൃശ്യമല്ല, പ്രകൃതി അനുഗ്രഹിച്ചു നൽകിയ വ്യത്യസ്ത ഭംഗി കളുടെ കൂട്ടായ വിശകലനം കൂടിയാണ്.

തുരുത്തുകളെ ചുറ്റിക്കിടക്കുന്ന ഉൾക്കടൽ. കടലിലേക്ക് കാലടി വച്ചിറങ്ങിച്ചെല്ലുന്ന നഗരഭാഗങ്ങൾ. നീലജലവും പച്ചത്തുരുത്തുകളും ഒപ്പം ആധുനിക മന്ദിരപ്പെരുമയും ഒത്തുചേർന്ന് അത്യപൂർവ്വമായ ഒരു സൗന്ദര്യസങ്കലനം. നഗരത്തിലെ വമ്പൻ കെട്ടിടങ്ങളുടെ ഈ ആകാശ ക്കാഴ്ചയുടെ ചാരുതയൊന്നു വേറെ തന്നെ. എത്രനേരം നോക്കിനിന്നു കണ്ടാലും മതിവരാത്ത കാഴ്ചകൾ.

വിശാലമായ പ്ലാറ്റ്ഫോമിലെ ജാലകങ്ങളുടെ അരികുപറ്റി സംഘമായി ഞങ്ങൾ നടന്നു. ഇവിടെയും ചില സായിപ്പന്മാർ ഞങ്ങൾ ഒരു കൂട്ടം ഏഷ്യക്കാരായ കറുത്ത കൂട്ടരെ അദ്ഭുതഭാവത്തോടെ തുറിച്ചുനോക്കു ന്നുണ്ട്. ഞാനെന്റെ സ്വന്തം ശരീരനിറമൊന്നു വിലയിരുത്താൻ ശ്രമം നടത്തി. എന്തോ ഒരു അപകർഷതാബോധം പെട്ടെന്നെനിക്കുണ്ടായി എന്നതു സത്യം. കറുപ്പല്ല, വെളുപ്പുകലർന്ന ഇരുനിറമാണെന്റേത്. യാത്രാ സംഘത്തിലുള്ള വടക്കേ ഇന്ത്യൻ പ്രജകളും എന്നെപ്പോലെ വെളുപ്പിന്റെ സ്പർശമുള്ളവർ തന്നെ. പക്ഷേ ഈ പാശ്ചാത്യരുടെ മുമ്പിൽ

ഏഷ്യാക്കാരനായ ഞാനും ഉഗാണ്ടയിലെ ഇദി അമീനും കറുപ്പു നിറത്തിൽ തുല്യർ.

ടവറിൽ പലയിടത്തും ദൂരദർശിനികൾ സ്ഥാപിച്ചിട്ടുണ്ട്. അതിലൂടെ വിദൂരതയിലുള്ള പ്രധാനകെട്ടിടങ്ങളൊക്കെ വ്യക്തമായിക്കാണാം. ദൂരദർശിനിയിലൂടെയുള്ള കാഴ്ചയേക്കാൾ നഗ്നനേത്രങ്ങൾ കൊണ്ടുള്ള ദൃശ്യത്തിനാണ് ഭംഗി ഏറെയെന്നു കണ്ടെത്തി.

സിഡ്നി നഗരത്തിന്റെ പഴയകാല ലാന്റ്മാർക്കായ സെന്റ് മേരീസ് കത്തീഡ്രൽ കെട്ടിടം, താഴെ കാഴ്ചയുടെ ലോകത്ത് ഒറ്റപ്പെട്ടു നിൽക്കുന്നു. ആസ്ട്രേലിയയിലേക്കുള്ള യൂറോപ്യൻ കുടിയേറ്റത്തിന്റെ ആദ്യദശകങ്ങളിൽ ഗോത്തിക് ശൈലിയിൽ നിർമ്മിച്ച ദേവാലയം. അതിനുമപ്പുറം ഉൾക്കടൽത്തീരത്ത് സിഡ്നിനഗരം എന്ന മഹാസാഗരം. നഗരത്തിലെ പ്രസിദ്ധമായ വൈഡ്പാർക്കും ഇവിടെ നിന്നുള്ള ഒരു വ്യത്യസ്തകാഴ്ചയാണ്. നേരത്തെ ഞങ്ങൾ സഞ്ചരിച്ച ഡാർലിങ് ഹാർബർ പ്രദേശവും ടവറിൽ നിന്നു വ്യക്തമായി കണ്ടു. ലഞ്ച്/ഡിന്നർ ക്രൂയിസുകൾ നടത്താറുള്ള വലിയൊരു ബോട്ട് ഡാർലിങ് ഹാർബറിലേക്ക് നീങ്ങിക്കൊണ്ടിരിക്കുന്നു.

ഉൾക്കടലിന്റെ അങ്ങേക്കരയിൽ ആസ്ട്രേലിയൻ മാരിടൈം മ്യൂസിയവും കാണാം. കിങ്സ്ട്രീറ്റ് വാർഫും വ്യക്തതയോടെ കാണാനാവുന്നു. ബ്രെമൻ പാലത്തിലൂടെ ഒരു മോണോറെയിൽ വണ്ടി കടന്നുപോകുന്നത് ഇത്ര ഉയരത്തിൽ നിന്നുള്ള കാഴ്ചയിൽ പുതുമ നൽകുന്നുണ്ട്. നഗരത്തിന്റെ ഉൾത്തെരുവുകളിലൂടെ വലിയൊരു തേരട്ടയെപ്പോലുള്ള മോണോറെയിൽ വണ്ടിയുടെ പോക്ക് കണ്ടുനിൽക്കുക രസകരമാണ്.

ഗ്രൂപ്പിലെ എല്ലാവരും ടൂർ മാനേജരുമൊത്ത് സിഡ്നി ടവറിന്റെ വിശാലമായ പ്ലാറ്റ്ഫോമിന്റെ ഒരു ഭാഗത്ത് കൂട്ടംകൂടിനിന്ന്, ഓരോരുത്തരായി ദൂരദർശിനിയിലൂടെ താഴത്തെ നഗരക്കാഴ്ചകൾ വലിപ്പത്തിൽ കണ്ടുകൊണ്ടിരിക്കുന്നു. കുറേ സമയമെടുക്കും ആ ഭൂതക്കണ്ണാടിക്കാഴ്ച തീരാനെന്നു തോന്നി. ഞാൻ ആ പ്ലാറ്റ്ഫോമിലൂടെ ഒറ്റയ്ക്ക് കറങ്ങിനടന്ന് ചുറ്റും ഗ്ലാസ്സ് ജനാലകൾ ഉറപ്പിച്ച വശങ്ങളിലൂടെ നടന്ന് 360 ഡിഗ്രിയിൽ സിഡ്നി നഗരം കാണാൻ തീരുമാനിച്ചു. വളരെ ഉയരമുള്ള ഒരു ടവറിന്റെ മേലാപ്പിൽ നിന്നു മാത്രമേ നാലുഭാഗവുമുള്ള പൂർണ്ണമായ ഒരു നഗരക്കാഴ്ചയ്ക്ക് അവസരമുണ്ടാകുകയുള്ളൂ.

ഏകദേശം ആയിരം അടിയാണ് സിഡ്നി ടവറിന്റെ ഉയരം. ഇതിന്റെ പ്ലാറ്റ്ഫോമിലെ ഒന്നാംനില ഭൂനിരപ്പിൽ നിന്നും 830 അടി ഉയരത്തിലാണ് നിൽക്കുന്നത്. അതായത് ഒരു 86 നില കെട്ടിടത്തിന്റെ ഉയരത്തിൽ.

സിഡ്നിയുടെ ബിസിനസ്സ് ഡിസ്ട്രിക്റ്റാണ് ഞാൻ ഇപ്പോൾ കാണുന്ന താഴ്ഭാഗത്ത് ദൃശ്യമാകുന്നത്. വമ്പൻ കമ്പനികളുടെ ആസ്ഥാനമുള്ള തിരക്കേറിയ വാണിജ്യഭാഗം. നിറയെ ആകാശം മുട്ടെ ഉയർന്നു

നിൽക്കുന്ന കെട്ടിടങ്ങളുടെ അനന്തമായ നിര. എത്ര അകലേക്കു നോക്കിയാലും ഈ അംബരചുംബികളുടെ കൂട്ടം അവസാനിക്കുന്നില്ല എന്നു തോന്നും. ആധുനിക കെട്ടിടങ്ങളുടെ നിബിഡ വനമാണിതെന്നു അലങ്കാരികമായി പറയാം.

ആധുനിക മന്ദിരങ്ങൾക്കിടയിൽ പഴയ ചില കെട്ടിടങ്ങളും കാണാം. സിഡ്നി നഗരത്തിന്റെ അഭിമാനസ്തംഭമായ സിഡ്നി ടവർ പൊതുജനങ്ങൾക്കായി തുറന്നുകൊടുക്കുന്നത് 1981-ലാണ്. 1970 മുതലുള്ള 11 വർഷമായിരുന്നു ഇതിന്റെ നിർമ്മാണകാലം. നഗരത്തെ പൂർണ്ണമായും നോക്കിനിന്നുകാണാവുന്ന ഇത്തരം മറ്റൊരു നിർമ്മിതിയും ഈ മഹാനഗരത്തിലില്ല.

അനേകം തുരുത്തുകൾക്കിടയിലേക്കു കയറിക്കിടക്കുന്ന നീലജലസമൃദ്ധമായ ഉൾക്കടൽ കാഴ്ചയിൽ തെളിഞ്ഞുനിൽക്കുന്നു. അതിന്റെ തീരത്ത് 18-ാം നൂറ്റാണ്ടിൽ ഉയിർക്കൊണ്ടതാണ് സിഡ്നി എന്ന നഗരം. ആസ്ട്രേലിയയിലെ ഈ ആദ്യ യൂറോപ്യൻ കോളനി, രണ്ടു നൂറ്റാണ്ടുകൾ കൊണ്ട് ഇവിടത്തെ ഏറ്റവും വലിയ നഗരമായി വളർന്നിരിക്കുന്നു.

ഇവിടെ ഞാൻ ഒറ്റയ്ക്കുനിന്ന് കാഴ്ചകൾ ആസ്വദിക്കുകയാണ്. ദൂരെ ഒരു പാലം കാണാം. പ്രസിദ്ധമായ അൽസാക്ക് ബ്രിഡ്ജാണ് ഇത്. ബോട്ടണി ബേയുടെ മുകളിലൂടെ വെള്ളയും ചുവപ്പും ഇടകലർന്ന നിറമുള്ള ഒരു വിമാനം താഴ്ന്നു പറക്കുന്നു. വ്യവസായികമേഖലയും തുറമുഖഭാഗങ്ങളുമെല്ലാം കടന്ന് ആ വിമാനം സിഡ്നി ഇന്റർനാഷണൽ എയർപോർട്ടിലേക്ക് ലാൻഡിങ്ങിനായി വട്ടംചുറ്റി ഇറങ്ങുകയാണ്. ഈ കാഴ്ചയും പുതുമയോടെ കൗതുകഭാവത്തിൽ ഞാൻ കണ്ടുനിന്നു.

സിഡ്നി ടവറിനു മേലെ നിന്നു നോക്കുമ്പോൾ നഗരത്തിന്റെ അടുക്കും ചിട്ടയുമാണ് എന്നെ ആകർഷിക്കുന്നത്. ചായുന്ന വെയിലിൽ കെട്ടിടങ്ങളിൽ ഓരോന്നിലും മറ്റൊന്നിന്റെ നിഴൽ വീണുകിടക്കുന്നുണ്ട്. ഈയൊരു അപൂർവ്വ കാഴ്ചയും വളരെ ഉയരമുള്ള ഇത്തരമൊരു ടവറിനു മുകളിൽ നിന്നാൽ മാത്രമേ വ്യക്തമായി കാണാൻ കഴിയൂ.

ഞാനല്പം കൂടി മാറിനിന്ന് മറ്റൊരു ജാലകത്തിലൂടെ താഴ്ഭാഗ കാഴ്ച കാണാൻ തയ്യാറായി നിന്നു. ആ ഭാഗത്ത് വളവും തിരിവുമില്ലാത്ത ഒരു ഹൈവേ കാണാം. ആ മഹാറോഡിലൂടെ തൊട്ടുതൊട്ടെന്നപോലെ വാഹനങ്ങൾ നീങ്ങുന്നു. ഇളം മഞ്ഞച്ചായം പൂശിയ ഒരു വലിയ കെട്ടിടം ഇടയിൽ തലയുയർത്തി നിൽക്കുന്നത് ശ്രദ്ധിക്കപ്പെട്ടു. അതൊരു ഫൈവ് സ്റ്റാർ ഹോട്ടലാണത്രേ.

അങ്ങുദൂരെ കടലോളം പരന്നുകിടക്കുകയാണ് സിഡ്നി നഗരം. ഇങ്ങേത്തലയ്ക്കൽ ഹൈഡ്പാർക്കിന്റെ മരത്തലപ്പുകൾക്കിടയിലൂടെ വമ്പൻ കെട്ടിടങ്ങളിലേക്ക് സിഡ്നി ടവറിന്റെ നിഴൽ ഒരു കാർട്ടൂൺ ചിത്രം പോലെ വീണുകിടക്കുന്നത് ഒരപൂർവ്വകാഴ്ചയായിരുന്നു.

രണ്ടായിരാമാണ്ടിലെ ഒളിമ്പിക്സിന്റെ വേദിയായ നഗരമാണ് ഇത്. ലോക കായിക മാമാങ്കത്തിൽ മാറ്റുരയ്ക്കാൻ വിവിധ ഭൂഖണ്ഡങ്ങളിൽനിന്നും താരങ്ങൾ വന്നിറങ്ങിയ നഗരം. പ്രധാന ഒളിമ്പിക്സ് വേദിയായിരുന്ന സ്റ്റേഡിയവും ഇവിടെ നിന്നുകൊണ്ടു കാണാം. ലോകതാരങ്ങളുടെ സ്വർണ്ണക്കുതിപ്പിനു സാക്ഷിയായ വമ്പൻ സ്റ്റേഡിയം. അതിനടുത്തുതന്നെ ഒളിമ്പിക്സ് വില്ലേജും കാണാം. ജനസാന്ദ്രത കൂടിയ നഗരമാണെങ്കിലും തുറസ്സായ സ്ഥലങ്ങളും മരക്കൂട്ടങ്ങളുമൊക്കെയൊരുക്കി നഗരാന്തരീക്ഷം സുഖപ്രദമാക്കുന്നതിൽ സിഡ്നിയുടെ ഭരണാധികാരികൾ അതീവശ്രദ്ധാലുക്കളാണ്. നഗരത്തിന്റെ ശ്വാസകോശം തന്നെയാണ് ഇക്കാണുന്ന മരച്ചാർത്തുകളൊക്കെയും.

ചെറിയ തുരുത്തുകളെ ചുറ്റിയും നഗരത്തിന്റെ ഉൾപ്പിരിവുകളിലേക്ക് കയറിയും ശാന്തമായ നീലത്തടാകംപോലെ ഉൾക്കടൽ. 1788-ൽ സ്ഥാപിതമായ സിഡ്നി നഗരം രണ്ടു നൂറ്റാണ്ടുകൾക്കൊണ്ട്. അഭൂതപൂർവ്വമായ വളർച്ചയാണ് കൈവരിച്ചത്. കുടിയേറിവന്ന യൂറോപ്യന്മാർക്ക് പ്രകൃതി നൽകിയ സമ്മാനമാണ് സിഡ്നി എന്ന് നഗരത്തെക്കുറിച്ച് പൊതുവേ പറയപ്പെടുന്നുണ്ട്. യൂറോപ്യന്മാരുടെ കടന്നുകയറ്റമുണ്ടായ ആദ്യകാലത്ത് ഇവിടെയുണ്ടായിരുന്ന അബോറിജിൻ ഗോത്രവിഭാഗങ്ങൾ അതിശക്തമായാണ് ചെറുത്തത്. പായ്ക്കപ്പലിൽ കരയ്ക്കണഞ്ഞ യൂറോപ്യൻ കുടിയേറ്റക്കാരുടെ തോക്കുകൾക്കു മുൻപിൽ ഗോത്രവർഗ്ഗവിഭാഗങ്ങൾ ആദ്യമൊന്നും കീഴടങ്ങിയില്ല. പ്രാകൃതമായ ആയുധങ്ങളുമായി അവർ കുടിയേറ്റക്കാർക്കു നേരെ മിന്നലാക്രമണവും ഒപ്പം ഒളിയുദ്ധവും നടത്തിക്കൊണ്ടിരുന്നു. പക്ഷേ ഈ ഭൂപ്രദേശത്തിന്റെ യഥാർത്ഥ അവകാശികളായ ഗോത്രവർഗ്ഗക്കാരെ ഭാഗ്യം കടാക്ഷിച്ചില്ല. 1889-ൽ ഇവിടെ പടർന്നു പിടിച്ച വസൂരി രോഗം മൂലം ആയിരക്കണക്കിന് ആദിവാസികൾ മരണമടഞ്ഞു. രോഗം കൊണ്ട് ദുർബലരായിക്കഴിഞ്ഞിരുന്ന അവരെ കീഴടക്കാൻ കുടിയേറ്റക്കാർക്ക് പിന്നീട് അധികം ബുദ്ധിമുട്ടേണ്ടി വന്നില്ല.

സെന്റ് മേരീസ് കത്തീഡ്രൽ

സിഡ്നി ടവറിൽ നിന്നും താഴെയിറങ്ങാനുള്ള ലിഫ്റ്റിനു മുമ്പിലാണ് ഞങ്ങളിപ്പോൾ. മോശമല്ലാത്ത തിരക്കുണ്ടിവിടെ. വലിയ ലിഫ്റ്റ് ക്യാബിനാണ്, ചുരുങ്ങിയത് 75 പേർക്കെങ്കിലും കയറി സഞ്ചരിക്കാം. ഹൈസ്പീഡ് ലിഫ്റ്റുമാണ്. 40 സെക്കൻഡ് നേരം കൊണ്ടത് ഭൂമിയിലെത്തി. ടവറിന്റെ അടിഭാഗകെട്ടിടത്തിന്റെ നാലാം നിലയിലാണ് ലിഫ്റ്റിൽ നിന്നും ഇറങ്ങിയത്. ഇനി താഴെ നിലവരെ നടക്കണം. ഈ നാലു നിലകളിലും കച്ചവടസ്ഥാപനങ്ങളുടെ നിരകളാണ്. അനേകം സുവനീർ ഷോപ്പുകൾ. ഇത് ഇത്തരം ടൂറിസ്റ്റ് സെന്ററുകളിലെ ഒരു വ്യാപാര തന്ത്രവുമാണ്. ഈ പീടികകൾക്കിടയിലൂടെ നാലു നില താണ്ടി താഴെ വരുന്നവർ ഇടയ്ക്കുള്ള കടകളിൽ നിന്നും എന്തെങ്കിലും വാങ്ങാതിരിക്കില്ല.

ടവറിൽ നിന്നു കൂട്ടത്തോടെ ഞങ്ങൾ ഇറങ്ങിയെത്തിയത് നഗരത്തിലെ അറിയപ്പെടുന്ന സെന്ററായ സിഡ്നി സർക്കിളിലേക്കാണ്. റോഡിന്റെ അങ്ങേത്തലയ്ക്കൽ കാണുന്നത് സെന്റ് ജെയിംസ് റെയിൽവേ സ്റ്റേഷനാണെന്ന് വിനോദ് അറിയിച്ചു. ഭൂനിരപ്പിൽ നിന്നും 40 അടി താഴെയാണ് സ്റ്റേഷൻ. കെട്ടിടങ്ങളുടെ നിഴൽ വീണ് ഇരുണ്ടു കിടക്കുന്ന വഴിയിലൂടെ വിനോദിനു പിന്നാലെ ഞങ്ങൾ നടന്നു. ഇത്രയൊക്കെ ആയിട്ടും ആർക്കും ഒരു ക്ഷീണഭാവമില്ല. എല്ലാവരും അജ്ഞാതമായ ഒരു ഉത്സവത്തിമിർപ്പിലാണ്. ഓരോ കാഴ്ചയും അവർ മനസ്സു തുറന്ന് ആസ്വദിക്കുന്നുണ്ട്.

ഹൈഡ് പാർക്കിലേക്കാണ് പോകുന്നതെന്ന് ടൂർ മാനേജർ അറിയിച്ചു. നല്ല വൃത്തിയും ചന്തവുമുള്ള നടപ്പാത മുഴുവൻ മാർബിൾ പാകിയിരിക്കുന്നു. ഇതാ ഇവിടെനിന്നു നോക്കിയാലും സിഡ്നി ടവറിന്റെ വ്യക്തമായ ഒരു വീക്ഷണം ലഭിക്കും.

ഹൈഡ് പാർക്കിലെത്തിയിരിക്കുന്നു. പാർക്കിലൊരിടത്ത് ഒരു ഫൗണ്ടൻ കാണാം. ആർച്ചിബാൾഡ് എന്നറിയപ്പെടുന്ന ഈ ജലമേളം വളരെ പ്രസിദ്ധമാണ്. ദി ബുള്ളറ്റിൻ എന്ന പ്രശസ്ത ഇംഗ്ലീഷ് മാസികയുടെ എഡിറ്ററായിരുന്ന ജെ.എഫ് ആർച്ചിബാൾഡ് ആണ് ഈ ഫൗണ്ടൻ നിർമ്മിക്കാനുള്ള മുഴുവൻ പണവും ഭരണകൂടത്തിനു നൽകിയത്. ഫ്രഞ്ച്

കലയുടെ ആരാധകനായിരുന്ന ആർച്ചിബാൾഡ് ഒന്നാം ലോകമഹായുദ്ധത്തിലെ ആസ്ട്രേലിയൻ ഫ്രഞ്ച് സഹകരണത്തിന്റെ സ്മാരകം എന്ന നിലയിലാണ് ഇത് നിർമ്മിക്കാൻ മുന്നിട്ടിറങ്ങിയത്. ഫ്രഞ്ചുകാരനായ ഫ്രാങ്കോയി സിക്കാർഡ് ആയിരുന്നു ശില്പി. 1932-ലാണ് ഫൗണ്ടൻ സ്ഥാപിതമായത്.

ഗ്രീക്ക് ദേവനായിരുന്ന അപ്പോളോയെ കേന്ദ്രകഥാപാത്രമാക്കിയുള്ള ഒരു പ്രമേയമാണ് ഫ്രാങ്കോയി ഈ ഫൗണ്ടന്റെ നിർമ്മാണത്തിനായി ഉപയോഗിച്ചിരിക്കുന്നത്. ഫൗണ്ടൻ കഴിഞ്ഞ് പിന്നീട് ഞങ്ങളെത്തിയത് സെന്റ് മേരീസ് കത്തീഡ്രലിനു മുമ്പിലാണ്. ടവറിനു മുകളിൽ നിന്നും അല്പം മുമ്പ് കണ്ടപ്പോൾ ഈ കത്തീഡ്രലിന് ഇത്ര വലിപ്പമുണ്ടെന്നു തോന്നിയില്ല. ആസ്ട്രേലിയയിലെ ഏറ്റവും വലിയ പള്ളിയാണത്രേ ഇത്.

ചായുന്ന വെയിലിനു മുമ്പേ സഞ്ചരിക്കുന്ന നിഴലിനു പിന്നിലൂടെ ഞങ്ങൾ സംഘമായി നീങ്ങി. മങ്ങിയ സൂര്യരശ്മികളുടെ തലോടലിൽ അന്തരീക്ഷത്തിന് അസാധാരണമായ ഒരു വശ്യത കൈവന്നിരുന്നു. പള്ളി അടുത്തുപോയി കാണണോ എന്ന വിനോദിന്റെ ചോദ്യത്തിനു സംഘത്തിലെ എല്ലാവരെയും ഉദ്ദേശിച്ച് രണ്ടും കല്പിച്ചു തീർച്ചയായും കാണണം എന്നു പറഞ്ഞത് ഞാനാണ്. സംഘാംഗങ്ങളെല്ലാം അതംഗീകരിച്ച മട്ടിൽ തലയാട്ടുകയും ചെയ്തു.

ഹൈഡ് പാർക്കിൽ പോക്കുവെയിലിന്റെ സുഖം നുകർന്ന് കുറേപ്പേർ ഇരിപ്പുണ്ട്. എല്ലാം ഇരട്ടകൾ, കമിതാക്കൾ.ചെറുപ്പക്കാർ മാത്രമല്ല വൃദ്ധദമ്പതികളേയും അവിടവിടെ കണ്ടു. അവർ പഴയകാല ജീവിതാനുഭവങ്ങൾ പരസ്പരം പങ്കിട്ടും പറഞ്ഞും പാർക്കിന്റെ നിശ്ശബ്ദതയിൽ ലയിച്ചിരിക്കുന്നതു പോലെ തോന്നി.

സെന്റ് മേരീസ് കത്തീഡ്രലിനു മുമ്പിൽ നല്ല വാഹനത്തിരക്ക്. പള്ളി ഗോപുരങ്ങളുടേയും മറ്റും അറ്റകുറ്റപ്പണികൾ നടക്കുന്നുണ്ട്. പണികളുമായി ബന്ധപ്പെട്ട് പള്ളിയുടെ മുൻഭാഗം മാത്രം വെള്ള പ്ലാസ്റ്റിക് ഷീറ്റ് കൊണ്ടു പൊതിഞ്ഞിരിക്കുന്നു. ദൂരെ നിന്നു നോക്കിയാൽ അത്രയും ഭാഗം മാത്രം വെള്ളപ്പെയിന്റടിച്ചു നിർത്തിയിരിക്കുകയാണെന്നു തോന്നും.

ദേവാലയത്തിനു ചുറ്റും കമ്പിവേലി ഉറപ്പിച്ചിട്ടുണ്ട്. നിർമ്മാണപ്രവർത്തനങ്ങൾ നടത്തുന്നതിനാണ് ഈ വേലിക്കെട്ടുകൾ സ്ഥാപിച്ചിരിക്കുന്നത്.

ഗോൾഡ് ബ്രൗൺ നിറമുള്ള സാൻഡ് സ്റ്റോണിൽ നിർമ്മിച്ച മനോഹരമായ ഒരു ദേവാലയം. മാർബിൾ പ്രതിമകളും സ്റ്റെയിൻ ഗ്ലാസ്സ് ജാലകങ്ങളുമൊക്കെ പള്ളിയുടെ ഉൾവശത്തെ ചാരുത വർദ്ധിപ്പിക്കുന്നു. പാരീസിലെ നോത്രദാം കത്തീഡ്രലിനെ മാതൃകയാക്കിയാണ് ഈ ദേവാലയം നിർമ്മിച്ചിരിക്കുന്നത്. യൂറോപ്പ് യാത്രയ്ക്കിടെ പാരീസിലെ നോത്രദാം പള്ളി കയറിക്കണ്ടിട്ടുണ്ട്.

സിഡ്നിയിലെ റോമൻ കത്തോലിക്ക ആർച്ച്ബിഷപ്പിന്റെ ആസ്ഥാന ദേവാലയമാണ് സെന്റ് മേരീസ് കത്തീഡ്രൽ. 1930-ൽ പയസ്സ് പതിനൊന്നാമൻ മാർപ്പാപ്പയാണ് ഈ ദേവാലയത്തിന്റെ സമർപ്പണം നിർവഹിച്ചത്. ഗോത്തിക് ശൈലിയിലുള്ള ദേവാലയത്തിന്റെ നിർമ്മാണത്തിനായി ലോകത്തിലെ പല പള്ളികളുടേയും മാതൃകകൾ അന്ന് പരിഗണിച്ചിരുന്നു. ഒടുവിൽ ഇംഗ്ലീഷ് നിർമ്മാണ സങ്കേതങ്ങളും നോത്രാദാമിന്റെ മാതൃകയും സമന്വയിപ്പിച്ചാണ് ഇത് നിർമ്മിച്ചത്.

പള്ളിയുടെ ജാലകങ്ങളിലെ സ്റ്റെയിൻ ഗ്ലാസ്സുകൾ സിഡ്നിയിലെ ഒരു പ്രശസ്ത കമ്പനിയുടെ സൃഷ്ടിയാണ്. 50 വർഷങ്ങൾക്കൊണ്ട് അതീവ സൂക്ഷ്മതയോടെയാണ് ദേവാലയത്തിന്റെ 40 ജാലകങ്ങൾ കമ്പനി പണിതത്. പള്ളിയിലെ ഉദാത്തമായ ഈ സൂക്ഷ്മത ഓരോ ജാലകം കണ്ടു നീങ്ങുമ്പോഴും നമുക്ക് മനസ്സിലാക്കാൻ കഴിയുന്നുണ്ട്.

പോക്കുവെയിൽ ദേവാലയങ്ങളുടെ സാൻഡ്സ്റ്റോൺ ഷെയിഡുള്ള ചുവരുകൾക്ക് ഒരു പ്രത്യേക ഭംഗി പകരുന്നുണ്ട്. ഈ കത്തീഡ്രൽ കയറിക്കാണാതെ ദൂരെ വച്ചുതന്നെ ഉപേക്ഷിച്ചുപോകാതിരുന്നത് എത്ര നന്നായി എന്ന് കൂട്ടത്തിൽ ആരോ പറഞ്ഞപ്പോൾ പലരും അല്പമൊരു കൃതജ്ഞതാഭാവത്തിൽ എന്നെ നോക്കുന്നതും ശ്രദ്ധിച്ചു. എന്റെ പ്രേരണ കൊണ്ടാണല്ലോ ദേവാലയം കാണാൻ തീരുമാനമായത്.

യൂറോപ്പിലെ മിക്ക പ്രസിദ്ധ ദേവാലയങ്ങളും ഞാൻ കയറിക്കണ്ടിട്ടുണ്ട്. അവയിൽ പലതിനും ഉള്ളതുപോലെ രസകരമായ ഒരു ചരിത്രം ഈ പള്ളിക്കുമുണ്ട്.

1788-ൽ സിഡ്നിയിൽ ആദ്യത്തെ യൂറോപ്യൻ കോളനി സ്ഥാപിതമായപ്പോൾ ബ്രിട്ടനിൽ നിന്നും നാടുകടത്തപ്പെട്ട കുറേ തടവുകാരും പട്ടാളക്കാരുമാണ് ഈ നാട്ടിലുണ്ടായിരുന്നത്. പട്ടാളക്കാരിൽ അധികംപേരും കുടുംബസമേതമാണ് സിഡ്നിതീരത്ത് പായ്ക്കപ്പലിൽ വന്നിറങ്ങിയത്.

ആദ്യം ഇവിടത്തെ ജനതയെ വിശ്വാസിസമൂഹത്തിൽ ഉൾപ്പെടുത്താൻ റോമൻ കത്തോലിക്കസഭ തയ്യാറായിരുന്നില്ല. പിന്നീട് 1821-ലാണ് ഇവിടെയൊരു ദേവാലയം പണിതത്. 1865-ൽ ഒരു അഗ്നിബാധയിൽ ഈ ദേവാലയം നാമാവശേഷമായി. തുടർന്ന് മരം കൊണ്ടുള്ള ഒരു താത്കാലിക ദേവാലയം വിശ്വാസികൾ ഇവിടെ നിർമ്മിച്ചു. പക്ഷേ 1869-ൽ വേനലിൽ അതും തീപിടിച്ചു നശിച്ചു. പൂർണ്ണമായും മരം കൊണ്ട് നിർമ്മിക്കപ്പെട്ടതിനാൽ അഗ്നിബാധയിൽ അതു ഭസ്മമായി. തുടർന്നാണ് വിപുലമായ രീതിയിൽ ഈ കാണുന്ന കത്തീഡ്രലിന്റെ നിർമ്മാണം ആരംഭിച്ചത്.

കത്തീഡ്രലിൽ ഒരിടത്ത് വലിയൊരു സ്മാരകശില്പം കണ്ടു. ഒന്നാം ലോകമഹായുദ്ധത്തിൽ മരിച്ച ആസ്ട്രേലിയൻ സൈനികരുടെ സ്മരണയ്ക്കായി നിർമ്മിച്ച ശില്പം. തലയുടെ തൊട്ടരികിൽ ഊരിവച്ച ഒരു പട്ടാളത്തൊപ്പിയും വശത്ത് വലിയൊരു തോക്കുമായി ഒരു സൈനികൻ കിടക്കുന്ന രൂപത്തിലുള്ളതാണാ മനോഹരശില്പം. The name lives on for all generations എന്ന് ശില്പത്തിന്റെ പീഠത്തിൽ കൊത്തിവച്ചിട്ടുണ്ട്. ഏതോ ഒരജ്ഞാത സൈനികൻ എന്ന സങ്കല്പമാണ് ഈ ശില്പത്തിനു പിന്നിലുള്ളതത്രേ.

നിർമ്മാണത്തിന്റെ ചാരുതയും ലൈം സ്റ്റോണിന്റെ സ്വർണ്ണത്തിളക്കവും വെളിച്ചക്രമീകരണത്തിന്റെ വശ്യതയുമെല്ലാം യൂറോപ്പിൽ ഞാൻ കണ്ട മിക്ക ദേവാലയത്തെയും വെല്ലുന്ന ഒരു സൗന്ദര്യം ഈ പള്ളിക്കു നൽകുന്നു. പ്രത്യേക രീതിയിലുള്ള കുറെ മെഴുകുതിരിക്കാലുകൾ സെന്റ് മേരീസ് കത്തീഡ്രലിനു ഉള്ളിൽ അങ്ങിങ്ങ് ഉറപ്പിച്ചിട്ടുണ്ട്. ഓരോ സ്റ്റാൻഡിലും നിരവധി മെഴുകുതിരിക്കാലുകൾ. അത്തരം ഏഴെട്ട് മെഴുകുതിരി പൂങ്കുലകൾ തന്നെ അവിടെ കണ്ടു. അതിന്റെ പശ്ചാത്തലത്തിൽ കന്യാമറിയത്തിന്റേയും ഉണ്ണിയേശുവിന്റേയും മനോഹരമായ ശില്പം. പള്ളിയുടെ അൾത്താരയും അതിനോടു ചേർന്ന ഭാഗങ്ങളും ന്യൂസിലാൻഡിൽ നിന്നും കൊണ്ടുവന്ന പ്രത്യേകതരം കല്ലുകൾ കൊണ്ടാണ് നിർമ്മിച്ചിരിക്കുന്നത്. രണ്ട് ചെറിയ ചാപ്പലുകളും രണ്ട് ഇടത്തരം ചാപ്പലുകളും സെന്റ് മേരീസ് കത്തീഡ്രലിനു അനുബന്ധമായുണ്ട്

സിഡ്നിയുടെ ചരിത്രവും വർത്തമാനവും ഉള്ളിലൊതുക്കി നിൽക്കുന്ന ആ കത്തീഡ്രലിൽ നിന്നും ടൂർ മാനേജർക്കു പിന്നാലെ ഞങ്ങൾ പുറത്തിറങ്ങി. എല്ലാവരും ഈ ദേവാലയം കയറിക്കണ്ടതിന്റെ സംതൃപ്തിയിലാണ്.

പാതയോരത്തെ കെട്ടിടങ്ങളിലെല്ലാം വിളക്കുകൾ തെളിഞ്ഞു കഴിഞ്ഞിരുന്നു. ഒരു പകൽ അസ്തമിച്ച് തീരാൻ ഇനിയും സമയമുണ്ടെന്നും ഷെഡ്യൂൾ അനുസരിച്ച് ഇനി കിങ്സ്ട്രീറ്റ് വാർഫിലേക്കാണ് പോകുന്നതെന്നും അവിടെ നമ്മുടെ ബസ്സ് കാത്തുകിടപ്പുണ്ടാവുമെന്നും വിനോദറിയിച്ചു.

കിങ് സ്ട്രീറ്റ് വാർഫിൽ നിന്നും ഒരു ബോട്ടിൽ കയറി ഉൾക്കടലിലൂടെയുള്ള ഒരു സഞ്ചാരവും യാത്രാപരിപാടിയിലുണ്ട്. ഇതൊക്കെയാണ് നല്ല ട്രാവൽ കമ്പനിയുടെ പാക്കേജ് ടൂറിൽ പങ്കെടുത്ത് ലോകം ചുറ്റാനിറങ്ങുന്നവരുടെ അവസരവും ഭാഗ്യവും. എത്രയെത്ര പരിപാടികളാണ് ക്ലിപ്തസമയത്തിനുള്ളിൽ കാണിച്ചുതരാനുള്ള സംവിധാനങ്ങൾ അവർ ഒരുക്കുന്നത്.

വാർഫിൽ ബോട്ട് തയ്യാറായി കിടപ്പുണ്ടായിരുന്നു. ഉൾക്കടൽ തീരമാകെ ഉത്സവപ്പറമ്പുപോലെ ദീപാലംകൃതമാണ്. ഒരു ഡിന്നർ ക്രൂയിസ് നടത്തുന്ന ബോട്ടിലേക്കാണ് ടൂർ കമ്പനി ഞങ്ങൾക്കൊക്കെ ടിക്കറ്റെടുത്തിരിക്കുന്നത്.

എട്ടാം നമ്പർ വാർഫിലാണ് ഞങ്ങളുടെ ആഡംബരബോട്ടുള്ളത്. ചെറിയൊരു കപ്പലോളം പോന്ന കൂറ്റനൊരു ബോട്ട് യാത്രയ്ക്കൊരുങ്ങി നിൽപ്പുണ്ട്. പഴയകാലത്തെ സ്റ്റീംബോട്ടുകൾ ആധുനീകരിച്ചാണ്

ഇപ്പോൾ സഞ്ചാരികളെ ആകർഷിക്കുന്ന ഷോബോട്ടുകൾ ആക്കിയിരിക്കുന്നത്.

മുന്നൂറോളം പേർക്ക് സൗകര്യപ്രദമായി യാത്രചെയ്യാനുള്ള സൗകര്യം ഈ ബോട്ടിലുണ്ട്. നടപ്പാലം കടന്നു ടൂർ മാനേജർക്കൊപ്പം ഞങ്ങൾ ബോട്ടിനടുത്തേയ്ക്കു നീങ്ങി. ബോട്ടിൽ കയറാനുള്ളവർ അതിന്റെ വാതിൽക്കൽ കൂടിനിൽപ്പുണ്ട്. ടിക്കറ്റ് വാങ്ങി പരിശോധിച്ചതിനുശേഷമേ ഓരോരുത്തരേയും ബോട്ടിനുള്ളിലേക്ക് പ്രവേശിപ്പിക്കുകയുള്ളൂ.

ഒടുവിൽ ഞങ്ങളുടെ ഗ്രൂപ്പിന്റെ ഊഴമെത്തി. ഒരു മദാമ്മപ്പെണ്ണ് വന്ന് ഞങ്ങളെ രണ്ടാം നിലയിലെ വിശാലമായ ഡൈനിംഗ് ഹാളിലേക്ക് നയിച്ചു. ബോട്ടിൽ ഓരോ യാത്രക്കാർക്കും പ്രത്യേകമായി അനുവദിച്ചിട്ടുള്ള സീറ്റിൽ മാത്രമേ ഇരിക്കാനാവൂ.

ഡിന്നർ ക്രൂയിസ് നടത്തുന്ന ആ ആഡംബര ബോട്ടിന്റെ രണ്ടാം നിലയിലെ ഡൈനിങ് ഹാളിലാണ് ഞാനിപ്പോൾ. ഓരോ മേശയിലും ഡിന്നറിന്റെ ആദ്യവിഭവങ്ങൾ നിരന്നു കഴിഞ്ഞു. ബോട്ട് ജീവനക്കാർ ഭക്ഷണവുമായി സീറ്റുകൾക്കിടയിലൂടെ നടക്കുന്നു.

നല്ലൊരു നോൺവെജ് ഭക്ഷണമാണ് ബോട്ടിൽ വിളമ്പിയത്. അറേബ്യൻ ടച്ചും ടേസ്റ്റുമുള്ള ഒരു ചിക്കൻ വിഭവം രുചിയുടെ കാര്യത്തിൽ മുമ്പിൽ നിന്നു.

ബോട്ടിനുള്ളിൽ ഒരു മജീഷ്യനുണ്ട്. ഓരോ മേശയ്ക്കരികിലും ചെന്ന് അയാൾ ചെറിയ നമ്പരുകളൊക്കെ കാണിക്കുന്നുണ്ട്. ബോട്ട് മെല്ലെയൊന്നനങ്ങി. അതു പുറപ്പെടുകയാണ്. ബോട്ടിലെ അധികം യാത്രക്കാരും പുറത്തെ കാഴ്ചകളിൽ ശ്രദ്ധിക്കുന്നില്ല. എല്ലാവരുടെയും ശ്രദ്ധ തീൻ മേശയിലാണ്. മജീഷ്യൻ ബോട്ടിൽ ആഹ്ലാദകരമായ ഒരന്തരീക്ഷം സൃഷ്ടിക്കാൻ എല്ലാ മേശയ്ക്കരികിലും എത്തുന്നുണ്ട്.

ബോട്ടിൽ കലാപരിപാടികൾ ആരംഭിക്കാനിരിക്കുന്നതേയുള്ളൂ. ഭക്ഷണം കഴിക്കുന്നതിനിടയിലും എന്റെ കണ്ണുകൾ പുറംകാഴ്ചകൾക്കായി പരതുന്നുണ്ടായിരുന്നു. തീരത്ത് പ്രകാശത്തിന്റെ ഒരു ഗോപുര കവാടം കാണാം. സിഡ്നിയിലെ പ്രസിദ്ധമായ ഒരു വലിയ അമ്യൂസ്മെന്റ് പാർക്കിന്റെ കവാടമാണ് അത്.

ഉൾക്കടൽ തീരത്ത് സിഡ്നിയിലെ അംബരചുംബികൾ പ്രകാശത്തിൽ തിളങ്ങി നിൽക്കുന്ന കാഴ്ച വർണ്ണനാതീതമാണ്. പ്രസിദ്ധമായ ലൂണ അമ്യൂസ്മെന്റ് പാർക്കിന്റെ ഭാഗങ്ങളാണ്, ഇപ്പോൾ ഈ തീരത്ത് എന്റെ കൺമുമ്പിൽ നിറഞ്ഞുനിൽക്കുന്നത്.

തീരത്തെ കാഴ്ചകളിലൂടെ ബോട്ട് സിഡ്നി ഹാർബർ ബ്രിഡ്ജിന്റെ ചുവട്ടിലെത്തിയിരിക്കുന്നു. എഞ്ചിനീയറിങ്ങിന്റെ ലോകാദ്ഭുതമെന്ന് വിശ്വസിക്കപ്പെടുന്നു ഹാർബർ ബ്രിഡ്ജ്. അതിന്റെ യഥാർത്ഥ വലിപ്പം ഇപ്പോൾ കൂടുതൽ വ്യക്തമാകുന്നു. 2007 മാർച്ച് 18-ന് ഈ പാലം 75-ാം

വാർഷികം ആഘോഷിച്ചതും അന്ന് 20 ലക്ഷം പേർ പാലത്തിലൂടെ നടന്നതുമൊക്കെ നാം പത്രത്തിൽ വായിച്ചതാണ്.

പാലം പിന്നിട്ട് ബോട്ടെത്തിയിരിക്കുന്നത് സിഡ്നി ഒപ്പറാ ഹൗസിനടുത്തേക്കാണ്. സിഡ്നിയുടെ ലാൻഡ്മാർക്കുകളിൽ പ്രധാനപ്പെട്ടത്. അറിയപ്പെടുന്ന മറ്റൊരു എഞ്ചിനീയറിങ് വിസ്മയം. പാരീസിലെ ഈഫൽ ഗോപുരം കഴിഞ്ഞാൽ ഏറ്റവുമധികം ഫോട്ടോ എടുക്കപ്പെട്ടിട്ടുള്ള ആധുനിക നിർമ്മിതിയാണ് ഇത്. രംഗകലകളുടെ അവതരണത്തിൽ ലോക പ്രസിദ്ധമായ ഒരു തിയേറ്റർ. ബോട്ടിലിരുന്നുള്ള ഈ കാഴ്ചയിൽ, കെട്ടിടത്തിന് അത്ര വലിപ്പമൊന്നും തോന്നുന്നില്ല, എങ്കിലും കൂറ്റനൊരു നിർമ്മിതി തന്നെയാണ് ഇത്. നാലര ഏക്കർ പ്രദേശത്താണ് സിഡ്നി ഒപ്പറാ ഹൗസ് വ്യാപിച്ചു നിൽക്കുന്നത്. ചുവരുകളിൽ മുഴുവൻ സ്വീഡിഷ് ടൈലുകൾ പതിച്ചിരിക്കുന്നു. പത്തുലക്ഷം ടൈലുകളാണ് ഇതിനായി ഉപയോഗിച്ചിരിക്കുന്നത്. സമുദ്രനിരപ്പിൽ നിന്നും 80 അടി താഴ്ത്തി നിർമ്മിച്ച 580 തൂണുകളിലാണ് ഒപ്പറാഹൗസ് നിൽക്കുന്നത്. ഒപ്പറാ ഹൗസിന്റെ താഴെ നിലയിൽ സുവനീർ ഷോപ്പുകളും ആർട്ട് ഗ്യാലറികളും മറ്റുമാണുള്ളത്. ചിപ്പികൾ അടുക്കി വച്ചതുപോലുള്ള ആകൃതിയിലാണ് ഈ മഹാസൗധം പണിതിരിക്കുന്നത്. ഈ രൂപമാണ് ഒപ്പറാ ഹൗസിനെ ആഗോളതലത്തിൽ ശ്രദ്ധേയമാക്കുന്നത്.

5 തിയേറ്ററുകളാണ് ഈ മന്ദിരത്തിനുള്ളിലുള്ളത്. 5 റിഹേഴ്സൽ സ്റ്റുഡിയോകളും രണ്ടു വലിയ ഹാളുകളും നാലു കൂറ്റൻ റെസ്റ്റോറന്റുകളും 6 ബാറുകളും നിരവധി സുവനീർ ഷോപ്പുകളും ഇതിനുള്ളിൽ പ്രവർത്തിക്കുന്നുണ്ട്.

1959ലാണ് സിഡ്നി ഒപ്പറാ ഹൗസിന്റെ നിർമ്മാണം തുടങ്ങിയത്. 1973 ഒക്ടോബർ 20ന് കലകളുടെ ഈ മഹാക്ഷേത്രം ഉൽഘാടനം ചെയ്യപ്പെട്ടു.

അബോറിജിൻ ഗോത്രവർഗ്ഗക്കാർ

സിഡ്നി നഗരത്തോടു വിടവാങ്ങാൻ സമയമായിരിക്കുന്നു. രാത്രി ഹോട്ടലിൽ മടങ്ങിയെത്തി. അടുത്ത ദിവസം കെയ്ൻസ് നഗരത്തിലേക്കു പോകാനുള്ള പരിപാടികൾ ടൂർ മാനേജർ വിവരിച്ചുതന്നു,

പിറ്റേന്ന് പുലർച്ചയ്ക്കാണ് കെയ്ൻസിലേക്കുള്ള ഫ്ളൈറ്റ്. വൈവിധ്യമാർന്ന ഒട്ടേറെ കാഴ്ചകൾ ഒരുക്കിത്തന്ന സിഡ്നി നഗരത്തോട് വിടചൊല്ലി ഞങ്ങൾ എയർപോർട്ടിലേക്കുള്ള ബസ്സിൽ കയറി. ആസ്ട്രേലിയയിലെ ക്യൂൻസിലുള്ള കെയ്ൻസ് നഗരത്തിലേക്കുള്ള വിമാനം കാത്തു കിടപ്പുണ്ടായിരുന്നു.

ഞങ്ങളിറങ്ങിയ കെയ്ൻസ് വിമാനത്താവളം അത്ര വലുതൊന്നുമല്ല. യാത്രക്കാരുടെ തിരക്കും കുറവ്. വിമാനത്തിൽ നിന്നും ലഗ്ഗേജ് വന്നെത്താൻ ഞങ്ങൾക്ക് കുറേനേരം കാത്തിരിക്കേണ്ടിവന്നു. മറ്റ് പാശ്ചാത്യ ദേശങ്ങളെ അപേക്ഷിച്ച് അല്പം മെല്ലെപ്പോക്ക് നയമുള്ള എയർപോർട്ടാണിതെന്നു തോന്നി. ജീവനക്കാർക്കൊക്കെ ഒരു തണുപ്പൻ മട്ട്, ഒരു നിസ്സംഗഭാവം.

എയർപോർട്ടിൽ നിന്നും നേരെ ഹോട്ടലിലേക്കാണ് പോയത്. ഹോട്ടലുകാരുടെതന്നെ ഒരു ബസ്സ് മുൻകൂട്ടി അവിടെവന്നു കിടപ്പുണ്ടായിരുന്നു.

നല്ല ഒരു ഹോട്ടൽ. ഹോട്ടൽ മന്ദിരത്തിനു അത്ര ഉയരമില്ല. പക്ഷേ, വിശാലമായി അതങ്ങനെ പരന്നു കിടക്കുന്നു. മൂന്നാം നിലയിലായിരുന്നു എല്ലാവർക്കും മുറി. ഹോട്ടലിൽ എത്തിയ ഉടൻ, റിസപ്ഷൻ കൗണ്ടറിൽ വച്ചുതന്നെ ഒരു വെൽക്കം ഡ്രിങ്ക് തരികയുണ്ടായി. നല്ല മൊരിഞ്ഞ രുചിയുള്ള ഓരോ കപ്പ് കാപ്പി. എല്ലാവർക്കും കാപ്പി ആവശ്യമുള്ള സമയവുമായിരുന്നു അത്. പുലർച്ചെയ്ക്ക് റൂം വിട്ടതുകാരണം സിഡ്നി ഹോട്ടലിൽ നിന്നും ബെഡ്കോഫി ആർക്കും കിട്ടിയിരുന്നുമില്ല.

കേരളത്തിന്റേതിനു സമാനമായ ഭൂപ്രകൃതിയും കാലാവസ്ഥയുമൊക്കെയുള്ള ഒരു പ്രദേശമാണ് കെയ്ൻസ്. ചെറിയൊരു നഗരം.

എയർപോർട്ടിൽ നിന്നും ഞങ്ങളെ കൊണ്ടുവന്ന ഹോട്ടലുകാരുടെ ബസ്സിൽ തന്നെയാണ് ഇവിടെ ഊരുചുറ്റലിനും ഏർപ്പാടു ചെയ്തിരിക്കുന്നത്. അത്ര വലിയ ബസ്സൊന്നുമല്ല, ഒരു 40 സീറ്റർ. ഞങ്ങൾക്ക് അതു ധാരാളം.

ഡ്രൈവർ സുമുഖനായൊരു ചെറുപ്പക്കാരൻ. നല്ല ചുറുചുറുക്കുള്ളവൻ. ഡ്രൈവറും ഗൈഡും ഒന്നുതന്നെ. ഒരു കൈയിൽ മൈക്കും അടുത്ത കൈകൊണ്ട് വളയവും പിടിച്ചാണ് പയ്യന്റെ ഓടിക്കൽ.

കെയ്ൻസ് നഗരത്തിനടുത്തുള്ള കുറാന്റ എന്ന സ്ഥലത്തേക്കാണ് പോകുന്നതെന്ന് ടൂർ മാനേജർ വിശദീകരിച്ചു.

മഴക്കാടുകൾ നിറഞ്ഞ മലയിലെ ഒരു നാലുവരിപ്പാത. ഒരു ജങ്ഷനിലെത്തി, ട്രാഫിക്ക് സിഗ്നലിനായി ബസ്സ് നിർത്തി. ഒരു ചെറുപട്ടണത്തിൽ നിന്നുമുള്ള ഗ്രാമപാതയാണിതെന്നോർക്കണം. ഇവിടെ കണ്ടതു മുഴുവൻ കുറ്റമറ്റ ട്രാഫിക് സംവിധാനങ്ങൾ. മിഴി തുറക്കുന്ന പച്ച ലൈറ്റും കാത്ത് ഡ്രൈവർ സ്റ്റിയറിങ്ങിൽ പിടിച്ചുകൊണ്ടുതന്നെ ഏതോ ആലോചനയിൽ മുഴുകിയിരിക്കുന്നു.

ഗ്രീൻ സിഗ്നൽ, ചുവപ്പു വെളിച്ചത്തിനു വഴിമാറി. ബസ്സ് നീങ്ങി. കേരളീയമെന്നു തോന്നുന്ന കാഴ്ചകൾ. പാതയോരത്ത് പനയും തെങ്ങുമൊക്കെ വളർന്നു നിൽക്കുന്നു. ചെറിയ വാസഗൃഹങ്ങൾ. ഓടിട്ട കെട്ടിടങ്ങൾ. ആസ്ട്രേലിയയിലെ മറ്റു ഭാഗങ്ങളിലേതുപോലെ യൂറോപ്യൻ അന്തരീക്ഷമല്ല ഇവിടെ. ഇൻഡൊനേഷ്യയിലെ ബാലി ദ്വീപിലൂടെ സഞ്ചരിക്കുന്ന പ്രതീതിതോന്നി.

കുന്നും മലകളും പാടങ്ങളും ഒക്കെ ഇവിടെ എത്തുന്ന സഞ്ചാരിക്ക് പുതുമയുള്ള കാഴ്ചകളാണ്. മാർച്ച് മുതൽ നവംബർ വരെയുള്ള മാസങ്ങളിൽ ഇവിടെ ചൂടു കൂടുതലാണ്. ഈ സമയത്ത് ഇവിടങ്ങളിൽ ഉഷ്ണക്കാറ്റും പതിവാണ്. ഞാനീ നിമിഷം മനസ്സിൽ ഓർത്തത്, കേരളത്തിലെ ട്രോപ്പിക്കൽ കാലാവസ്ഥയെപ്പറ്റിയാണ്. മഴയുണ്ട് പക്ഷേ അലറിപ്പെയ്ത് നാശം വിതയ്ക്കുന്ന പേമാരിയില്ല. കാറ്റുണ്ട്, എന്നാൽ കൊടുങ്കാറ്റോ, ചുഴലിക്കാറ്റോ എന്തെന്നു നാം കേരളീയർ കണ്ടിട്ടു തന്നെയില്ല. തണുപ്പുകാലം വരുമെങ്കിലും കേരളത്തിൽ കൊടുംതണുപ്പുമില്ല. അങ്ങനെയുള്ള 'ദൈവത്തിന്റെ സ്വന്തം നാട്ടിൽ' നിന്നാണ് എന്റെയീ വരവ്. വെറുതെ തോന്നിയ ചിന്തകൾക്കു വിരാമമിട്ട്, ബസ്സിലിരുന്നു പുറംകാഴ്ചകൾക്കായി മിഴി വിടർത്തി.

പ്രസിദ്ധമായ കുറാന്റാ സീനിക്ക് റെയിൽവേയുടെ ഒരു സ്റ്റേഷനടുത്തുകൂടി ബസ്സിപ്പോൾ കടന്നുപോകുന്നു. അതു പിന്നിട്ട് റെയ്ൻ ഫോറസ്റ്റ് മലകളുടെ താഴ്വാരം ലക്ഷ്യമാക്കിയാണ് ഇപ്പോഴത്തെ സഞ്ചാരം.

ഡ്രൈവർ, മൈക്ക് സ്റ്റാന്റിലുറപ്പിച്ച് നിശ്ശബ്ദനായി ബസ്സോടിച്ചുകൊണ്ടിരിക്കുകയാണ്. പുറത്തെ ഈ പ്രകൃതിഭംഗി, സഞ്ചാരികൾ തന്റെ

വിവരണമൊന്നുമില്ലാതെ ആസ്വദിച്ചുകൊള്ളട്ടെ എന്നയാൾ കരുതിയിട്ടുണ്ടാവണം. ചിലപ്പോൾ യാത്രയിൽ ഈയൊരവസ്ഥ യാത്രക്കാർക്കു അനുഗ്രഹമായി മാറാറുണ്ട്. ദൃശ്യഭംഗി ആസ്വദിച്ചുകൊണ്ട് ബസ്സിലിരിക്കുമ്പോഴാവും ചിലപ്പോൾ ചില ഗൈഡുകൾ ആ സ്ഥലത്തിന്റെ ചരിത്രവും പുരാണവുമൊക്കെ വിരസമായി വിവരിച്ച്, യാത്രക്കാരുടെ ആസ്വാദനത്തെ തടസ്സപ്പെടുത്തുന്നത്.

ഇപ്പോൾ പാതയോരത്ത് നിറയെ മാന്തോപ്പുകൾ കാണാം. പടർന്ന്, പന്തലിച്ചു നിൽക്കുന്ന അത്ര ഉയരമില്ലാത്ത മാവുകളുടെ തോട്ടം. ഇത്തരം തോട്ടങ്ങൾ കൊല്ലത്തുനിന്ന് ചെങ്കോട്ട വഴി സഞ്ചരിക്കുമ്പോൾ തെങ്കാശിയിലും കണ്ടിട്ടുണ്ട്.

ഇപ്പോൾ, മുമ്പിൽ നീണ്ടു നിവർന്നു കിടക്കുന്ന റോഡിന് അഭിമുഖമായി, കുറേ അകലെ വലിയ ഒരു മല ദൃശ്യമായി. മല കാഴ്ചയിലെത്തിയപ്പോൾ, ഡ്രൈവർ പയ്യൻ മൈക്രോഫോൺ കൈയിലെടുത്ത് ഈ കാണുന്ന മലയിലേക്കാണ് ഞങ്ങളെ കൂട്ടിക്കൊണ്ടു പോകുന്നതെന്നറിയിച്ചു. അത്രമാത്രം പറഞ്ഞിട്ട്, തന്റെ കടമ തീർന്നു എന്ന മട്ടിൽ മൈക്ക് അയാൾ സ്റ്റാന്റിലുറപ്പിച്ചു.

വശങ്ങളിൽ വിശാലമായ കരിമ്പുപാടങ്ങൾ. ആസ്ട്രേലിയയിൽ പഞ്ചസാര ഉത്പാദനത്തിന്റെ ഒരു പ്രധാനകേന്ദ്രമാണ് കെയ്ൻസ്. യാത്രക്കിടയിൽ പുതിയ ചില സെറ്റിൽമെന്റുകളും കാണാനിടവന്നു. ഈ പ്രദേശമൊക്കെ ആധുനിക സൗകര്യങ്ങളോടെ വളർച്ച പ്രാപിച്ചിട്ട്, അധിക കാലമായിട്ടില്ല.

1876–ലാണ് കെയ്ൻസ് നഗരം സ്ഥാപിതമായത്. അതിന്റെ പരിസരത്ത് ഇത്തരം ചെറിയ നഗരങ്ങൾ രൂപപ്പെടാൻ പിന്നെയും എത്രയോ ദശകങ്ങൾ കഴിയേണ്ടി വന്നു. കെയ്ൻസിനോടു ചേർന്നുള്ള ചില മലകളിൽ സ്വർണ്ണ നിക്ഷേപം കണ്ടെത്തിയതോടെയാണ് യൂറോപ്യർ ഈ ഉൾനാടുകളിലേക്ക് കടന്നുവന്നത്.

ക്യൂൻസ് ലാൻഡിന്റെ ഗവർണറായിരുന്ന വില്യം വെല്ലിങ്ടൺ കെയ്ൻസ് ഈ പ്രദേശത്തേയ്ക്ക് ഒരു സംഘം ഖനിത്തൊഴിലാളികളെ അയയ്ക്കുകയുണ്ടായി. 1876–ൽ കെയ്ൻസിന്റെ ആധുനിക ചരിത്രം തുടങ്ങുന്നത് അങ്ങനെ, അവിടെ മുതലാണ്. പിന്നീട് ഇവിടമെല്ലാം കൃഷിയിടങ്ങളായി മാറ്റപ്പെട്ടു. തണുപ്പുള്ള പ്രദേശത്ത് ജീവിക്കുവാൻ ഇഷ്ടപ്പെടുന്ന യൂറോപ്യർ, ആദ്യകാലങ്ങളിൽ ഇവിടെ സ്ഥിരതാമസമാക്കാൻ മടിച്ചിരുന്നു.

ബസ്സോടിക്കൊണ്ടിരിക്കുകയാണ്. ഇരുവശവുമുള്ളത് തികച്ചും ഗ്രാമീണമായ ദൃശ്യങ്ങൾ തന്നെ.

ഇടയ്ക്കൊരിടത്ത് ബസ്സ് നിർത്തി കുറേപ്പേർ അവിടെയിറങ്ങി. ഇവിടെ നിന്നും മലമുകളിലേക്ക് കേബിൾകാർ സർവീസുണ്ട്. അതിൽ പോകേണ്ടവരാകാം അവിടെയിറങ്ങിയത്.

ഞങ്ങളുടെ ബസ്സ് വീണ്ടും പുറപ്പെട്ടു. മുമ്പിലൂടെ വലിയ ഒരു ഓപ്പൺ ട്രക്ക് നീങ്ങുന്നുണ്ട്. ഞാൻ ശ്രദ്ധിച്ചു, അതിനുള്ളിൽ മുഴുവൻ വീട്ടുപകരണങ്ങളാണ്. ഫ്രിഡ്ജും ടിവിയും ഫർണിച്ചറുകളുമെല്ലാം. ഏതോ ഒരു വീട് ഷിഫ്റ്റിങ്ങിന്റെ സാമഗ്രികളാവണം. അവയിൽ എന്നെ ആകർഷിച്ചത്, ട്രക്കിന്റെ ഒരുവശത്ത് പിന്നിലേക്ക് മുഖംതിരിച്ചു ഉറപ്പിച്ചു വച്ച, ചെറിയ ഒരു കാറാണ്. വീടുമാറ്റത്തോടൊപ്പം ഗൃഹനാഥൻ സ്വന്തം ചെറിയ കാറും ഈ ലോറിയിൽ കയറ്റി അയച്ചിട്ട്, തന്റെ വലിയ ഫാമിലി കാറിൽ പിന്തുടരുന്നുണ്ടാവും. ഒരു ഡ്രൈവറെ ഏർപ്പാടു ചെയ്ത്, ആ കുഞ്ഞൻ കാർ കടത്തിക്കൊണ്ടുപോകുന്നതിനേക്കാൾ ലാഭം ഇതു തന്നെയാവാം. ഒന്നും ആലോചിക്കാനില്ലാത്തതുകൊണ്ട് വെറുതെ മനസ്സിൽ കടന്നുവന്ന ഈ കാർ ചിന്തകളെ ബോധപൂർവ്വം ഒഴിവാക്കി, ഞാൻ വീണ്ടും പുറംകാഴ്ചകളിൽ മുഴുകി.

കേരളീയമായ കാഴ്ചകളാണെങ്കിലും എനിക്ക് ഈ സഞ്ചാരം പുതുമയുള്ളതുപോലെ തോന്നി.

മലമ്പാതയിൽ പ്രവേശിക്കുന്നതോടെ റോഡിന്റെ ഇരുഭാഗത്തും വനദൃശ്യങ്ങളുടെ ധാരാളിത്തമായി. മൂന്നാറിലേക്കുള്ള യാത്ര പോലുണ്ട് ഈ ആസ്ട്രേലിയൻ വനസഞ്ചാരം. ഒരുകാലത്ത് ആസ്ട്രേലിയയിലെ അബോറിജിൻ ഗോത്രങ്ങളും വന്യമൃഗങ്ങളും മാത്രം വിഹരിച്ചിരുന്ന മലനിരകൾ. കുടിയേറ്റക്കാരായി വന്ന യൂറോപ്യന്മാർ, ഈ പ്രദേശത്തിനൊന്നാകെ പുതിയ ഭാവവും ശൈലിയും നൽകിയിരിക്കുന്നു.

ബസ്സിപ്പോൾ വലിയൊരു വളവു തിരിഞ്ഞുനീങ്ങി. അല്പംകൂടി മുന്നോട്ടുപോയപ്പോൾ, മലമുകളിലൊരിടത്ത് ഡ്രൈവർ ബസ്സ് നിർത്തി. അവിടെ ഒന്നുരണ്ടു മറ്റ് ടൂറിസ്റ്റു ബസ്സുകൾ പാർക്ക് ചെയ്തിരുന്നു. അവിടെയൊരു പ്രത്യേകരൂപിയായ കെട്ടിടവും കണ്ടു. അധികവും തടി കൊണ്ടു നിർമ്മിച്ച ഒരൊറ്റനിലക്കെട്ടിടം. അതിന്റെ കവാടഭിത്തിയിൽ ത്രികോണാകൃതിയിലുള്ള ഒരു ഭാഗമുണ്ട്. കവാടത്തിനരികിൽ ഒരു വലിയ ബോർഡും ഉറപ്പിച്ചിട്ടുണ്ട്. ബോർഡിൽ Rain Forest Station എന്നെഴുതിയിരുന്നു. Information & Reservations എന്ന് മറ്റൊരു ചെറിയ ബോർഡുമുണ്ടായിരുന്നു.

ഇവിടെ കാര്യമായ എന്തോ കാഴ്ചകളുണ്ടെന്നു തോന്നി. ടൂർ മാനേജർ നിർദ്ദേശിച്ചതനുസരിച്ച്, ഞങ്ങളൊക്കെ അവിടെ ഇറങ്ങി. കയറിച്ചെന്നത് കുറേയേറെ സുവനീർ ഷോപ്പുകൾക്കിടയിലേക്കാണ്. ഏതു ടൂറിസ്റ്റ് സെന്ററിലെയും പ്രധാന കച്ചവടം ഇത്തരം കൗതുകവസ്തുക്കളാണല്ലോ.

ഷോപ്പുകൾക്കുള്ളിലൂടെ നടന്നു ചെന്നെത്തിയത് കമ്പിവല കെട്ടിയ ഒരു മൈതാനത്തിനടുത്തേക്കാണ്. ഞങ്ങൾക്കൊപ്പം, മറ്റു ബസ്സുകളിൽ വന്ന കുറേ വിദേശ ടൂറിസ്റ്റുകളും ഉണ്ട്. കുറേയധികം മംഗോളിയൻ

വംശജരെ ഒരുമിച്ച് കൂട്ടമായി കണ്ടപ്പോൾ, അവരുടെ ടൂർഗൈഡ് സായ്പ്പിനോട് അവർ ഏതു ദേശക്കാരാണെന്ന് ഞാൻ അന്വേഷിച്ചു. നിങ്ങളതറിഞ്ഞിട്ടെന്തു കാര്യമെന്ന മട്ടിൽ മുഖത്തല്പം കൃത്രിമ ഗൗരവം വരുത്തിയിട്ട് പെട്ടെന്നുതന്നെ ചെറിയൊരു പുഞ്ചിരിയോടെ അയാൾ ശബ്ദം താഴ്ത്തി തന്റെ ഗസ്റ്റുകൾ ചൈനയിൽ നിന്നും വന്നവരാണെന്ന് മൊഴിഞ്ഞു. "നിങ്ങളോ...?" എന്ന മട്ടിൽ അയാളെന്നോട് ചോദിച്ചപ്പോൾ, 'ഇന്ത്യ' എന്നുമാത്രം ഞാൻ മറുപടി പറഞ്ഞു. "ഓ... എന്റെ കൂട്ടരുടെ അയൽക്കാർ, അല്ലേ...?" എന്നൊരു വെറും ചോദ്യം ചോദിച്ചിട്ട് അയാൾ, ആ ചൈനക്കാരുടെ സംഘത്തിൽ ചേർന്നുനിന്നു.

കമ്പിവലയിട്ട ഒരു മൈതാനത്തിടുത്തെത്തി നിൽക്കുകയാണ് ഞങ്ങളെല്ലാം. എന്താണിവിടത്തെ കാഴ്ച?

പെട്ടെന്ന് ഒരു യുവാവ് എങ്ങുനിന്നോ പ്രത്യക്ഷപ്പെടുന്നു. സായ്പല്ല, നീഗ്രോയുമല്ല. ആസ്ട്രേലിയയിലെ ആദിമ നിവാസികളുടെ ഒരു പ്രതിനിധി. അവരുടെ പുതുതലമുറയിലെ ഒരംഗം.

ആസ്ട്രേലിയയിലെ അബോറിജിൻ ഗോത്രവർഗ്ഗങ്ങളുടെ പഴയ ഒരു ആയുധവുമായിട്ടായിരുന്നു മൂപ്പരുടെ വരവ്. ബൂമറാങ്ങ്. അതിന്റെ പ്രവർത്തനം അയാൾ ഞങ്ങൾക്ക് വിവരിച്ചുതന്നു. മൂപ്പരുടെ രണ്ടു കൈയിലുമുണ്ട് ഓരോ ബൂമറാങ്ങ്.

മുഖത്തും ദേഹത്തും ചായംപൂശി അരയിൽ ഒരു ചെറുതുണിയും ചുറ്റിയാൽ അബോറിജിനുകളുടെ പരമ്പരാഗത വേഷമായി. വേഷമിതാണെങ്കിലും അയാൾ സുന്ദരനായ ഒരു ചെറുപ്പക്കാരനായിരുന്നു. നല്ല ആരോഗ്യമുള്ളവൻ. ദൃഢമായ മസ്സിലുകളും പേശികളും ചലിപ്പിച്ചുകൊണ്ടാണയാളുടെ നടത്തം. പക്ഷേ, മുഖത്ത് ഒരു സ്ത്രൈണഭാവം. ഒരുപക്ഷേ അതയാളുടെ സ്ഥായിയായ ഭാവമാവാം. മറ്റൊന്നുകൂടി ശ്രദ്ധിക്കപ്പെട്ടു. ഗൗരവഭാവമില്ലെങ്കിലും ആ നാണക്കാരന്റെ മുഖത്ത് ഒരിക്കലും ചിരി വിടരാറില്ലായിരുന്നു.

സ്ഫുടമല്ലെങ്കിലും അത്ര മോശമല്ല അയാളുടെ ഇംഗ്ലീഷിലുള്ള ഉച്ചാരണവും വിവരണവും. ഗോത്രവർഗ്ഗക്കാർ മരം കൊണ്ടു നിർമ്മിക്കുന്ന ചെറിയ ഒരു ആയുധമാണ് ബൂമറാങ്ങ്. ലക്ഷ്യസ്ഥാനത്തു കൊണ്ടില്ലെങ്കിൽ എറിയുന്ന ആളുടെ അടുത്ത് തിരിച്ചെത്തുന്ന ഒരായുധം. പണ്ടെന്നോ ഈ ഗോത്രവർഗ്ഗക്കാർ കണ്ടുപിടിച്ചു വികസിപ്പിച്ചെടുത്ത ഈ ആയുധത്തിന്റെ സാങ്കേതിക വിദ്യയെപ്പറ്റി, ആധുനിക ആയുധഗവേഷണ ശാസ്ത്രജ്ഞന്മാർ അദ്ഭുതത്തോടെ പരാമർശിക്കാറുണ്ട്.

ഈ ആയുധം ഉപയോഗിക്കുമ്പോൾ ശ്രദ്ധിക്കേണ്ട കാര്യങ്ങളൊക്കെ, രണ്ടു കൈയിലെയും ബൂമറാങ്ങുകൾ ഉയർത്തിക്കാട്ടിയും ചലിപ്പിച്ചും എറിഞ്ഞു തിരികെ വരുത്തിയുമൊക്കെ ആ അബോറിജിൻ യുവാവ് കാണിച്ചുകൊണ്ടിരുന്നു. വിദേശീയരായ കാണികൾ ശ്രദ്ധയോടെ,

താത്പര്യത്തോടെ വീക്ഷിക്കുന്നുണ്ട് ഇടയ്ക്കിടെ ആ ചെറിയ മര ആയുധങ്ങൾ. അവയ്ക്ക് ഒരു നാടൻ അരിവാളിന്റെ വളഞ്ഞ ലോഹ ഭാഗത്തെ വലിപ്പം മാത്രമേ ഉണ്ടാവൂ, പരസ്പരം മുട്ടി, ഒരു പ്രത്യേക ശബ്ദം പുറത്തുവരുത്തുന്നുണ്ട്. മരങ്ങൾ തമ്മിൽ മുട്ടിയാണെങ്കിലും അതിൽനിന്നും ഒരു ലോഹമുട്ടൽ ശബ്ദമാണ് കേട്ടത്.

ബൂമറാങ്ങ് പ്രവർത്തന പ്രകടനത്തിന്റെ ത്രില്ലിലാണയാൾ. ഇപ്പോൾ അയാൾ കാണികളിൽ നിന്നും ഏതാനും കുട്ടികളെ മൈതാനത്തിനടുത്തേക്ക് കൂട്ടിക്കൊണ്ടുപോവുകയും അവരുടെ പക്കൽ ഈ ആയുധം നൽകി, എറിയാൻ പഠിപ്പിക്കുകയും ചെയ്തു. കാണികളിലും ഇപ്പോൾ ആവേശം വല്ലാതെ വർദ്ധിപ്പിച്ചിട്ടുണ്ട്. ഒന്നുരണ്ട് സായ്പ്പന്മാർക്കും ബൂമറാങ്ങ് പ്രവർത്തിപ്പിക്കാൻ മോഹം. അവരും മൈതാനത്തേക്കിറങ്ങി ഈ പ്രകടനത്തിൽ പങ്കെടുത്തു. അപ്പോൾ ഞാൻ മനസ്സിലാക്കിയത്, തികച്ചും പ്രാകൃതമായ ഈ ആയുധവും കുന്തവും മാത്രം കൈവശമുണ്ടായിരുന്ന പാവം പഴയ ഗോത്രവർഗ്ഗക്കാരായ ഈ അബോറിജിൻസിനെ മുഴുവൻ, പ്രയോഗിച്ചു കഴിഞ്ഞാൽ തിരിച്ചുവരാതെ നാശം മാത്രം വിതയ്ക്കുന്ന ആധുനിക ആയുധമായ യന്ത്രത്തോക്കുകളാൽ കീഴ്പ്പെടുത്തി, കൊന്നൊടുക്കിയ ബ്രിട്ടീഷ് പ്രജകളുടെ പുതിയ തലമുറയിൽ പെട്ടവരാകുമോ, ഇപ്പോൾ കളത്തിലിറങ്ങി, ബൂമറാങ്ങ് പയറ്റുവാൻ പഠിക്കുന്നതെന്നാണ്.

ലക്ഷ്യസ്ഥാനത്തു കൊണ്ടില്ലെങ്കിൽ പ്രയോഗിക്കുന്ന ആളുടെയടുത്തു തന്നെ തിരിച്ചെത്തുന്ന ഈ ആയുധം അത്ര മാരകപ്രഹരശേഷി ഏല്പിക്കുന്ന ഒന്നല്ല.

ഒരു പക്ഷിക്കൂട്ടം പറന്നുപോകുമ്പോൾ ഈ ആയുധം ഒരുമിച്ചു പ്രയോഗിക്കുന്നത് എങ്ങനെയെന്നും യുവാവ് വിവരിച്ചുതന്നു. ഇപ്പോഴയാളുടെ പക്കൽ രണ്ടു കൈയിലുമായി ആറ് ബൂമറാങ്ങുകളുണ്ട്. ആവശ്യമുള്ള സന്ദർഭങ്ങളിൽ ഒന്നിലധികം ബൂമറാങ്ങുകളാണ് ഒരുമിച്ച് പ്രവർത്തിപ്പിക്കുക. അതായത് ഒന്നൊന്നായി വീശിയെറിയുക. പക്ഷികളിൽ ചിലതിനെയെങ്കിലും ഇവയിൽ ചിലത് വീഴ്ത്തും. ബാക്കിയുള്ളവ ലക്ഷ്യം കാണാതെ ഉടമയുടെ മുമ്പിൽതന്നെ വന്നുവീഴും. അവിടെ വീണുകിടക്കുന്ന ആയുധങ്ങളും എടുത്തു മടങ്ങാം.

കുറെനേരം കണ്ടുനിന്നപ്പോൾ എനിക്കും ഉണ്ടായി അതെറിഞ്ഞു പരീക്ഷിക്കാനൊരു മോഹം. ഒന്നൊന്നായി നാലെണ്ണമാണ് ആ ഗോത്രവർഗ്ഗ യുവാവ് എറിയാൻ എന്നെ ഏല്പിച്ചത്. പണ്ട് സ്കൂളിൽ പോകുന്ന കാലത്ത്, വഴിവക്കിൽ കാണുന്ന മാവുകളിൽ കല്ലെറിഞ്ഞ് ഉന്നം തെറ്റാതെ മാങ്ങ വീഴ്ത്തുകയും ഒപ്പം അയൽക്കാരുടെ ശകാരം കേൾക്കുകയും ചെയ്യുന്നതു പതിവാക്കിയ ഒരു അനുഭവം മാത്രം കൈമുതലായുണ്ടായിരുന്ന ഞാൻ, ഇവിടെ വളരെ ഭംഗിയായി എറിയാൻ ശ്രമിച്ചിട്ടും നാലിൽ ഒരെണ്ണം മാത്രമേ തിരികെ വന്നുള്ളൂ. എന്റെ പ്രകടനം

കണ്ട് കാണികൾ എല്ലാവരും തെല്ലൊരു ഹാസ്യഭാവത്തിൽ ആർത്തു ചിരിച്ചപ്പോൾ, ഒരു ഇളിഭ്യതയോടെ മടങ്ങിവന്ന് ഞാൻ ഞങ്ങളുടെ സംഘത്തിൽ ലയിച്ചു.

ഇപ്പോഴാ യുവാവ് കുറെക്കൂടി ഞങ്ങൾക്കരികിലേക്കു നീങ്ങിനിന്നു. ഞാൻ ശ്രദ്ധിച്ചു. നാട്ടിലെ ഒരു പരിഷ്കൃത യുവാവിനെപ്പോലെ അയാൾ തന്റെ ഇടതുകാത് കുത്തി ഒരു കറുത്ത കമ്മൽ ധരിച്ചിട്ടുണ്ട്. ഒരുപക്ഷേ, തന്റെ പ്രകടനസമയമൊക്കെ കഴിഞ്ഞാൽ, ജീൻസും ടീഷർട്ടും ആവാം അയാളുടെ വേഷമെന്നും പറയാനാവില്ല. ആധുനിക പരിഷ്കാരങ്ങൾ പോയിട്ട്, പ്രാഥമിക സൗകര്യങ്ങൾ പോലും കടന്നെത്താതെ ഇപ്പോഴും ഇരുളിൽ തന്നെ മുങ്ങിനിൽക്കുന്ന സമൂഹം, നമ്മുടെ രാജ്യത്തെ ആദിവാസികളിൽ മാത്രമേ ഉണ്ടാവൂ എന്നു തോന്നുന്നു. ഒരു കാലത്ത് ഇയാളുടെ മുൻതലമുറകളുടെ സ്വന്തമായിരുന്നു ആസ്ട്രേലിയ. കുടിയേറി എത്തിയ യൂറോപ്യൻ അതിഭീകരമാം വിധം അബോറിജിൻ വിഭാഗങ്ങളെ കൊന്നൊടുക്കുകയായിരുന്നു.

ആസ്ട്രേലിയയിലെ അബോറിജിൻ ഗോത്രവർഗ്ഗക്കാരുടെ കഥ അല്പംകൂടി ബാക്കിയുണ്ട്. ഇപ്പോൾ ആസ്ട്രേലിയൻ ജനസംഖ്യയുടെ വെറും രണ്ടു ശതമാനം മാത്രമേ ഈ ഗോത്രവിഭാഗ ജനമുള്ളൂ. എത്ര ഭീകരമായ വംശനാശത്തിനാണ് ഈ പാവം ജനത വിധേയമായിപ്പോയത്.

യുവാവ് മൈതാനത്ത് നിന്നും മെല്ലെ പുറത്തുവന്ന്, അടുത്തുള്ള ഒരു നടപ്പാതയിലൂടെ ഞങ്ങളെ മറ്റൊരു ഭാഗത്തേക്ക് നയിച്ചു. ഇവിടെ കുറെ മരക്കുഴലുകൾ ചാരിവച്ചിരിക്കുന്നു. അവയിൽ ഏതാനും എണ്ണം എടുത്ത് മാറ്റിയിട്ട്, ഒരെണ്ണം മാത്രം അയാൾ തെരഞ്ഞെടുത്തു. പിന്നെ അതിന്റെ ഉപയോഗത്തെക്കുറിച്ചുള്ള വിവരണമായി.

അബോറിജിൻ വർഗ്ഗക്കാരുടെ ഏറ്റവും പ്രധാനപ്പെട്ട ഒരു സംഗീത ഉപകരണമാണ് ഇത്. കാഴ്ചയിൽ വളരെ പ്രാകൃതമെന്നു തോന്നുന്ന ഒരു മരക്കുഴൽ. പക്ഷേ, അതിന്റെ പ്രവർത്തനം കണ്ടപ്പോൾ അദ്ഭുതം തോന്നി. പെയിന്റും ഏതോ ഭസ്മവും കൊണ്ടുള്ള മുഖമെഴുത്തും തെല്ലൊരു സ്ത്രൈണ ഭാവവുമെല്ലാമായി യുവാവ്, സംഗീത ഉപകരണത്തിന്റെ നിർമ്മാണം മുതൽ എല്ലാം വിവരിച്ചുതുടങ്ങി.

പല വലിപ്പത്തിലുള്ള പൊള്ളയായ മരക്കുഴലുകളാണ് ഇവ. ഫുക്കായ എന്നാണ് ഈ സംഗീതക്കുഴലിനുള്ള പൊതുപേര്. ഇതിന്റെ വ്യാസം കുറഞ്ഞ ഒരറ്റം വായിലമർത്തി, അയാൾ വിവിധ ശബ്ദങ്ങൾ പുറപ്പെടുവിച്ചു തുടങ്ങി. മൃഗങ്ങളുടെയും പക്ഷികളുടെയും പ്രകൃതിയുടെയും കാറ്റിന്റെയുമൊക്കെ ശബ്ദം അയാൾ ആ കുഴൽ വാദ്യത്തിലൂടെ സൃഷ്ടിച്ചു കാട്ടിത്തന്നു. മഴ പെയ്യുന്ന ശബ്ദം മുതൽ, ഇടിവെട്ടുന്ന ശബ്ദവും കൊടുങ്കാറ്റൊച്ച വരെ ആ കുഴലിലൂടെ ഒഴുകിവന്നതു ഞങ്ങളിൽ കൗതുകമുണർത്തി. പിന്നീട് കുഴലിന്റെ സഹായമില്ലാതെ ചുണ്ടുകൊണ്ടും ചില

ശബ്ദവിന്യാസങ്ങൾ നടത്തി. അപ്പോഴെനിക്കു തോന്നിയത് നമ്മുടെ നാട്ടിലെ മിമിക്രി കലാകാരന്മാരുടെയൊക്കെ ഗുരുനാഥ സ്ഥാനം, ശബ്ദ നിയന്ത്രണ ക്രമീകരണത്തിൽ വിദഗ്ധരായ ഇവർക്കു കൊടുക്കണ മെന്നായിരുന്നു.

ഇടയ്ക്കൊരിക്കൽ കുഴൽ ചുണ്ടിൽച്ചേർത്തു വച്ച് അയാൾ പുറപ്പെടു വിച്ച ശബ്ദം ഒരു നായയുടെ കുരയായിരുന്നു. ശരിക്കും ആ ശബ്ദം എന്റെ വീട്ടിലെ വളർത്തുനായയായ ജർമ്മൻ ഷെപ്പേർഡിന്റെ കുരയു ടേതുപോലെ തന്നെ തോന്നി. പൂച്ചയുടെ കരച്ചിൽ ശബ്ദവും കുഴലി ലൂടെ അയാൾ വാദ്യം ചെയ്തു.

അതു കഴിഞ്ഞാണ് ആധുനിക യുഗത്തിലെ യന്ത്രഭാഗങ്ങളുടെയും വാഹനങ്ങളുടെയും ശബ്ദാനുകരണം. വിമാനത്തിന്റെ ഇരമ്പൽ ശബ്ദവും കപ്പലിലെ സൈറൺ മുഴക്കവും തീവണ്ടിയുടെയും കാറിന്റെയും ബസ്സിന്റെയും ബൈക്കിന്റെയുമൊക്കെ ശബ്ദങ്ങളും ആ കുഴലിലൂടെ പുറത്തു വന്നത്, ശരിക്കും വിസ്മയിപ്പിച്ചു.

അവസാനമായി കാട്ടിനുള്ളിലെ ഘോരമൃഗങ്ങളുടെ ശബ്ദവും ആ ചെറുപ്പക്കാരൻ അനുകരിച്ചു. സിംഹവും പുലിയും കരടിയും ആനയും ഒപ്പം അണ്ണാനുമൊക്കെ ആ കുഴലിലൂടെ പുറത്തുവന്നു. കങ്കാരു ഇര തേടുന്നത് ശബ്ദത്തിലൂടെ മാത്രമല്ല രൂപത്തിലെ ആവിഷ്കരണത്തി ലൂടെയും കാണിച്ചുതന്നു.

ആസ്ട്രേലിയൻ അബോറിജിൻ വർഗ്ഗങ്ങളുടെ കലാരൂപങ്ങളിൽ അധികവും മൃഗങ്ങളെ അനുകരിക്കുന്ന തരത്തിലുള്ളവയാണ്. ആദിമ കാലത്ത് മൃഗങ്ങളെ ഭയപ്പെടുത്തികയറ്റാനും ഗോത്രനിവാസികൾക്ക് അപകടസൂചന നൽകുവാനും യുദ്ധവേളയിൽ കാഹളം മുഴക്കുന്നതിനു മൊക്കെയാണ് ഈ കുഴൽ ഉപയോഗിച്ചിരുന്നത്.

ആ അബോറിജിൻ യുവാവ് ഞങ്ങളെ മറ്റൊരു മൈതാനത്തേക്ക് നയിച്ചു. ഈ ഗോത്രങ്ങളുടെ ആയുധമായ കുന്തം ഉപയോഗിക്കുന്ന തെങ്ങനെയെന്നുള്ളതിന്റെ പ്രദർശനമായിരുന്നു അടുത്ത ഇനം. വണ്ണം കുറഞ്ഞ, അറ്റം കൂർപ്പിച്ച വാരിക്കുന്തങ്ങൾ. ഈ കുന്തത്തിന് ഇവർ വിളിക്കുന്ന പേര് മിലായ് എന്നാണ്. ഈ കുന്തത്തിന് വേഗവും ശക്തിയും ആർജ്ജിക്കുന്നതിന് കോക്ക എന്ന പേരുള്ള ചെറിയ ഒരുപകരണം കൂടിയുണ്ട്.

കുന്തത്തിന്റെ പിൻഭാഗം കോക്കയുടെ പിന്നിൽ ബന്ധിപ്പിച്ചിരിക്കുന്ന ഇലാസ്തികതയുള്ള തുകൽ കഷണത്തിൽ കുരുക്കിയ ശേഷമാണ് ലക്ഷ്യത്തിലേക്ക് എറിയുന്നത്. കോക്കയുടെ പ്രവർത്തനം കുന്തത്തിന്റെ വേഗത വർദ്ധിപ്പിക്കുന്നതോടൊപ്പം ലക്ഷ്യം പിഴയ്ക്കാതിരിക്കാനും സഹായിക്കുന്നു. വേട്ടയാടാനും യുദ്ധം ചെറുക്കുന്നതിനും മീൻ പിടി ക്കാനും ശത്രുക്കളെ നേരിടാനും കുറ്റവാളികളെ ശിക്ഷിക്കുന്നതിനുമെല്ലാം അവർ പരമ്പരാഗതമായി ഈ ആയുധം ഉപയോഗിച്ചുവരുന്നു.

മൈതാനത്തിന് അല്പം ദൂരം തലവെട്ടിക്കളഞ്ഞ മൂന്നു വാഴകൾ കുഴിച്ചിട്ടിട്ടുണ്ടായിരുന്നു. അവയുടെ മുകൾത്തലപ്പിൽ ഓരോ കുമ്പളങ്ങയും കുത്തിനിർത്തിയിട്ടുണ്ട്. ഒന്ന്, രണ്ട്, മൂന്ന് എന്നു പറഞ്ഞ് അയാൾ ആദ്യം മൂന്നു കുന്തങ്ങൾ വാഴ നിന്ന ഭാഗത്തേക്കു എയ്തുവിട്ടു. അവയോരോന്നും ഓരോ വാഴയിൽ പോയി തറച്ചുനിന്നു. അടുത്ത പ്രകടനം, കുമ്പളങ്ങയ്ക്കെതിരിലാണ്. ഇവയിൽ ഏതു കുമ്പളങ്ങ ലക്ഷ്യമാക്കണമെന്ന് അയാൾ കാണികളോടു ചോദിച്ചു. ഒരു മിടുക്കൻ പയ്യൻ കൈചൂണ്ടി. That middle one മദ്ധ്യഭാഗത്തേത് - എന്നു പറഞ്ഞ നിമിഷം, കുന്തം പാഞ്ഞുപോയി, ആ കുമ്പളങ്ങ തെറിപ്പിച്ചു കളഞ്ഞിരുന്നു. നല്ല ഉന്നം.

അയാളുടെ പ്രകടനമൊക്കെ ഇതോടെ തീർന്നു കഴിഞ്ഞിരുന്നു. ടൂർ മാനേജർക്കു പിന്നാലെ ഞങ്ങൾ തിരികെ നടന്നു. സുവനീർ ഷോപ്പുകൾക്കിടയിലൂടെ, റെയിൻ ഫോറസ്റ്റ് സ്റ്റേഷന്റെ മറ്റൊരു ഭാഗത്തേക്കാണ് ഇനി പോകുന്നത്. കാട്ടിലേക്കുള്ള മറ്റൊരു യാത്രയാണിനിയുള്ളത്. ആ യാത്രാവിശേഷം അതീവ രസകരവും താത്പര്യജനകവുമാണ്. ഇവിടെ, കാട്ടിലൂടെയും കാട്ടിനുള്ളിലെ തടാകങ്ങളിലൂടെയും ഒരുപോലെ സഞ്ചരിക്കുന്ന, ഭൂമുഖത്ത് മറ്റെങ്ങുമില്ലാത്ത തരം ഒരു വാഹനത്തിലാണ് സഞ്ചാരം.

ആർമി ഡക്ക് - ഒരു വിചിത്ര വാഹനം

ആസ്ട്രേലിയയിലെ ഏറ്റവും വലിയ നഗരമായ സിഡ്നിയിൽ നിന്നും കെയ്ൻസ് എന്ന അടുത്ത ഒരു ചെറിയ പട്ടണത്തിൽ വിമാനമിറങ്ങി, അവിടെ നിന്നും കുന്നും മലകളും കൊണ്ട് സമ്പന്നമായ കുറാന്റ എന്ന സ്ഥലത്താണ് ഞങ്ങളിപ്പോൾ എത്തി നിൽക്കുന്നത്.

മരക്കൂട്ടങ്ങൾക്കിടയിലൂടെയുള്ള ഒരു വനയാത്രയ്ക്ക് ഒരുമ്പെടുകയാണ് ഞങ്ങൾ. വളരെ വിചിത്രരൂപിയായ, കാട്ടിലും കരയിലും തടാകത്തിലും ഒരുപോലെ സഞ്ചരിക്കുന്ന ഒരു വാഹനത്തിലാണ് ഈ വനയാത്ര. 'ആർമി ഡക്ക് ടൂർ' എന്നാണീ വാഹന സഞ്ചാര പരിപാടി അറിയപ്പെടുന്നത്. പ്രത്യേകതരത്തിലുള്ള, തികച്ചും പ്രാകൃതരൂപവും ഭാവവുമുള്ള ഒരു പരുക്കൻ വാഹനം. ഒരു ലോകയാത്രയിലും ഇത്തരമൊരു ശകടം ഞാൻ കണ്ടിട്ടേയില്ല. തീർച്ചയായും രൂപവർണ്ണന നടത്തി ഈ വാഹനത്തെപ്പറ്റി വായനക്കാർക്ക് ഒരിക്കലും പൂർണ്ണമായും വിശദീകരിച്ചു തരാനുമാവില്ല. കണ്ടുതന്നെ അറിയണം, മനസ്സിലാക്കണം. ചില വിഷയങ്ങൾക്ക് ഇങ്ങനെയൊരു പരിമിതി വരമൊഴിയിലൂടെ അവതരിപ്പിക്കുമ്പോൾ ഉണ്ടാവാറുണ്ട്.

ഉദാഹരണത്തിന്, അല്പം അതിശയോക്തി കലർത്തി, രണ്ടായിരം പേർക്ക് സഞ്ചരിക്കാവുന്ന ഒരു വിമാനം കണ്ടു എന്നു പറഞ്ഞാൽ, അങ്ങനെയൊന്ന് ഇന്നേവരെ ഭൂമുഖത്തുണ്ടായിരുന്നില്ലെങ്കിൽപോലും വായനക്കാരുടെ മനസ്സിൽ കൂറ്റനൊരു ഫ്ളൈറ്റിന്റെ രൂപം പുനർജനിച്ചെന്നു വരാം. കാരണം, നാമൊക്കെ വിമാനം നേരിൽ കണ്ടിട്ടുണ്ട് എന്നതു തന്നെ. ഇവിടെ ഞാൻ കണ്ട ഈ വാഹനത്തെപ്പറ്റി എത്ര വിശദീകരിച്ചാലും പൂർണ്ണത ലഭിക്കുമോ എന്ന് സംശയമുണ്ട്. കാരണം നിങ്ങളിലാരും ഇത്തരമൊരു കര, ജല വാഹനം നേരിൽ കണ്ടിട്ടുണ്ടാവില്ല. എങ്കിലും ചെറിയൊരു ശ്രമം നടത്തി നോക്കട്ടെ.

ആദ്യം ഞാൻ വാഹനത്തിന്റെ സാരഥിയും വഴികാട്ടിയുമായ സായ്പ്പിനെപ്പറ്റി പറയാം. ഹോളിവുഡ് ചിത്രങ്ങളിൽ പ്രത്യക്ഷപ്പെടാറുള്ള ഒരു കൗബോയ്യെ അനുസ്മരിപ്പിക്കുന്ന രൂപവും വേഷവും. കൗബോയ്

തൊപ്പി. പട്ടാളക്കാരുടെ മാതിരി പിച്ചള ബട്ടണുകളുറപ്പിച്ച സൈനിക വേഷ നിറമുള്ള ഒരു ലൂസ് യൂണിഫോം. വേഷം കൗബോയ്കളുടേ താണെങ്കിലും നമ്മുടെ സങ്കല്പത്തിലെ കൗബോയിയുടെ ഇരട്ടി വണ്ണ മുണ്ട്. എന്തു സംസാരിക്കുമ്പോഴും അസാധാരണമായ ഒരു കഴുത്തു വെട്ടിക്കലുണ്ടായിരുന്നു മൂപ്പർക്ക്. അത് ഏതോ ഞരമ്പു രോഗത്തിന്റെ ഫലമാകാം. പക്ഷേ, ആൾ സുമുഖൻ, അരോഗദൃഢഗാത്രൻ. വളരെ ആക്ടീവായ ഒരു വെള്ളക്കാരൻ സായ്പ്പ്.

പ്രത്യേക തരത്തിലുള്ള ആ പരുക്കൻ വാഹനത്തെ ആർമി ഡക്ക് എന്നു നമുക്കു വിളിക്കാം. ഇത്തരം ധാരാളം വാഹനങ്ങൾ റെയിൻ ഫോറസ്റ്റ് സ്റ്റേഷനിൽ കണ്ടു. അവയിൽ ചിലത് സഞ്ചാരികളുമായി നീങ്ങുന്നു. പരുക്കൻ സ്വഭാവമായതിനാൽ സ്റ്റാർട്ടാവാനും നീങ്ങാനു മൊക്കെ അല്പമൊരു മടിയും ചെറിയൊരു താമസവുമുണ്ട്. ഈ വിചിത്ര വാഹനത്തിന് ഒരു പ്രത്യേകതയുള്ളത്, ഇത് കരയിലും കാട്ടിലും വെള്ള ത്തിലും ഒരുപോലെ സഞ്ചരിക്കുമെന്നതാണ്.

ഞാൻ കയറിയ ആർമി ഡക്കും പുറപ്പെട്ട് കഴിഞ്ഞു. ഒരു യുദ്ധ ടാങ്കിനെ പോലെ ഏതു ദുർഘട വഴിയിലൂടെയും ഇതു കയറിപ്പോകും. മുൻലോക മഹായുദ്ധകാലത്ത് അമേരിക്ക പുറത്തിറക്കി യുദ്ധത്തിൽ പങ്കെടുപ്പിച്ച, പഴയ ആർമി ടാങ്കുകളെ അനുസ്മരിപ്പിക്കും ഇത്.

വണ്ടി മുരണ്ടു മുരണ്ടു നീങ്ങിത്തുടങ്ങി. ഏതായാലും കാടിനുള്ളി ലൂടെ സഞ്ചരിക്കാൻ കഴിയുന്ന വാഹനം തന്നെ ഇത്. പണ്ട്, രണ്ടാം ലോകമഹായുദ്ധക്കാലത്ത്, കരയിലും കടലിലും സഞ്ചരിക്കുന്നതിനായി അമേരിക്കൻ പട്ടാളക്കാർ ഇത്തരം വാഹനം ഉപയോഗിച്ചിരുന്നു. ആർമി ഡെക്ക് എന്ന യുദ്ധപ്പേര് ഇതിന് ലഭിച്ചതുതന്നെ ഈ കാരണത്താലാ ണത്രെ.

ഒരു കൈയിൽ സ്റ്റിയറിങ്ങും മറ്റേ കൈയിൽ മൈക്കും പിടിച്ച് ഈ പ്രാകൃത വണ്ടി ഓടിക്കലും രംഗവിവരണം നൽകലും ഒരുപോലെ ചെയ്യു ന്നുണ്ട് വാഹന സാരഥി. കാടിന്റെ നിശ്ശബ്ദതയെ ഭഞ്ജിക്കുന്നതിൽ, വണ്ടിയുടെ മുരൾച്ചാ ശബ്ദം, നല്ലൊരു പങ്കു വഹിക്കുന്നതിനാൽ, ഡ്രൈവറുടെ വിവരണത്തിന്റെ സാന്ദ്രത കുറവായേ തോന്നിയുള്ളൂ.

യാത്രയ്ക്കിടയിൽ കാട്ടിൽ ചിലയിടത്ത് ഏതെങ്കിലും മരച്ചുവട്ടിൽ ഡ്രൈവർ ഡക്ക് കൊണ്ടു ചെന്നു നിർത്തും. അപ്പോൾ, വാഹന ശബ്ദ ശല്യം നിലയ്ക്കുന്നതിനാൽ, കാതുകൾക്ക് വല്ലാത്തൊരു സുഖം കൈ വരികയും ചെയ്യും.

വണ്ടി നിർത്തിയിട്ട മരച്ചുവട്ടിൽ നിന്നും താഴ്ന്നു തൂങ്ങിക്കിടക്കുന്ന ചില ചില്ലകളെയും ഇലപ്പടർപ്പിനെയും കൈകൊണ്ട് തഴുകി, വലിയൊരു സംഭവംപോലെ യാത്രക്കാർക്കായി അയാൾ അവയെപ്പറ്റി വിവരണം നൽകും. കേവലം ഒരു വള്ളിച്ചൂരൽ കണ്ടാലും പൊടിപ്പും തൊങ്ങലും വച്ചുള്ള അയാളുടെ വിവരണത്തിന് അത് വിഷയമാവും. ആ ചൂരൽ

വള്ളിച്ചെടി താൻ ഇപ്പോൾ കണ്ടുപിടിച്ചതേയുള്ളൂവെന്ന മട്ടും ഭാവവും അയാളുടെ ശരീരഭാഷയിൽ പ്രകടമാവും.

വള്ളിച്ചൂരൽ ശരീരത്തിലുരസിയാൽ മുറിവുണ്ടാകുന്നതിനെപ്പറ്റി ചില ടെലിബ്രാന്റ് ഉത്പന്നങ്ങളുടെ പരസ്യത്തിലെന്നപോലെയാണ് അയാൾ വിവരിക്കുന്നത്. അപ്പോഴുള്ള ആ മനുഷ്യന്റെ ശരീരചലനങ്ങൾ കൗതുകത്തോടെ മാത്രം നോക്കിക്കണ്ടു കൊണ്ടിരുന്നു. എന്നാൽ യാത്രക്കാരായ സായ്പ്പന്മാർക്ക് ഈ വിവരങ്ങളൊക്കെ വലിയ അദ്ഭുതമാണ്. സ്കൂളിൽ പഠിക്കുന്ന കാലത്ത്, ഞങ്ങൾക്കൊരു കണക്കദ്ധ്യാപകനുണ്ടായിരുന്നു, ഈ വാഹനംപോലെ പരുക്കൻ സ്വഭാവമുള്ള നീലകണ്ഠപ്പിള്ള മാഷ്. സ്വഭാവമഹിമകൊണ്ട് കുട്ടികൾ അദ്ദേഹത്തിന് മഹത്തായ ഒരു പേരും ചാർത്തിക്കൊടുത്തിരുന്നു, ഹിറ്റ്ലർ മാഷ് എന്ന്. ഈ പേരിന്റെ യഥാർത്ഥ ഉപജ്ഞാതാവ് ഈയുള്ളവനാണെന്ന സത്യം കേട്ടറിഞ്ഞ മാഷ്, ഒരിക്കൽ എന്നെ, ക്ലാസ്സ് മുറിയിൽ തന്റെ അരികിലേക്ക് വിളിച്ചു നിർത്തി കൈവെള്ളയിൽ, തന്റെ നിതാന്ത സഹചാരിയായിരുന്ന, തെല്ലൊന്നു വളഞ്ഞ വടികൊണ്ട് നൽകിയ ചൂരൽക്കഷായത്തിന്റെ വേദനാസൗരഭ്യം ഞാനിന്നും മറന്നിട്ടില്ല എന്നതു കൊണ്ട്, വാഹന സാരഥിയായ സായ്പ്പിന്റെ വള്ളിച്ചൂരൽ വിവരണം എന്നിൽ പ്രതികരണമോ കൗതുകമോ ഉണർത്തിയില്ല.

ഒരു സ്വകാര്യം കൂടി പറയട്ടെ, ഞാൻ പഠിച്ചിരുന്ന കാലത്ത്, സ്കൂളിലെ സകല മാഷ്മാർക്കും ഞങ്ങൾ ഇരട്ടപ്പേരുകൾ സമ്മാനിച്ചിരുന്നു. ഇപ്പോഴത്തെ തലമുറയിൽ അതുണ്ടാവാൻ വഴിയില്ല എന്നു തോന്നുന്നു. കാരണമുണ്ട്. പിടിപ്പതിലേറെ പഠിക്കാനും എഴുതാനും ഏറെ സമയം വേണ്ടി വരുന്ന പുതിയ തലമുറയിലെ വിദ്യാർത്ഥികൾക്ക് മാഷ്മാർക്ക് പേരിടാനെവിടെ സമയം? രണ്ടോ മൂന്നോ നോട്ട്ബുക്കും, ഒന്ന് രണ്ട് ടെസ്റ്റു ബുക്കുകളുമായാണ് സ്കൂൾ ബാഗുപോലുമില്ലാതെ SSLC വരെ, ഞാനുൾപ്പെടുന്ന പഴയ തലമുറ പോയിരുന്നതെങ്കിൽ, ഇന്നത്തെ കുട്ടികളുടെ സ്ഥിതിയോ? ഏഴിൽ പഠിക്കുന്ന എന്റെ കൊച്ചു മകൻ ഫർദ്ദീന്റെ പുസ്തക സഞ്ചി ഒരിക്കൽ അവന്റെ ചുമലിൽ നിന്നും ഊരി ഞാനൊന്നുയർത്തി നോക്കിയപ്പോൾ, നട്ടെല്ലിനു പെരുപ്പും നടുവിന് ഉളുക്കുമുണ്ടായി. ചുരുങ്ങിയത്, തടിച്ചു വീർത്ത ഒരു ചാക്കുപോലെ തോന്നിച്ച ആ പുസ്തകബാഗിന് പത്തു കിലോയിൽ കുറയാത്ത ഭാരമുണ്ടെന്നു തോന്നി.

ഇനി നമ്മുടെ പഴഞ്ചൻ ആർമി ഡക്കിലേക്കും ആ സായ്പ്പ് സാരഥിലേക്കും മടങ്ങിപ്പോകാം. ചൂരലിന്റെ ഉറപ്പും ഗുണവുമൊക്കെ എത്ര വിശദമാക്കിയിട്ടും ഗൈഡിന്റെ കൂടി ചുമതലയുള്ള ഡ്രൈവർക്ക് മതിയാവുന്നില്ല. ചൂരൽച്ചൂട് ധാരാളം കിട്ടിയ അനുഭവ സമ്പത്തുള്ള ഞാൻ വീണ്ടും നിർവികാരഭാവത്തിൽ, ആ സായ്പിന്റെ വിവരണങ്ങളിൽ വലിയ

താല്പര്യം കാണിക്കാതെ വണ്ടിയിലെ ആ പരുക്കൻ പലക ഷീറ്റിൽ ഉറച്ചിരുന്നു.

ചൂരലിനെ കൈവിട്ട് വാഹനം നീങ്ങിത്തുടങ്ങി. വീണ്ടും വനയാത്ര.

ലോക പൈതൃക ലിസ്റ്റിൽ ഉൾപ്പെടുത്തിയിട്ടുള്ള വനമേഖലയാണിത്. 1200 സ്ക്വയർ കി.മീറ്റർ വിസ്തൃതിയുള്ള മഴക്കാടുകളുടെ ഭാഗവും. ഒരിടത്ത് വലിയൊരു പന്നൽച്ചെടി കുട നിവർത്തി നിൽക്കുന്നതു കണ്ടു. മനോഹരമായ ഒരു കാഴ്ച. അതിനു ചുവട്ടിൽ സാരഥി വണ്ടി നിർത്തി. ഇവിടെയൊരു കാഴ്ചയുണ്ട്. കങ്കാരു. ദിവസവും നിരവധി ആർമി ഡക്കുകൾ കടന്നു പോകുന്നതു കാണുന്നതിലാവാം കങ്കാരുവിന് തെല്ലും അപരിചിത ഭാവമോ ഭയപ്പാടോ ഇല്ല. ഒരു നിർവ്വികാരതയോടെ കഴുത്ത് ചലിപ്പിച്ച് അത് ചുറ്റുപാടും നോക്കിക്കൊണ്ട് ഒരു മരച്ചോട്ടിലിരിക്കുന്നു. പക്ഷേ, ഇവിടെ നമുക്കു കൗതുകം പകരുന്ന കാഴ്ച മറ്റൊന്നാണ്. അമ്മയുടെ ഉദരത്തിലെ സഞ്ചിയിൽ നിന്ന് തല പുറത്തേക്കിട്ട് അപരിചിതനെ വീക്ഷിക്കുന്ന കങ്കാരുക്കുഞ്ഞ്. പെട്ടെന്നു കണ്ടാൽ, ആ കുഞ്ഞു തലയും കങ്കാരു എന്ന ജന്തുവിന്റെ തന്നെ മറ്റൊരു ശരീരഭാഗമായേ തോന്നുകയുള്ളൂ. പൂർണ്ണ വളർച്ച എത്തിക്കഴിഞ്ഞെന്നു തോന്നുമെങ്കിലും മാതൃവാത്സല്യച്ചൂടിൽ സസുഖം വാഴുകയാണ് ചങ്ങാതി. ആ കങ്കാരു ശിശുവിന്റെ തിളങ്ങുന്ന കണ്ണുകളുടെ ചലനം മാത്രം നമുക്കു വ്യക്തമായി കാണാം.

29 മുതൽ 38 ദിവസം വരെയാണ് ഈ സഞ്ചിമൃഗത്തിന്റെ ഗർഭകാലം. പിറന്നു വീഴുന്ന പൂർണ്ണ വളർച്ചയില്ലാത്ത കുഞ്ഞ് 10 മാസം ഈ സഞ്ചിക്കുള്ളിലാണ് കഴിഞ്ഞു കൂടുന്നത്. സഞ്ചിക്കകത്ത് നാലു മുലകളുണ്ട്. അതും കുടിച്ച്, പൂർണ്ണ വളർച്ച നേടുംവരെ കുഞ്ഞ്, അമ്മയുടെ നേർത്ത ചൂടും പറ്റിക്കിടക്കും. സുരക്ഷിതവും സുഖകരവുമായ വാസം.

കങ്കാരുവിന്റെ അടുത്തു നിന്നും യാത്ര തുടർന്നു. വാഹനം നീങ്ങുമ്പോൾ, മേലാപ്പില്ലാത്തതിനാൽ, മുകളിൽ പടർന്നു നിൽക്കുന്ന വൃക്ഷപ്പടർപ്പുകൾക്കിടയിലൂടെ സൂര്യപ്രകാശത്തിന്റെ തുണ്ടുകൾ, ഓരോ യാത്രക്കാരന്റെയും മേൽ പതിക്കുന്നത് കാണാൻ കൗതുകമുണ്ട്.

ഡക്കിൽ, സ്വിറ്റ്സർലന്റിൽ നിന്നുള്ള ഒരു കുടുംബവുമായി പരിചയപ്പെട്ടു. അച്ഛനും അമ്മയും മൂന്നു മക്കളും. രണ്ടു പെൺമക്കളും ഏറ്റവും ഇളയ ചുണക്കുട്ടനുമാണ് മക്കൾ സംഘത്തിൽ. നല്ല അയൽക്കാരെ പോലെ പെരുമാറി അവർ.

ഡ്രൈവർ, പോകുംവഴി കാണുന്ന മരങ്ങളെയും ചെടികളെയുമൊക്കെപ്പറ്റി തലയുയർത്തി പിടിച്ച്, വിശദമായി വിവരിച്ചിരുന്നു. എന്നെ സംബന്ധിച്ചിടത്തോളം ആ ചെടികളും മരങ്ങളുമൊന്നും അപരിചിതമുള്ളവയല്ല. നാട്ടിലെ സാധാരണ വൃക്ഷങ്ങൾ മാത്രം. പക്ഷേ, സായ്പ്പന്മാർ ഒക്കെയും കേട്ട് ആസ്വദിക്കുകയും ചിലർ കൈയിലുള്ള ചെറിയ ബുക്കിൽ, കുറിപ്പുകൾ എഴുതുകയും ചെയ്യുന്നുണ്ട്.

ഉല്ലാസയാത്രയുടെ ആഹ്ലാദമോ ബഹളങ്ങളോ ഒന്നുമില്ലാതെ സ്വിറ്റ്സർലന്റ് കുടുംബം ഇരിക്കുന്നു. കാടും മലയും പുഴയും ആൽപ്സ് പർവ്വത നിരകളും നിറഞ്ഞു നിൽക്കുന്ന സ്വിറ്റ്സർലന്റിലെ ഈ കുടുംബത്തിന്, ഇവിടത്തെ പ്രകൃതിഭംഗി ആസ്വദിക്കാൻ തോന്നുകയില്ലല്ലോ. എന്നാൽ, ഈ വിചിത്ര വാഹനയാത്രയും വഴിയിൽ കണ്ട കങ്കാരുവും അവരിൽ കൗതുകമുണർത്തിയെന്ന് എനിക്കു വ്യക്തമായി.

യാത്രയ്ക്കിടയിൽ ഡ്രൈവർ മറ്റൊരിടത്ത് വണ്ടി നിർത്തി. ഇവിടെയതാ മറ്റൊരു ചങ്ങാതി പതുങ്ങിയിരിക്കുന്നു. ഒരു കോല. ആസ്ട്രേലിയയിൽ സാധാരണയായി കണ്ടുവരുന്ന ഒരിനം സസ്തനിയാണ് കോല. ഉൾക്കാടിന്റെ വഴിയിലൂടെ മറ്റൊരു ആർമിഡെക്ക് നീങ്ങി വരുന്നതു കാണാം. അതിലുമുണ്ട് കാഴ്ചകൾ വിശദീകരിച്ചു നൽകുന്ന ഒരു ഗൈഡ്.

മുന്നിൽ നിന്നും നോക്കുമ്പോൾ ചക്രം പിടിപ്പിച്ച ഒരു ബോട്ട് നീങ്ങി വരികയാണെന്നേ തോന്നൂ. വളരെ മെല്ലെയാണ് സഞ്ചാരം. പകുതി ബോട്ടും പകുതി വാനും ചേർന്ന ഒരപൂർവ്വ നരസിംഹ നിർമ്മിതിയാണ് ഇത്. കരയിലോടാനും വെള്ളത്തിൽ നീങ്ങാനും കഴിയുന്ന ഉഭയവാഹനം.

ഞങ്ങളുടെ വാഹനം കാട്ടിലെ ഒരു തോടിന്റെ കരയിലെത്തി. കലങ്ങി മറിഞ്ഞു കിടക്കുന്ന ചെറിയ ഒരു തോട്. റെയ്ൻ ഫോറസ്റ്റിലെ ബാരോൺ നദിയുടെ കൈവഴിയാണ് ഇത്. ഡക്ക് സാവധാനം തോട്ടിലേക്കിറങ്ങി. അപൂർവ്വ ജനുസ്സിൽപ്പെട്ട സസ്തനികളുടെയും ഉരഗങ്ങളുടെയും പക്ഷികളുടെയും ശലഭങ്ങളുടെയും ആവാസകേന്ദ്രമാണ് ഈ മഴക്കാട്. കലങ്ങി മറിഞ്ഞ തോട്ടിലെ ജലം, വെള്ളമൊഴിച്ചു നേർപ്പിച്ച കഞ്ഞിവെള്ളത്തിനു സമാനമായി തോന്നി.

തോടിന്റെ തീരത്തെ ഒരു കാഴ്ചയിലേക്ക് ഡ്രൈവർ കൈചൂണ്ടി. അപൂർവ്വ ഇനത്തിൽപ്പെടുന്ന ക്രോക്കോഡെയിൽ അഥവാ മുതലകളാണിത്. ബാരോൺ നദിയുടെ ഈ ഭാഗത്ത്, ഇത്തരം നൂറോളം മുതലകൾ വസിക്കുന്നുണ്ടെന്നാണ് കണക്ക്.

ഡക്ക്, അതിന്റെ പ്രയാണം തുടർന്നു. ജലസമൃദ്ധമായ നദിയിലൂടെ ബോട്ടിൽ സഞ്ചരിക്കുന്ന ഒരു അപൂർവ്വ അനുഭവം. ഇരുവശവും പടർന്നു പന്തലിച്ചു നിൽക്കുന്ന പാഴ്ച്ചെടിക്കൂട്ടങ്ങൾ, ബോട്ടിൽ തൊടുംവിധം തല താഴ്ത്തി കാറ്റിലാടുന്നു. ഒരു കൈയിൽ സ്റ്റിയറിങ്ങും മറുകൈയിൽ മൈക്രോഫോണുമായി ഡക്കിന്റെ സാരഥി ഒരേ സമയം ഡ്രൈവറും വിവരണക്കാരനുമാവുന്നു.

റെയിൻ ഫോറസ്റ്റിലെ ബാരോൺ നദിയിൽ 190 അപൂർവ്വ ജനുസിൽപ്പെട്ട മത്സ്യങ്ങളുണ്ടെന്നാണ് കണ്ടെത്തിയിരിക്കുന്നത്. കാഴ്ചകളിൽ വലിയ പ്രത്യേകതകളൊന്നും തോന്നുന്നില്ലെങ്കിലും ഈ റെയ്ൻ ഫോറസ്റ്റ്, ആസ്ട്രേലിയയെ സംബന്ധിച്ചിടത്തോളം വളരെ വിലപ്പെട്ടതാണ്. യാത്രയ്ക്കിടയിൽ പലയിടത്തും ഡക്ക് നിർത്തി, ഡ്രൈവർ ഓരോ

സംഗതികൾ ചൂണ്ടിക്കാണിച്ചു തരുന്നുണ്ടായിരുന്നു. ഉടുമ്പു വർഗ്ഗത്തിൽപ്പെട്ട ഒന്നിനെ അയാൾ ചൂണ്ടിക്കാട്ടി തന്നു. ഉടുമ്പ് എന്ന ജീവിയുടെ മാത്രം ഒരു പ്രത്യേകത. നമ്മുടെ പല്ലിയുടെ രൂപവും ഒരു ചെറിയ മുതലയുടെ വലിപ്പവുമുള്ള ഈ ജന്തു, ഏതെങ്കിലും പ്രതലത്തിൽ അതിന്റെ നാലു കാലും പറ്റിപ്പിടിക്കും വിധം ഉറപ്പിച്ചു കഴിഞ്ഞാൽ, പിന്നെ ബാഹ്യശക്തികൾക്കൊന്നും ആ പിടിത്തം വിടുവിക്കാൻ സാധിക്കുകയില്ല, ആ ജീവി തന്നെ സ്വയം വിചാരിക്കണം. പഴയകാലത്തെ ചില തസ്കരന്മാർ ഉയരമുള്ള ചില കെട്ടിടങ്ങൾക്കു മുകളിൽ മോഷണത്തിനായി കയറിപ്പറ്റാൻ, ഉടുമ്പിന്റെ അരയിൽ വലിയ റോപ്പു കെട്ടി, കയറ്റി വിടാറുണ്ട്. ഇത്തരം ഉടുമ്പുകൾക്ക് ഈ മോഷ്ടാക്കൾ തന്നെ പ്രത്യേക ട്രെയിനിങ്ങും നൽകിയിട്ടുണ്ടാവും. കയറിൽ വലിച്ചു തൂങ്ങി കയറി, മോഷണവും കഴിഞ്ഞ് തിരികെയിറങ്ങി, ആ കനമുള്ള ചരട് ഒരു പ്രത്യേക തരത്തിൽ ചലിപ്പിക്കുമ്പോൾ മാത്രം, ഉടുമ്പു തന്റെ പിടിത്തം വിടുവിച്ച്, യജമാനനു കീഴടങ്ങുന്നു. ഉടുമ്പു പിടിച്ചതുപോലെ എന്നൊരു പ്രയോഗം പോലും ഭാഷയിലിന്നുണ്ട്.

നമുക്ക് റെയിൻ ഫോറസ്റ്റ് ഏരിയയിലേക്കു തന്നെ മടങ്ങാം. ഉടുമ്പു കുട്ടന്മാരുടെ ഫോട്ടോയെടുക്കാൻ, സ്വിസ്സ് പെൺകുട്ടികളിലൊരുവൾ മാത്രം പ്രത്യേക താല്പര്യം കാട്ടി.

നദിയിൽ സഞ്ചാരികളുമായി വേറെ ഡക്കുകളും നീങ്ങിവരുന്നതു കാണാമായിരുന്നു. ഇതുവരെ ബോട്ടുപോലെ നദിയിൽ നീങ്ങിയിരുന്ന ഒരെണ്ണം കരയിലേക്കു കയറുന്ന കാഴ്ച ഞങ്ങൾ സ്വന്തം വാഹനത്തിലിരുന്നു വ്യക്തമായി കണ്ടു. കരയിൽ കയറിയതോടെ ആ വാഹനത്തിന്റെ മട്ടും ഭാവവുമൊക്കെ മാറുന്നതും കാണാം. പരുക്കൻ റോഡുകളിലൂടെ ഓടാൻ പരിശീലിച്ച ലോറികൾ പോലെ അവ സ്വന്തം ചക്രങ്ങളിൽ കാട്ടു വഴികളിലൂടെ നീങ്ങുന്നത്, പിന്നിലൂടെ സഞ്ചരിച്ചു കൊണ്ടിരുന്ന ഞങ്ങൾക്കു വ്യക്തമായി കാണാം.

ഗോത്ര വർഗ്ഗക്കാരുടെ കായിക കലാപരിപാടികൾ

ആസ്ട്രേലിയൻ തീരങ്ങളിലേക്ക് യൂറോപ്യൻ കുടിയേറ്റക്കാർ വന്നു കയറിയതോടെ, ഈ അബോറിജിൻ വംശജരുടെ ജീവിതരീതികൾ ആകെ മാറി. വനമേഖലകളിലേക്കു കടന്നു ചെന്ന്, സെറ്റിൽമെന്റുകളും തോട്ടങ്ങളും സ്ഥാപിച്ച യൂറോപ്യർ ഈ റെയിൻ ഫോറസ്റ്റിനെ മുറിവേൽപ്പിക്കാൻ മുതിർന്നില്ല. പ്രകൃതിയോടു സ്നേഹമുള്ളവരായിരുന്നു തീർച്ചയായും പാശ്ചാത്യർ. വൈവിധ്യത്തിന്റെ ഏദൻ തോട്ടമായി ഇന്നും ഇതിവിടെ നിലനിൽക്കാൻ കാരണവും അതാണ്.

20-ാം നൂറ്റാണ്ടിന്റെ ആദ്യദശകങ്ങളിലാണ് ആസ്ട്രേലിയയിലെ ഈ മഴക്കാടുകൾ ഒരു ടൂറിസ്റ്റ് കേന്ദ്രമായി വളർന്നത്. രണ്ടാം ലോക മഹായുദ്ധകാലത്ത് ഇവിടത്തെ ടൂറിസം ആകെ തകർന്നെങ്കിലും 60കൾ മുതൽ ഇതു ലോകപ്രസിദ്ധമായി.

ഞങ്ങളുടെ കര ജല വാഹനം വെള്ളത്തിൽ നിന്നും കയറുന്ന തയ്യാറെടുപ്പിലാണ്. തോടിന്റെ ആഴം കുറഞ്ഞ ഒരു ഭാഗത്തു കൂടി അത് ഇളകിച്ചാടി കരയിലേക്കു കയറി. തൊട്ടു മുന്നിൽ മറ്റൊരു ഡക്കും പോകുന്നുണ്ട്. അതിന്റെ പിൻഭാഗത്ത് ജലയാത്രയ്ക്കു സഹായിക്കുന്ന യന്ത്രഭാഗമായ പ്രൊപ്പല്ലർ കാണാം.

കാട്ടുവഴിയിലൂടെ ഡക്ക്, റെയ്ൻ ഫോറസ്റ്റ് സ്റ്റേഷൻ ലക്ഷ്യമാക്കി കുതിക്കുകയാണ്. ചില ഹോളിവുഡ് യുദ്ധസിനിമകളെ അനുസ്മരിപ്പിക്കുന്ന കാഴ്ച. വനപാതയിലെ കുഴികളിൽ തെന്നിത്തെറിച്ച് മറ്റൊരു ഡക്ക് നദീതീരത്തു കൂടി നീങ്ങുന്നു. വനത്തിലെ ഒരു കറക്കത്തിനു ശേഷം ഞങ്ങളുടെ വാഹനം തിരികെ റെയ്ൻ ഫോറസ്റ്റ് സ്റ്റേഷനിലെ സ്റ്റോപ്പിലെത്തി. വലിയൊരു ഷെഡ്ഡിൽ ഡക്ക് നിൽക്കുമ്പോൾ, യാത്രക്കാർക്ക് ഇറങ്ങാനും കയറാനുമുള്ള പ്ലാറ്റ്ഫോം കെട്ടിയൊരുക്കിയിട്ടുണ്ട്. അതിനരികിൽ ഡ്രൈവർ വാഹനം ഒതുക്കി നിർത്തി. അതിനുശേഷം അയാൾ കുറാന്റാ ഗോത്ര ഗ്രാമത്തിലെ മറ്റു കാഴ്ചകളിലേക്കു പോകേണ്ട വഴികളൊക്കെ ചൂണ്ടിക്കാണിച്ചു തന്നു.

ഡക്കിൽ നിന്നിറങ്ങി മറ്റു യാത്രക്കാരോടൊപ്പം ഞാൻ നടന്നു. ഇവിടെയടുത്ത് ഒരു കൾച്ചറൽ സെന്ററുണ്ട്. ആസ്ട്രേലിയയിലെ വിവിധ

അബോറിജിൻ ഗോത്രങ്ങളുടെ കലാപരിപാടികൾ അരങ്ങേറുന്ന സ്ഥലമാണത്.

ഗോത്ര രീതിയിൽ ഇരിപ്പിടങ്ങൾ സജ്ജീകരിച്ച ഒരു തിയേറ്റർ, അതാണ് കൾച്ചറൽ സെന്ററിലെ മുഖ്യ കെട്ടിടം. കുത്തനെയുള്ള ഒരു കുന്നിൻ ചെരിവിൽ സജ്ജീകരിച്ചിരിക്കുന്ന ഇരിപ്പിടങ്ങളിൽ കാണികൾ നിരന്നു കഴിഞ്ഞു. മരപ്പലകകൊണ്ടുള്ള ചാരു ബഞ്ചുകളാണ്. എല്ലാത്തിനും ഉണ്ട് ഒരു ഫോറസ്റ്റ് ടച്ച്.

വേദിയിൽ ഒന്നു രണ്ട് ഗോത്ര കലാകാരന്മാരുണ്ട്. തങ്ങളുടെ പക്കലുള്ള ഗോത്ര വർഗ്ഗക്കാരുടെ പ്രാകൃത സംഗീത ഉപകരണങ്ങൾ ഉപയോഗിച്ച് അവർ രംഗമൊരുക്കുകയാണ്. മുഖത്തും ശരീരത്തിലുമൊക്കെ ചിത്രപ്പണികൾ നടത്തിയ അബോറിജിൻ വർഗ്ഗക്കാർ. അവരുടെ രൂപവും ഭാവവും കണ്ടപ്പോൾ ഒരിക്കലും അവരെ ഗോത്ര വർഗ്ഗക്കാർ എന്നു വിളിക്കാൻ തോന്നുകയില്ല. സാമാന്യം വെളുപ്പു നിറമുള്ള സുന്ദര രൂപമുള്ളവരായിരുന്നു അവർ. പുരാതന ഗോത്ര വർഗ്ഗക്കാരുമായുള്ള, പഴയകാല യൂറോപ്യൻ കുടിയേറ്റക്കാരുടെ ബന്ധത്തിൽ ജനിച്ച മിശ്രവർഗ്ഗക്കാരാവണം തീർച്ചയായും ഇവർ. ഗോത്രവർഗ്ഗമെന്നു പറഞ്ഞാൽ ഏകദേശം നാട്ടിലെ ആദിവാസികളെന്നു ചുരുക്കം.

നാട്ടിലെ ആദിവാസികളെ സംരക്ഷിക്കാനും അവരുടെ വംശാവലി നിലനിർത്താനും സർക്കാരുകൾ എത്രയോ ധനം ചെലവു ചെയ്യുന്നുണ്ട്. ആ പൈസയിൽ 90 ശതമാനവും ആ പാവം വർഗ്ഗത്തിനെത്താതെ ഇടനിലക്കാർ തട്ടിക്കുന്നുവെന്നതും ഇവിടെ അധികാരികൾ അറിയാത്തതല്ല. നാട്ടിലെ രീതികളൊക്കെ അങ്ങനെയായിപ്പോയിരിക്കുന്നു. മദ്യത്തിനും മയക്കുമരുന്നിനും നാട്ടിലെ ആദിവാസികളെ അടിമകളാക്കി അവരുടെ ഭൂമി തട്ടിയെടുത്ത്, ഇന്ന്, അവരുടെ വംശനാശം ഏതാണ്ട് പൂർത്തിയാക്കിയ മട്ടാണ്. അപ്പോഴാണ് ഇവിടെ ഈ അബോറിജിൻ ആദിവാസികളെ അഥവാ ഗോത്രവർഗ്ഗക്കാരെ, സുന്ദരന്മാരും അരോഗദൃഢഗാത്രരുമായി ഞാൻ കാണുന്നത്. സ്വയം, സ്വന്തം അവസ്ഥയോടു ദുഃഖം പ്രകടിപ്പിക്കാനേ നമുക്കപ്പോൾ തോന്നുകയുള്ളൂ.

മുഖത്തും ശരീരമൊക്കെയും ചില ചായങ്ങളും ഭസ്മങ്ങളും പൂശൽ ഗോത്രവർഗ്ഗക്കാർക്ക് വെറുമൊരലങ്കാരമല്ല. ഗോത്രത്തിലെ ഓരോരുത്തരുടെയും നിലയും കുടുംബത്തിലെ സ്ഥാനവും സാമ്പത്തിക നിലയുമൊക്കെ വ്യക്തമാക്കാൻ ഓരോ തരത്തിലുള്ള ദേഹചിത്രങ്ങളുണ്ട്. ഗോത്രങ്ങളിലെ ഓരോരുത്തരും തോന്നുന്ന രീതിയിൽ ശരീരത്തിൽ ചായം വാരിപ്പൂശാനാവില്ലെന്നു സാരം. ആഘോഷവേളകളിലും ദൈവിക അനുഷ്ഠാനങ്ങളുടെ അവസരങ്ങളിലുമൊക്കെ, ഗോത്രത്തിലെ പ്രധാനപ്പെട്ട അംഗങ്ങൾ, ഒരു പ്രത്യേക രീതിയിലാണ് മുഖത്തും ശരീരത്തും ചായം പൂശുക.

ആദ്യം കാണികളുടെ ശ്രദ്ധയെ വേദിയിലേക്കു ക്ഷണിക്കുന്ന പരിപാടിയാണ്. ഇപ്പോൾ സ്റ്റേജിലുള്ള രണ്ടുപേരും കൈയിലെ വാദ്യോപകരണം പ്രവർത്തിച്ചു കാണിക്കുന്നുണ്ട്.

ഇതാ, ഇതിനകം സ്വാഗതനൃത്തം ചവിട്ടിക്കൊണ്ട് നാലു ചെറുപ്പക്കാർ കൂടി സ്റ്റേജിലേക്കു കടന്നു വന്നു. വളരെ ദ്രുതഗതിയിൽ, ചടുതലയോടെ ശരീരഭാഗങ്ങൾ ഒരു താളാത്മകഭാവത്തിൽ ചലിപ്പിച്ചു കൊണ്ട്, വേദിയെയാകെ ഇളക്കിമറിച്ചു കൊണ്ടുള്ള അവരുടെ സ്വാഗതനൃത്തം പതിനഞ്ച് മിനിറ്റ് നീണ്ടുനിന്നു.

വേദിയിലെ സ്വാഗതം നൃത്തം അവസാനിച്ചപ്പോൾ കലാകാരന്മാരുടെ നേതാവ് സ്റ്റേജിനു മദ്ധ്യത്തിലേക്കു കടന്നു വന്ന് അടുത്ത പരിപാടി എന്തെന്നു വിശദീകരിച്ചു.

മറ്റൊരു നൃത്തമാണ് പിന്നീടവതരിപ്പിച്ചത്. അബോറിജിൻ വർഗ്ഗക്കാർ പുഴയോരത്തെ കണ്ടൽക്കാടുകളിൽ, വേട്ടയ്ക്കു പോവുക പതിവാണ്. അവിടെ അവർക്കൊരു പ്രധാന ശത്രുവിനെ നേരിടേണ്ടി വരുന്നുണ്ട്, കൊതുകുകൾ. കൊല്ലത്തും കൊച്ചിയിലും മാത്രമല്ല, അബോറിജിൻ ഗോത്രവർഗ്ഗക്കാർ പാർക്കുന്ന കാടുകൾക്കുള്ളിലും ഈ ചെറുജീവിതന്റെ സാന്നിദ്ധ്യമറിയിക്കുന്നുവെന്നത്, അല്പമൊരാശ്വാസ ഭാവത്തിലാണ് മനസ്സിലോർത്തത്. നമ്മുടെ നാട്ടിൽ മാത്രമല്ല, വിദേശത്തും ഉണ്ട് ഈ കൊതുകുകളുടെ പരാക്രമം. പക്ഷേ, നമ്മുടെ നാട്ടിൽ ഇവ നടനനൃത്തമാടുന്നത് നമ്മുടെ ഗ്രാമങ്ങളിലും നഗരങ്ങളിലുമാണെങ്കിൽ, വിദേശത്ത് കാട്ടിൽ മാത്രമാണെന്ന വ്യത്യാസമുണ്ട്.

ചെറിയ ഇലകൾ കൊണ്ട്, താളാത്മകതയോടെ സ്വന്തം ശരീരത്തിൽ വീശിയും അടിച്ചും കൊതുകിനെ അകറ്റുന്ന രീതിയാണ് പിന്നീട് ഈ നൃത്തമായത്. നൃത്തരംഗങ്ങൾക്കിടയിൽ നർത്തകർ വിചിത്രതരമായ ചില ശബ്ദങ്ങളും പുറപ്പെടുവിക്കുന്നുണ്ട്. ഒപ്പം കൈയിലെ താളവാദ്യ ഉപകരണത്തിൽ മുട്ടി കാതിന് ഇമ്പം പകരുന്ന തരം ശബ്ദവീചികളും പുറത്തു വരുത്തുന്നുണ്ട്.

കൊതുകു നൃത്തം അവസാനിച്ചു. കാണികളൊന്നടങ്കം ആ നൃത്ത പരിപാടി ആസ്വദിച്ചിട്ടോ, അതു നിർത്തിക്കിട്ടിയ സന്തോഷത്തിലോ കൈയടിച്ചു. തീർന്നില്ല, അടുത്ത നൃത്ത പരിപാടി ഉടനവർ ആരംഭിച്ചു. ഗോത്രവർഗ്ഗക്കാരുടെ ആദിമ ജീവിതവുമായി ബന്ധപ്പെട്ട ഒരു ആശയമാണത്രെ ഈ പുതിയ നൃത്ത പരിപാടിയിൽ. ഒരു ഗോത്രത്തിലുള്ളവർ മറ്റൊരു ഗോത്രത്തിന്റെ അധികാരപരിധിയിലേക്ക് നീങ്ങുന്നതാണ് ഇതിന്റെ ഇതിവൃത്തം. ഗോത്രയുദ്ധം ഒഴിവാക്കുന്നതിനായി കടന്നു കയറ്റക്കാരനെ എതിർ ഗോത്രക്കാർ തടയുന്നതും താക്കീതു നൽകി തിരിച്ചയയ്ക്കുന്നതുമൊക്കെ ഈ നൃത്തത്തിന് വിഷയമാകുന്നുണ്ട്. ഇപ്പോൾ നർത്തകരുടെയൊക്കെ കൈയിൽ ഗോത്രവർഗ്ഗക്കാരുടെ ആയുധങ്ങളുണ്ട്. ചിലരുടെ പക്കൽ ബൂമറാങ്ങും കാണാമായിരുന്നു. നിയതമായ താളവും ചലനവുമൊക്കെ ഈ ഗോത്ര നടനത്തിനുമുണ്ട്. ഇതിനിടെ എതിർ

ഗോത്രത്തിലെ അക്രമിയെന്നു കരുതപ്പെടുന്ന ഒരു കഥാപാത്രത്തെ അടിച്ചു വീഴ്ത്തുന്ന രംഗവും ഉണ്ടായിരുന്നു. മർദ്ദനമേറ്റ് നിലത്തുവീണ ആ എതിർഗോത്ര കഥാപാത്രം, ഒരു ശവത്തിനു സമാനമായി, അനക്കമോ, ശ്വാസനിശ്വാസ പ്രകടനമോ കാട്ടാതെ വേദിയിൽ കിടക്കുന്നതും കാണാമായിരുന്നു.

പമാഗരി നൃത്തമായിരുന്നു അടുത്തത്. നിശ്ശബ്ദനായ സർപ്പം എന്നാണ് പമാഗരി എന്ന അബോറിജിൻ വാക്കിന്റെ അർത്ഥം. സർപ്പത്തിന്റെ ചലനങ്ങളെ അനുകരിച്ചുള്ള നൃത്തം. സർപ്പങ്ങൾ കാണികൾക്കിടയിലേക്ക് കടന്നു വരുന്നുണ്ട്. സദസ്സിന്റെ ആവേശം നിലനിർത്താനും കാഴ്ചക്കാരുടെ ചിന്തകളെ കൊഴുപ്പിക്കുവാനുമുള്ള പരിപാടിയാണിത്.

ഒടുവിൽ സർപ്പനൃത്തം തീർന്നതോടെ, ഈ ഗോത്ര വർഗ്ഗക്കാരുടെ കലാപരിപാടി അവസാനിച്ചു.

ഗോത്ര വർഗ്ഗ നൃത്തശാലയിൽ നിന്നും പുറത്തിറങ്ങി നടന്നു നീങ്ങവേ ചുറ്റും ധാരാളം കടകൾ കണ്ടു. സുവനീർ ഷോപ്പുകൾക്കൊപ്പം ധാരാളം റെസ്റ്റോറന്റുകളുമുണ്ട്. ആവശ്യക്കാർക്ക് ചായയോ ലഘു ഭക്ഷണമോ കഴിക്കണമെന്നുണ്ടെങ്കിൽ, ഇവയിലെ ഒരു പ്രധാന റെസ്റ്റോറന്റ് ചൂണ്ടി, ടൂർ മാനേജർ അവിടേക്ക് പോകാൻ നിർദ്ദേശിച്ചു. നടന്നു ക്ഷീണിച്ചതിനാൽ, സംഘത്തിലെ മിക്കവരും ആ ഭക്ഷണശാലയ്ക്കുള്ളിൽ കയറി. ഇവിടെ, സ്വന്തം കീശയിൽ നിന്നും പൈസ കൊടുത്താണ് ചായ കുടിക്കേണ്ടത്. ടൂർ പാക്കേജ് നിരക്കിൽ ഇത് ഉൾപ്പെടുത്തിയിട്ടില്ല.

ആ റെസ്റ്റോറന്റിന്റെ ഉൾവശമാകെ ഞാനൊന്നു ചുറ്റി നടന്നു കണ്ടു. പഴങ്ങളും പച്ചിലകളുമൊക്കെയായി വനഗ്രാമത്തിന്റെ പശ്ചാത്തലത്തിനും കാലാവസ്ഥയ്ക്കും യോജിച്ച ഭക്ഷണം മാത്രമാണ് അവിടെ വിളമ്പിക്കണ്ടത്. ഒപ്പം ഫ്രൂട്ട് ജ്യൂസും. ചായയോ, വടയോ, പഴംപൊരിയോ ഒന്നും അവിടെ നിന്നും പ്രതീക്ഷിക്കേണ്ടതില്ല എന്നർത്ഥം.

ഞാനവയിൽ ഒരു പ്ലേറ്റിന് ഓർഡർ നൽകി. നല്ല രുചിയുള്ള വിഭവങ്ങളായിരുന്നു അവ. അടുപ്പോ തീയോ കാണാത്ത പ്രകൃതിദത്തമായ ഭക്ഷണം. എല്ലാവരും ഭക്ഷണം കഴിച്ചു കഴിഞ്ഞ് പുറത്തിറങ്ങിയപ്പോഴേക്കും യാത്ര തുടരാനുള്ള ഞങ്ങളുടെ ബസ്സും എത്തിക്കഴിഞ്ഞിരുന്നു.

വേറെയും ചില ലക്ഷ്വറി ടൂറിസ്റ്റ് കോച്ചുകൾ അവിടെ പാർക്കു ചെയ്തിട്ടുണ്ടായിരുന്നു.

ബസ്സ് പുറപ്പെട്ടു. വമ്പൻ ബസ്സ് കാട്ടുവഴികളിലൂടെ അനായാസം നീങ്ങിത്തുടങ്ങി. ഡ്രൈവിങ്ങിനിടയിൽ ഡ്രൈവർ കാഴ്ചാവിവരങ്ങളും നൽകുന്നുണ്ട്. ഇന്ത്യയിലോ, കേരളത്തിലോ ഒഴികെ പാശ്ചാത്യ ദേശങ്ങളിലൊരിടത്തും എത്ര വലിയ ലക്ഷ്വറി കോച്ചാണെങ്കിലും ഡ്രൈവർ അല്ലാതെ കിളിയോ കുരുവിയോ ഒന്നും സഹായിയായി ഉണ്ടാവില്ല. വണ്ടി പിന്നോട്ടെടുക്കൽ, വശത്തുറപ്പിച്ച സൈഡ് വ്യൂമിറർ നോക്കി മാത്രമാണ്. ഡോർ തുറക്കുന്നതും അടയുന്നതും ഓട്ടോമാറ്റിക്കായും.

ബസ്സ് ഓടിക്കൊണ്ടിരിക്കുന്നു. ഇരുഭാഗത്തും വൃക്ഷങ്ങൾ നിറഞ്ഞ പാത. ചെറിയൊരു വളവു തിരിഞ്ഞപ്പോൾ ഒരു പാലം കണ്ടു. പ്രസിദ്ധമായ ബാരോൺ നദിയാണ് താഴെ. അതു പിന്നിട്ട് വീണ്ടും വനപാതയിലേക്ക്.

ഓരോ ദിവസവും ആയിരക്കണക്കിനു ടൂറിസ്റ്റുകൾ കടന്നുപോകുന്ന ഈ പാതയുടെ ഓരങ്ങൾ ശ്രദ്ധിച്ചപ്പോൾ, അല്പം ആത്മവിമർശനത്തിനു വഴിയൊരുങ്ങി. പ്ലാസ്റ്റിക്കോ, കടലാസ്സു കഷണങ്ങളോ, മറ്റു മാലിന്യങ്ങളോ എങ്ങും കാണാനില്ല.

എതിരേ ഒന്നുരണ്ട് കൂറ്റൻ ബസ്സുകൾ ടൂറിസ്റ്റുകളെയും കൊണ്ടു കടന്നുപോയി. വനത്തെ വൃത്തിയോടെയാണ് പരിപാലിക്കുന്നത്. സഞ്ചാരികൾ കാട്ടിനുള്ളിലേക്ക് കടന്നുകയറാൻ അനുവദിക്കുകയില്ല.

ബസ്സ് അടുത്ത സ്റ്റേഷനിലെത്തി. കുറാന്റയിലെ ഹെറിറ്റേജ് മാർക്കറ്റ്, കോല പാർക്ക്, പക്ഷി സങ്കേതം എന്നിവിടങ്ങളിലേക്കെല്ലാം തിരിയുന്നത് ഈ ജംഗ്ഷനിൽ നിന്നാണ്. വ്യക്തമായ സൂചനകൾ നൽകുന്ന വഴി ബോർഡുകൾ ഉറപ്പിച്ചിട്ടുമുണ്ട്.

ബസ്സിൽ നിന്നും എല്ലാവരും പുറത്തിറങ്ങി. ഹെറിറ്റേജ് മാർക്കറ്റാണ് അടുത്ത ലക്ഷ്യം. കാട്ടിനുള്ളിലെ ഷോപ്പിങ്ങിന്റെ ഒരദ്ഭുത ലോകമാണ് ഇത്. ധാരാളം സഞ്ചാരികൾ. ആകെയൊരു ഉത്സവ അന്തരീക്ഷമാണ്. എവിടെ നിന്നോ മധുരതരമായ ഒരു പശ്ചാത്തല സംഗീതം, നേർത്ത ശബ്ദത്തിൽ ഒഴുകിവരുന്നു. ഏതോ, ഹൃദ്യമായ ഉപകരണസംഗീതം. അത് ഏതു ഷോപ്പിൽ നിന്നാണെന്നു തിരഞ്ഞപ്പോഴാണറിയുന്നത്, ഈ ഷോപ്പിങ്ങ്ലോകം മുഴുവൻ പലയിടത്തും ഫിറ്റ് ചെയ്തിട്ടുള്ള ചെറിയ സ്പീക്കറുകളിലൂടെ എല്ലായിടത്തും, നടന്നു നീങ്ങുന്ന എല്ലായിടത്തും ഇതു കേൾക്കാനാവുമെന്ന്. ഷോപ്പിംഗ് കോംപ്ലക്സുകാർ പൊതുവായി ഒരുക്കിയ ഒരു സംഗീതവിരുന്ന്.

ഒട്ടേറെ കടകൾ. അവയൊക്കെ കൗതുകകരമായി തന്നെയാണ് ഒരുക്കിവച്ചിരിക്കുന്നത്. കാടിനു നടുവിലുള്ള ഈ മാർക്കറ്റിൽ ലഭിക്കാത്തതായി ഒന്നുമില്ല. ടൂറിസ്റ്റുകളുമായി ഓരോ വാഹനം എത്തുമ്പോഴും കടകളിലേക്ക് ആളുകൾ കയറിവരുന്നു.

വൈകുന്നേരം നാലുമണിവരെ മാത്രമേ ഹെറിറ്റേജ് മാർക്കറ്റിൽ ജനത്തിരക്ക് ഉണ്ടാകൂ. ഹിൽസ്റ്റേഷനായതിനാൽ നാലുമണിയോടെ ടൂർ കമ്പനിയുടെ വണ്ടികൾ തങ്ങളുടെ ആളുകളുമായി സ്ഥലം വിടും. അതോടെ മാർക്കറ്റ് വിജനമാവുകയും ചെയ്യും.

കടകൾക്കിടയിലൂടെ ഞങ്ങൾ സംഘാംഗങ്ങൾ കൂട്ടത്തോടെ നടത്തം തുടർന്നു.

കൗതുകമുളവാക്കുന്ന ചില കരകൗശലവസ്തുക്കളൊക്കെയുണ്ട് ഇവിടെ വില്പനയ്ക്ക്, ഒരു സ്റ്റാളിനു മുമ്പിലെ കൗണ്ടറിൽ പ്രദർശിപ്പിച്ച അത്തരമൊന്ന് എല്ലാവരെയും ആകർഷിച്ചു. മരത്തിൽ നിർമ്മിച്ച ചാവി

കൊടുത്താൽ ചാടിച്ചാടി നടക്കുന്ന ഒരു കങ്കാരു. ആസ്ട്രേലിയ എന്ന നാടിന്റെ പ്രതീകം തന്നെയാണല്ലോ കങ്കാരു എന്ന ഈ സഞ്ചിമൃഗം.

എണ്ണിയാലൊടുങ്ങാത്ത കടകൾ. ഈ കടകളൊക്കെ ഒരു വനത്തിനുള്ളിലാണ് സജ്ജീകരിച്ചിരിക്കുന്നതെന്നോർക്കണം. ആസ്ട്രേലിയക്കാർ മാത്രമല്ല ഇവിടത്തെ വ്യാപാരികൾ. ചൈനക്കാരും ജപ്പാനിൽ നിന്നുള്ളവരും കൂടാതെ വെളുപ്പുനിറം കൊണ്ട് തിരിച്ചറിയാൻ കഴിയാത്ത ഏതൊക്കെയോ യൂറോപ്യൻ രാജ്യങ്ങളിൽ നിന്നുള്ളവരും ഇക്കൂട്ടത്തിലുണ്ട്.

ഒരു ടേബിളിനു മുകളിൽ കുറെ കുപ്പികളും ചെറിയ സ്ഫടിക ഭരണികളും തീരെ ചെറിയ അലൂമിനിയം ജാറുകളും നിരത്തിവച്ചുകൊണ്ട് ഒരു മംഗോളിയൻ വനിത. അവൾ ജപ്പാൻകാരിയാണ്. അവൾ വിൽക്കുന്നത് പാമ്പിന്റെ ശരീരത്തിൽ നിന്നും വേർതിരിച്ചെടുക്കുന്നതെന്നവകാശപ്പെടുന്ന ഒരു ഔഷധമാണ്. കൈകളുടെ സൗന്ദര്യം വർദ്ധിപ്പിക്കുന്നതിനുള്ള മരുന്നാണിതെന്നാണ് അവകാശവാദം. സ്ത്രീകളെ ഉദ്ദേശിച്ചുള്ളതാണ് ആ വ്യാപാരം.

ഒരു ജാപ്പനീസ് കുടുംബം അവളുടെ തട്ടുകടയ്ക്കു മുമ്പിൽ വന്നു നിന്നു. ഞാനവരെ ശ്രദ്ധിച്ചു. എനിക്കു മനസ്സിലാകാത്ത ഏതോ മംഗോളിയൻ ഭാഷയിൽ, ആ ദമ്പതികളും കടക്കാരിയും പരസ്പരം എന്തോ മൊഴിഞ്ഞു.

അടുത്തതായി ഞാൻ കാണുന്നത് ദമ്പതികളിൽ നിന്നുള്ള പെൺകുട്ടി, കടക്കാരിക്കു മുമ്പിൽ, മരുന്നു ടെസ്റ്റ് ചെയ്യാനായി കൈനീട്ടിക്കൊടുക്കുന്നതാണ്.

പെൺകുട്ടിയുടെ മനോഹരമായ കൈ ഇപ്പോൾ കച്ചവടക്കാരിയുടെ നിയന്ത്രണത്തിലാണ്. അവൾ എന്തോ ചില ലേപനങ്ങൾക്കൊപ്പം, ആ പാമ്പിൻ വിഷവും നീട്ടിയ കൈയിൽ വച്ചു തേക്കുന്നതു കണ്ടപ്പോൾ, 'അവളുടെ കൈയുടെ തൊലിപ്പുറം ദൈവം തന്നെ കാക്കണേ' എന്നു പ്രാർത്ഥിച്ചുകൊണ്ട് ഞാൻ അടുത്ത ഭാഗത്തേക്കു നടന്നു. പരീക്ഷണത്തിന് കൈവച്ചു കൊടുത്തതും ഒരു ജപ്പാൻകാരി തന്നെയാണല്ലോ എന്നാണ് നടക്കുംവഴി ചിന്തിച്ചത്.

അടുത്ത സ്റ്റാളിൽ വിൽപ്പനയ്ക്കു വച്ചിരിക്കുന്ന മറ്റൊരു വസ്തു കണ്ടപ്പോൾ, അതെന്തെന്നറിയാൻ ഞാൻ അവിടെ വച്ചിരുന്ന സൂചനാ ബോർഡ് വായിച്ചു. Crocodile Back Scratcher. എന്താണിത്? മുതലയുടെ മുതുകു ചൊറിയുന്ന ഉപകരണമോ?

അല്ല, മുതലയുടെ കൈപ്പത്തിയും പാദങ്ങളുമൊക്കെ ഓരോ ദണ്ഡിൽ ഘടിപ്പിച്ചിരിക്കുന്നു. പെട്ടെന്നു കണ്ടാൽ, വലിയ പിടിയുള്ള നമ്മുടെ പഴയ ചിരട്ടത്തവിപോലെ തോന്നും. പുറം ചൊറിയാനുള്ള ഉപകരണമാണത്രെ ഇത്. മുതലയുടെ പുറമല്ല, മനുഷ്യരുടെ. നല്ല വിലയുമുണ്ട് ഈ ചൊറിയൽ ദണ്ഡിന്. ഇത്ര വില നൽകി ചൊറിയാനുള്ള പാങ്ങ് നാം

മലയാളികൾക്കില്ല എന്നതല്ല, ഇത്തരം പരീക്ഷണങ്ങൾക്ക് മുതിരാൻ നാം തയ്യാറല്ല എന്നതുകൊണ്ട്, ചൊറിയൽ പീടികയിൽ നിന്നും മെല്ലെ നടന്ന കന്നു.

അടുത്തത് ഒരു റെഡിവെയർഷോപ്പ്. അവിടെ നിരനിരയായി തൂക്കി യിരുന്ന ഒരു പുരുഷവേഷം കണ്ടാൽ നാം അമ്പരക്കും. കോട്ടൺ കൊണ്ടുള്ള പ്രാകൃത നിക്കറും ചുളിവു വീണ പരുത്തിക്കുപ്പായവും. നിക്കറിനുള്ളിൽ ഷർട്ട് ഇൻ ചെയ്ത നിലയിലാണ് വരിവരിയായി തൂക്കി യിട്ടിരിക്കുന്നത്.

പഴയകാല ബ്രിട്ടീഷ് തോട്ടങ്ങളിലെ കങ്കാണികളുടെ വേഷത്തിന്റെ പുനരാവിഷ്കരണമാണത്രേ ഇത്. നല്ല വിലയുമുണ്ട്. അതു തൊട്ടു നോക്കാൻ പോലും ആരും മിനക്കെടുന്നില്ല. അതു വാങ്ങാൻ, ഫാഷൻ ജ്വരമുള്ള വിദേശികൾ വല്ലപ്പോഴും കടന്നുവന്നെന്നിരിക്കാം.

വീണ്ടും ആ ഷോപ്പുകൾക്കിടയിലൂടെ നടന്നു. കങ്കാരുത്തോൽ കൊണ്ടുള്ള ഉത്പന്നങ്ങൾ വിൽക്കുന്ന കടകളുമുണ്ട്. ജായ്ക്കറ്റും ബാഗും മങ്കി ക്യാപ്പും മറ്റും നിരത്തിവച്ചിരിക്കുന്നു.

വെറും 650 ആളുകൾ മാത്രം സ്ഥിരവാസികളായുള്ള ഒരു ഹിൽ സ്റ്റേഷനാണ് കുറാന്റ. ഇവിടത്തെ എല്ലാ ആളുകളും ടൂറിസവുമായി ബന്ധപ്പെട്ട ഏതെങ്കിലും തൊഴിൽ ചെയ്താണ് ജീവിക്കുന്നത്. കടകൾക്കു നടുവിലെ ചെറുമുറ്റത്ത്, മരംകൊണ്ടുള്ള മേശയും ബഞ്ചുമൊക്കെ നിരത്തിയിട്ടിട്ടുണ്ട്. സന്ദർശകർക്ക് ഇരുന്ന് എഴുതാനും വായിക്കാനും ഉപ യോഗിക്കാം.

കാടിനു നടുവിൽ ഒരുപാട് സ്ഥലം വ്യാപിച്ചു കിടക്കുകയാണ് മാർക്കറ്റ്. ഇത്തരം കേന്ദ്രങ്ങൾ സന്ദർശിക്കുന്ന സഞ്ചാരികൾ, ഇവിടത്തെ ഓർമ്മ നിലനിർത്താൻ എന്തെങ്കിലുമൊക്കെ സാധനങ്ങൾ വാങ്ങി ക്കൊണ്ടുപോകുക പതിവാണ്. ടൂറിസം സെന്ററുകളിലെല്ലാം സുവനീർ വില്പന പൊടിപൊടിക്കുന്നത് അതുകൊണ്ടാണ്. അബോറിജിൻ വർഗ്ഗ ക്കാരുടെ സംഗീതോപകരണങ്ങളും മറ്റും വിൽക്കുന്ന ചില സ്റ്റാളുകളും കണ്ടു. പല രൂപത്തിലും വലിപ്പത്തിലുമുള്ള സംഗീതക്കുഴലുകൾ, പ്രത്യേക നിറം പൂശി അടുക്കി വച്ചിരിക്കുന്നു. പക്ഷേ, ഇവ ഊതി, ശബ്ദം പുറത്തു വരുത്താൻ ഈ ഗോത്രവർഗ്ഗക്കാർക്കു മാത്രമേ കഴിയൂ എന്ന് ഒരു കുറ്റം സ്വയം കണ്ടുപിടിച്ച്, ആഗ്രഹമുണ്ടായിട്ടും ആ നാഗസ്വരക്കുഴലു കൾ അവഗണിച്ചു ഞാൻ നടന്നു. മാത്രമല്ല, രണ്ടും മൂന്നും അടി നീളമുള്ള ഈ കുഴൽ വാങ്ങിയാൽ, യാത്രയിലുടനീളം ഇതും വഹിച്ചുകൊണ്ടു നടക്കണം. ശരിക്കും അതൊരു പാരയായിത്തീരുമെന്നും മുൻഅനുഭവ ങ്ങളുണ്ട്.

സംഗീതക്കുഴലിന്റെ ആകൃതിയും അതിന്റെ മേലുള്ള ഗോത്രത്തനിമ യുള്ള ചിത്രീകരണവും ഏറെ ശ്രദ്ധേയമാണ്.

അല്പംകൂടി നടന്നപ്പോഴതാ, കാണാനും ഉറപ്പായി വാങ്ങാനും ഞാൻ ആഗ്രഹിച്ച ഒരു വസ്തു നിരത്തിവച്ചിരിക്കുന്നു. അത്, അബോറിജിൻ ഗോത്രക്കാരുടെ പ്രധാന ആയുധമായ ബുമറാങ്ങ്. ഇതൊരെണ്ണം വാങ്ങി നാട്ടിൽ കൊണ്ടുപോയി, ഒന്നെറിഞ്ഞു പരീക്ഷിക്കണമെന്ന് മനസ്സിലുറപ്പിച്ചു നടക്കുമ്പോഴാണ്, കൈയരികത്ത് അതു ലഭ്യമാവുന്നത്.

രണ്ടുമൂന്ന് അടുക്കുകളായി, ബൂമറാങ്ങ് നിരത്തിവച്ചിരിക്കുന്നു. ഇത്തരം കേന്ദ്രങ്ങൾ കാണുന്നതോടൊപ്പം ഒരു കാര്യം ഗൗരവമായി നാം ചിന്തിക്കണം. വിദേശങ്ങളിലെ ഈ പരിപാടികളൊക്കെ മലയാളികളായ നാം തെല്ലൊരു ആശ്ചര്യത്തോടെയാണ് വീക്ഷിക്കുന്നത്. എന്നാൽ ഇതു പോലെയുള്ള ധാരാളം കേന്ദ്രങ്ങൾ ഉണ്ടാക്കാനുള്ള വിദ്യയും പശ്ചാത്തലവും നമുക്കുണ്ടെന്നതു വിസ്മരിക്കപ്പെടുന്നു.

ടൂറിസ്റ്റുകൾക്കു വിൽക്കാവുന്ന സുവനീറുകളായി നമ്മുടെ ആദിവാസികളുടെ സംഗീതോപകരണങ്ങളും കരകൗശല വസ്തുക്കളും മാറ്റാം. ഇവയുടെ വ്യാവസായികാടിസ്ഥാനത്തിലുള്ള നിർമ്മാണം ആദിവാസി സമൂഹങ്ങൾക്ക് പുതിയൊരു തൊഴിൽ മേഖലയായിരിക്കും തുറന്നു കൊടുക്കുക. അന്യംനിന്നുപോകുന്ന സാംസ്കാരിക ചിഹ്നങ്ങളെ ഈ വിധത്തിൽ പുനർജ്ജീവിപ്പിക്കയും ചെയ്യാം.

ആഗ്രഹിച്ചു വാങ്ങിയ ഈ അബോറിജിൻ ആയുധം, സിഡ്നിയിലെ ഹോട്ടൽ മുറിയിൽ വച്ചു മറന്നിട്ടാണ് നാട്ടിലേക്ക് വിമാനം കയറിയത്. 300 രൂപ പോയിക്കിട്ടി. എന്റെ പരിശീലന ഏറുകൊണ്ട് നാട്ടിലാർക്കും പരിക്ക് പറ്റാതെയും തലപൊട്ടാതെയും രക്ഷപ്പെട്ടുവെന്നും ആശ്വസിക്കാം.

ഞങ്ങൾ മാർക്കറ്റിൽ നിന്നും പുറത്തേക്കിറങ്ങി. പുറത്തൊരിടത്ത് രണ്ടു തൂണുകളിലായി കുറെ ചൂണ്ടുപലകകൾ, പല ഡയറക്ഷനിലേക്കും ഉറപ്പിച്ചിരിക്കുന്നത് ശ്രദ്ധയിൽപ്പെട്ടു. അവയിൽ ഒരു ഭാഗത്തേക്കുള്ള സൂചക ഫലകങ്ങൾ ഞാൻ വായിച്ചു. Theatre & Markets, Sky rails, Railway, Doctor, Thongon Street (ഏതോ തെരുവിന്റെ പേര്) ഇവയാണ് ആ ബോർഡിലെങ്കിൽ, അടുത്തഭാഗത്തേക്ക് Post office, Car Park/ Library എന്നും മൂന്നാം വശത്തേക്ക് Bird World, Butterfly Sanctuary, Markets, Toilets എന്നും ഉണ്ട്. ഒരു ചെറുഗ്രാമത്തിൽ സഞ്ചാരികൾക്കായി എന്തെല്ലാം ഒരുക്കിയിരുന്നു. ഇവയെപ്പറ്റി ഇത്ര വിശദമായി ഞാൻ പറയുന്നത്, ഈ രീതി നമുക്കും അനുകരിക്കാവുന്ന ഒന്നാണെന്നു സൂചിപ്പിക്കാൻ വേണ്ടി മാത്രമാണ്.

പുറത്തു നിന്നു നോക്കുമ്പോൾ മാർക്കറ്റിന്റെ ഇടനാഴികളിലെല്ലാം സഞ്ചാരികളെ കാണാം. ബസ്സുകളിൽ മാത്രമല്ല, കെയ്ൻസ് നഗരത്തിൽ നിന്നും പുറപ്പെടുന്ന കുറാന്റാ സീനിക്ക് റെയിൽവേ വഴിയും Sky rail, Cable വഴികളിലൂടെയും ഈ ഹിൽസ്റ്റേഷനിൽ സഞ്ചാരികൾ എത്തുന്നുണ്ട്. കെയ്ൻസിലെ ടൂർ കമ്പനികളെല്ലാം സഞ്ചാരികളെ എത്തിക്കുന്ന ഒരു പ്രധാനസ്ഥലമാണ് ഞങ്ങളിപ്പോൾ നിൽക്കുന്ന ഈ കുറാന്റ.

കെയ്ൻസ് നഗരത്തിലേക്ക്

ആസ്ട്രേലിയയിൽ സിഡ്നിക്കടുത്തുള്ള കുറാന്റ ഏരിയയിലുള്ള ഹിൽ സ്റ്റേഷനിലെ ഒരു ഹെറിറ്റേജ് മാർക്കറ്റ് സന്ദർശനവും കഴിഞ്ഞ് ബൂമ റാങ്ങ് എന്ന ഒരു ഗോത്രവർഗ്ഗ ആയുധവും വാങ്ങി പുറത്തിറങ്ങിയപ്പോൾ റോഡ് ജങ്ഷനിൽ കണ്ട ഒരു തൂണിലുറപ്പിച്ച ചൂണ്ടുപലകകളെക്കുറിച്ച് കഴിഞ്ഞ ഭാഗത്ത് പറഞ്ഞിരുന്നു. പക്ഷിസങ്കേതവും ശലഭപ്പാർക്കും മുതൽ തീയേറ്ററും സ്കൈറെയിലും വരെയുണ്ട് ചൂണ്ടുപലകകളിൽ. ഒക്കെയും ഈ ചെറുഗ്രാമത്തിലാണെന്നതോർക്കണം. അതും കാടിന്റെ നടുവിലുള്ള ഒരു വില്ലേജിൽ.

പുറത്ത് പഴയ പത്തേമാരിയോട് രൂപസാദൃശ്യമുള്ള ഒരു കെട്ടിടം കണ്ടു. വീതിയുള്ള വലിയൊരു വള്ളത്തിന്റെ ഷേയ്പ്പാണ് കെട്ടിടത്തിന്റെ മുഖപ്പിന്. രണ്ടുനില. നല്ല വലിപ്പവുമുണ്ട്.

ശരിക്കും ഇത് ഡുങ്കൂൽ എന്നറിയപ്പെടുന്ന ഒരു മ്യൂസിയമാണ്. മ്യൂസിയത്തിൽ കയറാൻ സമയമില്ല എന്ന് ടൂർ മാനേജർ അറിയിച്ചു. യാത്ര തുടരാനുള്ള സമയം തന്നെ ഇതിനകം അല്പം അതിക്രമിച്ചിരുന്നു.

പുറത്ത് ബസ്സ് ഇതുവരെ എത്തിയിട്ടില്ല. അത് മറ്റെവിടേയോ പാർക്കു ചെയ്തിരിക്കുന്നു. ഫോൺ ചെയ്താൽ എത്തിക്കൊള്ളും.

ബസ്സ് വരുംവരെ പുറത്തെ ചില ജീവിത നേർക്കാഴ്ചകളിലേക്ക് ഞാൻ ദൃഷ്ടി തിരിച്ചുനിന്നു. സഹയാത്രികരും അങ്ങിങ്ങായി ചിതറി നിൽപ്പുണ്ട്.

അതാ പ്രത്യേക തരത്തിലുള്ള ഒരു വാഹനം അവിടെ പാർക്കു ചെയ്തിരിക്കുന്നു. വണ്ടിക്കു മുമ്പിൽ ഒരു ബോർഡുണ്ട്. ബോർഡിൽ '5500 Km Solo charity run for camp quality' എന്നുണ്ട്. 5500 കി.മീറ്റർ ദൂരം ഈ വാഹനത്തിൽ തനിയെ യാത്രചെയ്യുന്ന ഒരാൾ. വാഹനത്തിൽ അയാൾ മാത്രമേയുള്ളൂ എന്നതിന് ചെറിയ ഒരു തിരുത്ത്, കൂട്ടായി ഒപ്പം ഒരു വളർത്തു നായയുമുണ്ട്. ജർമ്മൻ ഷെപ്പേർഡ് ഇനത്തിൽപ്പെട്ട തല യെടുപ്പുള്ള ആ ശ്വാനനെ തുടലിൽപ്പിടിച്ച് തന്റെ വാഹനത്തിന് മുമ്പിൽ അയാൾ നിൽക്കുന്നതിന്റെ ഒരു ഫോട്ടോ ഞാനെടുത്തു.

ഞങ്ങൾ നോക്കിനിൽക്കെ തന്നെ തന്റെ അരുമനായയുമായി ആ ഏകാന്തപഥികൻ അടുത്തുകണ്ട ഒരു റോഡിലൂടെ നടന്നുപോയി. വ്യായാമനടത്തയാവാം. അയാളുടെ ബസ്സ് മാത്രമായി അപ്പോൾ ആ പാർക്കിംഗ് ഗ്രൗണ്ടിൽ.

നേരം നാലുമണി കഴിഞ്ഞിരിക്കുന്നു. ഏകദേശം ഹിൽ സ്റ്റേഷനിലെ ടൂറിസ്റ്റുകളെല്ലാം അപ്രത്യക്ഷരായി. അതോടെ ആ പ്രദേശത്തെ കസേരകളൊക്കെ അബോറിജിൻ ഗോത്രവർഗ്ഗക്കാർ കൈയടക്കിക്കഴിഞ്ഞു. ആ ദിവസത്തെ ശേഷിച്ച സമയവും ഈ പ്രദേശവും ഇനി അവരുടേതാണ്. ഷോർട്ട്സും ടീഷർട്ടും ധരിച്ച് കൊക്കക്കോളയുടെ കുടിച്ചു ബാക്കിയായ കുപ്പിയും കൈയിലേന്തി കൗമാരപ്രായക്കാരായ കുറെ അബോറിജിൻ കുട്ടികൾ സർവ്വവും മറന്ന് അവിടെ കളിച്ചു തിമിർക്കുന്നു.

അബോറിജിൻ ഗോത്രക്കാരെ ആസ്ട്രേലിയൻ സർക്കാർ യാഥാർത്ഥത്തിൽ മടിയന്മാരാക്കുകയാണെന്ന് അപ്പോൾ എന്റെയരികിലേക്കുവന്ന ടൂർ മാനേജർ വിനോദ് പറഞ്ഞു. സംരക്ഷിത ജനവിഭാഗമായിട്ടാണ് രാജ്യത്ത് ഇവർ പരിഗണിക്കപ്പെടുന്നത്. മാസംതോറും ആയിരം ഡോളറിലധികം ഓരോരുത്തർക്കും സർക്കാരിൽ നിന്നും സഹായധനം ലഭിക്കുന്നു. അതുകൊണ്ട് പുതിയ വാഹനങ്ങൾ വാങ്ങി ഇവർ അടിപൊളി ജീവിതം നയിക്കുകയാണ്. മുതിർന്നവർ ജോലിക്കൊന്നും പോകാറില്ല. കുട്ടികൾ സ്കൂളിൽ പോകാനും വലിയ താത്പര്യം കാണിക്കുന്നില്ല. വിദേശടൂറിസ്റ്റുകളുമായി എപ്പോഴും ഇടപഴകുന്നതിനാൽ എല്ലാ ഗോത്രവർഗ്ഗക്കാർക്കും ഇവിടെ ഇംഗ്ലീഷ് നല്ലവണ്ണം സംസാരിക്കാൻ കഴിയുന്നുണ്ട്. എഴുതാനും വായിക്കാനും അറിയില്ല എന്നു മാത്രം. പ്രാഥമിക വിദ്യാഭ്യാസം പോലും നേടാത്തവർവരെയുണ്ടത്രേ ഇക്കൂട്ടരിൽ.

ഞങ്ങൾക്ക് സഞ്ചരിക്കേണ്ട ബസ്സ് അല്പം വൈകിയാണെത്തിയത്. ഈ വിഷയത്തിൽ ടൂർ മാനേജരുടെ വഴക്കു പറയലും ശാസിക്കലും നിശ്ശബ്ദമായി കേട്ടുനിന്നതിനു ശേഷമാണ് ഡ്രൈവർ വിവരം വെളിപ്പെടുത്തിയത്. മറ്റൊരു യാത്രാസംഘത്തിൽപ്പെട്ടവരിൽ ചിലർ ഒരു കേബിൾക്കാറിൽ കുടുങ്ങിപ്പോയതായി അറിഞ്ഞ് അവരെയും ബാക്കിയുള്ളവരേയും ഉടൻ തന്നെ പോയി കൂട്ടിക്കൊണ്ടുവരണമെന്ന് ഒരു പൊലീസ് ഉദ്യോഗസ്ഥൻ ആവശ്യപ്പെട്ടപ്പോൾ ഒരു സേവനമെന്ന നിലയിൽ ഡ്രൈവർ ഞങ്ങളുടെ ബസ്സുമായി സംഭവസ്ഥലത്തുപോയതായിരുന്നു.

എന്നിട്ട്? എന്തുണ്ടായി എന്നും അയാൾ വിശദീകരിച്ചു. ഇടയ്ക്കുവച്ച് നിന്നുപോയ ആ കേബിൾ കാറിൽ അകപ്പെട്ട തങ്ങളുടെ സംഘാംഗങ്ങൾ കൂടി വന്നിട്ടു മാത്രമേ ബാക്കിയുള്ളവർ തിരികെ വരികയുള്ളൂ എന്നു ശഠിച്ചപ്പോൾ ഡ്രൈവർ ബസ്സുമായി തിരികെപ്പോന്നു. ആ കാലതാമസമാണ് അല്പം വൈകിയെത്താൻ കാരണമായതത്രേ.

കേബിൾകാർ കുടുങ്ങിപ്പോയ ഇടസ്ഥലത്തുനിന്നും റോപ്പിലൂടെ നീക്കിക്കൊണ്ടുവരാൻ സാങ്കേതിക വിദഗ്ധർ ശ്രമം തുടങ്ങിയിട്ടുണ്ട്.

വളരെ അപൂർവ്വമായി മാത്രം ഇങ്ങനെ ചില അപകടങ്ങൾ കേബിൾ വേയിൽ ഉണ്ടാകാറുണ്ടെന്നും ഡ്രൈവർ കൂട്ടിച്ചേർത്തു.

ബസ്സ് പുറപ്പെട്ടു. യാത്രാവഴിയിൽ ഒരു മലയുടെ അടുത്തെത്തിയപ്പോൾ ഡ്രൈവർ ബസ്സ് അല്പനേരം നിർത്തി. കെയ്ൻസ് അന്താരാഷ്ട്ര വിമാനത്താവളമാണ് അല്പം ദൂരെ വിശാലമായ നിലയിൽ കണ്ടത്. ഉൾക്കടലും കൃഷിയിടങ്ങളുമൊക്കെ കാഴ്ചയിലേക്കെത്തിനിന്നു. ഞങ്ങൾ വീണ്ടും യാത്ര തുടർന്നു. കാനനമദ്ധ്യത്തിലെ വഴിയിലൂടെ ബസ്സ് വേഗത്തിൽ ഇറക്കമിറങ്ങാൻ തുടങ്ങി. പാതയിപ്പോൾ വിജനമാണ്. സഞ്ചാരികളുടെ വാഹനങ്ങളെല്ലാം കെയ്ൻസിലേക്കു മടങ്ങിക്കഴിഞ്ഞിരിക്കുന്നു.

യാത്രാവഴിയിൽ ഒരിടത്ത് ബോധപൂർവ്വമെന്നോണം ഡ്രൈവർ ബസ്സ് വീണ്ടും നിർത്തിയിട്ടു. അയാളപ്പോൾ ചൂണ്ടിക്കാട്ടിയ അല്പം വിദൂരമായ ഒരു ആകാശക്കാഴ്ചയിലേക്ക് ഞങ്ങൾ സംഘാംഗങ്ങൾ കണ്ണുനട്ടു. അതാ മുകളിൽ ഉരുക്കു വടങ്ങളിൽ തൂങ്ങി ഒരു കേബിൾകാർ നിശ്ചലമായിക്കിടക്കുന്നു. അനക്കമില്ല. അതിനുള്ളിൽ കുറെ ഹതഭാഗ്യർ പ്രാർത്ഥനകളുമായി ഇരിപ്പുണ്ടാവും. അത്യപൂർവ്വമായേ ചലനമറ്റനിലയിൽ കേബിളിന്റെ ഇടയിലോ മദ്ധ്യഭാഗത്തോ ഇങ്ങനെയൊരു കാർ കാണുകയുള്ളൂ. നിശ്ചലമായി കുടുങ്ങിയ നിലയിൽ ഞങ്ങൾ കണ്ട ആ കാറിലെ യാത്രക്കാരെ കേബിൾ കാർ തിരികെയെത്തുമ്പോൾ കൂട്ടിക്കൊണ്ടുവരാനാണ്. അല്പം മുമ്പേ പൊലീസ് ഉദ്യോഗസ്ഥർ ഞങ്ങളുടെ ബസ്സിനെ അവിടേയ്ക്കയച്ചത്.

ആ കേബിൾ കാറിൽ പെട്ടുപോയവർക്ക് മറ്റ് ബുദ്ധിമുട്ടോ അപകടങ്ങളോ ഉണ്ടായിട്ടില്ലെന്നും ഡ്രൈവർ വിശദീകരിച്ചു. അവരെ രക്ഷിച്ച് തിരികെ കൊണ്ടുവരാനുള്ള ശ്രമങ്ങൾ ആരംഭിച്ചു കഴിഞ്ഞതായും ഡ്രൈവർ സൂചിപ്പിച്ചു. അതുവരെ അവർ ത്രിശങ്കു സ്വർഗ്ഗത്തിലായിരിക്കുമെന്നു മാത്രം. ജീവാപായം ഒന്നുമുണ്ടാവില്ല.

ബസ്സിപ്പോൾ സമതലപ്രദേശത്തെത്തിയിരിക്കുന്നു. വളർന്നു നിൽക്കുന്ന തെങ്ങുകളും കൃഷിയിടങ്ങളുമെല്ലാം കേരളത്തിന്റെ പ്രകൃതിയെ അനുസ്മരിപ്പിക്കുന്നു. ഒരു ഭാഗത്ത് കരിമ്പുതോട്ടങ്ങൾ. ആസ്ട്രേലിയായിലെ ഒരു പ്രധാന പഞ്ചസാര ഉത്പാദനകേന്ദ്രമാണ് കെയ്ൻസ്. ഒരിടത്ത് ഇലക്ഷൻ പ്രചരണത്തിനായുള്ള ഒരു ബോർഡ് കണ്ടു. ഇലക്ഷൻ സമയത്ത് നാടിനെമുഴുവൻ വൃത്തികേടാക്കുന്ന വിധം പോസ്റ്ററുകളും നോട്ടീസ് പതിക്കലും തലങ്ങനെയും വിലങ്ങനെയും ബാനർ വലിച്ചുകെട്ടലും ചെയ്യുന്ന ഇന്ത്യൻ രീതി ഇവിടെ കാണാനാവില്ല. ഇവിടെയെന്നല്ല ഒരു പാശ്ചാത്യദേശത്തും നാടിന്റെ ഭംഗി ചോർത്തിക്കളയുന്ന, അപചയപ്പെടുത്തുന്ന ഒരു നടപടിയും ഉണ്ടാവില്ല.

തനി ഗ്രാമീണമായ കാഴ്ചകൾ. കേരളത്തിലെ ഏതെങ്കിലും ഉൾഗ്രാമമാണിതെന്നേ തോന്നൂ. അങ്ങു ദൂരെ വൃക്ഷങ്ങൾ തിങ്ങിവളർന്നു നിൽക്കുന്ന പച്ചപ്പുള്ള ഒരു മല കാണാം. നാട്ടിലെ കാഴ്ചകളിൽ സമൃദ്ധമായി വൃക്ഷങ്ങൾ വളർന്നു നിൽക്കുന്ന മലകൾ ഇന്ന് അപൂർവ്വമാണെന്നു

മാത്രമല്ല ഒക്കെയും മൊട്ടക്കുന്നുകളുമായിരിക്കും. ആ പ്രകൃതിയും കാലാവസ്ഥയുമെല്ലാം ഇവിടെ ആസ്ട്രേലിയയിൽ അത്യാകർഷകം തന്നെ. പ്രകൃതി സംരക്ഷിക്കുന്ന വിഷയത്തിൽ നാട്ടുകാരും ശ്രദ്ധിക്കുന്നു.

കൃഷിയിടങ്ങളിലും നിരത്തിലുമെല്ലാം പോക്കുവെയിൽ പരന്നിരിക്കുന്നു. സുഖകരമായ ഒരു യാത്ര. റോഡിൽ എതിരെ ചില കാറുകൾ വന്നു കടന്നുപോകുന്നുണ്ട്. അവയ്ക്കിടയിൽ ചില കാരവനുകളും കാണാം. കാരവൻ എന്നാൽ സഞ്ചരിക്കുന്ന ഗൃഹം. കിടക്കമുറിയും അടുക്കളയും ടോയ്‌ലറ്റുകളുമൊക്കെയുള്ള ചലിക്കുന്ന ഗൃഹം.

ബാരോൺ നദി കടന്ന് ബസ്സ് കെയ്ൻസ് പട്ടണം ലക്ഷ്യമാക്കി ഓടിക്കൊണ്ടിരുന്നു. കേരളീയമെന്നു തോന്നുന്ന കാഴ്ചകളാണ് എങ്ങും. കരിമ്പിൻതോട്ടങ്ങളുടെ ഹരിതസമൃദ്ധി. ചിലയിടത്ത് നോക്കെത്താദൂരത്തോളം മധുരക്കിഴങ്ങുപാടം. ഗ്രാഫ് ലൈൻ വരച്ചതുപോലെ കൃത്യമായി വരിയൊപ്പിച്ചാണ് ഒക്കെയും നട്ടുപിടിപ്പിച്ചിരിക്കുന്നത്.

ഒരു ചെറുപട്ടണം വിട്ട് കൃഷിയിടങ്ങളിലൂടെ ഏറെ നേരം യാത്ര ചെയ്താലേ അടുത്ത ഒരിടത്തരം പട്ടണം എത്തൂ. ഡ്രൈവർ സർവവും മറന്നിരുന്ന്, ഡ്രൈവ് ചെയ്യുന്നതു കാണാനൊരു ചേലുണ്ട്. മുൻവശത്തു സീറ്റ് കിട്ടിയതിനാൽ ബസ്സ് സാരഥിയുടെ സകല ചലനങ്ങളും വീക്ഷിക്കാനെനിക്കവസരമുണ്ട്.

കാല്പനികച്ഛായയുള്ള ഗ്രാമങ്ങൾ പിന്നിടുമ്പോൾ, ഡ്രൈവർ കാഴ്ചകളെപ്പറ്റി ചെറുവിവരണം തന്നുകൊണ്ടിരുന്നു. ഒടുവിൽ ബസ്സ്, കെയ്ൻസ് നഗരത്തിന്റെ പ്രാന്തഭാഗത്തുള്ള ഞങ്ങൾ താമസിക്കുന്ന ഹോട്ടലിനു മുമ്പിലെത്തി. അവിടെ ഞങ്ങളെയൊക്കെ ഇറക്കിയിട്ട്, ഒരു ആട്ടോറിക്ഷ ഡ്രൈവ് ചെയ്ത് തിരികെയെടുക്കുന്ന ലാഘവത്തോടെ ഡ്രൈവർ, ആ കൂറ്റൻ ആഡംബര ബസ്സ്, വേഗതയിൽ ഓടിച്ചുപോയി.

അടുത്തദിവസം പ്രഭാതം. കെയ്ൻസ് നഗരത്തിന്റെ തുറമുഖഭാഗത്തേക്കാണ് ഇന്ന് ഞങ്ങളുടെ യാത്ര. സമുദ്രയാത്രയും പ്രസിദ്ധമായ പവിഴദ്വീപായ ഗ്രീൻ ഐലൻഡ് സന്ദർശനവുമാണ് ഇനിയുള്ള പരിപാടികൾ എന്നു ടൂർ മാനേജർ അറിയിപ്പു നൽകി. വാഴയും തെങ്ങുമൊക്കെ വളരുന്ന തൊടികളുള്ള നാട്ടിൻപുറവഴികളിലൂടെ ബസ്സ് നീങ്ങിക്കൊണ്ടിരുന്നു. തുറമുഖത്തോടു ചേർന്നാണ് കെയ്ൻസ് നഗരത്തിന്റെ പ്രധാന ഭാഗം നിലകൊള്ളുന്നത്. അവിടെ വലിയ പഴക്കമില്ലാത്ത ധാരാളം കെട്ടിടങ്ങൾ കാണാം. ഒക്കെയും അതിമനോഹരമായ നിർമ്മിതികൾ. അവയ്ക്കിടയിലൂടെ ബസ്സ് പോർട്ട് ബിൽഡിങ്ങിന്റെ മുമ്പിലെത്തി നിന്നു.

പോർട്ടിലെ കൗണ്ടറിൽ നിന്നും ബോർഡിംഗ് പാസ്സ് വാങ്ങിവേണം ഗ്രീൻ ഐലൻഡിലേക്കു പോകാൻ. കൗണ്ടറുകൾക്ക് മുമ്പിൽ രാവിലെ തന്നെ നല്ല തിരക്കും ക്യൂവും ഉണ്ട്. ടൂർ മാനേജർ എല്ലാവർക്കുമുള്ള ബോർഡിങ്ങ് പാസ്സുകൾ വിതരണം ചെയ്തു.

കറ്റമരൻ ജലവാഹനത്തിൽ ഒരു സമുദ്രയാത്ര

ഞങ്ങളിപ്പോൾ പോർട്ട് ബിൽഡിംഗിന്റെ മുമ്പിൽ ബോർഡിംഗ് പാസ്സും വാങ്ങി നിൽക്കുകയാണ്. പോർട്ടിന്റെ ഒരു ഭാഗം മറീനയാണ്. വിലകൂടിയ ബോട്ടുകൾ അവിടെ നിർത്തിയിട്ടിരിക്കുന്നു. മറ്റൊരു ഭാഗത്ത് കറ്റമരൻ എന്നറിയപ്പെടുന്ന വമ്പൻ ഉല്ലാസവാഹനങ്ങൾ കിടപ്പുണ്ട്. സഞ്ചാരികളെ ഗ്രീൻ ഐലൻഡിലേക്ക് എത്തിക്കുന്നത് ഇവയിലൂടെയാണ്. ഓരോ കറ്റമരനും ഒരു ചെറുകപ്പലിനു സമാനം.

300 പേർക്കുവരെ യാത്രചെയ്യാവുന്നതാണ് ആസ്ട്രേലിയക്കാർ Cat എന്നു വിളിക്കുന്ന ഈ കറ്റമരൻ. Big Cat എന്ന കറ്റമരനിലേക്ക് കയറാനാണ് ഞങ്ങൾക്കു ടിക്കറ്റെടുത്തിരിക്കുന്നത്. ഞങ്ങളവിടെ നിൽക്കെ ത്തന്നെ താഴെയൊരാൾ ഒരു ലിവർ കറക്കി പ്രവർത്തിപ്പിച്ച് ഉയർത്തി ബോട്ടിനോടു ചേർന്നു വരുന്ന ഗോവണി ഘടിപ്പിക്കുവാൻ ശ്രമം നടത്തുന്നു. രണ്ടു വനിതാ ജീവനക്കാർ മുകളിൽ കറ്റമരനിൽ നിന്നുകൊണ്ട് ആ ഗോവണിയുടെ കൊളുത്തുകൾ ബോട്ടിൽ ഉറപ്പിക്കുന്നു.

ഇന്നത്തെ യാത്രയ്ക്കുള്ള തയ്യാറോടുപ്പിലാണ് 'ദി ബിഗ് ക്യാറ്റ്'. ഗ്രീൻ ഐലന്റിലേക്കുള്ള സഞ്ചാരികൾ കറ്റമരനിലേക്ക് എത്തിക്കൊണ്ടിരുന്നു.

വളരെ പെട്ടെന്നാണ് ഗോവണിക്കു മുന്നിൽ നീണ്ട ഒരു ക്യൂ പ്രത്യക്ഷപ്പെട്ടത്. ഞങ്ങളും ആ ക്യൂവിന്റെ മുൻഭാഗത്ത് നിലയുറപ്പിച്ചു.

ഊഴമെത്തിയപ്പോൾ ഞങ്ങൾ ഉള്ളിൽ പ്രവേശിച്ചു. ഒരു അദ്ഭുത ലോകം പോലെ തോന്നി ആ ജലയാനത്തിന്റെ ഉൾവശം. ഹാളിൽ മേശകളും അവയ്ക്കു ചുറ്റും പ്രൗഢിയുള്ള കസേരകളും നിരന്നു കിടക്കുന്നു. രണ്ടു നിലകളിലായി എയർകണ്ടീഷൻ ചെയ്ത രണ്ടു ഹാളുകളാണ് ബിഗ് ക്യാറ്റിലുള്ളത്. മേലാപ്പില്ലാതെ തുറന്ന ഒരു മേൽത്തട്ടും. കയറി വരുന്നവരൊക്കെ സൗകര്യപ്രദമായ ഇരിപ്പിടങ്ങൾ തരപ്പെടുത്തുകയാണ്. ബോർഡിംഗ് പാസ്സിൽ സീറ്റ് നമ്പരുകൾ രേഖപ്പെടുത്തിയിട്ടില്ല. ഞങ്ങളുടെ ഗ്രൂപ്പിനെ പുറത്തെ കാഴ്ചകൾ കാണാൻ കഴിയും വിധം ബോട്ടിന്റെ വശങ്ങളിലെ വിന്റോ സീറ്റുകളിൽ വളരെ നയപൂർവ്വം ടൂർ മാനേജർ വിനോദ് ഇരുത്തി. കറ്റമരൻ ഹാളിന്റെ ഒരറ്റത്ത് ഒരു കൗണ്ടറുണ്ട്. സഞ്ചാരികൾക്കൊക്കെ ഇവിടെ നിന്ന് ഇഷ്ടാനുസരണം ചായയോ കാപ്പിയോ

സോഫ്റ്റ് ഡ്രിങ്കോ ലഭിക്കും. അവയൊക്കെ സൗജന്യമായാണ് നൽകുന്നത്. യാത്രാടിക്കറ്റിൽ ഈ തുക ഉൾപ്പെടുത്തിയിട്ടുണ്ട്.

സംഘാംഗങ്ങളെ വിട്ട്, ഞാൻ മാത്രം ഹാളിന്റെ ഒരു വശത്തുകൂടി നടന്ന് സ്റ്റെപ്പ് കയറി മുകൾ നിലയിലെത്തി. തിരിഞ്ഞുനോക്കിയപ്പോൾ ആ പഞ്ചാബി നവദമ്പതികളും എന്നെ പിന്തുടരുന്നത് കണ്ടു. ബാക്കിയുള്ളവരൊക്കെ കൗണ്ടറിൽ നിന്നും വാങ്ങിയ ചായയും നുണഞ്ഞ് ബിസ്കറ്റും കഴിച്ചങ്ങനെ താഴത്തെ നിലയിലിരിക്കുകയാണ്.

ബോട്ടുകളും യോട്ടുകളുമൊക്കെ കാണുന്നതും അവയുടെ രീതി പഠിക്കുന്നതുമൊക്കെ എനിക്ക് താത്പര്യമുള്ള കാര്യങ്ങളാണ്. അവസരം കിട്ടുമ്പോഴെല്ലാം ഏതു ജലവാഹനത്തേയും സസൂക്ഷ്മം നിരീക്ഷിക്കാറുമുണ്ട്. ഒരു കെട്ടുവള്ളത്തിലൂടെയുള്ള യാത്ര മോഹിച്ച് കൊല്ലത്തുനിന്നും കൊപ്രയും കയറും കയറ്റി കൊച്ചിക്കുപോയ ഒരു പഴയ ചരക്കുവള്ളത്തിൽ കയറിപ്പറ്റി ജീവനക്കാരുടെ അതിഥിയെപ്പോലെ മൂന്നാലു ദിവസം സുഖസഞ്ചാരം നടത്തിയ, വളരെ വർഷങ്ങൾക്ക് മുമ്പുള്ള ഒരു അനുഭവം എനിക്കുണ്ട്.

ബോട്ടിന്റെ മുകൾത്തട്ടിലാണ് ഞാനിപ്പോൾ. സംഘാംഗങ്ങളിൽ പഞ്ചാബി ദമ്പതികൾ മാത്രമുണ്ട് ഒപ്പം. ബാക്കിയുള്ളവരൊക്കെ താഴത്തെ നിലയിലാണ്.

പോർട്ട് ബിൽഡിംഗിനോട് ചേർത്തു നിർത്തിയിട്ടിരിക്കുന്ന മറ്റൊരു കറ്റമരനിലും ആളുകൾ നിറഞ്ഞുകഴിഞ്ഞു. Greenland - Great Barrier reef എന്ന് വലിയ അക്ഷരങ്ങളിൽ ആ ജലവാഹനത്തിന്റെ വശത്ത് എഴുതിയിട്ടുണ്ട്.

ഞാൻ ചുറ്റുപാടുമൊന്നു ശ്രദ്ധിച്ചു. ഒന്നല്ല ഞങ്ങളുടെ മാതിരിയുള്ള നിരവധി ജലവാഹനങ്ങൾ അങ്ങിങ്ങ് നിർത്തിയിട്ടിരിക്കുന്നു. ഞങ്ങൾ രണ്ടു കറ്റമരൻസും പോയിക്കഴിഞ്ഞാൽ ഉടൻ അവ അടുത്ത യാത്രക്കാരെ കയറ്റാൻ പോർട്ടിൽ വന്നു നിർത്തിയിടും. അത്രയ്ക്കുണ്ട് പുറത്ത് യാത്രക്കാർ ക്യൂവിൽ.

പോർട്ട് ബിൽഡിംഗിനോട് ചേർന്ന് നിന്നിരുന്ന Reef King എന്ന കറ്റമരൻ യാത്ര പുറപ്പെടുകയും ചെയ്തു. ഇരുനിലകളിലുമായി മുന്നൂറിലധികം ആളുകളാവും ഇവ ഓരോ കറ്റമരനിലും. അത്രയും പേർക്കു കയറാനുള്ള കപ്പാസിറ്റിയുള്ളവയാണ് ഒക്കെയും. ഞങ്ങളിപ്പോൾ കയറിയതുൾപ്പെടെ.

ഈ കൂറ്റൻ ജലവാഹനത്തിനടിയിൽ ഡബിൾഹൾ അഥവാ ഇരട്ട ചട്ടക്കൂടാണ് ഇവയ്ക്ക്. തൊട്ടടുത്ത് നീങ്ങിക്കൊണ്ടിരിക്കുന്ന Reef King പുറപ്പെടാൻ സമയത്ത് ഒന്നു വട്ടം ചുറ്റിയപ്പോഴാണ് ഈ ജലയാനത്തിന്റെ ഇത്തരം പ്രത്യേകതകൾ പഠിക്കാൻ കഴിഞ്ഞത്. മുകളിൽ എത്ര ഭാരമുണ്ടെങ്കിലും ജലനിരപ്പിൽ ബാലൻസു ചെയ്തു നിൽക്കാനും കടൽ എത്ര പ്രക്ഷുബ്ധമായാലും ആടിയുലഞ്ഞ് മറിയാതിരിക്കാനും ഈ സവിശേഷമായ ആകൃതി സഹായിക്കുന്നു. സാധാരണ പാശ്ചാത്യരാജ്യങ്ങളിൽ

ജലയാനങ്ങളെന്നല്ല കരയിലും ആകാശത്തും കൂടി സഞ്ചരിക്കുന്ന എല്ലാ വാഹനങ്ങൾക്കും അതീവ സുരക്ഷ അധികാരികൾ നൽകാറുണ്ട്. ബോട്ടപകടങ്ങൾ നിത്യസംഭവമാകുന്നത് നമ്മുടെ ഏഷ്യൻ രാജ്യങ്ങളിലാണ്. അതിൽ തന്നെ ബംഗ്ലാദേശ് ആണ് ഈ അപകടങ്ങളുടെ കാര്യത്തിൽ ഒന്നാം സ്ഥാനത്തു നിൽക്കുന്നതും. ഇന്ത്യയും മോശമല്ല, കേരളം പോലും.

ബംഗ്ലാദേശ് എന്ന ദരിദ്രരാജ്യത്തിൽ നല്ല ബോട്ടുകളില്ലെന്നു തോന്നുന്നു. പഴക്കം ചെന്ന് ജീർണ്ണിച്ച പടുകൂറ്റൻ ജങ്കാറുകളിൽ, അനുവദിക്കപ്പെട്ടതിലും ഇരട്ടി ആൾക്കാരെ കുത്തിനിറച്ച് സഞ്ചരിച്ച് വഴിയിൽ വച്ച് മുങ്ങി നൂറുകണക്കിന് ആൾക്കാർ അപായപ്പെടുന്ന വാർത്ത ബംഗ്ലാദേശിനെ കുറിച്ച് മാധ്യമങ്ങളിലൂടെ ഇടയ്ക്കിടെ വായിക്കാനിട വരാറുണ്ട്. അത്തരമൊന്ന് ഒരു പാശ്ചാത്യദേശത്തു നിന്നും റിപ്പോർട്ടു ചെയ്യപ്പെട്ടു കാണാറുമില്ല.

രണ്ടു ഹള്ളുകളിലും എഞ്ചിൻ ഘടിപ്പിച്ചിട്ടുള്ളതിനാൽ നന്നേ വേഗത്തിൽ നീങ്ങാനാവുമെന്നതും ഇതിന്റെ പ്രത്യേകതയാണ്.

സ്നോർക്ക്ലിങ്ങ് തുടങ്ങിയ വിനോദങ്ങളാണ് ഗ്രീൻ ഐലൻഡിലെ പ്രധാനപരിപാടികൾ. ഈയൊരു പരിപാടിയിൽ രണ്ടുമൂന്നു പ്രാവശ്യം പോകാനിട വന്നിട്ടുണ്ട്.

പവിഴപ്പുറ്റുകൾക്കു മീതേ നീന്താനുള്ള ഉപകരണങ്ങൾ കറ്റമരനുള്ളിൽ നിന്നു തന്നെ കിട്ടും. കടലിൽ മുങ്ങുമ്പോൾ ധരിക്കാനുള്ള ശ്വസനോപകരണമായ സ്നോർക്കിലും മറ്റും കറ്റമരനിൽ നിരത്തിവച്ചിട്ടുണ്ട്. ഇതിന്റെ ഇരുനിലകളിലെ ഹാളുകളിലും മുകളിലത്തെ ഡക്കിലുമൊക്കെ ആളുകൾ നിറഞ്ഞു കഴിഞ്ഞു. ഞാനിപ്പോൾ മേൽ ഡക്കിലാണ്. പഞ്ചാബി ദമ്പതികൾ താഴേക്കിറങ്ങിപ്പോകുന്നത് കണ്ടു.

ഇവിടെ നിന്നും ഒന്നരമണിക്കൂർ യാത്രയുണ്ട് ഗ്രീൻ ഐലൻഡിലേക്ക്. ഞങ്ങളുടെ അടുത്തു കിടന്ന രണ്ടാമത്തെ കറ്റമരനും പുറപ്പെട്ടു കഴിഞ്ഞു. അത് തലതിരിച്ച് ഓടിച്ചുവന്ന് തിരികെയെടുത്ത് ജലപ്പരപ്പിലൂടെ നീങ്ങിപ്പോകുന്നത് ശ്രദ്ധാപൂർവ്വം നോക്കിനിന്നു.

ഗ്രീൻ ഐലൻഡിനു ചുറ്റുമുള്ള പവിഴപ്പുറ്റുകൾക്കു മുകളിലൂടെ അതിവേഗത്തിൽ സഞ്ചരിക്കുന്ന ജലവാഹനമാണ് ഇത്. ഞങ്ങളുടെ കറ്റമരനായ Big Cat-ൽ സൈറൻ മുഴങ്ങി. പുറപ്പെടുകയാണ്.

കറ്റമരനുമായി ബന്ധിപ്പിച്ചിരിക്കുന്ന ഗോവണി ജീവനക്കാർ സൂക്ഷ്മതയോടെ എടുത്തു മാറ്റുന്നത് കണ്ടു. ഒരു ജീവനക്കാരൻ വന്ന് പുറംവാതിൽ അടയ്ക്കുകയും ചെയ്തു.

വമ്പൻ കറ്റമരൻ നീങ്ങിത്തുടങ്ങി. തീരത്ത് വലിയ കെട്ടിടങ്ങൾ കാണാം. മിക്കതും ബഹുനില മന്ദിരങ്ങൾ. കൂറ്റൻ കെട്ടിടങ്ങളും കാസിനോകളുമെല്ലാമാണ്. കേരളീയ കാലാവസ്ഥയും യൂറോപ്യൻ പ്രകൃതവുമുള്ള പ്രദേശമാണ് കെയ്ൻസ്. അതിനാൽ ധാരാളം സഞ്ചാരികൾ ലോകത്തിന്റെ നാനാഭാഗത്തുനിന്നും ഇവിടേക്ക് എത്തുന്നുണ്ട്.

പോർട്ടിന്റെ ഒരു ഭാഗത്ത് ആസ്ട്രേലിയൻ നേവിയുടെ ഒരു കേന്ദ്രം കണ്ടു. യന്ത്രവൽക്കൃത ചൂതാട്ടം മുതൽ കോടികൾ മറിയുന്ന ചീട്ടുകളി വരെ നടത്തുന്ന കാസിനോകൾ കെയിൻസിന്റെ തീരവഴികളിലുണ്ട്. നിരവധി പഞ്ചനക്ഷത്രഹോട്ടലുകളും. തീരത്തു നിന്നകലുമ്പോൾ കെയിൻസിലെ മറീനയും മറ്റും ദൃശ്യമാകുന്നു. ലോകം ചുറ്റുന്ന സമുദ്രസഞ്ചാരികളുടെ ധാരാളം ജലവാഹനങ്ങൾ അടുക്കുന്ന മറീനയാണ് കെയ്ൻസിലേത്. ആസ്ട്രേലിയൻ മേഖലയിലെ ഏറ്റവും പ്രമുഖമായ സുഖവാസ പ്രദേശവുമാണിത്.

യാത്ര പുറപ്പെട്ട ഉടൻ തന്നെ ബിഗ്കാറ്റിലെ ജീവനക്കാർ സുരക്ഷാ നിർദ്ദേശങ്ങളും വിവരങ്ങളും വിശദീകരണങ്ങളും നൽകിത്തുടങ്ങി. വിമാനത്തിനുള്ളിലേതിനു സമാനമായ സുരക്ഷാ ഉപകരണങ്ങൾ പ്രദർശിപ്പിച്ചും അണിഞ്ഞു കാണിച്ചു കൊണ്ടുമുള്ള ഡെമോൺസ്ടേഷൻ. കടൽയാത്രയിൽ എന്തെങ്കിലും അത്യാഹിതം സംഭവിച്ചാൽ രക്ഷപ്പെടേണ്ട രീതികളും ലൈഫ്ജാക്കറ്റും മറ്റു സുരക്ഷാ സംവിധാനങ്ങളും അവ ഉപയോഗിക്കേണ്ട രീതികളുമാണ് വിശദീകരിക്കുന്നത്. ഞങ്ങൾ കയറിയിരിക്കുന്ന കറ്റമരന്റെ മൂന്നു നിലയിലും ഡൈവിംഗ് റൂളിന്റെ ഡെമോൺസ്ട്രേഷനുണ്ട്. പുറം കടലിലേക്കു നീങ്ങിത്തുടങ്ങുമ്പോൾ കറ്റമരനിൽ ഉച്ചഭാഷണിയിലൂടെ സുരക്ഷാ അറിയിപ്പുകൾ വന്നുകൊണ്ടിരുന്നു. മറീന പിന്നിട്ട് ബിഗ്ക്യാറ്റ് നീങ്ങിക്കൊണ്ടിരിക്കുന്നു. ഉൾക്കടൽ ശാന്തമാണ്. വലിയൊരു സ്വിമ്മിംഗ് പൂൾ പോലെ നിശ്ചലമായിക്കിടക്കുന്ന ആഴിപ്പരപ്പ്. മറീനയ്ക്കു പുറത്തും സവിശേഷരൂപികളായ ബോട്ടുകൾ നിർത്തിയിട്ടിട്ടുണ്ട്.

ആഴിപ്പരപ്പിലൂടെ നീങ്ങിക്കൊണ്ടിരിക്കുന്ന ജലവാഹനത്തിന്റെ മേൽത്തട്ടിലാണ് ഞാൻ. ചുറ്റുമുള്ള കടൽക്കാഴ്ചകൾ ആസ്വദിച്ചുകൊണ്ടുള്ള നിൽപ്പാണ്.

പ്രത്യേക രൂപഭാവമുള്ള ഒരു ബോട്ട് അല്പമകലെ കണ്ടു. ഒരു വലിയ ബോട്ട്. എങ്കിൽപ്പോലും ഒരു ചെറുകപ്പലിനെ അനുസ്മരിപ്പിക്കുന്ന ഷേയ്പ്പ്. അപ്പോൾ മുകൾത്തട്ടിലുണ്ടായിരുന്ന ഒരു കറ്റമരൻ ജീവനക്കാരൻ വിശദീകരിച്ചു തന്നു. ഇത് ജർമ്മനിയിൽ നിന്നെത്തിയ ബോട്ടാണെന്ന്. അതിനടുത്ത് കണ്ട മറ്റൊരു മനോഹരബോട്ടു ചൂണ്ടി അയാൾ പറഞ്ഞത് അത് ഫ്രാൻസിൽ നിന്നുള്ള ഒന്നാണെന്നാണ്. യന്ത്രവത്കൃത ബോട്ടാകാമെങ്കിലും പായ്മരങ്ങളും നിറയെ റോപ്പുകളുടെ ബന്ധനവും അവയ്ക്കുണ്ട്. അങ്ങിങ്ങ് നിർത്തിയിട്ടിരിക്കുന്ന ബോട്ടുകൾക്കിടയിൽക്കൂടി ഞങ്ങളുടെ കറ്റമരൻ നീങ്ങിക്കൊണ്ടിരുന്നു.

അല്പമകലെ മഞ്ഞനിറം പൂശിയ ഒരു സീ പ്ലെയിൻ കണ്ടു. ഇതിലെ ആകാശയാത്ര സാഹസികരായ സഞ്ചാരികളുടെ ഇഷ്ടവിനോദമാണ്. ഇന്ത്യയിലുമുണ്ട് ഈ സീ പ്ലെയ്ൻ സർവ്വീസ്. അത് ആദ്യം തുടങ്ങിയത് ആൻഡമാൻ ദ്വീപിലാണ്. ആൻഡമാൻ യാത്രയിൽ ഞാൻ സീപ്ലെയിൻ യാത്രയും ആസ്വദിച്ചിട്ടുണ്ട്. കേരളത്തിലും ഇതാരംഭിക്കാൻ രണ്ടുവർഷം മുമ്പ് ഒരു പരിപാടിയിട്ടിട്ട് കുറെ ലക്ഷങ്ങൾ ചെലവഴിച്ചതുമാണ്. കായലിലെ മത്സ്യബന്ധനത്തൊഴിലാളികളുടെ എതിർപ്പുമൂലം കൊല്ലത്തെ

അഷ്ടമുടിക്കായലിൽനിന്നും ആരംഭിക്കാൻ പരിപാടിയിട്ട ആ പദ്ധതി പൊളിഞ്ഞുപോയി.

കടലിലും കായലിലും ചെറിയ റിസർവോയറിലും മറ്റും ഇറങ്ങുന്ന വിമാനം. വലിയ വിമാനത്താവളങ്ങൾ ഇവയ്ക്കാവശ്യമില്ല. കേരളത്തിന്റെ ടൂറിസ്റ്റ് രംഗത്തെ സമ്പുഷ്ടമാക്കാൻ ഇത്തരത്തിലുള്ള ചില കൗതുക വാഹനവും ഉപയോഗപ്പെടുത്താനാവുമെന്ന് എനിക്കിപ്പോഴും തോന്നുന്നു.

മറീനയിൽ നിന്നകന്നതോടെ കറ്റമരന്റെ സൗമ്യഭാവം മാറിയിട്ടുണ്ട്. രണ്ടു ഹള്ളുകളിലുമുള്ള എഞ്ചിനുകൾ പ്രവർത്തിച്ചു തുടങ്ങി. നല്ല വേഗത. പിന്നിൽ ശക്തമായ പാൽപ്പാത തെറിപ്പിച്ചുകൊണ്ടാണ് നീക്കം. പിന്നിലെ പാൽപ്പാതയുടെ വഴി അല്പനേരം കടലിലെ ഒരു ഹൈവേയ്ക്ക് സമാനമായി നീണ്ടുകിടന്നിട്ട് അപ്രത്യക്ഷമാകുന്നു. പോർട്ടിൽ നിന്നും തൊടുത്തുവിട്ട ഒരു റോക്കറ്റുപോലെ അത് കുതിച്ചു നീങ്ങുകയാണ്. ഇളംവെയിൽ തെളിയുന്നതേയുള്ളൂ. അതിന്റെ ചെറുചൂടുള്ള സുഖം നുകർന്ന് ഡെക്കിൽ അലസമായി ഇരിക്കുകയും നടക്കുകയുമാണ് സഞ്ചാരികൾ. ചിലർ പ്രകൃതിദൃശ്യങ്ങൾ ക്യാമറയിലാക്കുന്നു. ഗ്രീൻ ഐലന്റിൽ സഞ്ചാരികൾക്കായി ഒരുക്കിയിരിക്കുന്ന വിനോദപരിപാടി കളുടെയൊക്കെ ബുക്കിംഗ് എടുക്കുന്ന ജീവനക്കാർ ഈ കറ്റമരനിലുണ്ട്. സഞ്ചാരികൾക്കിടയിലൂടെ നടന്ന് ഓരോ പരിപാടിക്കും പരമാവധി ഓർഡർ എടുക്കുന്ന തിരക്കിലാണ് അവർ.

കെയ്ൻസ് നഗരം ദൂരെയാവുന്നു. തീരത്തോടടുത്താണ് വലിയ കെട്ടിടങ്ങളും കാസിനോകളുമൊക്കെയുള്ളത്. കെട്ടിടങ്ങൾ തിങ്ങി നിറഞ്ഞു നിന്ന് വീർപ്പുമുട്ടിക്കുന്ന ഒരു നഗരവുമല്ല കെയ്ൻസ്. ഏതു വിഷയത്തിലും ഒരു ഔചിത്യബോധം പ്രകടിപ്പിക്കുന്ന നഗരം. കറ്റമരൻ പുറം കടലിലേക്ക് പ്രവേശിക്കുകയാണ്. ആഴം കുറഞ്ഞ ഭാഗമായതിനാൽ ബോട്ടും കറ്റമരൻസുമൊക്കെ സിഗ്നൽ തൂണുകൾക്കിടയിൽ വഴികാട്ടി ത്തരുന്ന ചാലുകൾക്കിടയിലൂടെ മാത്രമേ നീങ്ങുകയുള്ളൂ.

ആസ്ട്രേലിയയിലെ പ്രസിദ്ധമായ ഗ്രേറ്റ് ബാരിയർ റീഫിന്റെ ഭാഗ മാണ് ഗ്രീൻ ഐലന്റ്. ലോകത്തിലെ ഏറ്റവും വലുതും വിശാലവും വൈവി ദ്ധ്യമാർന്നതുമായ പവിഴപ്പുറ്റു സങ്കേതമാണ് ഗ്രേറ്റ് ബാരിയർ റീഫ്. ഗ്രീൻ ഐലന്റാകട്ടെ 15 ഹെക്ടർ മാത്രം വിസ്തീർണ്ണമുള്ള ഒരു ചെറിയ ദ്വീപും.

ശൂന്യാകാശത്തുനിന്നു നോക്കിയാൽ പോലും കാണാവുന്ന ഒരേ യൊരു ജീവനുള്ള വസ്തുവാണ് ആസ്ട്രേലിയയിലെ പവിഴപ്പുറ്റ്. കോടി ക്കണക്കിന്, കോറൽ പോലിപ്പുകൾ എന്ന സൂക്ഷ്മജീവികൾ നിർമ്മിച്ച ഇത് മൂന്നുലക്ഷം കിലോമീറ്റർ വ്യാപിച്ചുകിടക്കുന്നു. ലോകത്തെ ഏഴ് പ്രകൃതിദത്ത അദ്ഭുതങ്ങളിൽ ഒന്നാണിത്. ജീവികളുടെ ഏറ്റവും വലിയ നിർമ്മിതിയായ ഇതിന് 2300 കിലോമീറ്റർ നീളമുണ്ട്. ചൈനയിലെ വൻ മതിലിനേക്കാൾ വലിപ്പമുള്ള ഇവിടെ 900 ദ്വീപുകളുമുണ്ട്. നൂറുകണ ക്കിന് പക്ഷികൾ, ഉരഗങ്ങൾ, കല്ലുമ്മക്കായകൾ, കടലാമകൾ, കോറലു കൾ എന്നിവകൊണ്ട് സമ്പന്നമാണ് ഈ പ്രദേശം. തിമിംഗിലത്തിന്റെ

പ്രജനനസ്ഥലവും വംശഭീഷണി നേരിടുന്ന അനവധി ജീവജാലങ്ങളുടെ ആവാസകേന്ദ്രവുമാണ് ഈ പവിഴപ്പുറ്റ്.

എന്നാൽ കെയ്ൻസിലെ ഏറ്റവും വലിയ വിനോദസഞ്ചാരകേന്ദ്രമാണ് ഇന്ന് ഇത്. പവിഴപ്പുറ്റുകൾക്കിടയിലൂടെ നീന്താനും വിവിധ മത്സ്യങ്ങളെ അടുത്തുകാണാനുമൊക്കെയാണ് സഞ്ചാരികൾ കൂട്ടത്തോടെ ഇവിടേക്ക് വരുന്നത്. അപൂർവ്വ രൂപവും നിറവുമുള്ള 1500 ജനുസിൽപ്പെട്ട മത്സ്യങ്ങൾ ഗ്രീൻ ഐലന്റിനു ചുറ്റുമുള്ള പവിഴപ്പുറ്റു മേഖലയിലുണ്ടെന്നാണ് കണക്കാക്കിയിരിക്കുന്നത്.

കറ്റമരനിലുള്ള സഞ്ചാരികളിൽ കൂടുതലും ജപ്പാൻകാരാണ്. യൂറോപ്യൻ രീതികളുള്ള ആസ്ട്രേലിയയിലേക്ക് കുറഞ്ഞ ചെലവിൽ അവർക്ക് എത്താനും വിനോദസഞ്ചാരം ആസ്വദിക്കാനുമാവുന്നു.

മുകൾത്തട്ടിലുള്ളവരെ ഞാൻ ശ്രദ്ധിച്ചു. ചിലർ ചാരുബെഞ്ചുകളിൽ ചെരിഞ്ഞു കിടന്നു മയങ്ങുന്നു. ബുൾഗാൻ താടിവച്ച ഒരു മദ്ധ്യവയസ്കൻ സായ്പ്പാവട്ടെ സ്വന്തം സഹധർമ്മിണിയുടെ കഴുത്തിൽ കൈചുറ്റി തോളിൽ ചാരിക്കിടന്ന് സുഖസുഷുപ്തിയിലാണ്. കാഴ്ചകൾ കാണാനും ആസ്വദിക്കാനുമല്ല അയാൾ ഏതോ യൂറോപ്പ് രാജ്യത്തുനിന്ന് ആസ്ട്രേലിയയിൽ വന്നതെന്നും സുഖമായിട്ടൊന്നുറങ്ങാൻ വേണ്ടിയാണെന്നും തോന്നും. കൂളിംഗ് ഗ്ലാസ്സ് ധരിച്ച അയാളുടെ സഹയാത്രികയാകട്ടെ, ഭർത്താവിന്റെ ഉറക്കത്തടങ്കലിൽ അകപ്പെട്ട് അനങ്ങാതെ അയാളെ ഉണർത്താതെ മെല്ലെ കഴുത്തു തിരിച്ചും മറ്റും സ്വന്തം സീറ്റിലിരുന്ന് കഷ്ടിച്ച് പുറം കാഴ്ചകൾ കാണാൻ ശ്രമം നടത്തുന്നു.

കാഴ്ചകൾ കാണാൻ പുറപ്പെടുന്ന ചില സഞ്ചാരികൾ ഇങ്ങനെയാണെന്ന് ലോകയാത്രകളിൽ ഞാൻ കണ്ടിട്ടുണ്ട്.

ദൂരെനിന്നും നല്ല വേഗതയിൽ അല്പം ഗൗരവഭാവവും വിചിത്ര രൂപവുമുള്ള ഒരു ചെറുകപ്പൽ ഓടിച്ചുവരുന്നതു കണ്ടു. അതെന്തെന്നറിയാൻ അടുത്തു വരുന്നതു വരെ ക്ഷമയോടെ എല്ലാവരും കാത്തുനിൽക്കുന്നുവെന്ന് തോന്നി. അടുത്തുവന്നപ്പോൾ മനസ്സിലായി അത് ആസ്ട്രേലിയൻ നേവിയുടേതാണെന്ന്. L 128 എന്ന മിലിറ്ററികോഡ് നമ്പരുമുണ്ട് ആ ജലവാഹനത്തിന്. യുദ്ധക്കപ്പലുകൾക്ക് സാധനങ്ങൾ എത്തിക്കുന്നതിനുള്ളതാണത്രേ ഇത്. അത് ആഴിപ്പരപ്പിലൂടെ അങ്ങ് അനന്തതയിലേക്ക് നീങ്ങിപ്പോയി.

നല്ല വേഗതയിലാണ് ആ നേവിക്കപ്പലിന്റെ പോക്ക്. കപ്പലിനു മുകളിൽ ചില ആന്റിനകളും ഡിഷുകളും ഉറപ്പിച്ചിട്ടുണ്ട്.

ഞങ്ങളുടെ കറ്റമരൻ പുറങ്കടലിലേക്ക് പ്രവേശിച്ചിരിക്കുന്നു. ചുറ്റും ഇളം പച്ചനിറം പകരുന്ന ആഴിപ്പരപ്പ്. അതിലൂടെ പാൽപ്പത ചിതറിച്ചുകൊണ്ട് അതിവേഗം നീങ്ങുകയാണ് കറ്റമരൻ. കടലിൽ അങ്ങിങ്ങ് ചില മത്സ്യങ്ങൾ പൊന്തിവന്ന് തെറിച്ചുവീഴുന്നുണ്ട്. അപൂർവ്വമായി ചില തിമിംഗലക്കുഞ്ഞുങ്ങളെയും കാണാൻ കഴിഞ്ഞു. സഞ്ചാരികളൊക്കെ ആടിയുലയുന്ന കറ്റമരൻയാത്രയിൽ ക്ഷീണിതരായി തുടങ്ങിയിരിക്കുന്നു.

എനിക്കുമുണ്ട് നേരിയ ക്ഷീണം. കടൽച്ചോരുക്ക് കൂടുമോ എന്നു തോന്നിയപ്പോൾ ഞാൻ താഴെ ഹാളിലേക്കിറങ്ങി. ഹാളിലുള്ളവരും തളർന്ന മട്ടിലാണ് കാണപ്പെട്ടത്. ചിലരൊക്കെ ടേബിളിനുമേൽ തല ചായ്ച്ച അവസ്ഥയിലാണ്. ഞങ്ങളുടെ സംഘാംഗങ്ങളിൽ ചിലർ തളർന്നും മറ്റു ചിലർ അല്പം കൂടി ഊർജ്ജം വർദ്ധിച്ച മട്ടിലുമാണ്. പഞ്ചാബി ദമ്പതികൾ കലപില പറഞ്ഞുകൊണ്ട് ആരെയും ശ്രദ്ധിക്കാതെ പുറത്തെ കാഴ്ചകൾ ആസ്വദിക്കുന്നു. കടലിലെ നേരിയ ഒരു സാന്നിദ്ധ്യം പോലും ഇല്ലാത്ത ഒരു സ്റ്റേറ്റിൽ നിന്നാണല്ലോ അവരുടെ വരവ്.

നല്ല വേഗത്തിൽ നീലപ്പരപ്പിലൂടെ നീങ്ങുകയാണ് ഞങ്ങളുടെ ജലവാഹനം. കറ്റമരൻ എന്ന വാക്കിന് ഒരു ഇന്ത്യൻ ഭാവം തോന്നുന്നത് യാദൃച്ഛികമല്ല. തമിഴിലെ കട്ടമരം എന്ന വാക്കിൽ നിന്നാണ് ഇന്ന് ലോകമെമ്പാടും പ്രസിദ്ധമായ കറ്റമരന്റെ ഉദ്ഭവം. മലയാളത്തിൽ ഇത് കട്ടമരമാണ്. അഞ്ചാം നൂറ്റാണ്ടിൽ ചോളരാജവംശ കാലത്ത് തമിഴന്മാരാണ് രണ്ടു വലിയ മരത്തടികൾക്ക് മീതെ തട്ടുയർത്തിയുള്ള ഇത്തരം വള്ളങ്ങൾ ആദ്യമായി ഉപയോഗിച്ചത്. ഇത്തരം കൂറ്റൻ വള്ളങ്ങളിൽ അവർ ബർമ്മയുടേയും ഇന്തോനേഷ്യയുടേയും മലേഷ്യയുടേയും തീരത്തേക്ക് തുഴഞ്ഞുപോയിരുന്നു.

ഇംഗ്ലീഷ്കാരനായ കടൽക്കൊള്ളക്കാരൻ വില്യം ഡാമ്പയർ 1690 കളിൽ നടത്തിയ കടൽ യാത്രകളിൽ ബംഗാൾ ഉൾക്കടലിൽ തമിഴന്മാരായ കടൽ സഞ്ചാരികൾ ഇത്തരം വാഹനങ്ങളിൽ പോകുന്നത് കണ്ടിരുന്നതായി രേഖപ്പെടുത്തിയിട്ടുണ്ട്. ഈ വള്ളത്തിന് കട്ടമരം എന്നാണ് പേരെന്ന് അവർ തന്നോട് പറഞ്ഞതായി ഡാമ്പയർ 1697-ൽ എഴുതിയിട്ടുണ്ട്. തമിഴൻമാർ കട്ടമരം എന്ന് യഥാർത്ഥത്തിൽ പറഞ്ഞത് ഇംഗ്ലീഷ്കാരൻ കറ്റമരം എന്നുച്ചരിച്ച് അത് ഭാഷയിൽ അങ്ങനെ രേഖപ്പെടുത്തുകയായിരുന്നു. ഈ ചരിത്രമൊക്കെ ഓർത്തുകൊണ്ടിരിക്കേ ദൂരെ ഒരു ചെറു ദ്വീപ് കാണാറായി. അതാണ് പ്രസിദ്ധമായ ഗ്രീൻ ഐലന്റ്.

പവിഴപ്പുറ്റുകളാൽ ചുറ്റപ്പെട്ട ഹരിതസമൃദ്ധമായ ഒരു കൊച്ചുതുരുത്താണ് ഗ്രീൻ ഐലന്റ്. ദ്വീപിന്റെ തീരത്ത് കടലിന് നന്നേ ആഴം കുറവാണ്. അതിനാൽ ബോട്ടും കറ്റമരനുമൊന്നും അടുപ്പിക്കാൻ കഴിയുകയില്ല.

നീളമുള്ള ഒരു കടൽപ്പാലമുണ്ട് ഇവിടെ. ആ പാലത്തിനടുത്തേക്ക് അടുക്കുന്നതിനുള്ള തയ്യാറെടുപ്പിലാണ് ഞങ്ങളുടെ കറ്റമരൻ. പോകുംവഴി ജലപാത നിർണ്ണയിച്ചു സ്ഥാപിച്ചിരിക്കുന്ന പച്ചവിളക്ക് ഉറപ്പിച്ച സിഗ്നൽ തൂണുകളിലൊന്നിൽ ഒരു പരുന്തു കൂടുവച്ചിരിക്കുന്നത് കണ്ടു. ജലസമൃദ്ധിക്കു നടുവിൽ അവൾക്കും സുഖവാസം. ഞങ്ങളുടെ ജലവാഹനത്തിന്റെ മുരൾച്ച അടുത്തുവന്നപ്പോൾ തല്ക്കാലത്തേക്ക് തന്റെ കൂടുമുപേക്ഷിച്ച് പരുന്ത് അല്പമകലേക്ക് പറന്നകന്നു. പുല്ലും ചുള്ളിക്കമ്പുമൊക്കെക്കൊണ്ട് നിർമ്മിച്ച പരുന്തിന്റെ വാസസ്ഥലത്തിനടുത്തുകൂടി ഞങ്ങളുടെ കറ്റമരൻ കടന്നുപോയി.

ഗ്രീൻ ഐലൻഡ്

കറ്റമരൻ കടൽപ്പാലത്തിനടുത്തെത്തുമ്പോൾ കടലിൽ പല വർണ്ണങ്ങളുടെ മേളനം കാണാം. മുമ്പ് മാലദ്വീപ് സന്ദർശിച്ചപ്പോഴാണ് ഞാനിത്തരമൊരു ജലസൗന്ദര്യം കണ്ടിട്ടുള്ളത്. പിന്നീട് സമീപസമയത്ത് ലക്ഷദ്വീപിൽ പോയപ്പോഴും പിന്നീട് ആൻഡമാനിൽ പോയപ്പോഴും കടലിന്റെ ഈ സൗന്ദര്യം ഞാൻ ആസ്വദിച്ചിട്ടുണ്ട്, കടലിലെ വിവിധനിറങ്ങളുടെ വിന്യാസത്തിലൂടെ. ഏറ്റവുമൊടുവിൽ ഈ കടൽഭംഗി ആവോളം ആസ്വദിച്ചത് ആൻഡമാൻ സന്ദർശിച്ചപ്പോഴാണ്.

കറ്റമരനിൽ നിന്നും ഇറങ്ങുന്നതിന് മുമ്പ് സ്നോർക്ക്ലിങ്ങിനുള്ള സാമഗ്രികൾ വാങ്ങി അണിയുകയാണ് ചിലർ. കടലിൽ മുങ്ങിക്കിടക്കുമ്പോൾ കാലുകൊണ്ടു തുഴയാൻ പാകത്തിലുള്ള ഏകദേശം രണ്ടടി നീളമുള്ള, ചിറകുപോലൊരു പ്ലാസ്റ്റിക് റബ്ബർ മിശ്രിത പാദുകം ചിലർ ഫിറ്റ് ചെയ്യാൻ ശ്രമം നടത്തുന്നു.

വന്നണയുന്ന പുതിയ സഞ്ചാരികളെ തേടി ഏതാനും ജലവാഹനങ്ങൾ കറ്റമരനെ സമീപിക്കുന്നുണ്ട്. അവയിൽ ചിലത് ഗ്ലാസ് ബോട്ടം ബോട്ടുകളാണ്. താഴ്ഭാഗത്ത് പ്രത്യേകതരത്തിലുള്ള ഗ്ലാസ്സ് പതിപ്പിച്ച ഈ ബോട്ടിൽ സഞ്ചരിച്ചാൽ അടിത്തട്ടിലെ പവിഴപ്പുറ്റുകളും അതിനിടയിലെ വിചിത്രജീവികളെയുമൊക്കെ വ്യക്തമായി കാണാനാവും. ഒരു സ്പീഡ് ബോട്ടും വരുന്നുണ്ട്. കറ്റമരനിലെ ചില ജീവനക്കാരെ കൊണ്ടുപോകാനുള്ളതാണ് ആ സ്പീഡ്ബോട്ട്. കറ്റമരനിൽ നിന്നും രണ്ടുപേർ അതിലേക്കു ചാടിക്കയറി. സ്പീഡ്ബോട്ട് അകന്നുപോയി.

കറ്റമരൻ കടൽപ്പാലത്തോടു ചേർന്ന് നിശ്ചലമായി. യാത്രക്കാർ ഇറങ്ങുകയാണ്. ചെറിയ കോണിയിലൂടെ സഞ്ചാരികൾക്കു പിറകെ ഞങ്ങളും പുറത്തേക്കിറങ്ങി. ശക്തമായ കാറ്റടിക്കുന്നുണ്ട്. ഇതുവരെ കാണാത്ത പുതിയൊരു തീരത്തണഞ്ഞതിന്റെ ഉത്സാഹത്തിൽ ചില യാത്രികർ, ആഹ്ളാദപൂർവ്വം ആകാശത്തേക്ക് കൈയുയർത്തി ആർത്തു വിളിച്ചുകൊണ്ടാണ് ദ്വീപിന്റെ മണ്ണിലേക്കിറങ്ങിയത്. നാനാദേശങ്ങളിൽ നിന്ന് എത്തിയവർ. ഞങ്ങൾ കയറി വന്ന ഈ കറ്റമരനിൽ മാത്രം 300 പേർ വന്നിറങ്ങിയിട്ടുണ്ട്. ഇത്തരത്തിൽ ഏതാനും ജലവാഹനങ്ങൾ

വന്നണയുന്നതോടെ ഈ ദ്വീപ് ജനനിബിഡവും. രാവിലെതന്നെ ആയിരത്തോളം സഞ്ചാരികളാണ് ഗ്രീൻ ഐലൻഡിൽ വന്നെത്തുന്നത്. പാരാസെയ്‌ലിങ്ങിനു ടിക്കറ്റെടുത്തവരെ കൊണ്ടുപോകാൻ ബോട്ട് കാത്തുകിടപ്പുണ്ട്.

ശക്തമായ കാറ്റിനെ പ്രതിരോധിക്കാൻ പാലത്തിന്റെ വശങ്ങളിൽ ചെറിയ ചില ഫൈബർ ഗ്ലാസ്സ് മറകളൊക്കെ സ്ഥാപിച്ചിട്ടുണ്ട്. പക്ഷേ അതൊന്നും വലിയ ആശ്വാസമേകുന്നില്ല. ശക്തമായ കാറ്റിൽ ചൂളിപ്പിടിച്ചാണു മിക്കവരും നടക്കുന്നത്. കറ്റമരനിൽ വന്നിറങ്ങിയ എല്ലാവരുംതന്നെ ദ്വീപിലെ പലവിധ പരിപാടികൾക്ക് ടിക്കറ്റെടുത്തിട്ടുള്ളവരാണ്.

നേരം 10 മണി കഴിഞ്ഞിരിക്കുന്നു. പതിനൊന്നര മുതൽ ഒരു മണി വരെ ലഞ്ച് ടൈം ആണ്. ഈ സമയത്ത് കറ്റമരനിൽ വന്ന് ഉച്ചഭക്ഷണം കഴിക്കാം. അതിനുള്ള തുകയൊക്കെ ടിക്കറ്റിൽ ഉൾപ്പെടുത്തിയിട്ടുണ്ട്. ഭക്ഷണശേഷം മൂന്നേമുക്കാൽവരെ വീണ്ടും ദ്വീപിൽ ചുറ്റിക്കറങ്ങുകയും ആവാം. നീളൻ കടൽപ്പാലത്തിലൂടെ വലിയൊരു ജാഥപോലെ സഞ്ചാരികൾ ദ്വീപിലേക്ക് നീങ്ങുന്നുണ്ട്.

നേരത്തേ ഞങ്ങൾക്കു തൊട്ടുമുമ്പ് പുറപ്പെട്ട റീഫ് കിങ് എന്ന കറ്റമരൻ അവിടെ വിശ്രമിക്കുന്നുണ്ടായിരുന്നു. അതിലെ സഞ്ചാരികളൊക്കെ ഇപ്പോൾ ദ്വീപിലാവും.

ആദ്യമെത്തിയ സഞ്ചാരികളിൽ ചിലർ പവിഴപ്പുറ്റുകളുടെ വിസ്മയക്കാഴ്ചകളിലേക്ക് മുങ്ങിപ്പൊങ്ങാൻ തുടങ്ങിയിരിക്കുന്നു. അവരിൽ ആണും പെണ്ണുമുണ്ട്. മധ്യവയസ്കരും വൃദ്ധജനങ്ങളുമുണ്ട്. വിനോദസഞ്ചാര പരിപാടികളുടെ വിഷയത്തിൽ പാശ്ചാത്യരിൽ ആൺപെൺ വ്യത്യാസമോ, പ്രായവ്യത്യാസമോ ഇല്ല തന്നെ; എല്ലാവരും വർഷത്തിലൊരിക്കൽ ഒരു യാത്ര നടത്തിയിരിക്കും. നമ്മിൽ ചിലരാണെങ്കിൽ, അതിനു ചെലവാക്കേണ്ട പൈസകൂടി ബാങ്കിൽ ഡെപ്പോസിറ്റ് ചെയ്ത് ഇന്ററസ്റ്റ് വർദ്ധിപ്പിക്കും. അതല്ലെങ്കിൽ കൂട്ടിക്കൂട്ടി വച്ച് അടുത്ത തലമുറയുടെ സമയമാവുമ്പോൾ, അവർ അടിച്ചു പൊളിച്ച് തുലയ്ക്കാൻ വഴിയൊരുക്കി കൊടുക്കും. സ്വന്തമായി ഒരു ജീവിതമോ, ഒരു ജീവിതസുഖമോ ഇത്തരക്കാർ ഇച്ഛിക്കാറില്ല. പൈസ ചെലവാക്കാതെ കൂട്ടിവയ്ക്കലാണ് ഇക്കൂട്ടർക്ക് മനസ്സുഖം നൽകുന്നത്.

ഞാനെന്റെ ശ്രദ്ധ ദ്വീപിന്റെ തീരത്തേക്ക് തിരിച്ചു. അവിടെ ചിരിയുയർത്തുന്ന ചില കാഴ്ചകൾ കാണാം. നീന്താനുള്ള പ്രത്യേക പാദുകമണിഞ്ഞ്, താറാവിനെ അനുസ്മരിപ്പിക്കുന്ന ചുവടുവയ്പ്പുകളോടെ കടലിനെ സമീപിക്കുകയാണ് ഒരാൾ. അയാളുടെ ഭാര്യ മദാമ്മ, താനീ പരിപാടികൾക്കൊന്നും തയ്യാറല്ല എന്ന മട്ടിൽ മാറി നിൽക്കുന്നതും കാണാമായിരുന്നു.

മഴക്കാടുകൾ നിറഞ്ഞ ദ്വീപാണ് ഗ്രീൻ ഐലൻഡ്. ആസ്ട്രേലിയയിലെ പൈതൃക ദ്വീപുകളിൽ ഇതിന് പ്രാധാന്യമുണ്ട്. 15 ഹെക്ടർ വിസ്തൃതിയുള്ള ദ്വീപ് മൊത്തമായും ഒരു റിസോർട്ടാക്കി മാറ്റിയിരിക്കുന്നു. ദ്വീപിന്റെ പ്രധാന പ്രവേശന കവാടത്തിൽ വലിയൊരു മാപ്പ് സ്ഥാപിച്ചിട്ടുണ്ട്. ദ്വീപിന്റെ എല്ലാ വിവരങ്ങളും വഴികളും ആ മാപ്പിൽ നോക്കി മനസ്സിലാക്കാം.

ദ്വീപിലെ സംവിധാനങ്ങളൊക്കെ രസാവഹമാണ്. ആളുകൾക്ക് നടക്കാനുള്ള ഭാഗം തറയിൽ നിന്നും ഉയർത്തി, മരപ്പലക പാകി നിർമ്മിച്ചിരിക്കുന്നു. അതിലെ ഓരോ പൊത്തുകളിൽ നിന്നും വൃക്ഷങ്ങൾ വളർന്നു പൊന്തി നിൽക്കുന്നു. പുകവലിക്കാർക്കു വേണ്ടി പ്രത്യേകമായൊരു ഏരിയയുമുണ്ട്. ദ്വീപിൽ മറ്റെവിടെയും പുകവലി പാടില്ലെന്നു സാരം. പുകവലി ഏരിയായിൽ വലിച്ചു തള്ളുന്നവരിൽ ആണും പെണ്ണും സമാസമം.

പലക പാകിയ വഴിയിലൂടെ ടൂർ മാനേജർ വിനോദിനു പിന്നാലെ ഞങ്ങൾ സംഘമായി നടന്നു. ഓരോ കോണിലും ചെറിയ കൗണ്ടറുകൾ ഉണ്ട്. ദ്വീപിലെ വിവിധ വിനോദ പരിപാടികൾക്കുള്ള ടിക്കറ്റുകളും സുവനീറുകളുമൊക്കെ ഇവിടങ്ങളിൽ കിട്ടും.

ഹെലികോപ്റ്ററിൽ പറക്കുന്നതിനുള്ള ബുക്കിങ്ങിന് ഒരു കൗണ്ടർ കണ്ടു. അവിടെ വലിയ സ്ക്രീനുള്ള ഒരു TVയിൽ ഹെലികോപ്റ്ററിലിരുന്നു ലഭിക്കുന്ന ഗ്രേറ്റ് ബാരിയർ റീഫിന്റെ ആകാശക്കാഴ്ചകൾ TV ദൃശ്യങ്ങളിൽ കണ്ടു. തൽക്കാലം ഞങ്ങളുടെ സംഘാംഗങ്ങൾ മുഴുവൻ ഈ TV ദൃശ്യങ്ങളിലൂടെ ഒരു ഹെലികോപ്റ്റർ സഞ്ചാരം നടത്തിയ അനുഭവം പങ്കുവച്ചു കൊണ്ട് അടുത്ത ഭാഗത്തേക്ക് നീങ്ങി. കൂട്ടത്തിൽ ഒരാളുടെ മനസ്സിൽ മാത്രമേ ഈ ആകാശസഞ്ചാരത്തിനു താത്പര്യമുണ്ടായുള്ളൂ. സംഘാംഗങ്ങൾ മുഴുവൻ ഇതിൽ നിന്നും പിന്തിരിഞ്ഞു പിൻവാങ്ങിയപ്പോൾ, ഈ ആഗ്രഹം മനസ്സിലൊതുക്കി, അയാളും അവർക്കൊപ്പം നടന്നു. ആ ഒരാൾ ഈ ഞാൻ ആണെന്നതു കൂടി അറിയുക. ഇത്ര ദൂരം വരെ വന്നിട്ട്, ഈയൊരു കാഴ്ച കാണാതെ പോകുന്നത് ശരിയല്ല എന്നു തോന്നുകയായിരുന്നു. ഈ വിഷയത്തിൽ ഒറ്റപ്പെട്ടവന്റെ മനസ്സുമായി ഞാൻ സംഘാംഗങ്ങൾക്കൊപ്പം നടന്നുനീങ്ങി. ഏതു ലോകയാത്രയിലും എത്ര ഉയർന്ന ടിക്കറ്റ് ചാർജ്ജ് നൽകേണ്ടിവന്നാലും മുഴുവൻ കാഴ്ചകളും പൂർത്തിയാക്കിയേ ഞാൻ മടങ്ങാറുള്ളൂ.

സ്വിമ്മിങ്പൂളും ഹെൽത്ത് ക്ലബ്ബും സുഖചികിത്സാ കേന്ദ്രങ്ങളും റെയ്ൻ ഫോറസ്റ്റ് യാത്രയുടെ സാമഗ്രികളും അണ്ടർവാട്ടർ ഒബ്സർവേറ്ററുമൊക്കെ ഗ്രീൻ ദ്വീപിലുണ്ട്. ഒഴിവുകാലം ഉത്സവമാക്കുന്നതിനുള്ളതൊക്കെ ഒരുക്കി സഞ്ചാരിക്ക് ആതിഥ്യമരുളുകയാണ് ഈ ഹരിത ദ്വീപ്.

റെസ്റ്റോറന്റുകൾക്കിടയിലൂടെ ഞങ്ങൾ നടത്തം തുടർന്നു. ബീച്ചിലേക്കാണു പോകുന്നത്. അവിടേക്കുള്ള പാതയും മരപ്പലക പാകിയാണ് ഒരുക്കിയിരിക്കുന്നത്. കാടിനുള്ളിലൂടെയുള്ള വഴി രസകരമായ ഒരനുഭവം തന്നെയാണ്.

അങ്ങനെ ഒടുവിൽ, ഗ്രീൻ ഐലൻഡിലെ പ്രധാന ബീച്ചിലെത്തിച്ചേർന്നു. ബീച്ചിൽ ഒട്ടേറെ സഞ്ചാരികളുണ്ട്. നല്ലൊരു ബീച്ച് കണ്ടാൽ സായ്പ്പിന്, പിന്നെയൊരു ഹരമാണ്. മണൽപ്പരപ്പിൽ നീണ്ടുനിവർന്നു കിടന്നും കടലിൽ ചാടിമറിഞ്ഞുമൊക്കെ അവർ അതൊരാഘോഷമാക്കുന്നു.

ഇതിനു സമാനമായ ഒരു ബീച്ച് സന്ദർശനം ഇന്ത്യയിൽ ഞാൻ നടത്തിയിട്ടുണ്ട്. മൂന്നു പ്രാവശ്യം ഞാൻ ആ മനോഹര കടൽത്തീരം സന്ദർശിക്കുകയും കടലിൽ നീന്തിക്കുളിച്ചു മദിക്കുകയും ചെയ്തിട്ടുണ്ട്. അത് മറ്റെങ്ങുമല്ല ആൻഡമാൻ ദ്വീപുസമൂഹത്തിലാണ്. ആൻഡമാനിലെ നിക്കോബാർ ഐലന്റിനടുത്തുള്ള രാധാനഗർ ബീച്ചാണത്. ഏഷ്യയിലെ ഏറ്റവും നല്ല രണ്ടാമത്തെ ബീച്ചായ രാധാനഗറുമായി ഇവിടുത്തെ ഗ്രീൻ ഐലൻഡ് കടൽത്തീരത്തിനു അസാമാന്യമായ സാദൃശ്യമുണ്ട്. രാധാനഗർ ബീച്ചും വിദേശികളെക്കൊണ്ട് നിറഞ്ഞിരിക്കും എപ്പോഴും.

മുതിർന്നവർ മാത്രമല്ല പിഞ്ചു കുഞ്ഞുങ്ങളും കടലിൽ കളിക്കുന്നതു കണ്ടു. വേവലാതിയൊന്നുമില്ലാതെ ഇവരെ സ്വതന്ത്രരാക്കി വിട്ടിരിക്കയാണ് രക്ഷിതാക്കൾ. നമ്മുടെ നാട്ടിലെ മാതാപിതാക്കൾ, എന്തായാലും, കുഞ്ഞുങ്ങളെ ഇങ്ങനെ തുറന്നുവിടാനുള്ള ധൈര്യം കാണിക്കുകയില്ല. അത് മാനസികവും ധൈര്യപരവുമായ നമ്മുടെ ഒരു പരിമിതി തന്നെയാണെന്ന് തോന്നിയിട്ടുണ്ട്.

കടൽത്തീരത്ത് ഒരു വൃദ്ധ, വെളുത്ത ഒരു ശീലക്കുടയും പിടിച്ച്, കടലിലേക്കിറങ്ങിയ തന്റെ മകളെയും കുട്ടികളെയും താത്പര്യപൂർവ്വം നോക്കിക്കൊണ്ടിരിക്കുന്നതും കണ്ടു. ഞാൻ ശ്രദ്ധിച്ചപ്പോൾ, ആ മുഖത്ത് തന്റെ അടുത്ത തലമുറകൾ കടലിൽ കുളിക്കുന്നതു കാണുന്നതിലുള്ള ഒരു വാത്സല്യഭാവം ഉണ്ടായിരുന്നതായി തോന്നി.

പ്രസിദ്ധമായ ഗ്രേറ്റ് ബാരിയർ റീഫിന്റെ ഭാഗമായതിനാൽ, ഇവിടുത്തെ ഏറ്റവും പ്രധാനപ്പെട്ട ഒരു വിനോദമാണ് സ്നോർക്ക്ലിങ്. മുഖത്ത് മൂക്ക് അടങ്ങുന്ന ഭാഗം കപ്പ് പോലെയുള്ള ഒരു അടപ്പുകൊണ്ട് മൂടി അതിൽ നിന്നും ശ്വസിക്കാനായി മുകളിലേക്ക് ഒരു കുഴലും താഴത്തെ കാഴ്ചകൾ നല്ലവണ്ണം കണ്ടാസ്വദിക്കാൻ, പവറുള്ള ഒരു പ്ലാസ്റ്റിക് കണ്ണടയും ഉറപ്പിച്ച ഒന്നാണ് സ്നോർക്ക്ലിങ് എന്ന ഉപകരണം. സ്ഥിരം കടൽക്കുളി നടത്തുന്ന സഞ്ചാരികളുടെ പക്കൽ ഈ ഉപകരണം സ്വന്തമായി ഉണ്ടാവും. അതല്ലെങ്കിൽ ഇത്തരം സ്ഥലങ്ങളിൽ ഇത് വാടകയ്ക്കു ലഭിക്കും. ആൻഡമാനിൽ ഞാനിത് 100 രൂപ വാടക നൽകി വാങ്ങിയാണ് ഉപയോഗിച്ചതെന്നോർക്കുന്നു.

ഈ ഭാഗത്ത് കടലിനു ആഴം നന്നേ കുറവുണ്ട്. അതിനാൽ കടൽക്കുളിയുടെ അപകട സാധ്യതയും തീരെ കുറവായിരിക്കും. ഞാൻ ബീച്ചിന്റെ വശത്തേക്കല്പം നടന്നു. അവിടെ കുറെ കൗമാരപ്രായക്കാർ കടൽപ്പുറത്തെ മണലിൽ രസകരമായി കളിക്കുകയാണ്. അവർ തങ്ങളിൽ ഒരുവനെ സമാന്തരമായി മണലിൽ കുഴിച്ചുമൂടുകയാണ്. കുഴിയിൽ മൂടപ്പെട്ടവന്റെ മുഖം മാത്രം പുറത്തു കാണാം. ആ ചെറുപ്പക്കാരെ ശ്രദ്ധിച്ചപ്പോൾ, മൂക്ക് അല്പം പതിഞ്ഞ ഏതോ മംഗോളിയൻ വർഗ്ഗത്തിൽപ്പെട്ടവരാണെന്നു തോന്നി. മിക്കവാറും അവർ ജപ്പാൻകാരാവണം. ഞങ്ങളുടെ കറ്റമരനിൽ സഞ്ചരിച്ചു വന്നവരിൽ നല്ലൊരു ശതമാനം പേരും ജപ്പാനിൽ നിന്നുള്ള ടൂറിസ്റ്റുകളായിരുന്നു.

ആസ്ട്രേലിയയിലെ പ്രധാന വിനോദ കേന്ദ്രങ്ങളിലെല്ലാം ഏറ്റവും അധികം സഞ്ചാരികൾ എത്തുന്നത് ജപ്പാനിൽ നിന്നുമാണ്. ലോകയാത്രകൾ ചെയ്യുന്ന എന്നെ പോലെയുള്ളവർ എപ്പോഴും യാത്രാച്ചെലവിന്റെ കാര്യത്തിലും ഹോട്ടൽ താമസത്തിനും ഏതൊക്കെ രാജ്യങ്ങളിലാണ് ഏറ്റവും അധികം ചെലവ് വരുന്നതെന്ന് വെറുതെയെങ്കിലും കണക്കു കൂടി നോക്കാറുണ്ട്. എന്റെ അനുഭവത്തിൽ, ലോകരാജ്യങ്ങളിൽ ഏറ്റവും ചെലവ് കൂടിയ രാജ്യം ജപ്പാനാണ്. പ്രത്യേകിച്ച്, ജപ്പാനിലെ ടോക്യോ നഗരത്തിലെ ജീവിതനിലവാരം ആരെയും അമ്പരപ്പിക്കും വിധം ഉയർന്നതാണ്. കൊല്ലുന്ന ഹോട്ടൽ വാടകയോടൊപ്പം, വിമാനയാത്രാച്ചെലവിനെ വെല്ലുന്ന ബുള്ളറ്റ് ട്രെയിൻ ടിക്കറ്റ് ചാർജ്ജും. അതിനാൽ, ഇന്ത്യയിൽ നിന്നുള്ള ടൂർപാക്കേജ് കമ്പനികൾ അപൂർവ്വമായേ ജപ്പാനിലേക്കുള്ള യാത്രാപരിപാടിൽ അനൗൺസ് ചെയ്യാറുള്ളൂ.

ഇത്തരം മുന്തിയ രാജ്യക്കാർക്ക് മറ്റേതൊരു വികസ്വര/അവികസിതദേശത്തേക്കു പോയാലും അവിടത്തെ ചെലവുകൾ നന്നേ കുറവായേ അനുഭവപ്പെടുകയുള്ളൂ. പാശ്ചാത്യർ ഇന്ത്യയിൽ വരുമ്പോഴും സമാനമായ അവസ്ഥയാണ്. ചെറിയൊരു ഉദാഹരണം പറയാം. അമേരിക്കയിൽ ഒരു കുപ്പി കൊക്കക്കോളയോ, ഒരു ചായയോ വാങ്ങാൻ കൊടുക്കുന്ന തുകകൊണ്ട്, നമ്മുടെ നാട്ടിൽ, ഒരു ദിവസത്തെ മൂന്നുനേരം ഭക്ഷണം വാങ്ങിക്കഴിക്കാം. അതിന്റെ ഗണിതശാസ്ത്ര വിശകലനം ഇതാ, അനുഭവത്തിന്റെ വെളിച്ചത്തിലാണ് പറയുന്നത്.

യു.എസ്സ് യാത്രയ്ക്കിടയിൽ, ന്യൂയോർക്കിൽ, ഹോട്ടൽ റൂമിൽ ഞാൻ ഒരിക്കൽ ബെഡ് കോഫി വരുത്തിക്കഴിച്ചപ്പോൾ, ഒരു ചായയ്ക്ക് മൂന്നു ഡോളർ വച്ചു കൊടുക്കേണ്ടി വന്നു. വെറും കാലിച്ചായയ്ക്കാണ്. മൂന്നു ഡോളർ സമം ഇപ്പോഴത്തെ 200 ഇന്ത്യൻ രൂപ. ഈ 200 രൂപയ്ക്ക് നാട്ടിൽ മൂന്നുനേരം സുഖമായി ഭക്ഷണം വാങ്ങിക്കഴിക്കാം.

കടൽപ്പരപ്പിലേക്ക് ശ്രദ്ധിച്ചു. സ്നോർക്ക്ലിങിന് ഇറങ്ങിയവർ കടലിന്റെ നീലപ്പരപ്പിലൂടെ നീന്തി നീങ്ങുന്നത് കാണാം. പവിഴദ്വീപുകളെ ചുറ്റിക്കിടക്കുന്ന കടലിൽ രസകരമായ ഒരു വിനോദമാണ് സ്നോർക്ക്ലിങ്.

മുമ്പു സൂചിപ്പിച്ചതുപോലെ സ്നോർക്കിൽ എന്ന ഉപകരണമാണ് ഇതിന് അത്യാവശ്യം വേണ്ടത്.

തീരത്ത് മണൽകൊണ്ടു മൂടപ്പെട്ട പയ്യൻ മണൽ നീക്കി പുറത്തു വന്നിരിക്കുന്നു. അപ്പോഴാണ് മനസ്സിലാവുന്നത് അതൊരു പയ്യനല്ല, പെൺകുട്ടിയായിരുന്നുവെന്ന്. അവൾ, അല്പമൊരു ഇളിഭ്യതയും നാണവും കലർന്ന ആഹ്ലാദഭാവത്തോടെ കുലുങ്ങിക്കുലുങ്ങി ചിരിച്ചു കൊണ്ട്, ശരീരത്തിൽ പറ്റിപ്പിടിച്ച മണൽത്തരികൾ കുടഞ്ഞു മാറ്റുന്നു.

സ്നോർക്ക്ലിങിന്റെ പ്രവർത്തനരീതിയിതാ. കടലിന്റെ ഉപരിതല ത്തിൽ കമിഴ്ന്നു കിടന്ന്, താഴെയുള്ള പവിഴപ്പുറ്റുകളും അവയ്ക്കിട യിലുള്ള മത്സ്യങ്ങളെയുമൊക്കെ, വലുതാക്കി കാണിക്കുന്ന കണ്ണട യിലൂടെ നോക്കിക്കാണുന്ന രീതിയാണ്. സ്ഫടികതുല്യമായ തെളിമ യാർന്ന ജലമുള്ള, ആഴം നന്നേ കുറഞ്ഞതും ശാന്തവുമായ സമുദ്രഭാഗ ങ്ങളിലാണ് സ്നോർക്ക്ലിങ് സാധ്യമാവുക. പ്രത്യേക പരിശീലനം ഒന്നും വേണ്ട എന്നതാണ് ഈ ജലവിനോദത്തിന്റെ പ്രത്യേകത. ഉപരിതല ത്തിലൂടെ മത്സ്യങ്ങളെപ്പോലെ നുഴഞ്ഞു നീങ്ങി വെള്ളത്തിനടിയിലെ കാഴ്ചകൾ ആസ്വദിക്കുന്ന ഒട്ടേറെപ്പേരെ ഗ്രീൻ ഐലൻഡിന്റെ തീര ക്കടലിൽ കണ്ടു.

തീരത്തുനിന്നും അല്പം അകലെയായി വിദേശസഞ്ചാരികളുടെ സെയ്ലിങ് ബോട്ടുകൾ കിടപ്പുണ്ട്. ദ്വീപിലെത്തുന്ന സഞ്ചാരികൾക്ക് പാരാസെയ്ലിങ്ങിനുള്ള ഒരു ബോട്ടും കടലിൽ കണ്ടു. വെയിൽചൂടിൽ കടലിന്റെ കുളിർമ്മ തേടുന്നവർക്കിടയിലൂടെ ഞാൻ ഒറ്റയ്ക്കു നടന്നു. സംഘാംഗങ്ങൾ ടൂർ മാനേജർക്കൊപ്പം അല്പം അകലെയാണ്.

ഒരു ഭാഗത്ത് ബീച്ച് വോളിബാൾ കളി നടക്കുന്നു. വെള്ളിമണൽ ബീച്ചുകളിൽ സായ്പ്പിന്റെ മറ്റൊരു പ്രധാന വിനോദമാണ് ഈ കൈപ്പന്തു കളി. തീരത്ത് അവിടവിടെയായി ലൈഫ്ഗാർഡിന്റെ പ്ലാറ്റ്ഫോമുണ്ട്. ധാരാളം സഞ്ചാരികൾ എത്തുന്ന തീരങ്ങളിൽ അവശ്യഘടകമാണല്ലോ ലൈഫ്ഗാർഡുകളുടെ സേവനം. ഇവിടെ എന്റെ നാടായ കൊല്ലത്തെ ബീച്ചിലും അർപ്പണ ബുദ്ധിയോടെ സേവനം അനുഷ്ഠിക്കുന്ന ലൈഫ് ഗാർഡുകളുണ്ട്. ആസ്ട്രേലിയലിലെ ഈ ഗ്രീൻ ഐലൻഡ് ബീച്ചിലെ ലൈഫ്ഗാർഡുകൾക്ക് ഒരുക്കപ്പെട്ടിരിക്കുന്ന ആധുനിക സൗകര്യങ്ങ ളൊന്നുമില്ലാതെ തന്നെ, കൊല്ലം ബീച്ചിൽ സേവനം ചെയ്യുന്ന നമ്മുടെ ലൈഫ്ഗാർഡുകളെ, ഇത്തരുണത്തിൽ മനസ്സുകൊണ്ട് നമിക്കുവാൻ മറക്കുന്നില്ല.

സഞ്ചാരികളുടെ സുരക്ഷിതത്വത്തിനോട് അധികൃതർക്കുള്ള പ്രതി ബദ്ധതയും ഇവിടെ ഗ്രീൻ ഐലൻഡ് ബീച്ചിൽ പ്രകടമാണ്. ഒരാത്മ വിമർശനം കൂടി നടത്തട്ടെ. നമ്മുടെ നാട്ടിലാണെങ്കിൽ ഒരു ദുരന്തം നടന്നാലല്ലാതെ അധികൃതർ, അപകട വിഷയങ്ങൾക്കെതിരെ നടപടിക്ക് ഒരുങ്ങുകയില്ല. റോഡിലെ ആഴക്കുഴിയിൽ പതിച്ച് ഒരു സ്കൂട്ടർ

യാത്രക്കാരൻ മരണമടഞ്ഞാൽ, ഉടൻ കുഴി നികത്താൻ നടപടിയുമായി ഉദ്യോഗസ്ഥർ റോഡിലിറങ്ങും. ചുരുക്കിപ്പറഞ്ഞാൽ, നാട്ടിൽ ഒരു വിഷയം കാര്യക്ഷമമായി നടപ്പാക്കപ്പെടണമെങ്കിൽ, അതിന് ഒരു രക്തസാക്ഷി കൂടിയേ തീരൂ. ഒരുതരം ആരംഭശൂരത്വം കാണിക്കുന്ന അധികാരികളുടെ നാട്. ഇരുകൈകളിലും കാറ്റ് നിറച്ച ട്യൂബ് കെട്ടിവച്ച് കുട്ടികളെ സ്വതന്ത്ര രായി കടലിലേക്ക് ഇറക്കിവിടുന്ന നിരവധി കുടുംബങ്ങളെ കണ്ടു. മാസ്ക്കും സ്വിമ്മിങ് സ്യൂട്ടുമൊക്കെ അണിഞ്ഞ്, സ്നോർക്ക്ലിങ്ങി നിറങ്ങുന്ന ഒരപ്പൂപ്പനെയും കണ്ടു. അമ്മൂമ്മയാകട്ടെ, അല്പമകലെ ഒരു കുടയും പിടിച്ച് മണൽപ്പരപ്പിലിരിക്കുന്നു. വൈവാഹിക ജീവിതത്തിൽ ചുരുങ്ങിയത് അരനൂറ്റാണ്ടെങ്കിലും പിന്നിട്ട ആ വൃദ്ധ തന്റെ പ്രിയതമന് കടലിൽ അപകടമൊന്നും ഉണ്ടാവരുതേയെന്ന് പ്രാർത്ഥിക്കുന്നുണ്ടാവാം.

അപ്പോഴതാ ഒരു വല്യമ്മ ഈ ഡ്രസ്സുകളും ഉപകരണങ്ങളുമൊക്കെ യായി കടലിലേക്കിറങ്ങുന്നു. ആ വൃദ്ധസ്ത്രീയുടെ ഭർത്താവ് അപ്പൂപ്പനും കുടയും പിടിച്ച് എവിടെയെങ്കിലും ഇരുന്ന് തന്റെ ഭാര്യയ്ക്കു വേണ്ടിയും പ്രാർത്ഥിക്കുന്നുണ്ടാവും എന്ന് വെറുതെ ചിന്തിച്ചു.

മറ്റൊരു ഭാഗത്തു കുറെപ്പേർ ഫോട്ടോഗ്രാഫിയുടെ ഹരത്തിലാണ്.

ഇനിയൊരു രസകരമായ കാഴ്ച. കടലിനു മീതേ ചെറിയൊരു വിമാനം നീങ്ങുന്നു. അതൊരു സീപ്ലെയിൻ ആണെന്ന്, അതിന്റെ ഷേയ്പ്പിൽ നിന്നും മനസ്സിലാക്കാം. ഗ്രീൻ ഐലൻഡിന്റെ ടൂറിസം രംഗത്തെ കൂടുതൽ ആകർഷകമാക്കുന്നതാണ് സീപ്ലെയിൻ സർവീസ്. മത്സ്യത്തെ റാഞ്ചാനിറങ്ങുന്ന പരുന്തിനെപോലെ, സീപ്ലെയിൻ കടലി നുമീതെ താഴ്ന്നിറങ്ങുന്നത് കൗതുകത്തോടെ ഞാൻ നോക്കി നിന്നു. കടലിൽ അപ്പോഴുണ്ടായിരുന്ന ഒരു ബോട്ടിന്നരികിലാണ്, നമ്മുടെ പരുന്തു വിമാനം ലാൻഡ് ചെയ്തത്. ശരിക്കു പറഞ്ഞാൽ ഭൂമിയിൽ ഇറങ്ങുന്ന തിനാണ് ലാൻഡ് ചെയ്യുക എന്നു പറയുന്നത്. വെള്ളത്തിലിറങ്ങുന്ന തിനും ലാൻഡ് ചെയ്യുക എന്നാണ് പ്രയോഗിക്കുന്നതെന്നു തോന്നുന്നു. ഭൂമിയിൽ തന്നെയുള്ള വെള്ളത്തിലാണല്ലോ അതിറങ്ങുന്നതും.

സീപ്ലെയിനിന്റെ അല്പമൊരു ചരിത്ര കഥ. രണ്ടാംലോക മഹായുദ്ധ കാലത്താണ് സീപ്ലെയിനുകൾ രംഗത്തിറങ്ങുകയും പ്രസിദ്ധമാവുകയും ചെയ്യുന്നത്. കടൽയുദ്ധത്തിൽ നഷ്ടപ്പെടുന്നവരെ തിരയുവാനും രക്ഷാ പ്രവർത്തനങ്ങൾക്കുമെല്ലാമാണ് ഇത്തരം എയർക്രാഫ്റ്റുകൾ ഉപയോഗി ച്ചിരുന്നത്. ചെറിയ ഒരു ജലാശയത്തിൽപോലും ലാൻഡിങ്ങിനും ടേക്ക് ഓഫീനും സാധ്യമായ സീപ്ലെയിൻ, ഇന്ന് ടൂറിസം രംഗത്താണ് ഏറ്റവും ശ്രദ്ധേയമാകുന്നത്. 1910ൽ ഫ്രഞ്ച് എഞ്ചിനീയറായ ഹെൻട്രി ഫാബറാണ് ആദ്യമായി സീപ്ലെയിൻ രൂപകല്പന ചെയ്തു പരീക്ഷിച്ചത്.

സീപ്ലെയിൻ ഇവിടെയിതാ, തീരത്തുനിന്ന് അല്പം ഉള്ളിലായി, കടലിൽ ലാൻഡ് ചെയ്തു കഴിഞ്ഞിരിക്കുന്നു. താഴെയിറങ്ങിയ സീപ്ലെയി നിനടുത്തേക്ക് പ്രത്യേക തരത്തിലുള്ള ഒരു ബോട്ട് നീങ്ങിച്ചെന്നു.

പ്ലെയിനിൽ നിന്നും യാത്രക്കാർ ഇറങ്ങുകയാണ്. പൈലറ്റിനെ കൂടാതെ 4 പേർക്കു യാത്ര ചെയ്യാവുന്ന വിമാനം. വിമാനത്തിൽ നിന്നിറങ്ങിയ വരെയും കൊണ്ട് ബോട്ട് കരയിലേക്കു നീങ്ങുന്നതും കണ്ടു.

വെയിലിനു ശക്തി കൂടിക്കൊണ്ടിരുന്നു. ഒരാൾ വിൻഡ് സർഫിങ് നടത്താനൊരുങ്ങുന്നതു കണ്ടു. വിന്റ് സർഫിങ് എന്നാലെന്താണ്? ചെറിയൊരു തോണിയുടെ നീളത്തിലും രൂപത്തിലും ഏതോ PVC മെറ്റീരിയൽ കൊണ്ടുള്ള ഒരു സർഫിങ് ബോർഡ്. അതു വെള്ളത്തിൽ പൊങ്ങിക്കിടക്കും. അതിന്റെ മധ്യഭാഗത്ത് ഒരു കപ്ലിങിൽ പൈപ്പുറപ്പിച്ച്, ആ പൈപ്പിൽ മടക്കിവക്കാവുന്ന തരത്തിലുള്ള ഒരു പായ്മരം ഫിറ്റ് ചെയ്യും. എല്ലാം കൂടി ചുരുട്ടിയാൽ കക്ഷത്തു വച്ചു കൊണ്ടുപോകാം.

പായ് ഉറപ്പിച്ചു കഴിഞ്ഞാൽ, സർഫിങ് ബോർഡിൽ ബാലൻസ് ചെയ്തു നിൽക്കുന്ന ആൾക്ക്, കാറ്റിന്റെ ശക്തിയും ഗതിയും അനുസരിച്ച് കടൽപ്പരപ്പിലൂടെ നല്ല വേഗത്തിൽ നീങ്ങിപ്പോകാം. പായ്മരത്തിന്റെ പൊസിഷൻ കൈകൊണ്ടു തിരിക്കുന്നതിനനുസരിച്ച്, ഗതിയും മാർഗ്ഗവും നിശ്ചയിക്കാം, മാറ്റാം. ഇതിനു ചെറിയൊരു പരിശ്രമം വേണം. അല്പം വൈദഗ്ധ്യവും.

പരിശീലനത്തിനിടെ മറിഞ്ഞു വീഴുന്നതൊക്കെ സ്വാഭാവികമായ കാര്യം. അയാൾ കാറ്റിന്റെ ഗതിക്കനുസരിച്ചു നീങ്ങുന്നതും വെള്ളത്തിൽ മറിഞ്ഞു വീഴുന്നതും വീണ്ടും ഒക്കെയും കൈയിൽ വാരിയെടുത്ത് യഥാവിധി ഫിറ്റ് ചെയ്ത് പിന്നെയും നീങ്ങുന്നതുമെല്ലാം, തെല്ലൊരു കൗതുകത്തോടെ നോക്കി നിന്നു ഞാൻ.

സ്നോർക്ക്‌ലിങ് കഴിഞ്ഞു മടങ്ങുന്നവരെ പിന്നിട്ട്, ഗ്രീൻ ഐലൻഡിന്റെ ബീച്ചിലൂടെ ഞാൻ പിന്നെയും അല്പം കൂടി നടന്നു. സംഘാംഗങ്ങൾ എവിടെയാണ് നിൽക്കുന്നതെന്ന് ശ്രദ്ധിച്ചിരുന്നു ഞാൻ.

ഉച്ചഭക്ഷണത്തിനു നേരമായിരിക്കുന്നു. കറ്റമരനുള്ളിലാണ് അത് ഒരുക്കിയിരിക്കുന്നത്. കടൽപ്പാലത്തിനടുത്ത് ഞങ്ങളുടെ കറ്റമരൻ കിടക്കുന്നതു കാണാം. ദ്വീപിന്റെ മരപ്പലക പാകിയ വഴിയിലൂടെ കടൽപ്പാലത്തിലേക്കു നടന്നു.

ഇരുവശവും വൃക്ഷങ്ങൾ തലയുയർത്തി നിൽക്കുന്ന, തടികൊണ്ട് നിലമൊരുക്കിയ ഈ കാട്ടുവഴിയിലൂടെ സഞ്ചരിക്കുമ്പോഴും ഈ ദൃശ്യങ്ങൾ കാണുമ്പോഴും പ്രത്യേകമായി ചിന്തിക്കേണ്ട ഒരു കാര്യമുണ്ട്. ദിവസേന ആയിരക്കണക്കിനു ആളുകൾ എത്തുന്ന ദ്വീപാണിത്. സഞ്ചാരികളുടെ ബാഹുല്യത്തിലും ദ്വീപിലെ വനത്തിന് ഒരുവിധ നാശവും സംഭവിച്ചിട്ടില്ല. ആരും അവിടേക്ക് കടന്നു കയറുന്നുമില്ല. കുറ്റമറ്റ രീതിയിൽ പരിപാലിച്ചാൽ ഏതൊരു വനപ്രദേശത്തെയും അതിന്റെ തനിമ നിലനിർത്തിക്കൊണ്ടുതന്നെ ടൂറിസ്റ്റ് കേന്ദ്രമാക്കാനാവും. വനത്തിനു നടുവിൽ തന്നെയാണ് റെസ്റ്റോറന്റുകളും നീന്തൽക്കുളവുമൊക്കെ സജ്ജീകരിച്ചിരിക്കുന്നത്. പ്ലാസ്റ്റിക്കോ കടലാസ്സു കഷണമോ വീഴാതെ ഏറ്റവും

വൃത്തിയോടെയാണ് ഈ ദ്വീപും തീരക്കടലുമൊക്കെ സംരക്ഷിക്കുന്നത്. അധികാരികൾ മാത്രമല്ല നാട്ടുകാരും.

ഗ്രീൻ ഐലൻഡ് വിഷയം അല്പം കൂടി. ദ്വീപിൽ സഞ്ചാരികളുടെ സാന്നിധ്യം എപ്പോഴും ഉണ്ടാകുന്ന ഭാഗങ്ങളിൽ ജലനിരപ്പിന് അല്പം ഉയരെയുള്ള ഭൂമിയിൽ മരപ്പലകകൾ വൃത്തിയായി പാകിയിരിക്കുന്നു.

നടന്നു നടന്ന് മറ്റൊരു ബീച്ചിലാണെത്തിയത്. ഈ ഭാഗത്തെ കടൽ മണ്ണിന് അല്പം കൂടി വെൺമയുണ്ട്. മണൽ കോരി കളിക്കുവാനുള്ള പ്ലാസ്റ്റിക് നിർമ്മിതമായ ഒരു കുഞ്ഞു ഷവലുമായി, ഒരു കൊച്ചു മിടുക്കി, അവൾക്ക് കഷ്ടിച്ച് നാലു വയസ്സു പ്രായമുണ്ടാവും അവിടെ നിന്നു കൊണ്ട് അജ്ഞാതനായ ഒരു കറുപ്പുനിറക്കാരനായ എന്നെ തുറിച്ചു നോക്കുന്നതു കണ്ടു. ആ കുരുന്നും ദ്വീപ് സന്ദർശിക്കുന്ന ഒരു കൊച്ചു ടൂറിസ്റ്റ് തന്നെ. കുഞ്ഞിന്റെ പിതാവാകാം, അകാല കഷണ്ടി ബാധിച്ച ഒരു യുവസായ്പ്പ് , കുഞ്ഞിനെ ഉരുട്ടിക്കൊണ്ടു നടന്ന ആ പ്രാം വണ്ടിയും പുതമണലിലൂടെ വലിച്ചു നീക്കി നടന്നുപോകുന്നു. ഈ കുട്ടിക്കുരുന്നിന്റെ അമ്മയെവിടെ? അവർ ഒരു പക്ഷേ സ്നോർക്ക്ലിങിൽ ഏർപ്പെട്ട് കടലി ലുണ്ടാവാം.

തീരത്തുതന്നെ ഒരു ഹെലിപ്പാഡുണ്ട്. അവിടെ ഒരു ഹെലികോപ്റ്ററും നിർത്തിയിട്ടുണ്ട്. ഗ്രീൻ ഐലൻഡിലെ മഴക്കാടുകളും പ്രസിദ്ധമായ ഗേറ്റ് ബാരിയർ റീഫുമൊക്കെ ആകാശത്തു നിന്നു കാണുന്നതിനുള്ള സൗകര്യ മാണ് ഇവിടെ ഹെലിക്കോപ്റ്ററുകൾ ഒരുക്കുന്നത്.

കാനനവഴിയിലൂടെ നടക്കുമ്പോൾ വള്ളിപ്പടർപ്പുകൾക്കിടയിലൂടെ ചെറിയ കോട്ടേജുകൾ കാണാം. ഗ്രീൻ ഐലൻഡ് റിസോർട്ടിൽ, ദിവസ ങ്ങൾ നീളുന്ന താമസത്തിനെത്തുന്നവർക്കുള്ളതാണ് ഈ ചെറു വീടുകൾ. കടൽപ്പാലത്തിനു മേലേ നിന്നു നോക്കുമ്പോൾ, ആഴിപ്പരപ്പിൽ കണ്ട വൃത്തി എന്നെ ആകർഷിച്ചു. മാലിന്യം ഒന്നുമില്ലാത്ത ജലം. ആഴി യിലെ പവിഴപ്പുറ്റുകൾ ഉപരിതലത്തിനു സവിശേഷമായ നിറഭേദങ്ങൾ നൽകുന്നു.

നീളൻ പാലത്തിലൂടെ നടന്നുനോക്കി. പാലത്തിനു മീതേ പാകിയിരി ക്കുന്ന മരപ്പാളികൾ പോലും ഏതോ മുന്തിയ വൃക്ഷത്തിന്റെ തടിയാ ണെന്നതു വ്യക്തം.

ശക്തമായ കാറ്റടിക്കുന്നുണ്ട്. രാവിലെ ഞങ്ങൾക്കു മുമ്പേ ആളെ ക്കയറ്റിപോയ റീഫ് റോക്ക് എന്ന കറ്റമരൻ തിരിച്ചുപോക്കിനുള്ള തയ്യാ റെടുപ്പിലാണ്. പാലത്തിനു കീഴേയും സ്നോർക്ക്ലിങിൽ ഏർപ്പെട്ട ഏതാനും പേരെ കണ്ടു. സ്വിമ്മിങ് പൂളിലെ ജലംപോലെ സുന്ദരമായ ഈ കടൽപ്പരപ്പിൽ കാറ്റിനെ പ്രതിരോധിക്കാൻ വേണ്ടി നിർമ്മിച്ച മേലാപ്പു കളുടെ മറപറ്റി ഞാൻ മുന്നോട്ടു നീങ്ങി.

പാലത്തിന്റെ ഒരു ഭാഗത്തുനിന്നുമാണ് പാരാ സെയ്‌ലിങ്ങിനും അണ്ടർവാട്ടർ ഒബ്സർവേറ്ററയിലേക്കുമൊക്കെ പോകുന്നത്. അതിനുള്ള ചെറിയ പ്ലാറ്റ്ഫോമുകൾ ഇവിടെയുണ്ട്. കടലിനടിയിലെ കാഴ്ചകൾ നേരിട്ടു കാണുന്നതിനുള്ള ഒരു സെമിസബ്മറൈൻ അവിടെയുണ്ടായിരുന്നു. ജലോപരിതലത്തിനു താഴെയാണ് അതിൽ സഞ്ചാരികൾക്ക് ഇരിക്കാനുള്ള ക്യാബിൻ. ശരിക്കുള്ള സബ്മറൈൻ അഥവാ മുങ്ങിക്കപ്പലാണെങ്കിൽ അത് മുങ്ങിത്താണ് ആഴിയുടെ അടിത്തട്ടിലൂടെയാവും സഞ്ചരിക്കുക. ഇവിടെയീ സെമിസബ്മറൈനിൽ, ഒരു നില മാത്രമേ ജലത്തിൽ മുങ്ങിക്കാണുകയുള്ളൂ.

ഒരു സംഘം സഞ്ചാരികളെയും കയറ്റി ആ സെമിസബ്മറൈൻ നീങ്ങിപ്പോയി. മാലദ്വീപ് സന്ദർശനത്തിനിടയിൽ 113 അടി താഴ്ചയിൽ, ഒരു മുങ്ങിക്കപ്പലിൽ സഞ്ചരിച്ച അനുഭവസമ്പത്തുള്ള എനിക്ക്, ഈ പകുതി സബ്മറൈനിൽ കയറാൻ അത്ര വലിയ താത്പര്യം തോന്നിയില്ല. എങ്കിലും ഞാനതൊഴിവാക്കാൻ ഉദ്ദേശിച്ചില്ല.

കുറച്ചുദൂരെ ഒരു നീളൻ ബോട്ട് കണ്ടു. ഗ്ലാസ്സ്ബോട്ടം ബോട്ടാണ് അത്. ഇത്തരം ബോട്ടുകൾ ആൻഡമാനിലുണ്ടായിരുന്നു. പോർട്ട് ബ്ലെയറിൽ നിന്നും നോർത്ത് ബേ ഐലന്റിലേക്ക്, സ്നോർക്ക്ലിങ്ങിനു പോയപ്പോൾ, ആ യാത്ര കുടുംബത്തിലെ എല്ലാവരും ചേർന്നായിരുന്നു, ഇത്തരം ഗ്ലാസ്ബോട്ടം ബോട്ടിൽ സഞ്ചരിക്കുകയുണ്ടായി. അടിഭാഗത്ത് ചില്ലു പതിച്ചതിനാൽ ഈ ബോട്ടിലിരുന്നു സഞ്ചരിച്ചാൽ കടലിന്നടിഭാഗം വ്യക്തമായി കാണാം.

ഗ്ലാസ്ബോട്ടം ബോട്ട്

ഗ്രീൻ ഐലൻഡിൽ നിന്നും ഞങ്ങൾ ലഞ്ചിനായി ബോട്ടിനുള്ളിൽ പ്രവേശിച്ചപ്പോൾ, അവിടെ, ഡൈനിങ് ഹാൾ, യാത്രക്കാരെക്കൊണ്ടു നിറഞ്ഞിരുന്നു. ഞങ്ങൾക്ക് മുമ്പേ തന്നെ മിക്കവരും അവിടെയെത്തി ഭക്ഷണം കഴിച്ചുതുടങ്ങിയിരുന്നു. ബുഫേ രീതിയിലാണ് ഭക്ഷണം. വെജും നോൺവെജുമെല്ലാമായി വിഭവങ്ങൾ നിരത്തിവച്ചിരിക്കുന്നു. ഒക്കെ ചൂടാറാതെതന്നെ സൂക്ഷിച്ചിട്ടുണ്ട്.

ഇവിടെയൊക്കെ ആൾക്കാർ ആവശ്യത്തിനുള്ള ഭക്ഷണമേ കഴിക്കാനായി എടുക്കൂ. ഭക്ഷണം പാഴാവാതിരിക്കാൻ പരമാവധി ശ്രദ്ധിക്കുകയും ചെയ്യും. ഈയൊരു രീതിയും സംസ്കാരവും പൂർണ്ണമായ നിലയിൽ ഇനിയും നമ്മുടെ നാട്ടിൽ കൈവന്നിട്ടില്ല എന്നതു ഖേദപൂർവ്വം ഓർത്തുപോയി. നാട്ടിലെ ഇത്തരം ചടങ്ങുകളിൽ, സ്വയം വിളമ്പിക്കഴിക്കാൻ പാകത്തിൽ ബുഫേ ഒരുക്കിയിട്ടുള്ള ഇടങ്ങളിൽ ചിലരൊക്കെ, പ്ലേറ്റുമായി ചെന്ന്, നിരത്തിവച്ചിരിക്കുന്നതിൽ ഏതാണ്ടു മുഴുവൻ വിഭവങ്ങളും തന്റെ പ്ലേറ്റിൽ കോരി നിറച്ച് അടുത്ത ടേബിളിലേക്ക് നീങ്ങുന്നതു കാണാം.

പലപ്പോഴും പരസ്പരം ചേരാത്ത വിഭവങ്ങളാവും സൗജന്യമായി കിട്ടുന്നതിനാൽ കോരിവയ്ക്കുക. ഒടുവിൽ ഏറ്റിക്കൊണ്ടു വന്ന ഭക്ഷണവസ്തുവിന്റെ നല്ലൊരു ഭാഗം പ്ലേറ്റിൽ വച്ചു തന്നെ ഉപേക്ഷിച്ചിട്ട്, ചിലർ ഒരു ഔചിത്യവും കൂടാതെ അടുത്ത ഒരു പുതിയ പ്ലേറ്റുമെടുത്ത് പിന്നെയും വിളമ്പിയെടുക്കാൻ ശ്രമിക്കാറുണ്ട്. അവർ അറിയുന്നില്ല, സൽക്കാരം നടത്തുന്നയാൾ ഏർപ്പാട് ചെയ്യുന്ന കേറ്ററിംങ് സർവ്വീസുകാർ ഭക്ഷണം കഴിച്ചു കഴിഞ്ഞ പ്ലേറ്റുകളുടെ എണ്ണം നോക്കിയാണ്, എത്ര, ഭക്ഷണം നൽകിയെന്ന കണക്കെടുപ്പു നടത്തി, ബിൽ ചെയ്യുക എന്ന്. അതുപോകട്ടെ, കുന്നോളം വിളമ്പി വച്ചിട്ട്, അധികം വരുന്ന ഭക്ഷണം കൊണ്ടുപോയി വേസ്റ്റ് ബിന്നിൽ തട്ടിക്കളയുന്നത്, ശരിക്കും യൂണിവേഴ്സൽ വേസ്റ്റാണ്.

ഇത്തരം, അക്ഷന്തവ്യമായ ഒരു ഭക്ഷണധൂർത്ത് ഞാനൊരിക്കൽ കണ്ടത്, US യാത്രയിൽ അമേരിക്കയിലെ ഓർലന്റോ തുറമുഖത്തുനിന്നും

ക്യൂബയ്ക്കടുത്തുള്ള ബഹാമാസ് ദ്വീപിലേക്ക് നാലു ദിവസം നീണ്ടു നിന്ന, ലോകത്തെ ഏറ്റവും വലുതും മുന്തിയതുമായ ആഡംബര ക്കപ്പലിൽ യാത്ര ചെയ്തപ്പോഴായിരുന്നു. ആ കപ്പൽ യാത്രാ ടിക്കറ്റിൽ, ഒരു ദിവസം എട്ടുനേരത്തെ ഭക്ഷണം കൂടി ഉൾപ്പെടുത്തപ്പെട്ടിരുന്നു. യാത്രക്കാരിൽ, ആഫ്രിക്കൻ ദരിദ്ര രാജ്യങ്ങളിൽ നിന്നും വന്ന ചില സമ്പന്ന കുടുംബാംഗങ്ങൾ ഉണ്ടായിരുന്നു. ആ കപ്പൽ യാത്രയിലെ 50 ശതമാനം പേരും കറുത്തവർഗ്ഗക്കാരായിരുന്നു. വിളമ്പിയെടുത്ത് അവർ വേസ്റ്റാക്കിക്കളഞ്ഞ ഭക്ഷണം, തങ്ങളുടെ ദരിദ്രഗ്രാമങ്ങളിലെ എത്രയോ പട്ടിണിപ്പാവങ്ങൾക്ക് വിശപ്പടക്കാൻ സഹായകമായിരുന്നേനേ എന്ന് അന്ന് ചിന്തിച്ചത് ഇപ്പോഴും ഓർമ്മയിലുണ്ട്.

കറ്റമരനിൽ നിന്നും ഞങ്ങൾ ദ്വീപിലേക്കു പോകാനായി പുറത്തിറ ങ്ങിയത് കടൽപ്പറവകളുടെ നേർകാഴ്ചകളിലേക്കായിരുന്നു. സീഗൾ ഇന ത്തിൽപെട്ട പക്ഷികൾ, സാധാരണ കടൽക്കൊറ്റി എന്നു വിളിക്കുന്ന ഇവ, കറ്റമരനിലെ ഉച്ചഭക്ഷണത്തിന്റെ സമയമറിഞ്ഞ് എത്തിയതാണ്. ഉയർന്നു പറന്നും വായുവിൽ ബാലൻസ് ചെയ്തു നിന്നുമൊക്കെ അവ സഞ്ചാരി കൾക്കു ഹരം പകരുന്നു.

ഗ്രീൻ ഐലൻഡിലെത്തിയ സഞ്ചാരികളുടെ വിവിധ ആക്റ്റിവിറ്റി കൾ തുടരുകയാണ്. പാരാ സെയിലിങിന് ടിക്കറ്റെടുത്തവരെ കൊണ്ടു പോകുവാൻ ഒരു ചെറു ബോട്ട് എത്തിക്കഴിഞ്ഞിരിക്കുന്നു. സെമി സബ് മറൈനും കടൽപ്പാലത്തോടു ചേർന്നു നിൽക്കുന്നുണ്ട്. തൊട്ടടുത്തുതന്നെ നീളമുള്ള ഒരു ഗ്ലാസ്സ് ബോട്ടം ബോട്ടുമുണ്ട്.

ഗ്ലാസ്സ് ബോട്ടം ബോട്ടിൽ കയറി ദ്വീപ് ചുറ്റലായിരുന്നു ഞങ്ങളുടെ അടുത്ത പരിപാടി. പവിഴപ്പുറ്റുകൾക്ക് മുകളിലൂടെ ഗ്ലാസ്സ് ബോട്ടിലൂടെ യുള്ള യാത്രയുടെ അനുഭൂതി അവാച്യമാണെന്നത്, ആൻഡമാൻ സന്ദർശനകാലത്ത് അറിഞ്ഞിട്ടുണ്ട്.. പക്ഷേ, ആൻഡമാനിലേത് തികച്ചും പ്രാകൃതമായ, ചെറുതോണികൾക്ക് സമാനമായ ബോട്ടായിരുന്നു വെന്നതും സമ്മതിക്കാതെ വയ്യ. നിറം മങ്ങിയ കണ്ണാടിപ്പലകകളായിരുന്നു ആ ബോട്ടിൽ താഴെ ഉറപ്പിച്ചിരുന്നത്. കാഴ്ചയുടെ സുതാര്യതയെ മറയ്ക്കുംവിധമുള്ള പോറലുകളും വരകളും കുറികളുമൊക്കെ ആ ചില്ലു പലകകളെ അനാകർഷകമാക്കിയിരുന്നു. എന്നാൽ ഞാനിവിടെ, അല്പം അകലെ ഞങ്ങളെ കാത്തു കിടക്കുന്ന ഗ്ലാസ്സ് ബോട്ടിനെ വിലയിരുത്തു മ്പോൾ, വലിയൊരു വ്യത്യാസം ആൻഡമാൻ ബോട്ടുമായി ഉണ്ടെന്നതു വ്യക്തം.

ഞങ്ങളുടെ ഗ്രൂപ്പംഗങ്ങൾക്ക് മുഴുവൻ ഗ്ലാസ്സ്ബോട്ടം ബോട്ടിലേക്കു ടിക്കറ്റെടുത്തിട്ടുണ്ട്. ഞങ്ങളെ മുഴുവൻ ഒരു ബോട്ടിൽ ഉൾക്കൊള്ളിക്കാ നാവാത്തതിനാൽ അതിനായി തൊട്ട് തൊട്ട് രണ്ടു ബോട്ടുകൾ വന്നു നിരന്നു കിടന്നു. ആ രണ്ട് ബോട്ടുകളിലെ യാത്രക്കാരായി ഞങ്ങളുടെ ഗ്രൂപ്പംഗങ്ങൾ മാത്രം.

ചെറുഗോവണിയിലൂടെ ഓരോരുത്തരായി ബോട്ടിലേക്കിറങ്ങി. ബോട്ടിലെ ഇരിപ്പിട ക്രമീകരണം ഒരു പ്രത്യേക രീതിയിലാണ്. ബോട്ടിന്റെ നീള വശങ്ങളിലാണ് സീറ്റുകൾ. നടുവിൽ ബോട്ടിന്റെ അടിവശത്തെ സുതാര്യമായ ഗ്ലാസ്സ് പാളികളിലൂടെ കടലിലെ തെളിഞ്ഞജലം കാണാം.

കറ്റമരനിൽ നിന്നും വേർപെട്ട് ബോട്ട് നീങ്ങി. തീരത്തുനിന്നും ഞങ്ങൾ അകന്നു കൊണ്ടിരുന്നു. നീങ്ങിക്കൊണ്ടിരുന്ന ഞങ്ങളുടെ ഗ്ലാസ്സ് ബോട്ടി ലിരുന്നുകൊണ്ട് പുറം കാഴ്ചകളിലേക്കല്ല എല്ലാവരും ദൃഷ്ടി തിരിച്ചത്, താഴത്തെ ഗ്ലാസ്സ് തറയിലേക്കാണ്.

ഈ ബോട്ടിന്റെ ക്യാപ്റ്റൻ ഒരു അനൗൺസർ കൂടിയാണ്. സുരക്ഷാ നിർദ്ദേശങ്ങൾ മുതൽ കാഴ്ചകളുടെ വിവരണംവരെ അദ്ദേഹത്തിൽ നിന്നും ലഭ്യമാവുന്നുണ്ട്.

അല്പം നീങ്ങിയപ്പോഴേക്കും ബോട്ടിലെ ഗ്ലാസ്സിലൂടെ കടലിലെ അന്തേവാസികളെ കണ്ടു തുടങ്ങി. സ്രാവിന്റെ രൂപഭാവമുള്ള വലിയൊരു മത്സ്യം- അത് സ്രാവല്ലെന്ന് ക്യാപ്റ്റൻ അറിയിക്കുകയും ചെയ്തു. - ആണ് വിരുന്നിനെത്തിയത്. കറ്റമരനും കടൽപ്പാലവുമെല്ലാം അകലെ യായിക്കഴിഞ്ഞു. ഞങ്ങൾ സംഘാംഗങ്ങളൊക്കെ ബോട്ടിനടിയിലെ ചില്ലി ലൂടെ കടലിന്റെ അടിത്തട്ടിൽ കണ്ണും നട്ടിരിപ്പാണ്. ഇളംപച്ച നിറത്തി ലുള്ള തെളിഞ്ഞ ജലം. താഴെ പവിഴപ്പുറ്റുകളും അവയ്ക്കിടയിൽ നീന്തുന്ന മത്സ്യങ്ങളുമൊക്കെ കാഴ്ചയിലെത്തുന്നു. വിസ്മയകരമായ ഒരു ദൃശ്യം തന്നെയായിരുന്നു ഇത്.

യുനെസ്കോ വേൾഡ് ഹെറിറ്റേജ് സൈറ്റായി പ്രഖ്യാപിച്ചിട്ടുള്ള ഗ്രേറ്റ് ബാരിയർ റീഫിന്റെ ഭാഗങ്ങളാണ് ഇതൊക്കെ. ഈ ഗണത്തിലുള്ള 3000 പവിഴപ്പുറ്റു നിരകളാണ് ഗ്രേറ്റ് ബാരിയറിലുള്ളത്. കടലിനടിത്തട്ടിലെ ഇത്തരമൊരു പ്രത്യേക ജൈവമേഖല ഇതുവരെ ഇത്ര അടുത്തു കണ്ടിട്ടില്ല. മരങ്ങൾപോലെ വളർന്നു നിൽക്കുന്ന പവിഴപ്പുറ്റുകൾ. വലി യൊരു വനത്തിനു മീതേക്കൂടി വിമാനത്തിൽ പറക്കുകയാണെന്നു തോന്നിപ്പോകുന്നു. അത്യപൂർവ്വ ഇനത്തിൽപ്പെട്ട മത്സ്യങ്ങളും ആമകളും നക്ഷത്ര മത്സ്യങ്ങളും മറ്റ് കടൽജീവികളുമെല്ലാമുള്ള ഒരു ആവാസ വ്യവസ്ഥയാണ് ഈ പവിഴലോകത്തുള്ളത്.

പവിഴപ്പുറ്റു വിശേഷങ്ങൾ ഇവിടെയും തീരുന്നില്ല. താഴെ അപൂർവ്വ മായൊരു പവിഴവനത്തെ കാത്തു സൂക്ഷിക്കുന്ന കടൽ. സഞ്ചാരികളു മായി നീങ്ങുന്ന സെമി സബ്മറൈൻ ദൂരെ കാണാം. മറ്റൊരിടത്ത് പാരാ സെയ്‌ലിങ്. ഇതിനെ പാരച്യൂട്ട് സഞ്ചാരമെന്ന് വിവർത്തനം ചെയ്യാം. ഇത്തരമൊരു പാരാ സെയ്‌ലിങ്, തായ്‌ലന്റിലെ പട്ടയ ബീച്ചിനടുത്തുള്ള ഒരു കോറൽ ദ്വീപിൽ വച്ചും സമീപസമയത്ത് ഗോവസന്ദർശനത്തി നിടയ്ക്ക്, അവിടത്തെ കോൾവ ബീച്ചിൽ വച്ചും ഞാൻ നടത്തിയിട്ടുണ്ട്. പാരാസെയ്‌ലിങിന്റെ വിധം ഇതാണ്. ബോട്ടിൽ നിന്നും വലിച്ചുയർത്തി യിരിക്കുന്ന പാരച്യൂട്ടിൽ ഒരാൾക്കു തൂങ്ങിക്കിടക്കാം. ഇത്തരമൊരു

സാഹസികന്റെ വേഷമണിഞ്ഞ് തായ്‌ലന്റിൽ വച്ച്, പാരച്യൂട്ടിൽ ആകാശത്തേക്കു ഞാനുയർന്നപ്പോൾ, താഴെ, ആകാംക്ഷാപൂർവ്വം ഒരു നെടുവീർപ്പോടെ ഹൃദയമിടിപ്പിന്റെ താളവുമായി ഭാര്യ നിൽപ്പുണ്ടായിരുന്നു. ഗ്രീൻ ഐലൻഡിനു ചുറ്റുമുള്ള കടലിൽ സഞ്ചാരികളുടെ ആഘോഷമാണ് എങ്ങും.

വീണ്ടും എന്റെ ദൃഷ്ടി പവിഴപ്പുറ്റുകളുടെ കാഴ്ചകളിലേക്ക് മടങ്ങി വന്നു. 25 മില്യൻ വർഷങ്ങളായി - 250 ലക്ഷം വർഷങ്ങൾ- ഈ മേഖലയിൽ പവിഴപ്പുറ്റുകൾ വളരുന്നുണ്ടെന്നാണ് പഠനങ്ങൾ തെളിയിച്ചിരിക്കുന്നത്. ഈ പവിഴപ്പുറ്റുകൾ വർഷത്തിൽ ചുരുങ്ങിയത് രണ്ട് സെന്റീമീറ്റർ വീതമെങ്കിലും വളരുന്നുണ്ട്.

ഗ്രേറ്റ് ബാരിയർ റീഫിനെ എഴുപതു ബയോ റീജിനുകളായി തിരിച്ച് ഇപ്പോഴും പഠനങ്ങൾ തുടരുകയാണ്. 1500 ഇനത്തിൽപ്പെട്ട മൽസ്യങ്ങളും 400 ഇനം പവിഴപ്പുറ്റുകളും 17 ഇനത്തിലുള്ള കടൽപ്പാമ്പുകളും ഇവിടെയുണ്ടെന്നാണ് ഗവേഷകർ തെളിയിച്ചിരിക്കുന്നത്. അയ്യായിരം ഇനം ചിപ്പികളും ഇവിടെയുണ്ട്.

ജൈവവൈവിധ്യത്തിന്റെ അദ്ഭുത മേഖലയാണ് ഇത്. സഞ്ചാരികളുമായി മൂന്നാമതൊരു ഗ്ലാസ്സ്ബോട്ടം ബോട്ടു കൂടി നീങ്ങുന്നതു കാണാം.

പാരാസെയ്‌ലിങ്ങിന്റെ ബോട്ടിൽ നിന്നും അടുത്തയാൾ ആകാശത്തേക്കുയരുകയാണ്. വലിയ ഒരു കുമിളപോലെ വിടർന്ന പാരച്യൂട്ട് നിലത്തിറങ്ങുന്നതു വ്യക്തമായി കാണാം.

ബോട്ടിലെ ഫ്ളാറ്റ്ഫോമിൽ നിന്നാണ് സാഹസികനെ പാരച്യൂട്ടിലേക്ക് വലിച്ചു കയറ്റുന്നതും ഇറക്കി നിർത്തുന്നതുമെല്ലാം. എന്നാൽ തായ്‌ലന്റിലെ കോറൽ ഐലൻഡിലാകട്ടെ കടലിനു നടുവിൽ ഉറപ്പിച്ച ഒരു വലിയ ബേസിൽ നിന്നുമായിരുന്നു. ചെറിയൊരു ഹെലിപ്പാഡിനു സമാനമായി, പൊങ്ങിക്കിടക്കുന്ന ഒരു പ്രതലത്തിൽ നിന്ന്. ഞങ്ങളുടെ ബോട്ട് ഡ്രൈവർ ബോട്ട് ഓടിക്കുന്നതിനിടയിൽ വിശ്രമില്ലാതെ സംസാരിച്ചുകൊണ്ടിരുന്നു. ഗ്രീൻ ഐലൻഡിന്റെ വിശേഷങ്ങളും പ്രത്യേകതകളും എത്ര പറഞ്ഞാലും അയാൾക്ക് മതിയാവുന്നില്ല എന്നു തോന്നി.

പല നാടുകളിൽ നിന്നെത്തിയ സഞ്ചാരികളൊക്കെ ഈ ദ്വീപിലെ ഇത്തരം കൗതുകങ്ങൾ നുകരുകയാണ്. ഇലകൾ ഉലയുന്ന കടൽച്ചെടികളാണ് ഇപ്പോഴത്തെ കാഴ്ച. ബോട്ട് യാത്ര അവസാനിക്കുകയായിരുന്നു. ഒരു ഭാഗത്തെത്തിയപ്പോൾ ധാരാളം കടൽക്കൊറ്റികൾ താഴ്ന്നു പറക്കുന്നതു കണ്ടു. അതിനൊരു കാരണവുമുണ്ട്. കടലിനടിത്തട്ടിൽ നിന്നും ചില പ്രത്യേകതരം മത്സ്യങ്ങൾ, ചില പ്രത്യേക സമയങ്ങളിൽ ജലോപരിതലത്തിലെത്തും. ആ സമയത്താണ് കടൽക്കൊറ്റികൾ അവിടെ വട്ടമിട്ടു പറക്കുന്നത്. കൂട്ടത്തോടെ പറക്കുന്ന കൊറ്റികൾ വിമാനവേഗത്തിൽ പറന്നു വന്ന് ജലോപരിതലത്തിൽ ലാൻഡ് ചെയ്ത് തൊടുന്നതും കൊക്കിലൊരു മത്സ്യത്തെ തൂക്കിയെടുത്തു കൊണ്ടു അകലുന്നതും

രസകരമായ കാഴ്ച തന്നെയായിരുന്നു. മത്സ്യങ്ങളും കടൽപ്പറവകളുമായുള്ള ചങ്ങാത്തവും മുഖാമുഖം കണ്ടിരിക്കുക രസമാണ്. താഴ്ന്നു പറന്നും കടലിനെ തൊട്ട് ഉയർന്നു പൊന്തിയും പക്ഷികൾ സഞ്ചാരികൾക്കും ഹരം പകർന്നു കൊണ്ടിരുന്നു. പവിഴപ്പുറ്റുകളിലൂടെ ഒരു കറക്കം നടത്തി ബോട്ട് കറ്റമരനിനടുത്തേക്ക് മടങ്ങിയെത്തി.

ഗ്ലാസ്സ്ബോട്ടം ബോട്ട് അടുത്ത് ചെന്ന് കൊണ്ടിരിക്കുമ്പോഴുള്ള കാഴ്ചയിൽ കറ്റമരൻ ഒരു ബഹുനില മന്ദിരം പോലുണ്ട്. ഡ്രൈവർ പ്രസംഗിച്ചു കൊണ്ടുതന്നെ ബോട്ട് കറ്റമരനോടടുപ്പിച്ചു. ഡ്രൈവറുടെ സേവനത്തെ കൈയടിച്ച് അംഗീകരിച്ച് യാത്രക്കാർ ഇറങ്ങുകയായി.

സെമി സബ്മറൈൻയാത്ര

സെമി സബ്മറൈനിൽ ഒരു യാത്രയാണ് ഇനി. കറ്റമരൻ പ്ലാറ്റ്ഫോമിനോട് ചേർന്ന് ഒരർദ്ധ മുങ്ങിക്കപ്പൽ കിടപ്പുണ്ട്. ടൂർ പാക്കേജിൽ ഈ മുങ്ങിക്കപ്പൽ യാത്ര പൊതുവെ ഉൾപ്പെടുത്തിയിട്ടില്ലാത്തതിനാൽ സ്വന്തം കീശയിൽ നിന്നും യഥാസമയം പൈസ നൽകി ടിക്കറ്റെടുക്കുന്നവർക്കേ ഈ സഞ്ചാരത്തിനവസരമുള്ളൂ. ഞങ്ങൾ 5 പേർ മാത്രമേ, സംഘത്തിൽ നിന്നും അതിന് തയ്യാറായുള്ളൂ. ഞങ്ങൾ അതിലേക്കു നടന്നു. സെമി സബ്മറൈന്റെ ഡെക്കിലേക്ക് ഞാനും.

പ്രത്യേക രീതിയിൽ നിർമ്മിച്ച ഒരു ജലവാഹനമാണിത്. അതിനുള്ളിലേക്ക് ഇറങ്ങുവാൻ ചെറിയൊരു ഇടവഴിയാണ് ഉള്ളത്. ഇറങ്ങിയെത്തിയിരിക്കുന്നത് കടലിനടിയിലേക്കാണ്. ജലപ്പരപ്പിൽ നിന്നും താഴെയാണ് സെമി സബ്മറൈന്റെ ഇടുങ്ങിയ ക്യാബിൻ. അതിലെ ഇരിപ്പിട സംവിധാനങ്ങളൊക്കെ പ്രത്യേക രീതിയിലാണ്. ഉയർത്തി വച്ചിരിക്കുന്ന സ്റ്റീൽ പലകകൾ നിവർത്തിയിട്ട് അതിന്മേൽ വേണം ഇരിക്കാൻ. കയറിവന്ന യാത്രക്കാരൊക്കെ സ്വയം സീറ്റ് നിവർത്തിയിട്ട് ഇരിപ്പായി. ഇരുഭാഗത്തും ചില്ല് ജാലകങ്ങൾ. അതിലൂടെ അടിഭാഗം വ്യക്തമായി കാണാം.

സബ്മറൈന്റെ ചില്ലുജാലകങ്ങൾക്കരികിൽ മത്സ്യങ്ങൾ എത്തിത്തുടങ്ങി. സബ്മറൈൻ, യാത്ര തുടങ്ങുകയാണ്. അതിൽ ഗൈഡായി ഒരു സ്ത്രീയുണ്ട്. യാത്ര പുറപ്പെടുംമുമ്പ് സുരക്ഷാ നിർദ്ദേശങ്ങളാണ് ഗൈഡ് നൽകുന്നത്. സബ്മറൈന് എന്തെങ്കിലും തകരാറു സംഭവിച്ചാൽ യാത്രക്കാർക്ക് ഏതെല്ലാം രീതിയിൽ രക്ഷപ്പെടാം എന്നതൊക്ക അവർ പറഞ്ഞു തന്നു. അത്യപൂർവ്വമായ ജീവിലോകത്തു കൂടി ആ ജലവാഹനം നീങ്ങിത്തുടങ്ങി. നാഷണൽ ജിയോഗ്രാഫിക് ചാനലിലൂടെ മാത്രം കണ്ടു പരിചയമുള്ള വിചിത്രതരമായ ദൃശ്യങ്ങൾ.

സബ്മറൈന്റെ ജാലകച്ചില്ലിലൂടെ രസകരമായ ഈ ആഴക്കടൽ കാഴ്ചകൾ ആസ്വദിച്ചു കൊണ്ടിരുന്നു. നീലജലത്തിൽ തെന്നി നീങ്ങുന്ന മത്സ്യക്കൂട്ടങ്ങൾ. അവയിൽ പല വർണ്ണവും രൂപവുമുള്ളവയുണ്ട്. കരിമീനിന്റെ വലിപ്പവും രൂപവും ഉള്ളവ മുതൽ, അയിലയും പാരയും ചെമ്മീനും വലിയതും ഇടത്തരവുമായ ട്യൂണ മത്സ്യങ്ങളും നെയ്മീനുമൊക്കെ ഇടകലർന്ന് ഒരു ജൈവ ജനാധിപത്യ വ്യവസ്ഥയുടെ

തണലിലും നിഴലിലും ജീവിക്കുന്നവ. സബ്മറൈൻ നീങ്ങിക്കൊണ്ടിരുന്നു. ഇടയ്ക്കിടെ ഇടത്തരം സ്രാവുകൾ, ഭയപ്പെടുത്തും വിധം ഗ്ലാസ്സ് ജാലകത്തിൽ വന്ന് മുട്ടിയിട്ട് മടങ്ങിപ്പോകുന്നതും കാണാം.

കുറച്ചു ദൂരം കൂടി പിന്നിട്ടപ്പോൾ പവിഴപ്പുറ്റുകളുടെ മുകളിലൂടെയാണ് സെമി സബ്മറൈൻ ഊളിയിട്ടു നീങ്ങിക്കൊണ്ടിരുന്നത്. ഉറപ്പായി നിൽക്കുന്ന പവിഴപ്പുറ്റുകളുടെ മാത്രമല്ല, ഓളത്തള്ളലിൽ ആടിയുലയുന്ന സസ്യജാലങ്ങളും ഉണ്ട് കടലിന്റെ ആഴത്തട്ടിൽ. ലോകത്തെ ഏറ്റവും വലിയ പവിഴപ്പുറ്റ് സമൂഹമായ ഗ്രേറ്റ് ബാരിയർ റീഫിന്റെ ഭാഗമായതിനാൽ, വൈവിധ്യങ്ങളുടെ കലവറയാണ് ഈ ആഴിപ്രദേശം.

സമുദ്രഗവേഷകർക്ക് എന്നും ഹരമാണ് പവിഴപ്പുറ്റുകളെപ്പറ്റിയുള്ള ഗവേഷണം. കശേരുക്കളില്ലാത്ത ചെറു ജീവികളുടെ കൂട്ടമാണ് ഓരോ പവിഴപ്പുറ്റും സൃഷ്ടിക്കുന്നത്. ആഴം കുറഞ്ഞ ഉഷ്ണമേഖലാ സമുദ്രങ്ങളിലാണ് പവിഴപ്പുറ്റുകൾ ഉണ്ടാകുന്നത്. കോറൽ ഫോളിപ്പുകൾ എന്നറിയപ്പെടുന്ന ചെറുജീവികൾ സ്വയം വിഭജിക്കയും അങ്ങനെയുണ്ടാവുന്ന കോറൽ ഒരു കോളനിയായി വളരുകയും ചെയ്യുന്നു. ജൈവസൃഷ്ടിയിൽ ഭൂമിയിലുള്ള ഏറ്റവും വൈചിത്ര്യം പേറുന്ന ജീവി വർഗ്ഗമാണിതത്രെ.

കോറൽ ജീവികളുടെ അസ്ഥിപഞ്ജരവും ചുണ്ണാമ്പു നിക്ഷേപവുമൊക്കെ കൂടിയുറഞ്ഞാണ് ഓരോ പവിഴപ്പുറ്റും രൂപീകൃതമാവുന്നത്. വയലറ്റ്, നീല, കറുപ്പ്, തൂവെള്ള എന്നിങ്ങനെ നിറങ്ങളനുസരിച്ച് പവിഴപ്പുറ്റുകളെ വർഗ്ഗീകരിച്ചിട്ടുണ്ട്. സെമിസബ്മറൈനിലെ യാത്രക്കാരൊക്കെ കടലിനടിയിലെ കാഴ്ചകളിൽ മുഴുകിയിരിക്കുകയാണ്. വലിയ മീനുകൾ ജാലകത്തിനരികിലെത്തുമ്പോൾ ചിലർ ക്യാമറ പുറത്തെടുക്കുന്നു. മറ്റു ചിലർ വീഡിയോ ക്യാമറയും.

ഇതാ ഇപ്പോഴൊരു വലിയ ആൾപ്പിടിയൻ സ്രാവ് കടന്നുപോയി. തങ്ങളുടെ മാത്രമായ ലോകത്തേക്ക് സബ്മറൈൻ എന്ന ഈ കൂറ്റൻ യന്ത്രമത്സ്യം എന്തിനു വന്നു കയറി എന്ന മട്ടാവും ഈ മത്സ്യക്കൂട്ടങ്ങൾക്ക്.

കല്ലൻ കോറൽ, മുള്ളൻ കോറൽ , കൊമ്പൻ കോറൽ എന്നിങ്ങനെ ആകൃതിയും പ്രകൃതിയുമനുസരിച്ച്, പവിഴപ്പുറ്റുകളെ പലഗണത്തിൽപ്പെടുത്തിയിരിക്കുന്നു. പവിഴപ്പുറ്റു സമൂഹങ്ങൾ അപൂർവ്വ ജനുസ്സിൽപ്പെട്ട ചെറുമീനുകളുടെ താവളമാണ്. വിടർന്നു വളരുന്ന പവിഴവനങ്ങളുടെ വിടവിലൂടെ അവ ഊളിയിട്ടും തെന്നിത്തെറിച്ചും നീങ്ങുന്നു. വേൾഡ് ഹെറിറ്റേജ് സൈറ്റിൽ ഉൾപ്പെട്ട സംരക്ഷിത പ്രദേശമായതിനാൽ ഈ ഭാഗങ്ങളിൽ ബോട്ടുകൾക്കും മറ്റും നിയന്ത്രണമുണ്ട്. സെമി സബ്മറൈൻ പോലും നീങ്ങുന്നത് നിശ്ചിത ചാലിൽ കൂടി മാത്രമാണ്.

ജലവാഹനങ്ങൾ നീങ്ങുമ്പോൾ ശക്തമായ ഓളത്തള്ളലുണ്ടായാൽ പവിഴപ്പുറ്റുകൾക്കു നാശം സംഭവിക്കും എന്നതിനാലാണ് ഇത്.

പവിഴപ്പുറ്റുകളെ ഉപജീവിച്ചു കഴിയുന്ന മത്സ്യങ്ങളെ കോറൽ ഫിഷ് എന്നാണ് പറയുക. മറ്റു സമുദ്രഭാഗങ്ങളിൽ കാണുന്ന മീനുകളിൽ നിന്നും

തികച്ചും വ്യത്യസ്തമാണ് പവിഴമത്സ്യങ്ങൾ. വിവിധതരം പവിഴപ്പുറ്റു കൾക്കിടയിൽ ജീവിക്കാൻ കഴിയുന്ന തരം രൂപവും വർണ്ണങ്ങളുമൊക്കെ യാണ് പ്രകൃതി ഇവയ്ക്ക് നൽകിയിരിക്കുന്നത്.

1858 കാലത്ത് കെയ്ൻസിൽ നിന്നുള്ള ആളുകൾ കടൽ വെള്ളരിക്ക ശേഖരിക്കാനാണ് ഗ്രീൻ ഐലൻഡിന്റെ തീരത്തെത്തിയത്. അന്നു ദ്വീപിലുണ്ടായിരുന്ന ഗോത്രവർഗ്ഗക്കാരും കടൽ വെള്ളരിക്ക വാരാനെ ത്തിയ വെള്ളക്കാരും തമ്മിൽ ഏറ്റുമുട്ടൽ പതിവായിരുന്നു. കാലക്രമ ത്തിൽ ഗ്രീൻ ഐലൻഡ് ഒരു സുഖവാസ മേഖലയായി മാറി. അതിനു ചുറ്റുമുള്ള കടലാകട്ടെ, സഞ്ചാരികൾക്ക് നിത്യവിസ്മയത്തിന്റെ കാഴ്ച കളൊരുക്കി ആ അവസ്ഥയിലെത്തുകയും ചെയ്തു.

സെമി സബ്മറൈൻ, പല വർണ്ണത്തിലും ആകാരത്തിലുമുള്ള മത്സ്യ ങ്ങൾ നീന്തുന്ന ഭാഗങ്ങളിലൂടെയാണ് ഇപ്പോൾ നീങ്ങിക്കൊണ്ടിരിക്കുന്നത്. ലോകത്തെ ഏഴു പ്രകൃതിദത്ത അദ്ഭുതങ്ങളിൽ ഒന്നായി CNN കണ്ടെ ത്തിയിരിക്കുന്നത് ഗ്രേറ്റ് ബാരിയർ റീഫിനെയാണ്.

എന്റെ ലോകയാത്രകളിലെ അവിസ്മരണീയമായ അനുഭവം തന്നെ യാണിത്. ഒടുവിൽ അർദ്ധമുങ്ങിക്കപ്പൽ, കറ്റമരനടുത്ത് തിരികെയെത്തി. മുങ്ങിക്കപ്പലിന്റെ താഴെ നിലയിൽ നിന്നും സഞ്ചാരികളൊക്കെ പുറ ത്തേക്കു നടക്കുകയാണ്. കയറിവന്ന ആ ഇടുങ്ങിയ കവാടത്തിലൂടെ വേണം പുറത്തിറങ്ങാനും.

ബഹുനിലകളുള്ള ഒരു കെട്ടിടംപോലെ കറ്റമരൻ നിലകൊള്ളുന്നു. മറ്റു യാത്രക്കാർക്ക് പിന്നാലെ ഞാനും അവിടേക്കു നടന്നു. ഞങ്ങളുടെ സംഘത്തിൽ നിന്നും കയറിയ മറ്റു നാലുപേരും എനിക്കു തൊട്ടു പിന്നാലെയുണ്ട്.

രാവിലെ കെയ്ൻസിൽ നിന്നും ഗ്രീൻ ഐലൻഡിലേക്ക് ആദ്യമെ ത്തിയ കറ്റമരൻ മടക്കയാത്ര തുടങ്ങിക്കഴിഞ്ഞു. അതിന്റെ മൂന്നു നില യിലും നിറയെ യാത്രക്കാരുണ്ട്. ഗ്രീൻ ഐലൻഡിലെയും അതിനു ചുറ്റുമുള്ള കടലിലെയും മതിവരാകാഴ്ചകളിൽ ഒരു ദിവസം മുഴുവൻ മുഴുകിയ സഞ്ചാരികൾ, ഗ്രേറ്റ് ബാരിയർ റീഫിന്റെ സുന്ദര സ്മരണകളു മായി ആസ്ട്രേലിയയുടെ മെയിൻ ലാൻഡിലേക്ക് മടങ്ങുകയാണ്. ഞാൻ കയറിയിരിക്കുന്ന ബിഗ് ക്യാറ്റ് എന്ന കറ്റമരനും മടക്കയാത്രയ്ക്ക് ഒരുങ്ങി ക്കഴിഞ്ഞു.

ആസ്ട്രേലിയൻ സന്ദർശനത്തിന് തിരശ്ശീല

കടൽപ്പാലത്തിൽ പ്രത്യേക ആകൃതിയിലുള്ള ഒരു ചെറുവാഹനവുമുണ്ട്. കറ്റമരനിൽ എത്തുന്ന സാധനങ്ങൾ ഗ്രീൻ ഐലൻഡിലേക്കും അവിടത്തെ താമസക്കാരുടെ ലഗ്ഗേജുകൾ കറ്റമരനിലേക്കും എത്തിക്കുന്ന വാഹനമാണ് ഇത്.

ഞങ്ങളുടെ കറ്റമരൻ കടൽപ്പാലത്തിന്റെ ജട്ടിയിൽ നിന്നും അകന്നു. ആസ്ട്രേലിയയുടെ വൻകര ലക്ഷ്യമാക്കി അത് യാത്ര തുടങ്ങി. ഗ്രീൻ ഐലൻഡ് അകലെയായിക്കൊണ്ടിരുന്നു. രാവിലെ എത്തിയ സഞ്ചാരികൾ വൈകുന്നേരം മടങ്ങുന്നതോടെ ഗ്രീൻ ഐലൻഡിലെ ബഹളങ്ങളെല്ലാം അവസാനിക്കുന്നു. റിസോർട്ടിലെ താമസക്കാരായ ഏതാനും സഞ്ചാരികളും ദ്വീപിലെ ജീവനക്കാരും മാത്രമേ ഇനി അവിടെയുണ്ടാവൂ. എന്റെ സഹയാത്രികരിൽ ചിലർ അകലെയാവുന്ന ഗ്രീൻ ഐലൻഡിനെ അവസാനമായി ക്യാമറയിൽ പകർത്തുകയാണ്. രാവിലെ ദ്വീപിലേക്ക് പോയപ്പോൾ കറ്റമരനിലെ സഞ്ചാരികൾ സന്തോഷത്തിമിർപ്പിലായിരുന്നു. ഇപ്പോൾ ഒരു ദിവസം നീണ്ട അലച്ചിലിന്റെ ക്ഷീണത്തിൽ എല്ലാവരും അടങ്ങിയിരിക്കുകയാണ്.

കടൽ ഇപ്പോൾ അല്പം പ്രക്ഷുബ്ധമാണ്. നീലപ്പരപ്പിൽ ആടിയുലഞ്ഞ് കറ്റമരൻ നീങ്ങിക്കൊണ്ടിരുന്നു. കാറ്റിന്റെ ശക്തിയും കൂടിയിരിക്കുന്നു. കടലിൽ ഒറ്റപ്പെട്ടുപോയ ഒരു കൊതുമ്പുവള്ളംപോലെ അങ്ങു ദൂരെ ഗ്രീൻ ഐലൻഡ് കാണാം. കടലിലെ പ്രക്ഷുബ്ധ ഭാവമൊന്നും കണക്കിലെടുക്കാതെ വലിയൊരു കൊമ്പൻ സ്രാവിനെപ്പോലെ ഞങ്ങളുടെ ജലവാഹനം നീങ്ങിക്കൊണ്ടിരുന്നു. അകലെ കെയ്ൻസ് തുറമുഖവും അതിനപ്പുറം മലനിരകളും കാണാം. ഓളപ്പരപ്പിലെ ചാഞ്ചാട്ടവും കാറ്റിന്റെ ശക്തിയും മൂലം ബോട്ടിൽ, സീറ്റുകളിലിരിക്കയോ, എവിടെയെങ്കിലും ബലമായി പിടിച്ചുകൊണ്ടു നിൽക്കുകയോ വേണം. യാത്രയുടെ ആലസ്യത്തിൽ പോക്കുവെയിലേറ്റിരിക്കുകയാണ് മുകൾ ഡെക്കിലെ സഞ്ചാരികൾ. അവർക്കൊപ്പം, ഒഴിഞ്ഞ ഒരു സീറ്റിൽ ഞാനും ഇരുന്നു.

സെയ്‌ലിങ്ങ് ബോട്ടിൽ ലോകം ചുറ്റുന്നവർ ആസ്ട്രേലിയൻ തീര ക്കടലിലെ സ്ഥിരം കാഴ്ചയാണ്. അത്തരം ഒരു ബോട്ട് അല്പമകലെ കൂടി കടന്നു പോകുന്നു. ചലനം കണ്ടിട്ട് നല്ല വേഗത്തിൽ അവൻ ഞങ്ങ ളുടെ ബോട്ടിനെ പിൻതുടരുകയാണെന്നു തോന്നി.

ഞങ്ങളുടെ ജലവാഹനം ഉൾക്കടലിലേക്ക് പ്രവേശിച്ചു. കറ്റമരൻ കെയ്ൻസിനോടടുക്കുകയാണ്. നേരം 5 മണിയായിരിക്കുന്നു. ഉൾക്കടലിൽ ഒട്ടേറെ സെയിൽ ബോട്ടുകൾ കാണാം. കടലിലൂടെയുള്ള ദീർഘയാത്ര കൾ സായ്പ്പിന്റെ ഏറ്റവും വലിയ ഹരമാണ്. ലോകത്തിന്റെ ഏതോ കോണിൽ നിന്ന് എത്രയോ ആഴ്ചകൾക്ക് മുമ്പ് പുറപ്പെട്ടു വന്നവയിൽ ചിലതാവാം ഈ കാണുന്ന ബോട്ടുകളിൽ പലതും. ബോട്ടിനോടു അനു ബന്ധിച്ചുള്ള മറീനകളിൽ, അവ നിർത്തിയിടണമെങ്കിൽ വലിയ സംഖ്യ വാടകയായി നൽകണം. അതിനാൽ പലരും മറീനയിൽ നിന്നും അകലെ യായി ബോട്ട് നിർത്തിയിടുകയാണ് പതിവ്. ഈ സെയിലിങ് ബോട്ടി നോടനുബന്ധിച്ച് വളരെ ചെറിയൊരു സ്പീഡ്ബോട്ട് പോലെ തോന്നി ക്കുന്ന ജലവാഹനവും അവർ കരുതാറുണ്ട്. മറീനയിൽ നിന്നും ഈ കുഞ്ഞൻ ജലവാഹനത്തിൽ തീരത്തുപോയി അത്യാവശ്യ വസ്തുക്കൾ വാങ്ങി വരുകയും ആവാം. ഇങ്ങനെ ദിവസങ്ങളോളം അവർക്ക് കടലിൽ സെയിലിങ് ബോട്ടുമായി കഴിയുകയും ചെയ്യാം.

ദീർഘമായ യാത്രയ്ക്കിടയിൽ ഓരോ രാജ്യത്തെയും പ്രധാന തുറ മുഖത്ത് ബോട്ടടുപ്പിച്ച് യാത്രക്കാർ കരയിലിറങ്ങുന്നു. നമ്മുടെ കൊച്ചി യിലും പലപ്പോഴും ഇത്തരം വിദേശ സെയിലിങ് ബോട്ടുകൾ വന്നിറ ങ്ങാറുണ്ട്. യാത്രകളിൽ അടുത്ത തുറമുഖത്ത് അടുക്കുന്നതുവരെ ആവശ്യമുള്ള ഭക്ഷണവും ശുദ്ധജലവും ഇന്ധനവുമൊക്കെ നിറച്ചാണ് പിന്നീടവർ യാത്ര തുടരുന്നത്. പല രാജ്യത്തും ഇറങ്ങിയശേഷം താത് ക്കാലിക വിസ കരസ്ഥമാക്കി ഏതാനും ദിവസം അവിടെ താമസിക്കുന്നു. പലരുടെയും യാത്ര ഏതാനും മാസങ്ങൾ മുതൽ ഒരു വർഷം വരെ നീളുന്നതാണ്. യൂറോപ്പിലെ സമ്പന്നരായ സാഹസികരിൽ പലരും കുടുംബസമേതമാണ് സെയിൽ ബോട്ടിൽ ലോകം ചുറ്റാൻ ഇറങ്ങുക. ശൈത്യകാലത്ത് ഉഷ്ണമേഖലയിലേക്കു കടൽയാത്ര നടത്തുന്നവരും ഇത്തരം ബോട്ടുകളിൽ ഉണ്ടാവും.

വൻകിട വിനോദസഞ്ചാര കേന്ദ്രങ്ങളിലൊക്കെ ഇപ്പോൾ ചൂതാട്ട കേന്ദ്രങ്ങളുടെ എണ്ണവും വർദ്ധിക്കുന്നുണ്ട്. അത്തരം ധാരാളം പഞ്ച നക്ഷത്ര കാസിനോകൾ കെയ്ൻസിലുണ്ട്.

കറ്റമരൻ കെയ്ൻസിന്റെ ജെട്ടിയിലടുത്തു. യാത്രക്കാർക്കെല്ലാം ഇറ ങ്ങാനുള്ള ഗോവണികൾ ഉറപ്പിച്ചു. എല്ലാവരും പുറത്തേക്കിറങ്ങിത്തുടങ്ങി. Big Cat എന്ന ഞങ്ങളുടെ ഈ കറ്റമരനിലെ മുന്നൂറിലധികം യാത്രക്കാരും ഇറങ്ങി, വരിവരിയായി റോഡിലേക്കു നടക്കുന്ന കാഴ്ച, ഏകദേശം ഏറ്റവും ഒടുവിൽ മാത്രം പുറത്തിറങ്ങാൻ തയ്യാറെടുത്തു നിന്ന ഞങ്ങളുടെ

സംഘാംഗങ്ങൾക്കൊപ്പം നിന്നു കൊണ്ട് ഞാനും കണ്ടു. കെയ്ൻസ് നഗരത്തിലെ എന്റെ സഞ്ചാരം ഇന്ന് അവസാനിക്കുകയാണ്.

ജെട്ടിക്കു പുറത്ത് ബസ്സ് കാത്തു കിടപ്പുണ്ടായിരുന്നു. ഞങ്ങളെയൊക്കെ, ആളെണ്ണി ബസ്സിൽ കയറ്റി ടൂർ മാനേജർ വിനോദ്. ബസ്സ് ഇനി പോകുന്നത് ഞങ്ങൾ താമസിക്കുന്ന ഹോട്ടലിലേക്കാണ്.

അടുത്തദിവസം പ്രഭാതം. ഇന്നു രാത്രിയാണ് നാട്ടിലേക്കു മടങ്ങാനുള്ള വിമാനം കയറേണ്ടത്. അതോടെ ഐതിഹാസികമായ ഒരു ആസ്ട്രേലിയൻ സന്ദർശനത്തിനു സമാപനമാവും. ഈ പകൽ സമയം, നഗരമൊന്നു ചുറ്റിക്കാണലാണ് യാത്രാപരിപാടിയിൽ കമ്പനി ഉൾപ്പെടുത്തിയിരിക്കുന്നത്. ഒരു മിനിറ്റ് പോലും പാഴാക്കാത്ത കാഴ്ച കാണലുകളുടെ ഷെഡ്യൂൾ.

കെയ്ൻസ് നഗരം ലോകവിനോദസഞ്ചാരികളുടെ ഒരു പ്രധാന ആകർഷണ കേന്ദ്രമാണ്. സഞ്ചാരികളെ സ്വീകരിക്കാൻ ഒട്ടേറെ ഹോട്ടലുകളും കാസിനോകളും ആണ് ഇവിടെ ഒരുങ്ങി നിൽക്കുന്നത്. ഇപ്പോൾ കാണുന്നത് കെയ്ൻസിലെ പ്രസിദ്ധമായ കാസിനോ ആണ്. ഞങ്ങൾക്കു മുമ്പിൽ കുട നിവർത്തി നിൽക്കുന്ന, ഒരു സ്റ്റേഡിയത്തോളം പോന്ന വലിയ കെട്ടിടം. Reef Hotel Casino എന്നാണ് പേര്. അടുത്തതായി മറ്റൊരു പ്രസിദ്ധ ഹോട്ടലും ടൂർ മാനേജർ ചൂണ്ടിക്കാണിച്ചു തന്നു. ചതുര വടിവുള്ള ഒരു കൂറ്റൻ മന്ദിരം. പസഫിക്ക് ഇന്റർ നാഷണൽ ഹോട്ടലാണത്.

കെയ്ൻസ് നഗരത്തിലെ പ്രധാന ഭാഗത്തെ വഴികളെല്ലാം ചേതോഹരമാണ്. ആസ്ട്രേലിയയിലെ പ്രസിദ്ധ ദിനപത്രമായ The Cairms Postന്റെ ആസ്ഥാനമായ ഒരു പ്രശസ്ത മന്ദിരവും പോകും വഴി കണ്ടു.

പത്രസാമ്രാജ്യ മന്ദിരത്തിനടുത്ത് പഴയ ചില കെട്ടിടങ്ങൾ കാണാം. 1876 ലാണ്, യൂറോപ്യന്മാരായ കുടിയേറ്റക്കാർ കെയ്ൻസ് നഗരം സ്ഥാപിച്ചത്. അതിനുമുമ്പുതന്നെ ഏതാനും ബ്രിട്ടീഷ് കുടുംബങ്ങൾ ഈ പ്രദേശത്ത് വാസമുറപ്പിച്ചിരുന്നു. കെയ്ൻസിലെ ആർട്ട് ഗ്യാലറിയും തൊട്ടരികിൽ കണ്ടു. സാൻഡ് സ്റ്റോൺ നിറം പൂശിയ ഒരു മനോഹര മന്ദിരം. തിരക്കു കുറഞ്ഞ നഗരഭാഗത്തു കൂടി ഞങ്ങൾ നടന്നെത്തിയത് സവിശേഷമായ ഒരു സ്വിമ്മിങ്ങ്പൂളിനടുത്താണ്.

പൂളിന്റെ ഒരു ഭാഗത്ത് കെയ്ൻസിന്റെ പ്രതീകമായ പുഴ മത്സ്യങ്ങളുടെ കട്ട് ഔട്ടുകൾ നാട്ടി നിർത്തിയിരിക്കുന്നു. നഗരത്തിന്റെ ഒരറ്റം വരെ വ്യാപിച്ചു കിടക്കുകയാണ്, നടുവിൽ വലിയൊരു ഫൗണ്ടനോടു കൂടിയ ഈ സ്വിമ്മിങ്ങ്പൂൾ. അതിനുമപ്പുറം കടലാണ്. സ്വിമ്മിങ്ങ്പൂളിനും കടലിനുമിടയിൽ ഏകദേശം 100 അടിയിലേറെ നീളമുള്ള ഒരു ഭാഗമുണ്ട്. രൂപകല്പനയുടെ പ്രത്യേകത കൊണ്ട്, സ്വിമ്മിങ്ങ്പൂൾ കടലിന്റെ ഭാഗമാണെന്നേ കാഴ്ചയിൽ തോന്നൂ. വളവുകളും തിരിവുകളുമുള്ള, വളരെ വിസ്താരമേറിയ ഒരു സ്വിമ്മിങ്ങ്പൂൾ.

ഷോപ്പിങ്ങിനു വേണ്ടി ഒരുക്കിയിരിക്കുന്ന ഒരു പട്ടണം കൂടിയാണ് കെയ്ൻസ്. ധാരാളം സഞ്ചാരികൾ എത്തുന്നതിനാൽ അവർക്ക് വേണ്ട തെല്ലാം ഇവിടെയുണ്ട്. സഞ്ചാരികളെ ലക്ഷ്യമാക്കി പ്രവർത്തിക്കുന്ന ഒരു മാർക്കറ്റിലൂടെ ടൂർ മാനേജർ ഞങ്ങളെ നയിച്ചു കൊണ്ടുപോയി. മസാജ് സെന്ററും അഡൽറ്റ്സ് ഷോപ്പും സെക്സ് ടോയ്സ് വില്പന കേന്ദ്രം വരെ ഇതിനുള്ളിലുണ്ട്. സെക്സ് ടോയ്സ് വിൽക്കുന്ന ചില കണ്ണാടി ഷോറൂമുകൾക്കരികിലൂടെ ഞങ്ങൾ കൂട്ടമായി നടന്നുപോയി. സുവനീർ ഷോപ്പുകളുടെ നീണ്ട നിരകൾ. അവിടെയൊക്കെ ടൺ കണക്കിനു വില്പനവസ്തുക്കൾ നിറച്ചു വച്ചിരിക്കുന്നു. ഒന്നിനും ഒരു ലോഭവുമില്ല. പ്രത്യേകതകളുള്ള വലിയൊരു ഷോറൂമിന്റെ ബോർഡ്, സ്ഥാപനത്തിലെ വ്യാപാരത്തിന്റെ മുഖമുദ്രയാണ്. Condom Kingdom എന്നാണാ പീടിക യുടെ പേര്. നടന്നു നീങ്ങും വഴി, റോഡിൽ നിന്നു കൊണ്ടുതന്നെ ഞങ്ങ ളുടെ സംഘാംഗങ്ങളിൽ ചിലർ, ആ സ്ഥാപനത്തിലേക്ക് ഒളിഞ്ഞു നോക്കു ന്നതും കണ്ടു.

ഞങ്ങൾ വീണ്ടും നടന്നു. സന്ധ്യയായി തുടങ്ങിയതോടെ ഫുഡ് കോർട്ടുകളിൽ തിരക്കു കൂടിത്തുടങ്ങി. ലോകത്തിലെ പല രാജ്യത്തെയും രുചിഭേദങ്ങൾ ഇവിടെ സംഗമിക്കുകയാണ്. ചൈനീസ് വിഭവങ്ങൾ മുതൽ കെന്റക്കി ഫ്രൈഡ് ചിക്കൻവരെ. ഫുഡ് കോർട്ടിലെ ജനപ്രളയത്തിനിട യിലൂടെ ഞങ്ങൾ മുന്നോട്ടു നടന്നു.

ചുമലിൽ വലിയ ബാഗുകളും കെട്ടിയൊരുക്കി ഇതാ ഏതാനും പേർ. ബാഗ് പാക്കേഴ്സ് എന്നറിയപ്പെടുന്ന ഇത്തരം സഞ്ചാരികൾക്ക് പ്രത്യേകം ലോഡ്ജുകൾ തന്നെ നഗരത്തിലുണ്ട്. മാസങ്ങൾപോലും നീണ്ടുനിൽ ക്കുന്ന യാത്രകൾക്കാവശ്യമായ എല്ലാ വസ്തുവകകളും വളരെ തടിച്ചു വീർത്ത ചുമൽബാഗുകളിൽ അവർ നിറച്ചുകൊണ്ടു നടക്കും.

അവിടെതന്നെയുള്ള ഒരു നൈറ്റ് മാർക്കറ്റിലേക്കാണ് ടൂർ മാനേജർ ഞങ്ങളെ നയിച്ചത്. സിങ്കപ്പൂരിലേക്കുള്ള ഞങ്ങളുടെ ഫ്ളൈറ്റ് പുലർച്ചെ രണ്ടു മണിക്കായതിനാൽ, അല്പം ലേറ്റായി എയർപോർട്ടിൽ എത്തിയാലും മതിയെന്ന വിശ്വാസമാണ് ടൂർ മാനേജർ വിനോദിനുള്ളതെന്നു തോന്നി.

ഈ നൈറ്റ് മാർക്കറ്റിലുമുണ്ട് നന്നേ തിരക്ക്. വസ്ത്രങ്ങളും കൗതുക വസ്തുക്കളും ഔഷധങ്ങളുമൊക്കെ ഈ മാർക്കറ്റിൽ സുലഭമാണ്. ഏതെ ടുത്താലും ഒരേ വിലയുള്ള ഉത്പന്നങ്ങളാണ് ഈ നൈറ്റ് മാർക്കറ്റിന്റെ പ്രത്യേകത. മുമ്പൊരിക്കൽ സകുടുംബം ദുബായിൽ പോയപ്പോൾ ഇത്തര മൊരു Two Dirhams ഷോപ്പിൽ കയറി, കുട്ടികൾ എന്തൊക്കെയോ വാങ്ങി വാരിക്കൂട്ടിയത് ഓർക്കുന്നു.

താരതമ്യേന കുറഞ്ഞ വിലയാണ് നൈറ്റ് മാർക്കറ്റിൽ. ചൈന ക്കാരാണ് ഈ നൈറ്റ് മാർക്കറ്റിലെ കച്ചവടക്കാരിൽ ഏറെയും. ആഭരണ ങ്ങളും സൗന്ദര്യവർദ്ധകവസ്തുക്കളും ഒക്കെ അടങ്ങുന്ന ഉത്പന്നങ്ങളുടെ വൈവിധ്യത്തിന്റെ ഒരു മായാലോകം.

മദ്യവില്പനയുടെ ഒരു ഭാഗത്തുകൂടിയും വിനോദ് ഞങ്ങളെ നടത്തിക്കൊണ്ടുപോയി. മദ്യവില്പനയെന്നു പറഞ്ഞാൽ, നാട്ടിലെ ബാറോ, ഷാപ്പോ പോലൊന്നുമല്ല. എയർപോർട്ടുകളിലെ ഡ്യൂട്ടി ഫ്രീഷോപ്പുകളെ അനുസ്മരിപ്പിക്കുംവിധം , ഭംഗിയായി വിവിധതരം വൈനുകൾ അടുക്കി നിരത്തി വച്ചിരിക്കുന്ന നിരവധി സ്ഥാപനങ്ങൾ. ആ വൈനുകൾ ക്വീൻസ് ലാൻഡിൽ നിർമ്മിച്ചതാണെന്ന പ്രത്യേക ബോർഡുമുണ്ട്.

അടുത്തത് ആഭരണക്കടകൾ. മാർക്കറ്റിന്റെ ഒരു ഭാഗം ഔഷധങ്ങളുടെ വില്പന കേന്ദ്രമാണ്. കൗതുകമുണർത്തുന്ന ഔഷധങ്ങളാണ് എല്ലാം. ഒരു ഭാഗത്ത് ഒറ്റപ്പെട്ടു നിൽക്കുന്ന ഒരു കെട്ടിടത്തിലെ ബോർഡ് ശ്രദ്ധാർഹമായി തോന്നി. Hides Corner എന്നാണതിന്റെ പേര്. ഒളിപ്പിച്ചു വച്ചിരിക്കുന്ന എന്തു വസ്തുക്കളാണ് അതിനുള്ളിലുള്ളതെന്നറിയാതെ ഞങ്ങൾ വീണ്ടും നടന്നു.

നേരം ഇരുട്ടിത്തുടങ്ങിയിരിക്കുന്നു. തെരുവിലും വശത്തെ ഷോറൂമുകളിലും വൈദ്യുതി വെളിച്ചം പൂർണ്ണമായി നിറഞ്ഞു തുടങ്ങി. പാതയോരത്തെ കെട്ടിടങ്ങളിലെല്ലാം പ്രകാശം തെളിഞ്ഞു കഴിഞ്ഞു. സൈക്കിളിൽ, പുറത്ത് സ്കൂൾ ബാഗും ഏറ്റി, വിദ്യാർത്ഥികൾ വീടണയാൻ പോകുന്നതും കണ്ടു.

കെയിൻസ് (Cairns) മ്യൂസിയത്തിനു മുമ്പിലൂടെയാണ് ഞങ്ങളിപ്പോൾ നടന്നു നീങ്ങുന്നത്. കെട്ടിടത്തിനു മുകളിൽ 1907 എന്ന സിമന്റ് അക്ഷരങ്ങൾ കൊത്തിവച്ചിരിക്കുന്നതു കാണാം. താമസിക്കുന്ന ഹോട്ടലിലേക്കു മടങ്ങുകയാണിനി എന്ന് ടൂർ മാനേജർ വിനോദ് അറിയിച്ചു. അങ്ങനെ ഒരു ആസ്ട്രേലിയൻ യാത്രയ്ക്ക് സമാപ്തിയാവുകയാണ്.

ബ്രിട്ടീഷ് എയർവേയ്സിന്റെ വിമാനത്തിൽ സിങ്കപ്പൂരിനു പുറപ്പെടുമ്പോൾ പുലർച്ച രണ്ടുമണി കഴിഞ്ഞിരുന്നു. സീറ്റ് ബെൽറ്റ് മുറുക്കി, അല്പമൊന്നു ചെരിഞ്ഞിരുന്ന ഞാൻ, ഏതോ നിമിഷത്തിൽ, ഉറക്കത്തിലേക്കു വഴുതി വീണു.

■

www.ingramcontent.com/pod-product-compliance
Lightning Source LLC
LaVergne TN
LVHW100824051026
849519LV00006B/2174
* 9 7 8 9 3 8 7 3 5 7 3 4 1 *